ವಿಶ್ವಕಥಾಕೋಶ
ಸಂಪುಟ - ೧೩

ಪ್ರಧಾನ ಸಂಪಾದಕ
ನಿರಂಜನ

ಅದೃಷ್ಟ

ಅಮೆರಿಕ - ಕೆನಡ - ಮೆಕ್ಸಿಕೊ ಕಥೆಗಳು

ಅನುವಾದ
ವೀಣಾ ಶಾಂತೇಶ್ವರ

ನವಕರ್ನಾಟಕ ಪ್ರಕಾಶನ
೫೦ರ ಸಂಭ್ರಮ ೧೯೬೦-೨೦೧೦

ADRISHTA (Kannada)
An anthology of short stories from U.S.A., Canada and Mexico, being the thirteenth volume of Vishwa Kathaa Kosha, a treasury of world's great short stories in 25 volumes in Kannada. Translated by Veena Shantheshwara. Editor-in-Chief : Niranjana. Editors : S. R. Bhat, C. R. Krishna Rao, C. Sitaram. Secretary : R. S. Rajaram.

Third Print : 2012 **Pages : 136** **Price : ₹ 75**

Paper used for this book : 70 gsm Maplitho 18.6 Kgs (1/8 Demy Size)

ಮೊದಲನೇ ಮುದ್ರಣ : 1981
ಎರಡನೇ ಮುದ್ರಣ : 2011
ಮೂರನೇ ಮುದ್ರಣ : 2012

ಪ್ರತಿಗಳ ಸಂಖ್ಯೆ : 1000

ಪ್ರಧಾನ ಸಂಪಾದಕ : ನಿರಂಜನ
ಸಂಪಾದಕರು : ಎಸ್.ಆರ್. ಭಟ್, ಸಿ. ಆರ್. ಕೃಷ್ಣರಾವ್, ಸಿ. ಸೀತಾರಾಮ್
ಕಾರ್ಯದರ್ಶಿ : ಆರ್. ಎಸ್. ರಾಜಾರಾಮ್
ಕಲಾ ಸಲಹೆಗಾರರು : ಎಸ್. ರಮೇಶ್, ಕಮಲೇಶ್, ಅಮಿತ್

ಕೃತಿಸ್ವಾಮ್ಯ : ಆಯಾ ಕಥೆಗಳ ಲೇಖಕರದ್ದು / ಲೇಖಕರ ವಾರಸುದಾರರದ್ದು

ಬೆಲೆ : ₹ 75

ಮುಖಚಿತ್ರ : ರಾಮಮೂರ್ತಿ

ಪ್ರಕಾಶಕರು
ನವಕರ್ನಾಟಕ ಪಬ್ಲಿಕೇಷನ್ಸ್ ಪ್ರೈವೆಟ್ ಲಿಮಿಟೆಡ್
ಎಂಬೆಸಿ ಸೆಂಟರ್, ಕ್ರೆಸೆಂಟ್ ರಸ್ತೆ, ಬೆಂಗಳೂರು - 560 001
ದೂರವಾಣಿ: 080-30578020/22 ಫ್ಯಾಕ್ಸ್ : 080-30578023
Email : navakarnataka@gmail.com

ಶಾಖೆಗಳು/ಮಳಿಗೆಗಳು
ನವಕರ್ನಾಟಕ, ಕ್ರೆಸೆಂಟ್ ರಸ್ತೆ, ಬೆಂಗಳೂರು - 1, ✆ 080-30578028/35, Email : nkpsales@gmail.com
ನವಕರ್ನಾಟಕ, ಗಾಂಧಿನಗರ, ಬೆಂಗಳೂರು - 9, ✆ 080-22251382, Email : nkpgnr@gmail.com
ನವಕರ್ನಾಟಕ, ಕೆ.ಎಸ್.ರಾವ್ ರಸ್ತೆ, ಮಂಗಳೂರು - 1, ✆ 0824-2441016, Email : nkpmng@gmail.com
ನವಕರ್ನಾಟಕ, ಬಲ್ಮಠ, ಮಂಗಳೂರು - 1, ✆ 0824-2425161, Email : nkpbalmatta@gmail.com
ನವಕರ್ನಾಟಕ, ರಾಮಸ್ವಾಮಿ ವೃತ್ತ, ಮೈಸೂರು - 24, ✆ 0821-2424094, Email : nkpmys@yahoo.co.in
ನವಕರ್ನಾಟಕ, ಸ್ಟೇಷನ್ ರಸ್ತೆ, ಗುಲಬರ್ಗಾ - 2, ✆ 08472-224302, Email : nkpglb@gmail.com

0305123425 **ISBN 978-81-8467-212-1**

Printed by R. S. Rajaram at Navakarnataka Printers, No. 167 & 168 10th Main, III Phase, Peenya Industrial Area, Bangalore - 560 058 and published by him for Navakarnataka Publications Private Limited 101, Embassy Centre, Crescent Road, P B 5159, Bangalore - 560 001 (INDIA)

ಅರ್ಪಣೆ

ನಿರಂಜನ
(1924–1991)

ಇವರ ನೆನಪಿಗೆ

ಪರಿವಿಡಿ

ಪ್ರಕಾಶಕರ ನುಡಿ

ವಿಶ್ವಕಥಾಕೋಶದ ಮೊದಲ ಹನ್ನೆರಡು ಸಂಪುಟಗಳನ್ನು ಮೂರು ಕಂತುಗಳಲ್ಲಿ ನಾವು ಈಗಾಗಲೇ ಓದುಗರ ಕೈಗಿತ್ತಿದ್ದೇವೆ.

ಈಗ ಮತ್ತಿದೋ ನಾಲ್ಕು ಸಂಪುಟಗಳು. ಇವು ಈ ವರ್ಷದ– 1981ರ – ದೀಪಾವಳಿಯ ಕಾಣಿಕೆ.

ಈ ನಾಲ್ಕರಲ್ಲೊಂದು 'ಅದೃಷ್ಟ'. ಇದರಲ್ಲಿ ಅಮೆರಿಕ, ಕೆನಡ ಮತ್ತು ಮೆಕ್ಸಿಕೊಗಳ ಕಥಾ ಸಾಹಿತ್ಯದಿಂದ ಆಯ್ದ ಹೃದಯಂಗಮವಾದ ಹದಿಮೂರು ಕಥೆಗಳಿವೆ. ಇದು ಕಥಾಕೋಶದ ಹದಿಮೂರನೇ ಸಂಪುಟವೂ ಹೌದು. ಈ ಸಂಪುಟವನ್ನು ಕನ್ನಡಕ್ಕೆ ಅನುವಾದಿಸಿದವರು ಶ್ರೀಮತಿ ವೀಣಾ ಶಾಂತೇಶ್ವರ ಅವರು.

ಈ ಸಂಪುಟಕ್ಕೆ ಅಂದವಾದ ಮುಖಚಿತ್ರವನ್ನು ಬರೆದು ಕೊಟ್ಟವರು ಖ್ಯಾತ ವ್ಯಂಗ್ಯಚಿತ್ರ ಕಲಾವಿದ ರಾಮಮೂರ್ತಿ. ಹಿಮ್ಮೈ ವಿನ್ಯಾಸ ಶ್ರೀ ಕಮಲೇಶ್ ಅವರದು. ಇದನ್ನು ಸೊಗಸಾಗಿ ಮುದ್ರಿಸಿದ ಶ್ರೇಯಸ್ಸು ಜನಶಕ್ತಿ ಮುದ್ರಣಾಲಯದ ನಮ್ಮ ಬಂಧುಗಳಿಗೆ ಸಲ್ಲಬೇಕು. ಇದರ ರಕ್ಷಾಕವಚದ ಮುದ್ರಣ ಕಾರ್ಯವನ್ನು ನಿರ್ವಹಿಸಿದವರು ಶಿವಕಾಶಿಯ ಜೇಯೆಮ್ ಆಫ್‌ಸೆಟ್ ಪ್ರಿಂಟರ್ಸ್ ಅವರು. ಇವರಿಗೆಲ್ಲ ಈ ಸಂದರ್ಭದಲ್ಲಿ ನಮ್ಮ ಹೃತ್ಪೂರ್ವಕ ಕೃತಜ್ಞತೆಗಳು ಸಲ್ಲುತ್ತವೆ.

ಇವರಲ್ಲದೆ ಈ ಸಂಪುಟವನ್ನು ಹೊರತರಲು ಇನ್ನೂ ಅನೇಕ ಮಂದಿ ಮಿತ್ರರು ನಮಗೆ ನೆರವಾಗಿದ್ದಾರೆ. ಸಂಪುಟದ ಕೊನೆಯಲ್ಲಿ ಅವರಿಗೆ ನಮ್ಮ ವಿಶೇಷ ಕೃತಜ್ಞತೆಗಳನ್ನು ಸಮರ್ಪಿಸಲಾಗಿದೆ.

ಈ ಸಂಪುಟದಲ್ಲಿ ಬಳಸಲಾದ, ಕೃತಿಸ್ವಾಮ್ಯವನ್ನು ಹೊಂದಿರುವ ಎಲ್ಲ ಕಥೆಗಳ ಕರ್ತೃಗಳಿಂದ ಅಥವಾ ಅವರ ವಾರಸುದಾರರಿಂದ ಅವುಗಳ ಪ್ರಕಟಣೆಗೆ ಅನುಮತಿ ಪಡೆಯಲು ನಾವು ಆದಷ್ಟು ಪ್ರಯತ್ನಿಸಿದ್ದೇವೆ. ಅವರೆಲ್ಲರಿಗೂ ನಾವು ಋಣಿಗಳು. ಆದರೆ ಒಂದು ವೇಳೆ ಯಾರದಾದರೂ ಅನುಮತಿ ಬಿಟ್ಟುಹೋಗಿದ್ದರೆ, ಈ ಯೋಜನೆಯ ಮಹತ್ವವನ್ನು ಮನಗಂಡು ಅವರು ನಮ್ಮನ್ನು ಕ್ಷಮಿಸುವರೆಂದು ನಂಬಿದ್ದೇವೆ.

ಕಥಾಕೋಶದ ಒಟ್ಟು ಸಂಪುಟಗಳು 25, ಈ ಸಲದ

ಬಿಡುಗಡೆಯೂ ಸೇರಿದಂತೆ, ಇವುಗಳಲ್ಲಿ 16ನ್ನು ನಾವೀಗ ಹೊರತಂದಿದ್ದೇವೆ. ಇನ್ನು 4 ಸಂಪುಟಗಳು ಮುಂದಿನ ವರ್ಷದ ಯುಗಾದಿಯ ಸಮಯದಲ್ಲಿ ಪ್ರಕಟವಾಗಲಿವೆ. ಉಳಿದ 5 ಸಂಪುಟಗಳು ಬಿಡುಗಡೆ 1982ರ ದೀಪಾವಳಿಯಂದು.

ಶ್ರೀ ನಿರಂಜನರ ಪ್ರಧಾನ ಸಂಪಾದಕತ್ವದಲ್ಲಿ ಕಾರ್ಯಗತ ವಾಗುತ್ತಿರುವ ಈ ಯೋಜನೆ, ಕನ್ನಡ ಓದುಗರಿಗೆ ನವಕರ್ನಾಟಕ ಪ್ರಕಾಶನದ ಹೆಮ್ಮೆಯ ಕೊಡುಗೆ. ಬೆಲೆ ಏರಿಕೆಯ ಇಂದಿನ ದಿನಗಳಲ್ಲಿ 25 ಸಂಪುಟಗಳ ಇಂಥ ಬೃಹತ್ ಯೋಜನೆಯ ಪ್ರಕಟಣೆ ಬಹಳ ಕಷ್ಟಸಾಧ್ಯವಾದ ಕಾರ್ಯ. ಆದರೂ ಓದುಗರ ಹಿತದೃಷ್ಟಿಯನ್ನು ಗಮನದಲ್ಲಿರಿಸಿಕೊಂಡು ಕಥಾಕೋಶದ ಬೆಲೆಯನ್ನು ನಾವು ಏರಿಸಿಲ್ಲ. ಬಿಡಿ ಸಂಪುಟಗಳ ಬೆಲೆ ರೂ. 10–00. 25 ಸಂಪುಟಗಳಿಗೆ ರೂ. 250–00. ಹೀಗೆಯೇ, ಇಡೀ ಕೋಶವನ್ನು ಕೊಳ್ಳಬಯಸುವ ವರಿಗೆ ಹಿಂದಿನಂತೆ ರೂ. 50/–ರ ರಿಯಾಯಿತಿಯೂ ಇದೆ. 'ನವಕರ್ನಾಟಕ ಪಬ್ಲಿಕೇಷನ್ಸ್ (ಪ್ರೈ) ಲಿಮಿಟೆಡ್' – ಈ ಹೆಸರಿಗೆ 200 ರೂ. ಗಳನ್ನು ಡ್ರಾಫ್ಟ್ ಮೂಲಕ ಇಂದೇ ಕಳುಹಿಸಿಕೊಡಿ. ಈಗ ಪ್ರಕಟವಾಗಿರುವ ಸಂಪುಟಗಳನ್ನು ತಕ್ಷಣ ಮತ್ತು ಮುಂದಿನ ಸಂಪುಟಗಳನ್ನು ಅವು ಪ್ರಕಟವಾದಂತೆ ನಮ್ಮ ವೆಚ್ಚದಲ್ಲಿ ನಿಮ್ಮ ಮನೆ ಬಾಗಿಲಿಗೆ ತಲುಪಿಸಲಾಗುವುದು.

ಕೊನೆಯದಾಗಿ ಕಥಾಕೋಶದ ಮೊದಲ ಹನ್ನೆರಡು ಸಂಪುಟಗಳಿಗೆ ಓದುಗರು ನೀಡಿದ ಆದರದ ಸ್ವಾಗತ ಈ ಸಂಪುಟಗಳಿಗೂ ದೊರೆಯುವುದೆಂದು ನಾವು ನಂಬಿದ್ದೇವೆ.

ದೀಪಾವಳಿ, 1981
ಬೆಂಗಳೂರು

ಆರ್. ಎಸ್. ರಾಜಾರಾಮ್
ಕಾರ್ಯದರ್ಶಿ
ನವಕರ್ನಾಟಕ ಪಬ್ಲಿಕೇಷನ್ಸ್ (ಪ್ರೈ) ಲಿಮಿಟೆಡ್

ಪ್ರಕಾಶಕರ ನುಡಿ

(ಎರಡನೇ ಮುದ್ರಣ)

ನವಕರ್ನಾಟಕ ಪ್ರಕಾಶನದ 50ರ ಸಂಭ್ರಮದಲ್ಲಿ, 'ವಿಶ್ವಕಥಾಕೋಶ'ದ ಇಪ್ಪತ್ತೈದು ಸಂಪುಟಗಳನ್ನು ಪುನರ್ಮುದ್ರಿಸಿ ಓದುಗರ ಕೈಗಿಡುತ್ತಿದ್ದೇವೆ. ಮೂವತ್ತು ವರ್ಷಗಳ ಕಾಲ ಅಲಭ್ಯವಾಗಿದ್ದ ಜಗತ್ತಿನ ಸಾಹಿತ್ಯ ಕಥಾ ಕಣಜ ಬೆಳಕು ಕಾಣುವ ಈ ಸಮಯದಲ್ಲಿ ಈ ಯೋಜನೆಯ ಹೊಣೆ ಹೊತ್ತ ಶ್ರೇಷ್ಠ ಕಥೆಗಾರ, ಸಾಹಿತಿ ನಿರಂಜನರು ನಮ್ಮೊಂದಿಗೆ ಇದ್ದಿದ್ದರೆ, ನವಕರ್ನಾಟಕದ ಚಿನ್ನದ ಹಬ್ಬ ಹೆಚ್ಚು ಅರ್ಥಪೂರ್ಣವಾಗುತ್ತಿತ್ತು. ಈ ಸಂಪುಟಗಳನ್ನು ಅವರಿಗೆ ಅರ್ಪಿಸಿ, ಅವರನ್ನು ನೆನೆಯುತ್ತೇವೆ.

ಸಂಪುಟಗಳನ್ನು ಅನುವಾದಿಸಿ ನೆರವಾದ ಅನೇಕ ಲೇಖಕ ಮಿತ್ರರು ಈ ಮೂರು ದಶಕಗಳಲ್ಲಿ ನಮ್ಮನ್ನು ಅಗಲಿದ್ದಾರೆ. 'ವಿಶ್ವಕಥಾಕೋಶ'ದ ಎಲ್ಲಾ ಅನುವಾದಗಳನ್ನು ಓದಿ, ಪರಿಷ್ಕರಿಸಿ, ಮುದ್ರಣಕ್ಕೆ ಸಿದ್ಧಗೊಳಿಸಿದ ಸಂಪಾದಕರಲ್ಲಿ ಒಬ್ಬರಾದ ಶ್ರೀ ಎಸ್. ಆರ್. ಭಟ್ಟರ ಅಗಲಿಕೆಯ ನೆನಪು ಈ ಸಂದರ್ಭದಲ್ಲಿ ನಮ್ಮನ್ನು ಕಾಡುತ್ತಿದೆ.

ಮೂವತ್ತು ವರ್ಷಗಳ ಹಿಂದೆ 25 ಸಂಪುಟಗಳನ್ನು ರೂ. 250ಕ್ಕೆ ನೀಡಿದ್ದೆವು. ಬೆಲೆಯೇರಿಕೆಯ ಇಂದಿನ ದಿನಗಳಲ್ಲಿ ಮರುಮುದ್ರಿಸಿದಲ್ಲಿ, ಅದರ ಬೆಲೆಯನ್ನು ಎಂಟು-ಹತ್ತು ಪಟ್ಟು ಏರಿಸಬೇಕಾಗಬಹುದು ಎನ್ನುವ ಭೀತಿಯೂ ವಿಳಂಬಕ್ಕೆ ಕಾರಣವಾಯಿತು. ಈ ಸಂದರ್ಭದಲ್ಲಿ ಈ ಸಂಪುಟಗಳನ್ನು ಸುಲಭ ಬೆಲೆಗೆ ನೀಡಲು ನೆರವಾದವರು ಇನ್ಫೋಸಿಸ್ ಫೌಂಡೇಷನ್‌ನ ಅಧ್ಯಕ್ಷೆ ಶ್ರೀಮತಿ ಸುಧಾ ಮೂರ್ತಿಯವರು. ಅವರಿಗೆ ನಾವು ಕೃತಜ್ಞರಾಗಿದ್ದೇವೆ.

ಈ ಯೋಜನೆಯ ಲೇಖಕರು ಈ ಅವಧಿಯಲ್ಲಿ ಸಾಕಷ್ಟು ಹೊಸ ಬರೆಹಗಳನ್ನು ಮಾಡಿದ್ದಾರೆ, ಗೌರವ ಪುರಸ್ಕಾರಗಳಿಗೆ ಪಾತ್ರರಾಗಿದ್ದಾರೆ. ಕೆಲವರು ನಮ್ಮೊಂದಿಗಿಲ್ಲ. ಈ ಎಲ್ಲ ಲೇಖಕರ ಪರಿಚಯಗಳಿಗೆ ಹೊಸ ಸೇರ್ಪಡೆಗಳನ್ನು ಮಾಡಿಕೊಟ್ಟ ಡಾ|| ಆರ್. ಪೂರ್ಣಿಮಾ ಮತ್ತು ಶ್ರೀಮತಿ ರೋಸಿ ಡಿ'ಸೋಜಾ ಅವರ ನೆರವನ್ನು ಸ್ಮರಿಸುತ್ತೇವೆ.

ಮರುಮುದ್ರಣದ ಈ ಕಾರ್ಯದಲ್ಲಿ ನೆರವಾದ ಎಲ್ಲರನ್ನೂ ನೆನೆಯುತ್ತೇವೆ.

ಯುಗಾದಿ, 2011
ಬೆಂಗಳೂರು

ಆರ್. ಎಸ್. ರಾಜಾರಾಮ್
ವ್ಯವಸ್ಥಾಪಕ ನಿರ್ದೇಶಕ, ನವಕರ್ನಾಟಕ ಪ್ರಕಾಶನ

ಪ್ರಸ್ತಾವನೆ

~~~~~~~~~

1

ಓಮಹ, ವಲ್ಲವಲ್ಲ, ಸೆನೆಕ, ಜುಸಿ, ಅಪಾಚಿ, ಚಿಟಿಮಚ, ಚಿಪ್ಪೆವ, ಅರಿಕರ – ಇವು ಒಂದು ಕಾಲದಲ್ಲಿ ಅಮೆರಿಕ ಭೂಖಂಡದ ಮೂಲನಿವಾಸಿಗಳಾಗಿದ್ದ ಸುಮಾರು 500 ಬುಡಕಟ್ಟುಗಳಲ್ಲಿ ಕೆಲವು. ಒಂದು ಕಾಲದಲ್ಲಿ ಎಂದರೆ, ಅರಿವಿನ ಸ್ಪಷ್ಟ ಗೆರೆಯಾಚೆಗಿನ ಇತಿಹಾಸಪೂರ್ವ ಕಾಲವೂ ಆಗಬಹುದು; ಪಶ್ಚಿಮದ ಮನುಷ್ಯ ಆ ನೆಲವನ್ನು ಮುಟ್ಟಿದ ಕ್ರಿಸ್ತಶಕ 1500ನೆಯ ಕಾಲವೂ ಆಗಬಹುದು.

ಮುಸುಕಿದ ಹಿಮ; ಎಂದಾದರೊಮ್ಮೆ ನಸುನಗುತ್ತಿದ್ದ ಸೂರ್ಯ. ಆ ಪುರಾತನ ಕಾಲದಲ್ಲಿ, ನಾವೀಗ ಏಷ್ಯ ಎಂದು ಕರೆಯುವ ಭೂಖಂಡದ ಈಶಾನ್ಯ ಮೂಲೆ ಅಮೆರಿಕ ಎಂದು ಈಗ ಹೆಸರು ಹೊತ್ತಿರುವ ಭೂಖಂಡದ ವಾಯವ್ಯ ಮೂಲೆಗೆ ಅಂಟಿಕೊಂಡಿತ್ತು. ಸುಮಾರು ನಾಲ್ವತ್ತು ಮೈಲು ಅಗಲವಿದ್ದ ಭೂಸಂಧಿ. ಕೇಂದ್ರ ಏಷ್ಯದಲ್ಲಿ ವಾಸವಾಗಿದ್ದ ಜನ ತಮ್ಮ ಆಹಾರವಾಗಿದ್ದ ಮಿಕಗಳನ್ನು ಹಿಂಬಾಲಿಸುತ್ತ ಖಂಡಾಂತರ ಪ್ರವಾಸ ಮಾಡಿದರು, ಕ್ರಿಸ್ತಪೂರ್ವ 50,000 ವರ್ಷ ವೇಳೆಗೆ. ಅಲ್ಲಿಂದ 20,000 ವರ್ಷಗಳ ಬಳಿಕ – ಅಥವಾ ಕಾಲದುದ್ದಕ್ಕೂ – ಆಗಾಗ್ಗೆ ಅತ್ತ ಹೋದವರು ಎಸ್ಕಿಮೊ ಜನ, – ಸೈಬೀರಿಯದಿಂದ. ಅವರನ್ನು ಅನುಸರಿಸಿದವರು ಮಂಗೋಲ್ ಜನಾಂಗದವರು. ಇವರೆಲ್ಲರ ಸಂಕರದ ಫಲ: ಕಳೆದ ಐದು ಶತಮಾನ ಗಳಿಂದ 'ರೆಡ್ ಇಂಡಿಯನ'ರೆಂದು ಕರೆಸಿಕೊಂಡಿರುವ ಓಮಹ, ವಲ್ಲವಲ್ಲ, ಸೆನೆಕ... ಹೀಗೆ ಐದುನೂರು ಬುಡಕಟ್ಟುಗಳು; ಒಬ್ಬರ ಮಾತು ಇನ್ನೊಬ್ಬರಿಗೆ ಅರ್ಥವಾಗದಷ್ಟು ಭಿನ್ನವಾದ ಐದುನೂರು ಭಾಷೆಗಳು.

ಇಂದಿಗೆ ಹತ್ತು ಸಾವಿರ ವರ್ಷ ಹಿಂದೆ ಕರಗಿದ ಹಿಮ ಸಾಗರಮಟ್ಟವನ್ನು ಹೆಚ್ಚಿಸಿತು. ಎರಡು ಖಂಡಗಳ ನಂಟಿನ ಗಂಟು ಕಡಿಯಿತು. ಭೂಸಂಧಿ ಜಲಸಂಧಿ*ಯಾಯಿತು. ಆ ಕಾಲದ ಹಿರಿಯರು ಈಗಿನ ಕೆನಡ, ಕೇಂದ್ರ ಅಮೆರಿಕ, ಮೆಕ್ಸಿಕೊ, ಪೆರು ಇಲ್ಲೆಲ್ಲ ಸಹಸ್ರಾರು

---

* ಇದಕ್ಕೆ ಬೆರಿಂಗ್ ಜಲಸಂಧಿ ಎಂಬ ಹೆಸರು ದೊರೆತದ್ದು ಕಳೆದ ಶತಮಾನದಲ್ಲಿ. – ಬೆರಿಂಗ್ ಎಂಬ ರಷ್ಯನ್ ಸಾಹಸಿ ಅದನ್ನು ಕಂಡುಹಿಡಿದ ಮೇಲೆ.

ಹರದಾರಿ ದೂರ ಪಾದಬೆಳೆಸಿದ ಪ್ರಚಂಡರು. ಪ್ರಾಣಧಾರಣೆಗೆ ಪ್ರಾಣಿಗಳು, ಹಣ್ಣು – ಗಡ್ಡೆಗಳು. ಕ್ರಿ. ಪೂ. 5000ದ ಹೊತ್ತಿಗೆ ಕೇಂದ್ರ ಅಮೆರಿಕದಲ್ಲಿ ಜೋಳದ ಕೃಷಿ ಬಳಕೆಗೆ ಬಂತು. ಬದುಕು ಸುಲಭ ವಾಯಿತು. ಕ್ರಿ.ಪೂ. 1300ರಿಂದ 500ರವರೆಗೆ ಅಲ್ಲಿ ಅರಳಿತು ಆ ಭೂಖಂಡದ ಆರಂಭದ ನಾಗರಿಕತೆ. ಆಲ್ಬನ್ ಬೆಟ್ಟದ ಸುತ್ತ ಜೀವಿಸಿದ ಆಲ್‌ಮೆಕ್ ಜನ. (ಆಲ್‌ಮೆಕ್–ಮೆಕ್ಸಿಕಾ–ರಿಂದಲೇ ಅನಂತರ 'ಮೆಕ್ಸಿಕೊ' ಹೆಸರು.) ಮುನ್ನೂರು ಕುಟುಂಬಗಳು ಒಂದೇ ಸೂರಿನ ಕೆಳಗೆ ವಾಸಿಸುತ್ತಿದ್ದ ಮರದ ದೊಡ್ಡ ಮನೆಗಳು. ಬೇಟೆಗೆ, ಮೀನು ಹಿಡಿಯುವುದಕ್ಕೆ ಗಂಡಸರು; ಕೃಷಿಗೆ ಹೆಂಗಸರು. ಮುಂದೆ ಮಾಯ, ಅಜ಼ೆಟೆಕ್, ಇಂಕಾ 'ಸಾಮ್ರಾಜ್ಯ'ಗಳನ್ನು ಕಟ್ಟಿದವರು ಇವರ ಮಕ್ಕಳೇ.

ಮಾಯ–ಅಜ಼ೆಟೆಕ್ ಸಂಸ್ಕೃತಿಯೊಂದು ವಿಸ್ಮಯ. ಶಿಲಾಯುಗದ ಉಪಕರಣಗಳು. ಆದರೆ ಬಂಗಾರಕ್ಕೆ ಬರಗಾಲವಿರಲಿಲ್ಲ. 1200ರಲ್ಲಿ ಲಿಪಿ ವ್ಯಾಪಕ ಬಳಕೆಯಲ್ಲಿತ್ತು. ಅವರಲ್ಲೊಂದು ಪುಸ್ತಕವಿತ್ತು: 'ಭವಿಷ್ಯ ನುಡಿವ ಕಲೆ'. ವರ್ಷಕ್ಕೆ 365 ದಿನಗಳೆಂದು ಬಹಳ ಮೊದಲೇ ಅವರು ಖಚಿತ ಪಡಿಸಿದ್ದರು. ಅವರಲ್ಲಿ ಗ್ರಹಣಗಳನ್ನು ಲೆಕ್ಕ ಹಾಕುವ ಪಂಚಾಂಗವಿತ್ತು.

ಒಂಭತ್ತನೆಯ ಶತಮಾನದಲ್ಲಿ ಜಲಮಾರ್ಗವಾಗಿ ಲೋಕ ಸಂಚಾರಕ್ಕೆ ಹೊರಟವರು ಸ್ಕಾಂಡಿನೇವಿಯದ ವೈಕಿಂಗರು – ಧೀರ ಯೋಧರು. ಮೊದಲು ಐಸ್‌ಲೆಂಡಿಗೆ, ಬಳಿಕ ಗ್ರೀನ್‌ಲೆಂಡಿಗೆ, ಅಲ್ಲಿಂದ 1025ರಲ್ಲಿ ನವಜಗತ್ತಿಗೆ. ಲೀಫ್ ಎರಿಕ್‌ಸನ್‌ನ ನಾಯಕತ್ವದಲ್ಲಿ ವೈಕಿಂಗರು ಈಗಿನ ಕೆನಡ ಮುಟ್ಟಿದ್ದು 'ನವಜಗತ್ತಿನ ಶೋಧೆ' ಎಂದು ದಾಖಲೆ ಯಾಗಲಿಲ್ಲ. ಕಾರಣ – ಇವರು ಭೂಮಿ ಕಬಳಿಸುವ ಬಯಕೆ ತೋರದ್ದು, ಎಲ್ಲರೂ ಸ್ವದೇಶಕ್ಕೆ ಮರಳಿದ್ದು, ಇವರ ಸಾಧನೆ ಅಂತೆಕಂತೆಗಳಾದದ್ದು.

ಮಹತ್ವಾಕಾಂಕ್ಷೆಯ ಯಾನಗಳ ಅಧ್ಯಾಯ ಆರಂಭಿಸಿದ್ದು ಕ್ರಿಸ್ಟೊಫರ್ ಕೊಲಂಬಸ್, 1492ರಲ್ಲಿ. ಭೂಮಿ ದುಂಡಗಿದೆ; ಪಶ್ಚಿಮಾಭಿಮುಖವಾಗಿ ಯಾನ ಮಾಡಿದರೂ ಭಾರತ, ಚೀನ ಸಿಗಲೇಬೇಕು – ಇದು ಇಟಲಿ ಮೂಲದ ಈ ವಿದ್ವಾಂಸ ನಾವಿಕನ ತರ್ಕ. ಸ್ಪೇನಿನ ರಾಣಿಯ ನೆರವಿನಿಂದ ಒಮ್ಮೆಯಲ್ಲ ನಾಲ್ಕು ಸಲ ಅಟ್ಲಾಂಟಿಕ್ ಸಾಗರ ದಾಟಿಬಂದ. ತಾನು ಲಂಗರು ಇಳಿಸಿದ್ದು ಇಂಡೀಸ್ ದ್ವೀಪಗಳಲ್ಲಿ; ಅದರಾಚೆಗಿನದು ಇಂಡಿಯ, ಚೀನ, ಜಪಾನ್ – ಎಂದ. 'ಇದು ಅಪರಿಚಿತ ಭೂಮಿ' ಎಂದು ಒಮ್ಮೆ ಅನಿಸಿದರೂ ಮರುಕ್ಷಣ ಹಳೆಯ ಭ್ರಮೆಗೇ ಅಂಟಿಕೊಂಡ.

ಮೂರನೆಯ ನಾಲ್ಕನೆಯ ಬಾರಿ ಅವನ ಜತೆ ಇದ್ದ ನಾವಿಕ ಅಮೆರಿಗೊ ವೆಸ್‌ಪುಚ್ಚಿ. ಇಟಲಿಯವನೇ. ಅವನಿಗೆ ಭೂಗೋಳದ ಹುಚ್ಚು, ಕೊಲಂಬಸನ ಬಳಿಕ ಸ್ಪೇನಿನ ಸರಕಾರದ ಆಶ್ರಯದಲ್ಲಿ ಅಮೆರಿಗೊ ಅಟ್ಲಾಂಟಿಕ್ ದಾಟಿ, ಪರಾಂಬರಿಸಿ ನೋಡಿ

"ಇದು ನವಜಗತ್ತು" ಎಂದು ಸಾರಿದ. ಜರ್ಮನ್ ಗಣಿತಜ್ಞನೊಬ್ಬನ ಸೂಚನೆಯಂತೆ ಅಮೆರಿಗೊ ಹೊಸ ಭೂಮಿ ಎಂದು ಗುರುತಿಸಿದ ಭೂಖಂಡವನ್ನು 1507ರಲ್ಲಿ* 'ಅಮೆರಿಕ' ಎಂದು ಕರೆದರು. ಅಲ್ಲಿತ್ತು ತುಪ್ಪಟ, ಅರಳೆ, ಹೊಗೆಸೊಪ್ಪು, ಬಂಗಾರ, ಬೆಳ್ಳಿ, ಜನರೋ, ಸುಲಭವಾಗಿ ಮಣಿಸಬಹುದಾದ – ಇಲ್ಲವೆ ಮುಗಿಸಬಹುದಾದ – ಸಾತ್ವಿಕರು. ಈ ಹೊಸ ಲೋಕದ ಶೋಧೆಯನ್ನು ಗೋಪ್ಯವಾಗಿಡಲು ಸ್ಪೇನ್ ಯತ್ನಿಸಿತು. ಆದರೆ ಇತರ ದೇಶಗಳ ವಣಿಕರು ಲಂಚ ಕೊಟ್ಟು ಸುದ್ದಿ ಪಡೆದರು; ತಮ್ಮ ಅರಸರನ್ನು ಹುರಿದುಂಬಿಸಿದರು. ನಾ ಮುಂದು ತಾ ಮುಂದು ಎಂದರು ಬ್ರಿಟಿಷರು, ಫ್ರೆಂಚರು, ಡಚ್ಚರು.

15ನೆಯ ಶತಮಾನದ ಅಂತ್ಯ ಸಮೀಪಿಸುತ್ತಿದ್ದಂತೆ ಆಂಗ್ಲ ಜಾನ್ ಕ್ಯಾಬಟ್ ಉತ್ತರ ಅಮೆರಿಕದ ತೀರ ಪ್ರದೇಶದಲ್ಲಿ ತಡಕಾಡಿದ. ಕ್ಯೂಬದಲ್ಲಿ ಸ್ಪೇನಿನ ಅಧಿಕಾರಿಯಾಗಿದ್ದ ಕೊರ್ಟೆಸ್ 600 ಜನರ ದಂಡಿನೊಡನೆ ಮೆಕ್ಸಿಕೊದ ಮೇಲೆ ದಾಳಿ ನಡೆಸಿದ. ಸ್ನೇಹಕ್ಕಿದಿರು ಮೋಸ, ಮುಗ್ಧತೆಗಿದಿರು ವಂಚನೆ, ಬಿಲ್ಲಿಗಿದಿರು ಬಂದೂಕು. 489 ನಗರ ರಾಜ್ಯಗಳಿಂದ ರೂಪುಗೊಂಡಿದ್ದ ಮಾಯ - ಅಜೆಟೆಕ್ ಸಾಮ್ರಾಜ್ಯ ನಾಶವಾಯಿತು. ಮೆಕ್ಸಿಕೊದ ರಾಜಧಾನಿ ಟೆಮೊಚ್ಟಿಟ್ಲಮ್‌ನಲ್ಲಿ ಆಗಿನ ಜನಸಂಖ್ಯೆ 300, 000 (ಆ ಸಮಯದಲ್ಲಿ ಲಂಡನ್ ನಗರದಲ್ಲಿದ್ದವರು 60,000 ಜನ ಮಾತ್ರ). ಸ್ಪಾನಿಶ್ ಕೊಳ್ಳೆಗಾರರ ಕೈಯಲ್ಲಿ ಹಳೆಯ ಸಂಸ್ಕೃತಿ ಮಣ್ಣುಮುಕ್ಕಿತು. 1534ರಲ್ಲಿ ಜಾಕ್ವಿಅ ಕಾರ್ಟಿಯರ್ ನಾಯಕತ್ವದಲ್ಲಿ ಫ್ರೆಂಚರು ಬಂದರು. ಡಚ್ಚರು ತಾವು ನ್ಯೂ ಆಮ್ಸ್ಟರ್‌ಡಮ್ ಎಂದು ಹೆಸರಿಟ್ಟ ಪಟ್ಟಣವನ್ನು (ರೆಡ್) ಇಂಡಿಯನರಿಂದ 24 ಡಾಲರ್ ಮೌಲ್ಯದ ಥಳಕುಫಳಕಿನ ಸಾಮಾನಿಗೆ ವಿನಿಮಯವಾಗಿ ಪಡೆದರು! ಬೇಗಬೇಗನೆ ಅಮೆರಿಕವನ್ನು ಆವರಿಸಿದವರು 150,000ದಷ್ಟು ಸ್ಪಾನಿಶ್ ವಲಸೆಗಾರರು. ಐದು ಮೂಲ ಬುಡಕಟ್ಟುಗಳನ್ನು ಒಗ್ಗೂಡಿಸಿ ಯುರೋಪ್ಯರ ವಿರುದ್ಧ ಹತಾಶ ಹೋರಾಟ ನಡೆಸಿದ ಧೀರೋದಾತ್ತ ನಾಯಕ ಹಯವತ. ತನ್ನ ಜನರ ಕುಲಸ್ಮೃತಿಯಲ್ಲಿ ಆತ ಅಮರ.

ಉತ್ತರ ಅಮೆರಿಕದ ಪೂರ್ವ ಕರಾವಳಿಯಲ್ಲಿ ನೆಲೆಯೂರಲೆಂದು ಮೊದಲು ಬಂದ ಆಂಗ್ಲರು 104 ಮಂದಿ, 1607ರಲ್ಲಿ. ಆ ಪ್ರದೇಶವನ್ನು ವರ್ಜೀನಿಯ ಎಂದು ಅವರು ಕರೆದರು. ಚಕ್ರವರ್ತಿಯ ಜ್ಞಾಪಕಾರ್ಥ ಊರು ಜೇಮ್ಸ್‌ಟೌನ್ ಆಯಿತು. ಮುಂದೆ ಹನ್ನೆರಡೇ ವರ್ಷಗಳಲ್ಲಿ

---

* ಈ ಭೂಖಂಡದ ರಾಷ್ಟ್ರಗಳಲ್ಲಿ ಅತ್ಯಂತ ಮುಂದುವರಿದದ್ದು ಅಮೆರಿಕದ ಸಂಯುಕ್ತ ಸಂಸ್ಥಾನಗಳು – United States of America. ಸಾಮಾನ್ಯವಾಗಿ ಅಮೆರಿಕ ಎಂಬ ಹೆಸರಿನಿಂದ ಗುರುತಿಸುವುದು ಈ ಬೃಹತ್ ರಾಷ್ಟ್ರವನ್ನೇ.

ಆಫ್ರಿಕದಿಂದ ಅಲ್ಲಿಗೆ ನೀಗ್ರೋಗಳನ್ನು ಹೆಡೆಮುರಿಕಟ್ಟಿ ತಂದರು. ಅದು ಗುಲಾಮ ದುಡಿಮೆಗಾಗಿ ಹರಾಜು ಹಾಕುವ ಮಾನವ ಸರಕು. (1750ರ ಹೊತ್ತಿಗೆ ಆಂಗ್ಲ ವಸಾಹತುಗಳ ಜನಸಂಖ್ಯೆಯ ಐದರಲ್ಲಿ ಒಂದು ಭಾಗ – ಅಂದರೆ 300,000 – ನೀಗ್ರೋ ತೊತ್ತುಗಳೇ ! ದಕ್ಷಿಣ ಕರೊಲಿನದಲ್ಲಂತೂ ಆಗ ಬಿಳಿಯರಿಗಿಂತ ಕರಿಯರೇ ಹೆಚ್ಚು.) ಬಿಳಿಯರಾದರೂ ಎಂಥವರು ? ವರ್ತಕ ಶಿಖಾಮಣಿಗಳು, ಭೂ ಸಂಪಾದನೆಗೆ ಬಂದವರು, ಜತೆಗೆ ದಟ್ಟದರಿದ್ರರು, ಕರಿನೀರಿನ ಶಿಕ್ಷೆಗೆ ಗುರಿಯಾದ ಪಾತಕಿಗಳು, ಕಪ್ತಾನರು ಸೆಳೆದು ತಂದು ಇಲ್ಲಿ ಮಾರಿದ ಪರಿಚಾರಿಕೆಯರು ಮತ್ತು ಮಕ್ಕಳು, ರಾಜಕೀಯ ಧಾರ್ಮಿಕ ಭಿನ್ನಾಭಿಪ್ರಾಯಗಳಿಂದಾಗಿ ಸ್ವದೇಶಕ್ಕೆ ವಿದಾಯ ನುಡಿದವರು. ಮೂರು ಸಾವಿರ ಮೈಲು ದೂರವಿದ್ದರೇನಂತೆ? ಬ್ರಿಟಿಷ್ ಸಾಮ್ರಾಜ್ಯವಾದಿಗಳ ಗಣನೆಯಂತೆ ಅಮೆರಿಕ ಅವರ ವಸಾಹತು. ತೀರಾ ಉತ್ತರ ಭಾಗದಲ್ಲೇನೊ ಫ್ರೆಂಚರ ಪ್ರಾಬಲ್ಯವಿತ್ತು. ಆದರೆ ಇಲ್ಲಿನ ಸ್ಥಿತಿಗತಿ ಅವಲಂಬಿಸಿದ್ದದ್ದು ಯೂರೋಪಿನ ಅವಸ್ಥಾಂತರಗಳನ್ನು. ಅಲ್ಲಿ ಬ್ರಿಟಿಷರಿಗೂ ಡಚ್ಚರಿಗೂ ಯುದ್ಧವಾಗಿ ಡಚ್ಚರು ಸೋತಾಗ, ಅವರ ಅಮೆರಿಕನ್ ಸ್ವಾಸ್ಥ್ಯಗಳು ಬ್ರಿಟಿಷರ ವಶವಾದವು. (ಇಂಗ್ಲಿಷ್ ದೊರೆ ಜೇಮ್ಸ್ ನ್ಯೂ ಆಮ್ಸ್ಟರ್‌ಡಮನ್ನು ತನ್ನ ತಮ್ಮ ಯಾರ್ಕ್‌ನ ಡ್ಯೂಕನಿಗೆ ಕೊಟ್ಟ; ನಗರಕ್ಕೆ ನ್ಯೂಯಾರ್ಕ್ ಎಂಬ ಹೊಸ ಹೆಸರು ಬಂತು. ಮುಂದೆ ಬ್ರಿಟನ್–ಫ್ರಾನ್ಸ್‌ಗಳ ನಡುವೆ ಯುದ್ಧವಾಗಿ ಫ್ರಾನ್ಸ್ ಸೋತಾಗ, ಕೆನಡ ಬ್ರಿಟಿಷರ ವಶವಾಯಿತು. ಸುಲಿಯುವವರು ನಮ್ಮವರೇ ಆದ ಮಾತ್ರಕ್ಕೆ ಸುಲಿಗೆಯ ತೀಕ್ಷ್ಣತೆ ಕುಗ್ಗುತ್ತದೆಯೆ? ನವಜಗತ್ತಿನಲ್ಲಿ 13 ಸಂಸ್ಥಾನಗಳನ್ನು ರೂಪಿಸಿಕೊಂಡಿದ್ದ ಆಂಗ್ಲರು – ಅಲ್ಲ, ಅಮೆರಿಕನರು – ಇಂಗ್ಲೆಂಡಿನ ಆಡಳಿತದ ವಿರುದ್ಧ ಧ್ವನಿ ಎತ್ತಿದರು. ಬ್ರಿಟಿಷರು ಜಾರಿಗೆ ತಂದ ಠಸ್ಸೆ ಶಾಸನವನ್ನು ಅಮೆರಿಕನರು ಧಿಕ್ಕರಿಸಿದರು. ಈ ಪ್ರತಿಭಟನೆ, ಹೋರಾಟ 20 ವರ್ಷ ನಡೆದು, 1783ರಲ್ಲಿ ಬ್ರಿಟನು ಸೋಲನ್ನೊಪ್ಪಿತು. ಆಧುನಿಕ ಯುಗದಲ್ಲಿ ಅರಸೊತ್ತಿಗೆ ಇಲ್ಲದ ಮೊದಲ ಗಣರಾಜ್ಯ ಸ್ಥಾಪಿತವಾಯಿತು. ಉಗ್ರಗಾಮಿಗಳಾದ ಸಾಮ್ಯುವಲ್ ಆಡಮ್ಸ್, ಥಾಮಸ್ ಪೇಯ್ನ್ ಭಾಷಣಗಳಿಂದ, ಬರೆಹಗಳಿಂದ ಕ್ರಾಂತಿಯ ಜ್ವಾಲೆಗೆ ತಿದಿಯೂದಿದವರು. ಸ್ವಾತಂತ್ರ್ಯ ಘೋಷಣೆಯನ್ನು (1776 ಜುಲೈ 4) ಬರಹ ರೂಪಕ್ಕಿಳಿಸಿದವನು ಥಾಮಸ್ ಜೆಫರ್‌ಸನ್, ಆತನ ವಶದಲ್ಲೂ ಗುಲಾಮರಿದ್ದರು; ಮೊದಲ ಅಧ್ಯಕ್ಷ ವಾಷಿಂಗ್ಟನ್ ಕೂಡ ಗುಲಾಮರ ಒಡೆಯನಾಗಿದ್ದ. ಆದರೆ ಅವರು ಪ್ರಾಮಾಣಿಕರು. ಹೊಸ ಭಾವನೆಗಳಿಂದ ಪ್ರೇರಿತರಾದವರು. 'ಹುಟ್ಟಿನಿಂದ ಎಲ್ಲ ಮನುಷ್ಯರೂ ಸಮಾನರು. ಕಸಿಯಲಾಗದ ಹಕ್ಕುಗಳನ್ನು ಸೃಷ್ಟಿಕರ್ತ ಅವರಿಗೆ ಕೊಟ್ಟಿದ್ದಾನೆ. ಆ ಹಕ್ಕುಗಳು : ಬದುಕು, ಸ್ವಾತಂತ್ರ್ಯ, ಸುಖಸಾಧನೆ' –

ಇಂಥ ವಿಚಾರಗಳಿದ್ದ ಘೋಷಣೆ ಹೊಸ ಸಮಾಜದ ರಚನೆಗೆ ಅಡಿಪಾಯ ಹಾಕಿದ್ದು ಸ್ವಾಭಾವಿಕ. 1788ರಲ್ಲಿ ಅಮೆರಿಕ ಸಂಯುಕ್ತ ಸಂಸ್ಥಾನಗಳ ರಾಜ್ಯಾಂಗ ರೂಪಿತವಾಯಿತು. ಇಡೀ ದೇಶವೇ ಆರಿಸುವ ಪ್ರತಿನಿಧಿ ಸದನ (ಕಾಂಗ್ರೆಸ್); ಪ್ರತಿ ಸಂಸ್ಥಾನವೂ ಇಬ್ಬರಂತೆ ಆರಿಸಿ ರೂಪಿಸುವ ಸೆನೆಟ್. (ಜನಸಂಖ್ಯೆ 40 ಲಕ್ಷವಿದ್ದಾಗ ಸ್ವೀಕರಿಸಿದ ರಾಜ್ಯಾಂಗ ಅದು ಇಪ್ಪತ್ತು ಕೋಟಿಯನ್ನು ಮೀರಿರುವಾಗಲೂ ಊರ್ಜಿತವಾಗಿದೆ. ಈತನಕ ಆಗಿರುವ ತಿದ್ದುಪಡಿಗಳು 26 ಮಾತ್ರ.)

ಇಂಗ್ಲೆಂಡಿನಲ್ಲಿ 1782ರಲ್ಲಿ ಉಗಿಯಂತ್ರ ಕಂಡುಹಿಡಿದರಷ್ಟೆ? ಅಮೆರಿಕನರಿಗೆ ತಿಳಿಯಬಾರದೆಂದು ಅದರ ಕಾರ್ಯವಿಧಾನವನ್ನು ಅತ್ಯಂತ ರಹಸ್ಯವಾಗಿಟ್ಟರು. ಆದರೆ ಒಬ್ಬ ಕೆಲಸಗಾರ ಕಾವಲಿನವರ ಕಣ್ಣು ತಪ್ಪಿಸಿ ಕಳ್ಳತನದಿಂದ ಹಡಗನ್ನೇರಿ ಅಮೆರಿಕ ತಲಪಿದ. ನೀಲಿ ನಕಾಶೆಯಿದ್ದುದು ಮೆದುಳಿನಲ್ಲಿ, ತನ್ನ ನೆನಪಿನ ಮೂಸೆಯಲ್ಲಿ ಅವನೊಂದು ಯಂತ್ರ ನಿರ್ಮಿಸಿದ. ಅಮೆರಿಕದ ವಾತಾವರಣವನ್ನು ಉಗಿ ಮುಸುಕಿತು.

ಕೈಬಿಟ್ಟುದನ್ನು ಪುನಃ ವಶಪಡಿಸಿಕೊಳ್ಳಲು ಬ್ರಿಟನ್ ಕೆನಡದ ದಾರಿಯಾಗಿ ಇಳಿದು ಬಂದು (1812–14) ಹೋರಾಡಿತು. ರಾಜಧಾನಿ ವಾಷಿಂಗ್ಟನ್ ಡಿ. ಸಿ.ಯನ್ನು (ಡಿಸ್ಟ್ರಿಕ್ಟ್ ಕೊಲಂಬಿಯಾ) ಹಿಡಿದು, ಅಧ್ಯಕ್ಷರ ಭವನವನ್ನು ಸುಟ್ಟಿತು. (ಉಳಿದುದರ ಮೇಲೆಯೆ ಪುನಃ ಕಟ್ಟಿದಾಗ ಹೊಗೆಯ ಕಲೆಗಳು ಕಾಣದಿರಲೆಂದು ಬಿಳಿ ಬಣ್ಣ ಬಳೆದರು. ಅಂದಿನಿಂದ ಅದು ಶ್ವೇತಭವನ.) ಯುದ್ಧದಲ್ಲಿ ಮಾತ್ರ ಬ್ರಿಟನಿಗೆ ಜಯ ಸಿಗಲಿಲ್ಲ.

ದಕ್ಷಿಣದಲ್ಲಿ ಭೂಮಾಲಿಕರದೇ ಮೇಲುಗೈ. ಹತ್ತಿಯ ಮತ್ತು ಹೊಗೆ ಸೊಪ್ಪಿನ ಬೆಳೆಯಿಂದ, ನಿರ್ಯಾತದಿಂದ ಅವರಿಗೆ ದೊರೆಯುತ್ತಿದ್ದುದು ಅಪಾರ ಲಾಭ, ದುಡಿಯಲು ಎಷ್ಟು ಕೈಗಳಿದ್ದರೂ ಸಾಲದು. ನೀಗ್ರೋ ಗುಲಾಮರ ಬೆಲೆ ಎಂಟು ಪಟ್ಟಾಗಿತ್ತು. ಆದರೂ ಅವರ ಆಮದು ಭರದಿಂದ ನಡೆಯಿತು. 700,000 ಇದ್ದ ನೀಗ್ರೋ ಗುಲಾಮರ ಸಂಖ್ಯೆ 1860 ಹೊತ್ತಿಗೆ ನಾಲ್ವತ್ತು ಲಕ್ಷವಾಯಿತು. (ವಿವಿಧ ಬಿಳಿಯ ದೇಶಗಳಿಂದಲೂ ಜನರು ವಲಸೆಬಂದರು. ಹೀಗೆ ಬಂದ 25 ಲಕ್ಷ ಜೀವಿಗಳಲ್ಲಿ ಹತ್ತು ಲಕ್ಷ ಐರಿಷ್ ಜನ. ಉಳಿದವರು ಸ್ಕಾಂಡಿನೇವಿಯ, ಇಟಲಿ, ಸ್ಲಾವ್ ಮೂಲದವರು. ಚೀನದಿಂದಲೂ ಜನ ಬಂದರು.)

'ಹುಟ್ಟಿನಿಂದ ಎಲ್ಲ ಮನುಷ್ಯರೂ ಸಮಾನರು' ಎಂಬ ಉದಾತ್ತ ಭಾವನೆಯೆಲ್ಲಿ? ಕಪ್ಪು ಜನರನ್ನು ಗುಲಾಮರಾಗಿ ಶೋಷಿಸುವ ಹೇಯ ಪ್ರವೃತ್ತಿಯೆಲ್ಲಿ? ಈ ಪ್ರಶ್ನೆ ಹೆಚ್ಚಾಗಿ ಉತ್ತರ ಭಾಗದವರನ್ನು ಕಾಡಿತು.

ಆಗ ಅದಕ್ಕಿಂತಲೂ ಹೆಚ್ಚು ಮುಖ್ಯವಾಗಿತ್ತು, ರಾಜ್ಯ ವಿಸ್ತರಣ. 1847ರಲ್ಲಿ ಮೆಕ್ಸಿಕೊದ ಮೇಲೆ, ಅಂದರೆ ಮೂರು ಶತಮಾನಗಳಿಂದ ಅದನ್ನು ಆಳುತ್ತಿದ್ದ ಸ್ಪಾನಿಶ್ ಪ್ರತಿನಿಧಿಗಳ ಮೇಲೆ, ಯುದ್ಧ. ಮೆಕ್ಸಿಕೊದ

ಏಳೆಂಟು ಲಕ್ಷ ಚದರ ಮೈಲು ವಿಸ್ತಾರ ಅರ್ಧಕ್ಕಿಳಿಯಿತು. ಇಂಗ್ಲೆಂಡಿನ ಐದರಷ್ಟಿರುವ ಟೆಕ್ಸಾಸ್, ಕೆಲಿಫೋರ್ನಿಯ, ಅರಿಜೋನ, ನ್ಯೂ ಮೆಕ್ಸಿಕೊ, ಉಟಾ-ಕೊಲರಡೊಗಳ ಭಾಗಗಳು, ಇವೆಲ್ಲ ಅಮೆರಿಕದ ವಶವಾದದ್ದು ಆ ಯುದ್ಧಾನಂತರ. ನೀಗ್ರೋ ಬಹುಸಂಖ್ಯೆಯಿದ್ದ ಕ್ಯೂಬವನ್ನು ಅಮೆರಿಕ ಸ್ಪೇನಿಗೆ ಹತ್ತು ಕೋಟಿ ಪವನು ಕೊಟ್ಟು, ಕೊಂಡಿತು. (ಇಷ್ಟು ಹಣ ತೆತ್ತ ಮೇಲೂ ಪುಟ್ಟ ಯುದ್ಧ ಅವಶ್ಯವಾಯಿತು!)

ಲಿಂಕನ್ 1860ರಲ್ಲಿ ಅಧ್ಯಕ್ಷನಾದ. ಗುಲಾಮಗಿರಿಯಿಂದ ನೀಗ್ರೋಗಳ ವಿಮೋಚನೆ ಆಗಲೇಬೇಕೆಂದು ಪಟ್ಟು ಹಿಡಿದ. ದಕ್ಷಿಣದ ಸಿರಿವಂತರೆಂದರು: 'ಬೈಬಲ್ ಜೀತಜೀವನಕ್ಕೆ ಅನುಮತಿ ನೀಡಿದೆ'; 'ಪ್ರಜಾ ಪ್ರಭುತ್ವದಲ್ಲಿ ಜೀತಪದ್ಧತಿ ಅಗತ್ಯ'; 'ನೀಗ್ರೋಗಳು ಪ್ರಾಣಿಗಳು, ಮಾನವರೇ ಅಲ್ಲ.' ಲಿಂಕನ್ ದಕ್ಷಿಣದ ಮೇಲೆ ಯುದ್ಧ ಸಾರಿದ. ಐದು ವರ್ಷ ಅಂತರ್ಯುದ್ಧ ನಡೆಯಿತು. 250 ವರ್ಷಗಳ ದಾಸ್ಯದ ಬಳಿಕ ಮೂವತ್ತು ಲಕ್ಷ ನೀಗ್ರೋ ಗುಲಾಮರು ಸ್ವತಂತ್ರರಾದರು. ಲಿಂಕನ್ ವಿಜೇತನಾಗಿ (ಹಂತಕನ ಗುಂಡಿಗೆ ಬಲಿಯೂ ಆಗಿ) ಇತಿಹಾಸದಲ್ಲಿ ಸ್ಥಿರ ಸ್ಥಾನ ಪಡೆದ. 'ಜನತೆಯಿಂದ, ಜನತೆಗಾಗಿ, ಜನತೆಯ ಸರಕಾರ' – ಇದು ಲಿಂಕನ್ ಘೋಷ. ಇದೇ ಅವಧಿಯಲ್ಲೇ ನಡೆಯಿತು ರೆಡ್ ಇಂಡಿಯನರ ವಿನಾಶ ಕಾರ್ಯ. ಅವರು ಒಹಾಯೊ ಪ್ರದೇಶವನ್ನು ಅಮೆರಿಕನರಿಗೆ ಬಿಟ್ಟುಕೊಟ್ಟರು. ಆದರೆ ಅಮೆರಿಕನರು ತೃಪ್ತರಾಗಲಿಲ್ಲ. ರೆಡ್ ಇಂಡಿಯನರ ಜೀವನಾಧಾರವಾದ ಕಾಡುಕೋಣ-ಎಮ್ಮೆಗಳನ್ನು ನಾಶಮಾಡಿ, 'ಮೀಸಲಾತಿ ಸ್ಥಳ'ಗಳಿಗೆ ಆ ಜನರನ್ನು ಅಟ್ಟಿದರು. ಅಪಾಚಿ ನಾಯಕ ಜಿರೊನಿಮೊ ನಡೆಸಿದ್ದೇ ಅಂತಿಮ ಸಮರ.

ಆದರೆ ನೀಗ್ರೋಗಳ ಯುದ್ಧ ಮುಗಿದಿಲ್ಲ. ಸ್ವತಂತ್ರರು; ಸುಲಿಗೆಗಾರರಿಂದ ವಂಚಿತರಾಗಿ ಬಡತನದಲ್ಲಿ ನರಳುವುದಕ್ಕೂ ಸ್ವತಂತ್ರರು ! ಉದಾರವಾದಿ ಬೂಕರ್ ಟಿ. ವಾಷಿಂಗ್ಟನ್, ಮಾರ್ಕ್ಸ್‌ವಾದಿ ದುಬೋಯ್, ಅಹಿಂಸಾತ್ಮಕ ಅಸಹಕಾರದ ಅಸ್ತ್ರ ಬಳಸಿ ನೋಡಿದ (ಕೊಲೆಯಾದ) ಮಾರ್ಟಿನ್ ಲೂಥರ್ ಕಿಂಗ್... ನೆನಪುಗಳ ದಾರಿ ತುಳಿಯುತ್ತ ನೀಗ್ರೋಗಳು ಹೋರಾಡುತ್ತಿದ್ದಾರೆ. ವಿವಿಧ ಬುಡಕಟ್ಟುಗಳ ಬಿಳಿಯರೊಡಗೂಡಿ ಹೊಸ ನಾಡನ್ನು ಕಟ್ಟಿದವರು, ರಕ್ತ ಬೆವರಿನ ಜೀವಶಕ್ತಿಯ ಗಾರೆ ನೀಡಿದವರು, ದೂರದ ಯುದ್ಧ ಭೂಮಿಗಳಲ್ಲಿ ಜತೆಯಾಗಿ ಹೋರಾಡಿದವರು. ಆಫ್ರಿಕ ಖಂಡದಲ್ಲಿ ತಮ್ಮ ಪೂರ್ವಜರ ನೆಲವೆಲ್ಲ ಬಹ್ವಂಶ ಸ್ವತಂತ್ರವಾಗಿರುವ ಅವಧಿಯಲ್ಲಿ ನೀಗ್ರೋ, ಎಲ್ಲಿಯೇ ಇರಲಿ, ಎರಡನೇ ದರ್ಜೆಯ ಪ್ರಜೆಯಾಗಿ ಹೇಗೆ ಬಾಳಬಲ್ಲ?

ವಾಯವ್ಯ ಮೂಲೆಯ ಅಲಾಸ್ಕ ರಷ್ಯಕ್ಕೆ ಸೇರಿತ್ತು. 72 ಲಕ್ಷ ಡಾಲರ್ ತೆತ್ತು 1867ರಲ್ಲಿ ರಷ್ಯನ್ ಸಮ್ರಾಟನಿಂದ ಅಮೆರಿಕ ಅದನ್ನು ಪಡೆಯಿತು. ಅಮೆರಿಕದ ಔದ್ಯೋಗಿಕ ಕ್ರಾಂತಿಯ ಗತಿ ತೀವ್ರ. ಫ್ರಾಂಕ್ಲಿನ್,

ಎಡಿಸನ್, ಬೆಲ್ ಮುಂತಾದ ವಿಜ್ಞಾನಿಗಳು ಆ ನಾಗಾಲೋಟಕ್ಕೆ ಕಾರಣರು. ಬಂಡವಾಳ ವರ್ಗಕ್ಕೆ ಸವಾಲು ಬಂತು ಶ್ರಮಜೀವಿಗಳಿಂದ. ಪರಿಣಾಮ 1886 ಮೇ 1 ರಂದು ಷಿಕಾಗೋ ನಗರದಲ್ಲಿ ಘರ್ಷಣೆ. ಅಂದಿನಿಂದ ಇಡಿಯ ಲೋಕದಲ್ಲೇ ಮೇ ದಿನ ಕಾರ್ಮಿಕರ ಸಂಘ ಶಕ್ತಿಯ ಪ್ರತೀಕ.

ಪ್ರಬಲವಾಗುತ್ತಿದ್ದ ಬಂಡವಾಳ ಸುತ್ತಲೂ ದೃಷ್ಟಿ ಬೀರಿದ್ದು ಸಹಜ ಕ್ರಿಯೆ. ದೂರದಲ್ಲಿ ಶಾಂತಸಾಗರದಲ್ಲಿದ್ದ ಫಿಲಿಪ್ಪೀನಿನ ಖರೀದಿ, ಹವಾಯಿ ದ್ವೀಪದಲ್ಲಿ ಧ್ವಜಾರೋಹಣ. ಗಗನ ಚುಂಬಿಗಳ 'ಅಮೆರಿಕ' ಈಗ ಐವತ್ತು ಸಂಸ್ಥಾನಗಳಿರುವ ಸಂಯೋಜಿತ ರಾಷ್ಟ್ರ. ವಿಸ್ತೀರ್ಣ 36,15,211 ಚದರ ಮೈಲು; ಜನಸಂಖ್ಯೆ 20 ಕೋಟಿ ಎಪ್ಪತ್ತು ಲಕ್ಷ. ರೆಡ್ ಇಂಡಿಯನರು ಶೇಕಡಾ 0.4; ನೀಗ್ರೋಗಳು ಶೇಕಡಾ 12.

ಮೊದಲ ಮಹಾಯುದ್ಧದಲ್ಲಿ ಕೊನೆಯ ಹಂತದಲ್ಲಿ, ಅಮೆರಿಕ ಆಂಗ್ಲರ ಪಕ್ಷ ವಹಿಸಿತು. ಅನಂತರದ ವರ್ಷಗಳಲ್ಲಿ ತೀವ್ರ ಆರ್ಥಿಕ ಮುಗ್ಗಟ್ಟಿನಿಂದ ದೇಶವನ್ನು ಉಳಿಸಿದವನು ಪ್ರಜಾಪ್ರಭುತ್ವವಾದಿ ಮುತ್ಸದ್ದಿ ರೂಸ್‌ವೆಲ್ಟ್. (1932ರಲ್ಲಿ ಒಂದೂವರೆ ಕೋಟಿ ಜನ ನಿರುದ್ಯೋಗಿ ಗಳಾಗಿದ್ದರು.) ಎರಡನೆಯ ಮಹಾಯುದ್ಧದಲ್ಲಿ ಫಾಸಿಸಮಿಗಿದುರು ಆತ ದೃಢ ನಿಲುವು ತಳೆದ. ವಿಜ್ಞಾನದ ಗರ್ಭದಲ್ಲಿ ಪರಮಾಣು ಬಾಂಬು ಬೆಳೆದದ್ದು ಅವನ ಕಾಲದಲ್ಲಿ. ಆತ ಸತ್ತ ಸ್ವಲ್ಪ ಕಾಲದಲ್ಲಿ ಅದರ ಜನನವಾಯಿತು. (ಅದರ ಶನಿ ಸಂತಾನವೇ ಸರ್ವ ಜೀವರಾಶಿಯನ್ನೂ ನಾಶಮಾಡಬಲ್ಲ ನ್ಯೂಟ್ರನ್ ಬಾಂಬು.)

1968ರಲ್ಲಿ ವಿಯೆಟ್ನಾಮಿನಲ್ಲಿ ಯುದ್ಧನಿರತರಾಗಿದ್ದ ಅಮೆರಿಕನರ ಸಂಖ್ಯೆ 540, 000. ಇಡಿಯ ದೇಶದ ಜನತೆಯ ಪ್ರತಿಭಟನೆಗೆ ಮಣಿದು ಅಮೆರಿಕ ವಿಯೆಟ್ನಾಮ್‌ನಿಂದ ಕಾಲ್ತೆಗೆಯಿತು.

ಈಗ ಲೋಕದ ಅತ್ಯಂತ ಪ್ರಬಲ ರಾಷ್ಟ್ರಗಳು ಎರಡು : ಅಮೆರಿಕದ ಸಂಯುಕ್ತ ಸಂಸ್ಥಾನಗಳು ಮತ್ತು ಸೋವಿಯೆತ್ ಒಕ್ಕೂಟ. ಒಂದು, ಬಂಡವಾಳ ಪದ್ಧತಿಯ ಸಾಮರ್ಥ್ಯದ ಸಂಕೇತ, ಇನ್ನೊಂದು, ಸಮಾಜವಾದೀ ವ್ಯವಸ್ಥೆಯ ಸಾಧನೆಯ ಸಂಕೇತ. ಈ ಸಮಭುಜ ಬಲರಿಬ್ಬರೂ ಈಗ ವ್ಯೋಮಯಾತ್ರಿಗಳು.

ಕೆನಡ–ಅಮೆರಿಕ ಸಂಯುಕ್ತ ಸಂಸ್ಥಾನಗಳ ಗಡಿ ಸುಮಾರು 4000 ಮೈಲುಗಳಷ್ಟು. ಈ ರೇಖೆಯಿಂದ ಉತ್ತರಕ್ಕೆ 200 ಮೈಲುವರೆಗೂ ಕೆನಡದಲ್ಲಿ ಜನವಸತಿ ಇದೆ. ಅದರಾಚೆಗೆ ಹಿಮಗಾಡು. ವಿಸ್ತಾರದಲ್ಲಿ (38,51,809 ಚ.ಮೈ.) ಲೋಕದಲ್ಲೇ ಎರಡನೆಯದು ಈ ದೇಶ. (ಪ್ರಥಮ ಸ್ಥಾನ ಸೋವಿಯೆತ್ ಒಕ್ಕೂಟಕ್ಕೆ.) ಜನಸಂಖ್ಯೆ ಮಾತ್ರ ಕೇವಲ ಎರಡೂವರೆ ಕೋಟಿ, – ಅಮೆರಿಕದ ಜನಸಂಖ್ಯೆಯ ಹತ್ತರಲ್ಲಿ ಒಂದು ಭಾಗ. 1920–33ರಲ್ಲಿ ಅಮೆರಿಕ ಪಾನನಿಷೇಧದ ಪ್ರಯೋಗ ನಡೆಸಿದಾಗ,

ಅಲ್ಲಿನ ಜನ ಗಡಿ ದಾಟಿ ಕೆನಡಕ್ಕೆ ಬಂದು ಕುಡಿದು ಮರಳುತ್ತಿದ್ದರು.

ಸುಮಾರು ಐದು ಶತಮಾನ ಹಿಂದೆ ಬಿಳಿಯರು ಇಲ್ಲಿ ಕಾಲಿಟ್ಟಾಗ ಅಲ್ಲಿದ್ದ ಜನ ಸುಮಾರು 200,000. ಇವರಲ್ಲಿ ಹೆಚ್ಚಿನವರು ರೆಡ್ ಇಂಡಿಯನರು–ಮೀನುಗಾರರು, ಬೇಟೆಗಾರರು, ಕೃಷಿಕರು, ಫ್ರೆಂಚರ ಜಾಕ್ವಿಲ ಕಾರ್ಟಿಯರ್, ಆಂಗ್ಲರ ಹಡ್ಸನ್ ಆಕ್ರಮಣಕ್ಕೆ ದಾರಿ ತೋರಿದವರು. ಶಾಂಪ್ಲೇನ್ ಕ್ವಿಬೆಕ್ ಕೋಟೆಯನ್ನು ಕಟ್ಟಿದ. ಮೂಲನಿವಾಸಿಗಳು ಬಂದವರಿಗೆ ಹಿಮಬೂಟು ಹೊಲಿಯುವುದನ್ನು ಹೇಳಿಕೊಟ್ಟರು; ಹಿಮದ ಮೇಲೆ ಬೇಟೆಯಾಡುವುದನ್ನು ಕಲಿಸಿಕೊಟ್ಟರು. ಆ ಸ್ವಾಭಿಮಾನಿ ಸಜ್ಜನರಿಗೆ ದೊರೆತದ್ದು ಗುಂಡೇಟಿನ ಪ್ರತಿಫಲ. ತಾವು ಹೂಡಿದ ಪ್ರತಿಭಟನೆಯ ಯುದ್ಧದಲ್ಲಿ ಮೂಲನಿವಾಸಿಗಳಿಗೆ ಸೋಲಾಯಿತು. ಬ್ರಿಟಿಷರ ವಸಾಹತು ಕೆನಡವನ್ನು 1867ರಲ್ಲಿ ಸಂಯೋಜಿತ ರಾಷ್ಟ್ರವಾಗಿ ರೂಪಿಸಿದವನು ಮ್ಯಾಕ್ಡೊನಾಲ್ಡ್. ನೂರರಲ್ಲಿ 40ರಷ್ಟು ಆಂಗ್ಲರೂ 30ರಷ್ಟು ಫ್ರೆಂಚರೂ (ಒಂದರಷ್ಟು ಮೂಲ ನಿವಾಸಿಗಳೂ) ಇರುವ ದೇಶ. ಮೂಲನಿವಾಸಿಗಳ ಭಾಷೆಯಲ್ಲಿ 'ಕೆನಟ' ಎಂದರೆ ಸಮುದಾಯ. ಗುಂಪು ಗುಂಪುಗಳಲ್ಲಿ ನೆಲಸತೊಡಗಿದ ಐರೋಪ್ಯರನ್ನು 'ಕೆನಟ'ರು ಎಂದು ಕರೆಯಲಾಗುತ್ತಿತ್ತು. ದೇಶ 'ಕೆನಟ' 'ಕೆನಡ' ಎಂದು ತರ್ಕ. ಎಲ್ಲರೂ ಕೆನಡಿಯನರೇ ಆದರೂ, ಭಾಷೆಗಳ ನೆಲೆಗಟ್ಟಿನ ಮೇಲೆ ತಿಕ್ಕಾಟ ತಪ್ಪಿದ್ದಲ್ಲ. ರಾಷ್ಟ್ರದ ಬಾವುಟ ಹೇಗಿರಬೇಕು? ಇನ್ನೂ ನಿರ್ಧಾರವಾಗಿಲ್ಲ. ಮೂರರಲ್ಲಿ ಎರಡರಷ್ಟು ವಿದೇಶೀ ವ್ಯಾಪಾರ ಅಮೆರಿಕದ ಜತೆ. ಮುದ್ರಣ ಕಾಗದ ತಯಾರಿಯಲ್ಲಿ ಜಗತ್ತಿನಲ್ಲೇ ಪ್ರಥಮ. ಅಣುಶಕ್ತಿ ಇಂಧನ ತಯಾರಿನಲ್ಲಿ ಪ್ರಗತಿ ಸಾಧಿಸಿರುವ ದೇಶ. ಇನ್ಸುಲಿನ್ ಕಂಡುಹಿಡಿದ ಬಾಂಟಿಂಗ್ ತಮ್ಮವನೆಂದು ಅವರಿಗೆ ಹೆಮ್ಮೆ, ಹೇರಳ ಖನಿಜ ಸಂಪತ್ತಿದೆ.

ಈಗ 7,59,529 ಚ.ಮೈ. ವಿಸ್ತಾರದ 7 ಕೋಟಿ 20 ಲಕ್ಷ ಜನರಿರುವ ಮೆಕ್ಸಿಕೊದಲ್ಲಿ 'ವ್ಯವಸ್ಥೆಗೆ ಬದ್ಧವಾದ ಕ್ರಾಂತಿಕಾರಿ ಪಕ್ಷ' ಅಧಿಕಾರದಲ್ಲಿದೆ. ಖನಿಜ ಸಂಪತ್ತೆಲ್ಲ ರಾಷ್ಟ್ರದ ಸೊತ್ತು. 1855ರಲ್ಲಿ ಕ್ರಾಂತಿಕಾರಿ ನಾಯಕ ಜಾರೆಸ್ ನೇತೃತ್ವದಲ್ಲಿ ಕ್ರಿಯೋಲ್ (ಮಿಶ್ರತಳಿ) ಮತ್ತು ರೆಡ್ ಇಂಡಿಯನ್ ಜನರು – ಮುಖ್ಯವಾಗಿ ಬಡವರು – ಹೋರಾಟ ನಡೆಸಿ, ಸ್ವತಂತ್ರ ಮೆಕ್ಸಿಕೊ ರಾಷ್ಟ್ರದ ಸ್ಥಾಪನೆಗೆ ಕಾರಣರಾದರು. ಇಗರ್ಜಿಗಳ ಹೊಲಗಳು ರೈತರ ಸೊತ್ತಾದುವು. ಬೆಳ್ಳಿಯ ಗಣಿಗಳಲ್ಲಿ ಕಡ್ಡಾಯ ದುಡಿಮೆ ನಿಂತಿತು. ಪ್ರಗತಿಯ ಗಾಲಿಗಳನ್ನು ಹಿಂದಕ್ಕೆ ತಳ್ಳಲು ನಡೆದ ಪ್ರಯತ್ನ ಫಲಕಾರಿಯಾಗಲಿಲ್ಲ.

2

ಅಮೆರಿಕದ ಮೂಲನಿವಾಸಿಗಳದು ವಿಶಿಷ್ಟ ಕಲಾಶೈಲಿ. ಅವರು

ಶಿಲೆಗಳ ಮೇಲೆ ಚಿತ್ರ ಕೊರೆಯುತ್ತಿದ್ದರು. ಕಲ್ಲಿನಲ್ಲೂ ಮರದಲ್ಲೂ ಆಕೃತಿಗಳನ್ನು ಕೆತ್ತುತ್ತಿದ್ದರು. ಮಣ್ಣಿನಿಂದ ಬೊಂಬೆಗಳನ್ನು ಮಾಡುತ್ತಿದ್ದರು. ಹಾಡಿಲ್ಲದ, ಕಥೆಯಿಲ್ಲದ ಬುಡಕಟ್ಟು ಯಾವುದು? ಜನಾಂಗ ಯಾವುದು? ಇವು ಸಂಶೋಧಕರ ಸೊತ್ತು. ಲೋಕಕ್ಕಿನ್ನೂ ಸುಲಭವಾಗಿ ಲಭ್ಯವಿಲ್ಲ.

ಹೊಸ ನಾಡಿನ ಕಲೆಗಳು ರೂಪತಳೆದದ್ದು ಬಹುವರ್ಣೀಯ ಬಹು ಜನಾಂಗೀಯ ಮೂಸೆಯಲ್ಲಿ, ಅದು ಹಲವು ಪರಂಪರೆಗಳ ಮಿಶ್ರಣ. ಉದಾಹರಣೆಗೆ ಜಾಸ್ ಸಂಗೀತ, ಇದು ನೀಗ್ರೋ ಗೀತೆಗಳು, ರೆಡ್ ಇಂಡಿಯನರ ಜಾನಪದ ಹಾಡುಗಳ ಧಾಟಿ. ಇಂಗ್ಲಿಷ್ ಲಾವಣಿ, ಫ್ರಾನ್ಸ್ ಸ್ಪೇನ್‌ಗಳ ನೃತ್ಯ ಸಂಗೀತ–ಇವೆಲ್ಲದರಿಂದ ಸ್ಫೂರ್ತಿಪಡೆದು ಸೃಷ್ಟಿಯಾದದ್ದು. (ಪ್ರಮುಖರು ಡ್ಯೂಕ್ ಎಲಿಂಗ್ಟನ್ ಮತ್ತು ಲೂಯಿ ಆರ್ಮ್‌ಸ್ಟ್ರಾಂಗ್, ಫ್ರೆಂಚ್‌ನಲ್ಲಿ ಜೇಸರ್ ಎಂದರೆ ಹರಟೆ; ಜಾಸ್ 'ಸಂಗೀತದ ಹರಟೆ.') ಶಿಷ್ಟವರ್ಗ ಮಾತ್ರ ಜಾಸನ್ನು 'ಚರಂಡಿ ಸಂಗೀತ' ಎಂದು ಕರೆಯಿತು. ಮುಂದೆ, ಇಂಗ್ಲೆಂಡಿನ ಬೀಟ್ಲ್ ಸಂಗೀತದಿಂದ ರಾಕ್–ಹೊಯ್ದಾಟ–ಸಂಗೀತ ಮೈತಳೆಯಿತು. ಆಧುನಿಕ ಚಿತ್ರಕಾರ ವಿನ್‌ಸ್ಲೋ ಹೋಮರನ ಮೇಲೆ ಯೂರೋಪಿನ ಪ್ರಭಾವವಿತ್ತು. ವಾಷಿಂಗ್ಟನ್ ನಗರವನ್ನು ನಿರ್ಮಿಸಿದ ವಾಸ್ತುಶಿಲ್ಪಿ ಲಾನ್‌ಫಾನ್. 'ಆಧುನಿಕ ಶಿಲ್ಪ ಪಿತಾಮಹ' ಲೂಯಿ ಸಲಿವಾನ್. ಗಗನಚುಂಬಿ ಇವನ ಕೊಡುಗೆ. 19–20ನೇ ಶತಮಾನಗಳ ಇಸಡೊರ ಡಂಕನ್ ನೃತ್ಯ ಕ್ಷೇತ್ರದ ಸ್ವಚ್ಛಂದ ತಾರೆ. ಜರ್ಮನಿ, ಸೋವಿಯೆತ್ ರಷ್ಯ, ಅಮೆರಿಕಗಳಲ್ಲಿ ಅವಳು ನಾಟ್ಯ ಶಾಲೆಗಳನ್ನು ತೆರೆದಳು. ರೇಡಿಯೊ, ಸಿನಿಮಾ ಅಮೆರಿಕದ ಸಾಂಸ್ಕೃತಿಕ ಇತಿಹಾಸದಲ್ಲಿ ಹೊಸ ಅಧ್ಯಾಯ ಆರಂಭಿಸಿದವು. ಮೂಕ ಚಿತ್ರಗಳ ಕಾಲದಲ್ಲಿ ಜನಸಾಮಾನ್ಯರಲ್ಲಿ ಆತ್ಮಗೌರವ ತುಂಬಿದ ಮಹೋನ್ನತ ಕಲಾವಿದ ಚಾಪ್ಲಿನ್. ದೇಶದ ಅಧ್ಯಕ್ಷನಿಗಿಂತಲೂ ಆತ ಹೆಚ್ಚು ಜನಪ್ರಿಯನಾಗಿದ್ದ.

ಆರಂಭದ ಅಪರಂಜಿ ಗದ್ಯ ಲೇಖಕರು ಜೆಫರ್‌ಸನ್ ಮತ್ತು ಟಾಮ್ ಪೇಯ್ನ್. 1800ರಲ್ಲಿ ಬೋಸ್ಟನ್ ನಗರದಲ್ಲಿ ಒಂದು ಮಾಸ ಪತ್ರಿಕೆ ಬೆಳಕು ಕಂಡಿತು. (ಪ್ರಮುಖ ವಿದ್ಯಾಲಯಗಳು ಶುರುವಾಗಿದ್ದ ಕಾಲ.) "ಅಮೆರಿಕದಲ್ಲಿ ಒಬ್ಬ ಗ್ರಂಥಕರ್ತನೂ ಇಲ್ಲವಲ್ಲ", ಎಂದು ಆ ಪತ್ರಿಕೆ ಗೋಳಾಡಿತು. ಭಾರತದಲ್ಲಿ ವಿಲಿಯಮ್ ಜೋನ್ಸ್ ಅನುವಾದಿಸಿದ 'ಶಾಕುಂತಲ' ನಾಟಕ ಧಾರಾವಾಹಿಯಾಗಿ ಅದರಲ್ಲಿ ಪ್ರಕಟವಾಯಿತು. ಗುಮಾಸ್ತೆ ವ್ಹಿಟ್ಮನ್ 'ಕೆಟ್ಟಕವಿತೆ' ಬರೆದುದಕ್ಕಾಗಿ ಕೆಲಸದಿಂದ ವಜಾ ಆದ. ನವಸೃಷ್ಟಿಯೇ ಅವನ ಕವಿತೆಗಳ ವಸ್ತು. ಆ ಅಲೆಮಾರಿಯನ್ನು ಇಡಿಯ ರಾಷ್ಟ್ರ ತಬ್ಬಿಕೊಂಡಿತು. ಕಮ್ಮಾರನ ಮಗ ಕಾರ್ಲ್ ಸ್ಯಾಂಡ್‌ಬಗ್ ಜನತಾಕವಿ ಎನಿಸಿಕೊಂಡ. ಖ್ಯಾತಿ ಮರಣಾನಂತರ ಬಂದಿತಾದರೂ ಎಮಿಲಿ ಡಿಕಿನ್‌ಸನ್ ಮೊದಲ

ಹಿರಿಯ ಕವಯಿತ್ರಿ. ಡಚ್ ವಲಸೆಗಾರರಿಂದ ಕೇಳಿ ತಿಳಿದ ಜಾನಪದ ಕಥೆಯನ್ನು ಆಧರಿಸಿದ ಅಮೆರಿಕದ ಕಥೆ 'ರಿಪ್ ವಾನ್ ವಿಂಕ್‌ಲ್' ಇರ್ವಿಂಗ್ ಬರೆದದ್ದು. ಕಥಾನಾಯಕ ಇಪ್ಪತ್ತು ವರ್ಷ ನಿದ್ದೆ ಹೋಗಿ ಎಚ್ಚತ್ತಾಗ ಪರಿಸರವನ್ನು ಗುರುತಿಸಲಾಗದೆ ಕಕ್ಕಾವಿಕ್ಕಿಯಾದವನು. ನೀಗ್ರೋ ಬದುಕನ್ನು ಕುರಿತು ಹ್ಯಾರಿಯೆಟ್ ಬೀಚರ್ ಸ್ಟೋವ್ ಬರೆದ 'ಅಂಕ್‌ಲ್ ಟಾಮ್ಸ್ ಕ್ಯಾಬಿನ್' ವಿಶ್ವ ಖ್ಯಾತಿ ಗಳಿಸಿತು. ನಿಜಸ್ಥಿತಿಗೆ ಸ್ಪಂದಿಸಿದ ನೆಥೇನಿಯಲ್ ಹಾಥೊರ್ನ್ ('ಸ್ಕಾರ್ಲೆಟ್ ಲೆಟರ್'), ಮಾನವನ ಅದಮ್ಯ ಚೇತನವನ್ನು ಚಿತ್ರಿಸಿದ ಹೆರ್ಮಾನ್ ಮೆಲ್‌ವಿಲ್ ('ಮಾಬಿ ಡಿಕ್'), ತನ್ನ ಕೃತಿಗಳ ಮೂಲಕ ಸುಲಿಗೆಯ ವ್ಯವಸ್ಥೆಗೆ ಸಿಡಿಮದ್ದನ್ನಿಟ್ಟ ಜಾಕ್ ಲಂಡನ್, 'ಅಮೆರಿಕನ್ ಕಾದಂಬರಿಯ ಪಿತಾಮಹ' ಎಂದು ಮುಂದೆ ಹೆಮಿಂಗ್‌ವೇಯಿಂದ ಕರೆಸಿಕೊಂಡ ಮಾರ್ಕ್ ಟ್ವೇನ್, ವಾಸ್ತವತೆಯ ಅಡಿಪಾಯದ ಮೇಲೆಯೇ ಒಳ್ಳೆಯ ಸಾಹಿತ್ಯದ ಸೃಷ್ಟಿ ಎಂದು ತೋರಿಸಿಕೊಟ್ಟ ಅಪ್ಟನ್ ಸಿಂಕ್ಲೇರ್, ಸಿಂಕ್ಲೇರ್ ಲೂಯಿಸ್, ಪರ್ಲ್‌ಬಕ್, ಥಿಯೊಡೋರ್ ಡ್ರೈಸರ್, ಜಾನ್ ಸ್ಟೈನ್‌ಬೆಕ್, ಫಾಸ್ಟ್, ರಿಚರ್ಡ್ ರೈಟ್, ಡಾಸ್ ಪಾಸೊಸ್, ಇಶರ್‌ವುಡ್, ಫಾಕ್ನರ್, ಅಸಿಮೋವ್, ಸಾಲ್ ಬೆಲ್ಲೋ, ಅಪ್‌ಡೈಕ್ ಸೃಷ್ಟನೆಯ ಸಾಹಿತ್ಯಕ್ಕೆ ಅಮೂಲ್ಯ ಕೊಡುಗೆಗಳನ್ನಿತ್ತವರು.

ತನಗೆ ನೊಬೆಲ್ ಪಾರಿತೋಷಕ ದೊರೆತಾಗ ಹೆಮಿಂಗ್‌ವೇ ನುಡಿದ : "ಇದು ಎಜ್ರಾ ಪೌಂಡ್‌ಗೆ ದೊರೆತಿದ್ದರೆ ನನಗೆ ಹೆಚ್ಚು ಸಂತೋಷವಾಗುತ್ತಿತ್ತು." ಆ ಪೌಂಡ್ ಮತ್ತು ಎಲಿಯಟ್ ಇಂಗ್ಲಿಷಿನ ಮಾತ್ರವಲ್ಲ, ವಿಶ್ವದ ಹಲವು ಭಾಷೆಗಳ ಕಾವ್ಯವಾಹಿನಿಗೆ ಹೊಸ ತಿರುವು ನೀಡಿದರು. ಆಧುನಿಕರಲ್ಲಿ ಹೆಸರಾಂತವರು ರಾಬರ್ಟ್ ಫ್ರಾಸ್ಟ್, ಇ.ಇ. ಕಮಿಂಗ್ಸ್. "ಗುಲಾಮ ರಾಜ್ಯದಲ್ಲಿ ನ್ಯಾಯವಂತನ ಸ್ಥಾನ ಸೆರೆಮನೆಯೇ" ಎಂದು ಸಾರಿದ ಅಸಹಕಾರ ತತ್ವದ ಜನಕ ಥೋರೋನ ಕೃತಿಗಳು ಜಗದ್ವಿಖ್ಯಾತ. ಯೂಜಿನ್ ಒನೀಲ್, ಮಿಲ್ಲರ್, ಆಲ್ಬೀ, ಟೆನೆಸಿ ವಿಲಿಯಮ್ಸ್ ನಾಟಕಕಾರರಲ್ಲಿ ಪ್ರಸಿದ್ಧರು.

ಅಮೆರಿಕದಲ್ಲಿ ಒಳ್ಳೆಯ ಸಣ್ಣ ಕಥೆಗಳನ್ನು ಬರೆದಿರುವ ಕಾದಂಬರಿಕಾರರು ಹಲವರು. ತಮ್ಮ ಸಣ್ಣ ಕಥೆಗಳಿಂದಲೇ ಜಗತ್ಪ್ರಸಿದ್ಧಿ ಪಡೆದವರು ಎಡ್ಗರ್ ಆಲನ್ ಪೋ ಮತ್ತು ಒ. ಹೆನ್ರಿ. ಪೋಗೆ 'ಸಣ್ಣ ಕಥೆಗಳ ಪಿತಾಮಹ' ಎಂಬ ಬಿರುದು; ಒಲಿವರ್ ಹೆನ್ರಿಗೆ 'ಸಣ್ಣ ಕಥೆಗಳ ರಾಜ' ಎಂಬ ಕೀರ್ತಿ.

ಕೆನಡದಲ್ಲಿ ಮೂಲನಿವಾಸಿಗಳ ಕಲೆ ಸಾಹಿತ್ಯ ಕಾಲದ ದಟ್ಟ ಪರದೆಯ ಹಿಂದೆ ಮರೆಯಾಗಿದೆ. ಈಗ ಸಿಗುತ್ತಿರುವುದು ಬಿಳಿಯ ಮೂಲದ್ದು. ಸಾಹಿತ್ಯ ಕಲೆಗಳಿಂದ ಜನರ ನೀತಿ ಕೆಡುತ್ತದೆನ್ನುವುದು ಕೆನಡದಲ್ಲಿ ಕ್ರೈಸ್ತ ಧರ್ಮಪೀಠ ಬಹಳ ಕಾಲ–1961ರ ವರೆಗೂ–

ಅನುಸರಿಸಿದ ನಿಷ್ಠುರ ನಿಲುವು. 'ಚಡ್ಡಿ ಹಾಕಿಲ್ಲ' ಎಂಬ ಕಾರಣಕ್ಕಾಗಿ ಒಂದು ಗ್ರೀಕ್ ಶಿಲ್ಪದ ಪ್ರದರ್ಶನವನ್ನು ಧರ್ಮಪೀಠ ನಿಷೇಧಿಸಿದ್ದುಂಟು ! ಸಾಹಿತ್ಯದ ಆಧುನಿಕ ಇತಿಹಾಸ ಕಳೆದ 150 ವರ್ಷಗಳದ್ದು. ಇಲ್ಲಿ ಇಂಗ್ಲಿಷ್ ಲೇಖಕರು ಇಂಗ್ಲಿಷಿನಲ್ಲೂ ಫ್ರೆಂಚ್ ಲೇಖಕರು ಫ್ರೆಂಚ್ ಭಾಷೆಯಲ್ಲೂ ಬರೆಯುತ್ತಾರೆ. ಪ್ರಖ್ಯಾತರ ಕೃತಿಗಳು ಎರಡೂ ಭಾಷೆಗಳಲ್ಲಿ ಏಕಕಾಲದಲ್ಲಿ ಪ್ರಕಟವಾಗುತ್ತವೆ. ಕಥೆಗಳ ಪ್ರಕಾರ ಜನಪ್ರಿಯ. ಕಥಾ ಸಂಗ್ರಹಗಳಿಗೆ ಬಹಳ ಬೇಡಿಕೆ. ನಿಸರ್ಗವನ್ನು ಜಯಿಸುವುದರಲ್ಲಿ ಮನುಷ್ಯ ತೋರುವ ಸಾಹಸ, ವೈಜ್ಞಾನಿಕ ಸಾಧನೆಗಳು, ಯುದ್ಧ, ಜನರ ದೈನಂದಿನ ಬದುಕು – ಇವೆಲ್ಲವೂ ಕಥೆಗಳ ವಸ್ತುಗಳು. ಬರೆಹಗಾರರಲ್ಲಿ ಹೆಸರಾಂತವರು: ಷೀನ್ ಗಯ್ ಕ್ಯಾರಿಅ, ಕ್ಲೇರ್ ಮಾರ್ಟಿನ್, ಹೆನ್ರಿ ಕ್ರೇಸಲ್, ಕಾಲ್ಲಿಘನ್, ಮಾರ್ಗರೆಟ್ ಅಟ್‌ವುಡ್...

ಮೆಕ್ಸಿಕೊದಲ್ಲಿ ಧರ್ಮಪೀಠದೊಡನೆ ಸಾಹಿತ್ಯ ಕಲೆಗಳ ಘರ್ಷಣೆ ತೀವ್ರ ಸ್ವರೂಪದ್ದು. 'ಧಾರ್ಮಿಕ'ವಲ್ಲದ ಎಲ್ಲ ಸಂಗೀತ, ಚಿತ್ರಕಲೆ, ನಾಟಕ, ಕಥೆ–ಕಾದಂಬರಿಗಳನ್ನು 'ಪಾಪಕರ' ಎಂದು ಧರ್ಮಪೀಠ ವಿರೋಧಿಸಿತು. ರೈತರು ತಮ್ಮದೇ ಇಗರ್ಜಿಗಳನ್ನು ಕಟ್ಟಿಕೊಂಡ ಕಾಲ ಅದು. ಘಟನೆಗಳು ಸಾಹಿತ್ಯ ಕಲೆಗಳ ಮೇಲೆ ಪ್ರಭಾವ ಬೀರಿದವು. ಸಾಹಿತ್ಯ ಕಲೆಗಳಿಂದ ಜನ ಪ್ರಭಾವಿತರಾದರು. ಡಿಯಾಗೊ ರಿವೆರಾ ಮೆಕ್ಸಿಕೊದ ಕ್ರಾಂತಿಕಾರಿ ಚಿತ್ರಕಾರ. ಕಥೆಗಾರರಲ್ಲಿ ಪ್ರಮುಖರು ಆರ್ತುರೊ ಸಾಲುತೊ ಅಲಬಾರ್ಸೆ ಮತ್ತು ಜಾರ್ಜ್ ಫೆರ್ರೆತಿಸ್.

3

ವಿಶ್ವಕಥಾಕೋಶದ 13ನೆಯ ಸಂಪುಟ 'ಅದೃಷ್ಟ'. ಇದರಲ್ಲಿರುವ ಕಥೆಗಳ ಸಂಖ್ಯೆಯೂ 13. ಹನ್ನೊಂದು ಅಮೆರಿಕ ಸಂಯುಕ್ತ ಸಂಸ್ಥಾನಗಳಿಂದ ; ಒಂದು ಕೆನಡದಿಂದ; ಒಂದು ಮೆಕ್ಸಿಕೊದಿಂದ. ಜನತೆಯ ನೋವು ನಲಿವುಗಳಿಗೆ, ಸೋಲು ಗೆಲುವುಗಳಿಗೆ ಸ್ಪಂದಿಸುವ ಶ್ರೇಷ್ಠ ಸಾಹಿತ್ಯ ಪರಂಪರೆಯ ಈ ಪ್ರಾತಿನಿಧಿಕ ಸಂಕಲನ ಓದುಗರಿಗೆ ಇಷ್ಟವಾಗುತ್ತದೆಂದು ನಂಬಿದ್ದೇವೆ.

ದೀಪಾವಳಿ, 1981
ಬೆಂಗಳೂರು

ನಿರಂಜನ
ಪ್ರಧಾನ ಸಂಪಾದಕ

ಆಮೆರಿಕ

○ ಮಾರ್ಕ್ ಟ್ವೇನ್

ಅದೃಷ್ಟ

ಅದೊಂದು ಔತಟ ಕೂಟ. ಈ ತಲೆಮಾರಿನ ಇಬ್ಬರು ಅಥವಾ ಮೂವರು ಹೆಸರಾಂತ ಇಂಗ್ಲಿಷ್ ಸೇನಾಧಿಕಾರಿಗಳಲ್ಲಿ ಒಬ್ಬನ ಗೌರವಾರ್ಥವಾಗಿ ಅದನ್ನು ಏರ್ಪಡಿಸಲಾಗಿತ್ತು. ಆತನ ನಿಜವಾದ ಹೆಸರು ಹೇಳುವುದು ಅಷ್ಟು ಉಚಿತವೆನ್ನಿಸುತ್ತಿಲ್ಲ ವಾದ್ದರಿಂದ ಅದನ್ನು ಲೆಫ್ಟಿನಂಟ್ ಜನರಲ್ ಲಾರ್ಡ್ ಆರ್ಥರ್ ಸ್ಕೋರ್ಸ್‌ಬೀ ಅಂತಿಟ್ಟುಕೊಳ್ಳಬಹುದು. ಆತನ ಹೆಸರಿಗೆ ಹಲವಾರು ಪದವಿಗಳು, ಗೌರವಗಳು, ತುಂಬ ಪ್ರಸಿದ್ಧವಾದ ಒಂದು ಹೆಸರಲ್ಲಿ ಅದೆಂಥ ರೋಮಾಂಚಕ ಆಕರ್ಷಣೆಯಿದೆ! ಕ್ರಿಮಿಯಾ ಯುದ್ಧದಲ್ಲಿ ಒಮ್ಮೆಲೆ ಬೆಳಕಿಗೆ ಬಂದ ಆತನ ಹೆಸರನ್ನು ಕಳೆದ ಮೂವತ್ತು ವರ್ಷಗಳಲ್ಲಿ ನಾನು ಸಾವಿರ ಬಾರಿ ಕೇಳಿರಬೇಕು. ಅಂಥ ಮನುಷ್ಯನನ್ನು ಕಾಣುವ ಯೋಗ ನನಗಿಂದು ಬಂದೊದಗಿತ್ತು. ಎದುರಿಗಿನ ಔತಣ - ಭಕ್ಷ್ಯ - ಪಾನೀಯ - ಮೋಜು ಎಲ್ಲ ಮರೆತು ನಾನು ಆತನನ್ನೇ ನೋಡುತ್ತ ಕೂತಿದ್ದೆ. ಇಷ್ಟೆಲ್ಲ ಜನರಿಂದ ಇಷ್ಟೊಂದು ಪ್ರಶಂಸೆಗೆ ಪಾತ್ರನಾದ ಈ ವ್ಯಕ್ತಿಯ ಯೋಗ್ಯತೆಯ ಆಳ - ಅಗಲ ಎಷ್ಟಿರಬೇಕೆಂದು ಲೆಕ್ಕ ಹಾಕುತ್ತ ನೋಡುತ್ತ ಕೂತಿದ್ದೆ. ಆತ ಶಾಂತ - ಗಂಭೀರ. ಗಡಸು ಮುಖಭಾವ ಹೊತ್ತು ಕೂತಿದ್ದ. ಸರಳ ಪ್ರಾಮಾಣಿಕತೆ ಆತನ ಇಡೀ ವ್ಯಕ್ತಿತ್ವದಲ್ಲಿ ಎದ್ದು ಕಾಣುತ್ತಿತ್ತು. ಸುತ್ತ ನೆರೆದ ನೂರಾರು ಜನರ ಪ್ರಶಂಸೆ - ಕೌತುಕ - ಪ್ರೀತಿ - ಅಭಿಮಾನ ತುಂಬಿದ ನೋಟಗಳ ಬಗೆಗಾಗಲೀ ತನ್ನ ದೊಡ್ಡತನದ ಬಗೆಗಾಗಲೀ ತನಗೆ ಒಂದಿಷ್ಟೂ ಏನೂ ಅನಿಸುತ್ತಿರಲಿಲ್ಲವೆನ್ನುವಂತಿದ್ದ ಆತ.

ನನ್ನ ಪಕ್ಕಕ್ಕೆ ಕೂತಾತ ನನ್ನ ಹಳೆಯ ಪರಿಚಯದ ಒಬ್ಬ ಪಾದ್ರಿ. ಪಾದ್ರಿಯಾಗುವ ಮೊದಲು ಹಲವಾರು ವರ್ಷ ಸೈನ್ಯದಲ್ಲಿ ಸೇವೆ ಸಲ್ಲಿಸಿದ್ದಾತ. ವೂಲ್‌ವಿಚ್‌ನಲ್ಲಿನ ಸೈನಿಕ ಶಾಲೆಯಲ್ಲಿ ಶಿಕ್ಷಣಾಧಿಕಾರಿಯಾಗಿಯೂ ಕೆಲಸ ಮಾಡಿದ್ದಾತ. ಇಂದಿನ ಔತಣ ಕೂಟದ ಆಕರ್ಷಣೆಯ ಕೇಂದ್ರವಾಗಿದ್ದ ಲಾರ್ಡ್ ಸ್ಕೋರ್ಸ್‌ಬೀಯ ಬಗ್ಗೆ ನಾನು ಇಷ್ಟೆಲ್ಲ ಯೋಚಿಸುತ್ತಿದ್ದಾಗ ಒಮ್ಮೆಲೆ ಈ ಪಾದ್ರಿ ನನ್ನ ಕಡೆಗೆ ಬಾಗಿ ನನ್ನ ಕಿವಿಯಲ್ಲಿ ತೀರಾ ಕೆಳದನಿಯಲ್ಲಿ ಉಸುರಿದ :

"ನಿಜ ಹೇಳಬೇಕು ಅಂದ್ರೆ, ಇವತ್ತಿನ ಈ ಹೀರೋ ಒಬ್ಬ ಶತಮೂರ್ಖ."

ನಾನು ಬೆಚ್ಚಿ ಆಶ್ಚರ್ಯದಿಂದ ಪಾದ್ರಿಯ ಕಡೆ ನೋಡಿದೆ. ಆತನ ಕಣ್ಣಲ್ಲಿ ರಹಸ್ಯವನ್ನೇನೋ ಬಚ್ಚಿಟ್ಟುಕೊಂಡಂತಹ ಮಿಂಚು, ಬೆಳಕು. ಈ ಪಾದ್ರಿ ಅಂತಿಂಥ ಮನುಷ್ಯನಲ್ಲ. ಆತ ನೆಪೋಲಿಯನ್‌ನನ್ನಾಗಲೀ ಸೊಲೊಮನ್ ಅಥವಾ ಸಾಕ್ರಟೀಸ್‌ನನ್ನಾಗಲೀ ಮೂರ್ಖನೆಂದು ಅಂದಿದ್ದರೂ ನನಗಿಷ್ಟು ಆಶ್ಚರ್ಯವಾಗುತ್ತಿರಲಿಲ್ಲ. ಮನುಷ್ಯರನ್ನು ಚೆನ್ನಾಗಿ ತಿಳಿದುಕೊಂಡು ಸರಿಯಾಗಿ ಅಳೆಯಬಲ್ಲ ಸಾಮರ್ಥ್ಯವಿತ್ತು ಈ ಪಾದ್ರಿಗೆ. ಆದ್ದರಿಂದ ನನಗೆ ಒಮ್ಮೆಲೆ ಅನಿಸಿತು – ಸ್ಕೋರ್ಸ್‌ಬೀಯ ಬಗ್ಗೆ ಈತ ಹೇಳುತ್ತಿರುವುದು ಸುಳ್ಳಿರಲಾರದು. ಬಹುಶಃ ಜಗತ್ತಿಗೆ ಸ್ಕೋರ್ಸ್‌ಬೀಯ ಬಗ್ಗೆ ತಪ್ಪು ತಿಳಿವಳಿಕೆಯಾಗಿದೆ. ಪಾದ್ರಿ ಹೇಳಿದಂತೆ ಆತ ಮೂರ್ಖನೇ ಇರಬೇಕು. ಈ ರಹಸ್ಯ ಸತ್ಯ ಪಾದ್ರಿಗೆ ಹೇಗೆ ತಿಳಿಯಿತೆಂದು ಒಂದು ಸಲ ಕೇಳಿ ತಿಳಿದುಕೊಳ್ಳಬೇಕೆಂದು ನಾನು ಅಂದುಕೊಂಡೆ.

ಕೆಲ ದಿನಗಳ ಅನಂತರ ಅಂಥದೊಂದು ಸಂದರ್ಭ ಬಂತು. ಆಗ ಪಾದ್ರಿ ನನಗೆ ಹೇಳಿದ್ದು ಈ ಕತೆ :

ಸುಮಾರು ನಾಲ್ವತ್ತು ವರ್ಷಗಳ ಹಿಂದೆ ನಾನು ವೂಲ್‌ವಿಚ್‌ನಲ್ಲಿಯ ಸೈನಿಕ ತರಬೇತಿ ಕೇಂದ್ರದಲ್ಲಿ ಶಿಕ್ಷಕನಾಗಿದ್ದೆ. ಈ ಸ್ಕೋರ್ಸ್‌ಬೀ ಆಗಿನ್ನೂ ಹದಿ ವಯಸ್ಸಿನ ತರುಣ. ಆತನ ಪ್ರಾರಂಭಿಕ ಪರೀಕ್ಷೆ ನಡೆದಾಗ ನಾನು ಅಲ್ಲಿದ್ದೆ. ಆತನ ಜೊತೆಯವರೆಲ್ಲ ಚುರುಕಾಗಿ ಜಾಣತನದಿಂದ ಉತ್ತರಿಸುತ್ತಿದ್ದರು. ಆದರೆ ಪಾಪ, ಈ ಸ್ಕೋರ್ಸ್‌ಬೀಗೆ ಯಾವುದರ ಗಂಧವೂ ಇರಲಿಲ್ಲ. ಮುಗ್ಧನೂ ಒಳ್ಳೆಯವನೂ ಆಗಿದ್ದ ಚೆಲುವಾದ ಮುಖದ ಈ ತರುಣನ ಅಗಾಧ ಅಜ್ಞಾನವನ್ನು ನೋಡಿ ನನಗೆ ಅಯ್ಯೋ ಪಾಪ ಅನಿಸಿತು. ಸಂಕೋಚವಿಲ್ಲದೆ ನೇರವಾಗಿ ನಿಂತು ತನ್ನೆಲ್ಲ ಮೂರ್ಖತನ–ಮೊದ್ದತನವನ್ನು ಪ್ರದರ್ಶಿಸುತ್ತ ಆತ ಪ್ರಶ್ನೆಗಳಿಗೆ ಉತ್ತರಿಸುತ್ತಿದ್ದುದನ್ನು ಕಂಡು ನನ್ನ ಹೃದಯ ಆತನ ಬಗ್ಗೆ ಅನುಕಂಪದಿಂದ ತುಂಬಿತು. ಕೊನೆಯ ಪರೀಕ್ಷೆಯಲ್ಲಿ ಆತ ಅನುತ್ತೀರ್ಣನಾಗುವುದಂತೂ ಖಚಿತವಾಗಿತ್ತು. ಅಷ್ಟರೊಳಗಾಗಿ ಆತನಿಗೆ ಆದಷ್ಟು ಸಹಾಯ–ಮಾರ್ಗದರ್ಶನ ನೀಡಿ ಆತನ ಮಟ್ಟವನ್ನು ಸ್ವಲ್ಪವಾದರೂ ಸುಧಾರಿಸಿ ಆತನ ಅನುತ್ತೀರ್ಣತೆ ತೀರಾ ನಾಚಿಕೆಗೇಡಾಗಿ ಪರಿಣಮಿಸದಂತೆ ನಾನೇಕೆ ನೋಡಿಕೊಳ್ಳಬಾರದು – ಅನಿಸಿತು ನನಗೆ. ನಾನು ಕೂಡಲೇ ಆತನೊಂದಿಗೆ ಮಾತಾಡಿದೆ. ಆತನಿಗೆ ಸೀಝರನ ಇತಿಹಾಸ ಅಲ್ಪಸ್ವಲ್ಪ ಗೊತ್ತಿತ್ತು. ಆ ಬಗ್ಗೆ ಕೇಳಬಹುದಾದ ಪ್ರಶ್ನೆಗಳು ಹಾಗೂ ಸರಿಯಾದ ಉತ್ತರಗಳು – ಎಲ್ಲವನ್ನೂ ನಾನು ಆತನಿಗೆ ಬಾಯಿಪಾಠ ಮಾಡಿಸಿದೆ. ಮುಂದೇನಾಯಿತು ಗೊತ್ತೆ? ಆತ ಪರೀಕ್ಷೆಯಲ್ಲಿ ಅತ್ಯದ್ಭುತ ಯಶಸ್ಸು ಗಳಿಸಿದ. ಅವನಿಗಿಂತ ಸಾವಿರ ಪಾಲು ಹೆಚ್ಚಿಗೆ ತಿಳಿದವರು ಹಿಂದೆ ಬಿದ್ದರು. ಕೇವಲ ಒಂದಿಷ್ಟು ಸಾಲುಗಳನ್ನು ಕಂಠಪಾಠ ಮಾಡಿದ್ದರ ಆಧಾರದ ಮೇಲೆ ಈತ ಅವರೆಲ್ಲರನ್ನೂ ಮೀರಿಸಿಬಿಟ್ಟಿದ್ದ. ಆತ ಕಂಠಪಾಠ ಮಾಡಿದ್ದ ಅತಿಸ್ವಲ್ಪ ವಿಷಯದ ಮಿತಿಯಲ್ಲೇ ಆತನಿಗೆ ಪ್ರಶ್ನೆಗಳನ್ನು ಕೇಳಿದ್ದರು. ಇದೆಂಥ ಚಮತ್ಕಾರ! ಎಂಥ ಅಪರೂಪದ ಅದೃಷ್ಟ!

ಆ ತರಬೇತಿ ಶಿಕ್ಷಣ ಮುಗಿಯುವವರೆಗೂ ನಾನು ಆತನೊಂದಿಗಿದ್ದು ಮಾರ್ಗದರ್ಶನ ಮಾಡಿದೆ. ಅಂಗವಿಕಲ ಮಗುವಿಗಾಗಿ ಓರ್ವ ತಾಯಿಗೆ ಸಹಜವಾಗಿ ಅನುಕಂಪವೆನಿಸುವಂತೆ ಆತನ ಬಗ್ಗೆ ನನ್ನ ಮನಸ್ಸು ಮೃದುವಾಗಿತ್ತು. ಆದರೆ ಪ್ರತಿಸಲವೂ ಯಾವುದೋ ಕಾಣದ ಅದೃಷ್ಟದ ಬಲದಿಂದ ಆತ ಚಮತ್ಕಾರಿಕವಾಗಿ ಯಶಸ್ಸು ಸಾಧಿಸುತ್ತಿದ್ದ.

ಆದರೆ ಕೊನೆಗೂ ಗಣಿತದಲ್ಲಿ ಆತನ ನಿಜವಾದ ಯೋಗ್ಯತೆ ಬಯಲಿಗೆ ಬಂದು ಆತ ಮಣ್ಣು ಮುಕ್ಕುವನೆಂದು ನಾನಂದುಕೊಂಡೆ. ಇದರಲ್ಲೂ ಆತನ ಪರಿಸ್ಥಿತಿ ತೀರಾ ನಾಚಿಕೆಗೇಡಾಗದಂತೆ ನೋಡಿಕೊಳ್ಳಲು ನಿರ್ಧರಿಸಿ ನಾನು ಆತನಿಗೆ ಕೆಲವೇ ನಿರೀಕ್ಷಿತ ಪ್ರಶ್ನೋತ್ತರಗಳನ್ನು ಹೇಳಿಕೊಟ್ಟು ಮತ್ತೆ ಮತ್ತೆ ಅವನ್ನೇ ಉರು ಹೊಡೆಸಿದೆ. ಪರಿಣಾಮವೇನಾಯಿತು ಗೊತ್ತೆ? ಗಣಿತದಲ್ಲಿ ಆತ ಪ್ರಥಮ ಬಹುಮಾನ ಗಿಟ್ಟಿಸಿದ! ಆತನ ಮೇಲೆ ಅಭಿನಂದನೆಗಳ ಸುರಿಮಳೆ!

ಮುಂದೊಂದು ವಾರದವರೆಗೂ ನಾನು ರಾತ್ರಿ ನಿದ್ದೆಯಿಲ್ಲದೆ ಚಡಪಡಿಸಿದೆ. ಒಂದು ತರದ ಅಪರಾಧೀಪ್ರಜ್ಞೆ ನನ್ನನ್ನು ಕಾಡಿತು. ಆತನಿಗೆ ನಾನು ಸಹಾಯ ಮಾಡಿದ್ದು ಕೇವಲ ಆತನ ಬಗೆಗಿನ ಕರುಣೆಯಿಂದ. ಪರಿಣಾಮ ಹೀಗಾದೀತೆಂದು ನಾನು ಕನಸಿನಲ್ಲೂ ಎಣಿಸಿರಲಿಲ್ಲ. ಫ್ರಾಂಕೆನ್‌ಸ್ಟೀನ್‌ಅನ್ನು* ಸೃಷ್ಟಿಸಿದವನಿಗೆ ಅನಿಸಿರಬಹುದಾದ ಅಪಾರ ವ್ಯಥೆ-ತಪ್ಪು ಮಾಡಿದೆನೆಂಬ ಕೊರಗು ನನ್ನದಾಯಿತು. ಮೊದ್ದು ಶಿಖಾಮಣಿಯಾದ ಖಾಲಿ ತಲೆಯ ಈತನಿಗೆ ನಾನು ಅತಿಮಹತ್ವದ ಜವಾಬ್ದಾರಿಯ ಕೆಲಸದ ಹೊರೆ ಹೊರಲು, ಅತ್ಯುನ್ನತ ಅಭಿವೃದ್ಧಿ ಹೊಂದಲು ಅವಕಾಶ ಕಲ್ಪಿಸಿಕೊಟ್ಟಿದ್ದೆ. ಆದರೆ ಮೊದಲ ಅವಕಾಶದಲ್ಲೇ ಈತನೂ ಈತನ ಜವಾಬ್ದಾರಿಯ ಕೆಲಸವೂ ಎಲ್ಲ ತಲೆಕೆಳಗಾಗಿ ಹಾಳಾಗಿಹೋಗುವ ಸಾಧ್ಯತೆಯೂ ಇತ್ತು.

ಆ ದಿನಗಳಲ್ಲಿ ಕ್ರಿಮಿಯಾ ಯುದ್ಧ ಸುರುವಾಗಿತ್ತು. ನನಗೆನಿಸಿತು ಯುದ್ಧ ಸುರುವಾದದ್ದು ಒಳ್ಳೆಯದಾಯಿತು, ಈ ಕತ್ತೆಯ ನಿಜಸ್ವರೂಪ ಬೆಳಕಿಗೆ ಬರುವ ಮೊದಲೇ ಆತ ಶಾಂತಿಯಿಂದ ಸಾಯುವ ಅವಕಾಶ ಇದರಿಂದಾಗಿ ತಪ್ಪಿದಂತಾಯಿತು. ನಾನು ಅವನ ಪತನದ ದಿನವನ್ನೇ ಕಾಯುತ್ತಿದ್ದೆ. ಕೊನೆಗೂ ಆ ದಿನ ಬಂದಿತು. ಆಗ ನನಗೆ ಆಶ್ಚರ್ಯದಿಂದ ಹೃದಯಾಘಾತ ವಾಗುವುದೊಂದೇ ಬಾಕಿ. ನನ್ನ ಶಿಷ್ಯನಿಗೆ ಯುದ್ಧರಂಗಕ್ಕೆ ಸಾಗುವ ಒಂದು ತುಕಡಿಯ ಕ್ಯಾಪ್ಟನ್ ಆಗಿ ಬಡತಿ ದೊರೆಯಿತು! ಇವನಿಗಿಂತ ಯೋಗ್ಯರು ಈ ಸ್ಥಾನ ದೊರಕಬೇಕಾದರೆ ತಲೆನರೆತು ಮುದುಕರಾಗಿ ಹೋಗಿರುತ್ತಿದ್ದರು. ಈಗ ಈ ಅಯೋಗ್ಯ ಅನನುಭವಿ ತರುಣನ ಹೆಗಲ ಮೇಲೆ ಅದೆಂಥ ಗುರುತರ ಹೊಣೆ! ಅವನನ್ನು ಒಬ್ಬ ಚಿಕ್ಕ ಅಧಿಕಾರಿಯನ್ನಾಗಿ ಮಾಡಿದ್ದರೆ ನಾನು ಹೇಗೋ ಸಹಿಸಿಕೊಳ್ಳುತ್ತಿದ್ದೆ. ಆದರೆ ಕ್ಯಾಪ್ಟನ್! ನನಗೆ ಅತ್ಯಾಘಾತವಾಗಿತ್ತು.

ಸ್ವಭಾವತಃ ನಾನು ವಿಶ್ರಾಂತಿ-ವಿರಾಮ ಪ್ರಿಯ. ನಾನಿನ್ನು ನಿವೃತ್ತಿ ಹೊಂದಿ ದೂರ ಹೋಗಬೇಕೆಂದಿದ್ದೆ. ಆದರೆ ಈಗ ಇಷ್ಟೆಲ್ಲ ಆಗಲು ನಾನೇ ಅಪ್ರತ್ಯಕ್ಷವಾಗಿ ಕಾರಣನಾಗಿದ್ದರಿಂದ ಈ ಮೂರ್ಖನಿಂದ ದೇಶಕ್ಕೊದಗಬಹುದಾದ ಅನಾಹುತ - ಗಂಡಾಂತರಗಳನ್ನು ಆದಷ್ಟು ಕಡಿಮೆ ಮಾಡಲು ಪ್ರಯತ್ನಿಸಬೇಕೆಂದು ನಾನು ನಿರ್ಧರಿಸಿದೆ. ಮತ್ತು ನನ್ನ ಆವರೆಗಿನ ಕಠಿಣ ದುಡಿಮೆಯ ಫಲವಾಗಿ ನಾನು ಕಷ್ಟದಿಂದ ಕೂಡಿಟ್ಟಿದ್ದ ಹಣವನ್ನೆಲ್ಲಾ ಒಟ್ಟುಗೂಡಿಸಿಕೊಂಡು, ಆತನ ತುಕಡಿಯಲ್ಲೇ ಅಶ್ವಸೈನ್ಯದ ಒಬ್ಬ ಚಿಕ್ಕ ಅಧಿಕಾರಿಯಾಗಿ ಆತನೊಂದಿಗೆ ಯುದ್ಧಭೂಮಿಗೆ ಹೊರಟುಬಿಟ್ಟೆ.

ಯುದ್ಧ ಭೂಮಿಯಲ್ಲಂತೂ ಆತ ಹೆಜ್ಜೆಹೆಜ್ಜೆಗೂ ಒಂದಕ್ಕಿಂತ ಒಂದು ಮಹಾಘೋರ ತಪ್ಪುಗಳನ್ನೇ ಮಾಡುತ್ತಿದ್ದ. ಆದರೆ ಅವನ ಗುಟ್ಟು ಯಾರಿಗೂ ಗೊತ್ತಿರದಿದ್ದರಿಂದ ಆತನ ತಪ್ಪುಗಳನ್ನು ಯಾರೊಬ್ಬರೂ ಗಮನಿಸಲಿಲ್ಲ. ಅಷ್ಟೇ ಅಲ್ಲ, ಆತನ ಪ್ರತಿಯೊಂದು ಅಗಾಧ

---

* 'ಫ್ರಾಂಕೆನ್‌ಸ್ಟೀನ್' - ಶ್ರೀಮತಿ ಮೇರಿ ಶೆಲ್ಲಿ ಸೃಷ್ಟಿಸಿದ ಓರ್ವ ರೋಮಾಂಚಕಾರಿ ನಾಯಕ. ತನ್ನನ್ನು ಸೃಷ್ಟಿಸಿದಾತನಿಗೇ ಮಾರಕವಾಗಿ ಪರಿಣಮಿಸಿದ ಓರ್ವ ಭೀಕರ ಅರೆ ಮಾನವ ಪಾತ್ರ.

ತಪ್ಪನ್ನೂ ಆತ ಅತಿ ಜಾಣತನದಿಂದ–ದೂರದೃಷ್ಟಿಯಿಂದ ಕೈಗೊಂಡ ಅದ್ಭುತ ನಿರ್ಧಾರವೆಂದು ತಪ್ಪು ತಿಳಿದರು. ಅತಿ ಸಾಧಾರಣ ಬುದ್ಧಿಯ ಮನುಷ್ಯನನ್ನೂ ರೊಚ್ಚಿಗೆಬ್ಬಿಸುವಂತಿದ್ದ ಆತನ ಸಾಮಾನ್ಯ ತಪ್ಪುಗಳಂತೂ ಯಾರ ಲಕ್ಷ್ಯಕ್ಕೂ ಬರಲಿಲ್ಲ. ನಾನೋ – ಎಲ್ಲ ಕಂಡು ಉರಿದುರಿದುಹೋಗುತ್ತಿದ್ದೆ. ಆತ ಎಸಗುತ್ತಿದ್ದ ಪ್ರತಿಯೊಂದು ತಪ್ಪಿನೊಂದಿಗೂ ಆತನ ಬಗೆಗಿನ ಇತರರ ಗೌರವ – ಅಭಿಮಾನ ಬೆಳೆಯುತ್ತಲೇ ಹೊರಟದ್ದನ್ನು ಕಂಡು ಕೊನೆಕೊನೆಗೆ ನನಗೆ ನಿಜವಾಗಿಯೂ ಬಹಳ ಹೆದರಿಕೆಯಾಗತೊಡಗಿತು. ಈ ಕೀರ್ತಿ ಮೂರುತಿ ಹೀಗೆ ಮೇಲೇರುತ್ತಾ ಹೋದರೆ, ಕೊನೆಗೊಮ್ಮೆ ನಿಜ ಬಯಲಾದಾಗ, ಅದು ಆಕಾಶದಿಂದ ಸೂರ್ಯ ಕೆಳಗೆ ಬಿದ್ದಂತಾದೀತೆಂದು ನನಗೆ ನಾನೇ ಅಂದುಕೊಳ್ಳುತ್ತಿದ್ದೆ.

ಆತನ ಕೀರ್ತಿ ಹೆಚ್ಚುತ್ತಲೇ ಸಾಗಿತು. ಆತನಿಗೆ ಒಂದಾದ ಬಳಿಕ ಇನ್ನೊಂದರಂತೆ ಬಡತಿಗಳು – ಪ್ರಶಸ್ತಿಗಳು ದೊರೆಯುತ್ತಲೇ ಇದ್ದವು. ಆತನಿಗಿಂತ ಹಿರಿಯರಾದ ಅದೆಷ್ಟೋ ಅಧಿಕಾರಿಗಳನ್ನು ದಾಟಿ ಆತ ಮುಂದುವರಿಯುತ್ತಲೇ ಹೋದ. ಕೊನೆಗೆ... ಕೊನೆಗೊಮ್ಮೆ ಯುದ್ಧದಲ್ಲಿ ನಮ್ಮ ಕರ್ನಲ್ ಕೆಳಗುರುಳಿದ. ನನ್ನ ಎದೆ ಧಸಕ್ಕೆಂದಿತು. ಯಾಕೆಂದರೆ ಅವನ ಬಳಿಕ ಸ್ಕೋರ್ಸ್‌ಬೀಯೇ ತುಕಡಿಯ ಮುಖ್ಯಾಧಿಕಾರಿ! ಸರಿ, ಇನ್ನು ಹತ್ತು ನಿಮಿಷಗಳಲ್ಲಿ ನಾವೆಲ್ಲ ಪರಲೋಕ ಸೇರುವುದು ಖಂಡಿತವೆಂದು ನಾನು ಮನಸ್ಸಿನಲ್ಲಿಯೇ ಯೋಚಿಸಿದೆ.

ಯುದ್ಧ ಆಗ ಭರದಿಂದ ನಡೆದಿತ್ತು. ನಮ್ಮ ಪಕ್ಷದವರು ಹಿಂದೆ ಸರಿಯುವ ಲಕ್ಷಣಗಳು ಆಗತಾನೇ ಕಂಡುಬರಲಾರಂಭಿಸಿದ್ದವು. ನಮ್ಮ ತುಕಡಿ ಒಂದು ಅತಿಮಹತ್ವದ ಸ್ಥಾನವನ್ನು ಆಕ್ರಮಿಸಿತ್ತು. ಈಗ ಅಕಸ್ಮಾತ್ ಏನಾದರೂ ಹೆಚ್ಚು ಕಡಿಮೆಯಾದರೆ ಪೂರ್ಣನಾಶ ಖಂಡಿತ. ಇಂಥ ಸಂದಿಗ್ಧ ಕ್ಷಣದಲ್ಲಿ ಈ ಅಗಾಧ ಬುದ್ಧಿಯ ಮೂರ್ಖ ಶಿಖಾಮಣಿ ಏನು ಮಾಡಿದನೆಂದಿರಿ? ಒಂದಿನಿತೂ ವೈರಿಗಳ ಸುಳಿವಿಲ್ಲದ ಪಕ್ಕದ ಬೆಟ್ಟವೊಂದರ ಕಡೆ ನಡೆದು ಹೋಗಲು ತನ್ನ ತುಕಡಿಗೆ ಆಜ್ಞೆ ಮಾಡಿದ! ನಾನಂದುಕೊಂಡೆ, ಆಯಿತು, ಇದೇ ಕೊನೆ, ಈತನ ಪತನ ಸನ್ನಿಹಿತವಾಯಿತು.

ಆತನ ಆಜ್ಞೆಯಂತೆ ನಾವೆಲ್ಲ ಬೆಟ್ಟದ ಮೇಲೆ ಹೊರಟೆವು. ಈ ಮೂರ್ಖತನ ಬೆಳಕಿಗೆ ಬಂದು ಇದಕ್ಕೆ ತಡೆ ಹಾಕುವುದರೊಳಗಾಗಿ ಕಾಲ ಮಿಂಚಿತ್ತು. ನಾವಲ್ಲಿ ಕಂಡದ್ದೇನು? ಕಾದಿರಿಸಿದ ಒಂದು ಇಡೀ ರಷ್ಯನ್ ಸೇನೆ. ಇಂಥ ಒಂದು ಸೇನೆ ಅಲ್ಲಿರಬಹುದೆಂಬ ಸಂಶಯ ಕೂಡ ನಮಗಿರಲಿಲ್ಲ. ಮುಂದೇನು? ಅವರು ನಮ್ಮನ್ನು ಅರೆಕ್ಷಣದಲ್ಲಿ ಸುಟ್ಟುಬಿಡುವ ಸಾಧ್ಯತೆಯಿತ್ತು. ಆದರೆ ಅದದ್ದೇ ಬೇರೆ. ಅಂಥ ನಿರ್ಣಾಯಕ ಕ್ಷಣದಲ್ಲಿ ಚಿಕ್ಕದೊಂದು ಸೈನಿಕರ ತುಕಡಿ ಏಕಾಕಿಯಾಗಿ ಬಂದು ಆಕ್ರಮಣ ಮಾಡಲು ಸಾಧ್ಯವಿಲ್ಲ. ಬಹುಶಃ ಇಡಿಯ ಇಂಗ್ಲಿಷ್ ಸೈನ್ಯವೇ ಬಂದಿರಬೇಕು, ನಮ್ಮ ರಹಸ್ಯ ಅವರಿಗೆ ಗೊತ್ತಾಗಿಹೋಯಿತು, ಇನ್ನು ನಮಗೆ ಉಳಿಗಾಲವಿಲ್ಲ – ಹೀಗೆಲ್ಲ ಅಂದುಕೊಂಡು ರಷ್ಯನರು ಅಲ್ಲಿಂದ ಓಟಕಿತ್ತಿದರು – ಬೆಟ್ಟದಿಂದ ಇಳಿದು ಆಚೆಯ ಬಯಲುಗಳನ್ನು ದಾಟಿ, ಎಲ್ಲೆಲ್ಲೋ, ನಾವು ಅವರನ್ನು ಬೆನ್ನಟ್ಟಿ ಓಡಿದೆವು. ಯುದ್ಧಭೂಮಿಯಲ್ಲಿ ಆಯಕಟ್ಟಿನ ಸ್ಥಳ ಹಿಡಿದುಕೊಂಡಿದ್ದ ರಷ್ಯನ್ ಸೈನ್ಯದ ನೆಲೆಯನ್ನು ಅವರೇ ಭೇದಿಸಿದರು. ಕೆಲವೇ ಕ್ಷಣಗಳಲ್ಲಿ ವೈರಿಗಳ ಸೇನೆ ದಿಕ್ಕಾಪಾಲಾಗಿ, ಕಲ್ಪನಾತೀತವಾದ ಅತ್ಯದ್ಭುತವಾದ ಜಯ ನಮ್ಮದಾಯಿತು! ನಮ್ಮ ಮಾರ್ಶಲ್ ಕ್ಯಾನ್ ರಾಬರ್ಟ್‌ನಿಗೆ ಒಂದು ಕ್ಷಣ ಅತ್ಯಾಶ್ಚರ್ಯ. ಅತೀವ ಸಂತೋಷ. ತುಂಬು ಪ್ರಶಂಸೆಯೊಂದಿಗೆ ಆತ ತಕ್ಷಣ ಸ್ಕೋರ್ಸ್‌ಬೀಗೆ ಹೇಳಿಕಳುಹಿದ. ಆತನನ್ನು ಗಟ್ಟಿಯಾಗಿ

ಅಪ್ಪಿಕೊಂಡ. ಯುದ್ಧಭೂಮಿಯಲ್ಲಿ ಇಡಿಯ ಇಂಗ್ಲಿಷ್ ಸೈನ್ಯದೆದುರಲ್ಲಿ ಅವನಿಗೆ ಪದಕ ನೀಡಿ ಸನ್ಮಾನ ಮಾಡಿದ.

ಆ ಸಂದರ್ಭದಲ್ಲಿ ಸ್ಕೋರ್ಸ್‌ಬೀ ಮಾಡಿದ್ದ ತಪ್ಪೇನು ಗೊತ್ತೆ? ಆತನಿಗೆ ಎಡ ಯಾವುದು, ಬಲ ಯಾವುದು, ಗೊತ್ತಾಗಿರಲಿಲ್ಲ. ತುಕಡಿಯೊಂದಿಗೆ ಹಿಂದಕ್ಕೆ ಸರಿದು ಬಲಕ್ಕೆ ತಿರುಗಿ ಆ ಭಾಗವನ್ನು ರಕ್ಷಿಸಬೇಕೆಂದು ಆತನಿಗೆ ಆಜ್ಞೆ ಬಂದಿತ್ತು. ಬದಲಾಗಿ ಆತ ಮುಂದಕ್ಕೆ ಸಾಗಿ ಎಡಕ್ಕೆ ತಿರುಗಿ ಬೆಟ್ಟವೇರಿದ್ದ! ಆದರೆ ಈ ಅತ್ಯದ್ಭುತ ತಪ್ಪಿನಿಂದಾಗಿ ಆತನ ಪಾಲಿಗೆ ಆ ದಿನ ಬಂದ ಅಪಾರ ಕೀರ್ತಿ ಇತಿಹಾಸದ ಪುಟಗಳಲ್ಲಿ ಕೊನೆಯವರೆಗೂ ಉಳಿದು ರಾರಾಜಿಸುವಂತಹದ್ದು!

ಈಗ ಕೂಡ ಆತ ಒಳ್ಳೆಯವನೂ ನೇರ ನಡೆನುಡಿಯವನೂ ಆದ ವ್ಯಕ್ತಿ. ಆದರೆ ಬಾಯಲ್ಲಿ ಬೆರಳಿಟ್ಟರೆ ಚೀಪಲೂ ತಿಳಿಯದ ಮುಗ್ಧ. ಇದು ಸತ್ಯ. ಈ ವಿಶ್ವದಲ್ಲಿ ಅವನಂಥ ಕತ್ತೆ ಬೇರೊಬ್ಬನಿರಲಾರ. ಈವರೆಗೆ ಇದು ಅವನನ್ನು-ನನ್ನನ್ನು ಬಿಟ್ಟರೆ ಬೇರಾರಿಗೂ ಗೊತ್ತಿರಲಿಲ್ಲ. ಅತ್ಯಾಶ್ಚರ್ಯಕರವಾದ, ಊಹೆಗೂ ನಿಲುಕದ ಅದೃಷ್ಟದ ಕೈವಾಡವೊಂದು ಅವನನ್ನು ಸದಾ ಮೇಲೇರಿಸುತ್ತಲೇ ಹೋಯಿತು. ಈ ಇಡೀ ತಲೆಮಾರಿನಲ್ಲಿ ನಾವು ಹೂಡಿದ ಯುದ್ಧಗಳಲ್ಲೆಲ್ಲ ಆತ ಅತ್ಯಂತ ಯೋಧನಾಗಿ ಪರಿಣಮಿಸಿದ. ತನ್ನ ಸೈನ್ಯ ಸೇವೆಯ ಅವಧಿಯನ್ನೆಲ್ಲಾ ಆತ ಬರೀ ತಪ್ಪು ಮಾಡುವುದರಲ್ಲೇ ಕಳೆದ. ಪ್ರತಿ ತಪ್ಪಿನಿಂದಲೂ ಆತನಿಗೆ ಹೊಸ ಪ್ರಶಸ್ತಿ, ಹೊಸ ಪದವಿ, ಹೊಸ ಉಪಾಧಿ ದೊರಕುತ್ತಲೇ ಹೋಯಿತು. ಆತನ ಎದೆಯ ಮೇಲಿನ ಪದಕಗಳನ್ನು ನೋಡು. ಅವುಗಳಲ್ಲಿ ಪ್ರತಿಯೊಂದು ಆತನ ಒಂದೊಂದು ಅಗಾಧ ತಪ್ಪಿನ ಪ್ರತಿಫಲ! ಈ ಜಗತ್ತಿನಲ್ಲಿ ಅದೃಷ್ಟವಂತನಾಗಿ ಹುಟ್ಟುವುದಕ್ಕಿಂತ ಹೆಚ್ಚಿನ ಸುಖ ಸಾಧನೆ ಬೇರಿನ್ನಾವುದೂ ಇರಲಾರದೆಂದು ಅವು ಸಾರುತ್ತಿವೆ. ಆ ದಿನ ಔತಣ ಕೂಟದಲ್ಲಿ ಹೇಳಿದ್ದನ್ನೇ ನಾನಿಂದು ಮತ್ತೆ ಹೇಳುತ್ತಿದ್ದೇನೆ-ಸ್ಕೋರ್ಸ್‌ಬೀ ಒಬ್ಬ ಶತಮೂರ್ಖ. ○

○ ಎಡ್ಗರ್ ಆಲನ್ ಪೊ

ಕತೆ ಹೇಳಿದ ಹೃದಯ

ನಾನು ತೀರಾ ಗಾಬರಿಯಾದದ್ದು – ದಿಗಿಲುಗೊಂಡದ್ದು ನಿಜ. ಈಗಲೂ ಅದೇ ಪರಿಸ್ಥಿತಿಯಲ್ಲಿದ್ದೇನೆ. ಆದರೆ ಖಂಡಿತ ಹುಚ್ಚನಾಗಿಲ್ಲ. ಹಾಗೆ ನೋಡಿದರೆ ಇದರಿಂದಾಗಿ ನನ್ನೆಲ್ಲ ಇಂದ್ರಿಯಗಳ ಪ್ರಜ್ಞೆ ಮತ್ತಷ್ಟು ಸೂಕ್ಷ್ಮವೂ ತೀಕ್ಷ್ಣವೂ ಆಗಿದೆಯೇ ಹೊರತು ಒಂದಿಷ್ಟೂ ಕುಂಠಿತವಾಗಿಲ್ಲ. ನನ್ನ ಕಿವಿಗಳಂತೂ ತೀರಾ ಚುರುಕಾಗಿಬಿಟ್ಟಿವೆ. ಈ ಜಗತ್ತಿನ ಹಾಗೂ ಅದರಾಚೆಯ ಪ್ರತಿಯೊಂದು ಶಬ್ದವೂ ನನಗೆ ಕೇಳಿಬರುತ್ತಿದೆ. ಅಂದಮೇಲೆ ನಾನು ಹುಚ್ಚುನಾಗಿರಲು ಹೇಗೆ ಸಾಧ್ಯ? ನನ್ನ ಕತೆಯನ್ನಾದರೂ ಕೇಳಿ–ನಾನು ಸ್ಥಿರಚಿತ್ತದಿಂದ ಶಾಂತನಾಗಿ ಹೇಳುತ್ತಿದ್ದೇನೆ.

ಮೊಟ್ಟಮೊದಲಿಗೆ ಆ ವಿಚಾರ ನನ್ನ ತಲೆಯಲ್ಲಿ ಹೇಗೆ ಬಂದಿತೋ ನನಗೆ ಗೊತ್ತಿಲ್ಲ. ಅದು ಹೇಗೋ ನನ್ನ ತಲೆಯೊಳ ಹೊಕ್ಕು ಹಗಲು–ರಾತ್ರಿ ನನ್ನನ್ನು ಕಾಡತೊಡಗಿತು. ಅದಕ್ಕೊಂದು ನಿರ್ದಿಷ್ಟ ಉದ್ದೇಶವಾಗಲೀ ಕಾಮನೆಯಾಗಲೀ ಇರಲಿಲ್ಲ. ಆ ಮುದುಕನ ಬಗ್ಗೆ ನನಗೆ ಪ್ರೀತಿಯಿತ್ತು. ಅವನು ನನಗೇನೂ ಕೆಡುಕು ಮಾಡಿರಲಿಲ್ಲ. ನನ್ನನ್ನೆಂದೂ ಅವಮಾನಿಸಿರಲಿಲ್ಲ. ಅವನ ಸಂಪತ್ತಿನ ಬಗೆಗೂ ನನಗೆ ಆಸ್ಥೆಯಿರಲಿಲ್ಲ. ಬಹುಶಃ ಇದಕ್ಕೆಲ್ಲ ಕಾರಣ ಆತನ ಕಣ್ಣಿನ ನೋಟವಿರಬೇಕು. ಹೌದು. ನಸುನೀಲಿ ಬಣ್ಣದ ತೆಳುವಾದ ಪೊರೆಯುಳ್ಳ ಅವನದೊಂದು ಕಣ್ಣು ಥೇಟು ರಣಹದ್ದಿನ ಕಣ್ಣಿನ ಹಾಗಿತ್ತು. ಆ ಕಣ್ಣಿನ ದೃಷ್ಟಿ ನನ್ನ ಮೇಲೆ ಬಿದ್ದಾಗಲೆಲ್ಲ ನನಗೆ ರಕ್ತ ಹೆಪ್ಪುಗಟ್ಟಿದ ಅನುಭವ. ಈ ಯಾತನೆಯಿಂದ ಕೊನೆಯವರೆಗೆ ಪಾರಾಗಲೆಂದೇ ನಾನು ಆ ಮುದುಕನನ್ನೇ ಕೊನೆಗಾಣಿಸಿಬಿಡಲು ನಿರ್ಧರಿಸಿದೆ.

ನನ್ನ ಈ ನಿರ್ಧಾರಕ್ಕಾಗಿಯೇ ನಾನು ಹುಚ್ಚನೆಂದರೆ ಹೇಗೆ? ಹುಚ್ಚರಿಗೆ ಏನೂ ತಿಳಿದಿರುವುದಿಲ್ಲ. ಆದರೆ ನಾನು? ಎಷ್ಟು ಮುಂಜಾಗರೂಕತೆಯಿಂದ, ಎಷ್ಟು ಜಾಣತನದಿಂದ, ಎಷ್ಟು ಕಾಳಜಿಯಿಂದ, ಎಷ್ಟು ರಹಸ್ಯವಾಗಿ ನನ್ನ ಯೋಜನೆಯನ್ನು ರೂಪಿಸಿ ಕಾರ್ಯಗತಗೊಳಿಸಿದೆ ಗೊತ್ತೆ?

ಆತನನ್ನು ಕೊಲ್ಲುವ ಮೊದಲು ಒಂದು ವಾರವಿಡೀ ನಾನು ಆತನೊಂದಿಗೆ ತುಂಬ ಸ್ನೇಹದಿಂದಿದ್ದೆ. ಪ್ರತಿ ರಾತ್ರಿ, ಸುಮಾರು

ಮಧ್ಯರಾತ್ರಿಯ ಹೊತ್ತಿಗೆ, ನಾನು ತೀರಾ – ಸಾವಧಾನದಿಂದ, ಜೋಕೆಯಿಂದ ಆತನ ಬಾಗಿಲ ಕೊಂಡಿಯನ್ನು ತಿರುಗಿಸಿ ಬಾಗಿಲನ್ನು ತೆರೆಯುತ್ತಿದ್ದೆ. ತುಸುವೆ ಬಾಗಿಲನ್ನು ಓರೆಮಾಡಿ ಹೆಚ್ಚಿಗೆ ಬೆಳಕಾಗಬಾರದೆಂದು ಪೂರಾ ಮುಚ್ಚಿದ ಕೈದೀಪವೊಂದನ್ನು ಬಾಗಿಲಲ್ಲಿ ತೂರಿಸಿ, ಒಳಗೆ ಇಣುಕಿನೋಡುತ್ತಿದ್ದೆ. ಮುದುಕನ ನಿದ್ರೆ ಕೆಡಬಾರದೆಂದು ನಾನು ತೀರ-ತೀರ ಮೆಲ್ಲಗೆ ಇಣುಕಿನೋಡುತ್ತಿದ್ದೆ. ಆತ ಮಲಗಿದ್ದಲ್ಲಿಂದ ನನಗೆ ಪೂರಾ ಕಾಣುವಷ್ಟು ನಾನು ನಿಧಾನವಾಗಿ ಇಣುಕಿನೋಡಬೇಕಾದರೆ ನನಗೊಂದು ಗಂಟೆಯೇ ಹಿಡಿಯುತ್ತಿತ್ತು! ಇಂಥ ಮುಂಜಾಗರೂಕತೆ ಯಾರಾದರೂ ಹುಚ್ಚನಿಗೆ ಸಾಧ್ಯವೆ? ಅನಂತರ ನಾನು ಇನ್ನಿಷ್ಟು ನಿಧಾನವಾಗಿ, ಇನ್ನೂ ಜೋಕೆಯಿಂದ ದೀಪವನ್ನು ಕಿರಿದುಗೊಳಿಸುತ್ತಿದ್ದೆ (ಅದರ ಹಿಡಿ ಕಿರ್ರೆಂದು ಸದ್ದುಮಾಡುತ್ತಿತ್ತು). ಈಗ ಆ ಮುದುಕನ ಹದ್ದಿನ ಕಣ್ಣಿನಂಥ ಕಣ್ಣಿನ ಮೇಲೆ ಮಾತ್ರ ತುಸುವೆ ಬೆಳಕು ಬೀಳುವಷ್ಟು ಮಾತ್ರ ದೀಪದ ಬತ್ತಿಯನ್ನು ಇಳಿಸಿರುತ್ತಿದ್ದೆ. ಹೀಗೆ ನಾನು ಸತತವಾಗಿ ಏಳು ರಾತ್ರಿ, ಪ್ರತಿಸಲವೂ ಮಧ್ಯ ರಾತ್ರಿ, ಮಾಡಿದೆ. ಆದರೆ ಆ ಕಣ್ಣು ಪ್ರತಿಸಲವೂ ಮುಚ್ಚಿಯೇ ಇರುತ್ತಿತ್ತು. ಹೀಗಾಗಿ ನನಗೆ ನನ್ನ ಯೋಜನೆಯನ್ನು ಕಾರ್ಯಗತಗೊಳಿಸಲಾಗಲೇ ಇಲ್ಲ. ಯಾಕೆಂದರೆ ನನ್ನ ದ್ವೇಷವೆಲ್ಲ ಆತನ ಕೆಟ್ಟ ಕಣ್ಣಿನ ಮೇಲಿತ್ತೇ ಹೊರತು ಆ ಮುದುಕನ ಮೇಲಲ್ಲ. ಬಳಿಕ ಪ್ರತಿದಿನ ಮುಂಜಾನೆ ನಾನು ಧೈರ್ಯವಾಗಿ ಆತನ ಕೋಣೆಗೆ ಹೋಗಿ ಆತನೊಂದಿಗೆ ಲೋಕಾಭಿರಾಮವಾಗಿ ಸಲಿಗೆಯಿಂದ ಮಾತಾಡುತ್ತಿದ್ದೆ. ರಾತ್ರಿ ನಿದ್ರೆ ಸರಿಯಾಗಿ ಬಂತೆ ಎಂದು ಕೇಳುತ್ತಿದ್ದೆ. ಹೀಗಾಗಿ ನಾನು ಪ್ರತಿ ರಾತ್ರಿ ಹನ್ನೆರಡರ ಸುಮಾರಿಗೆ ಆತ ಗಾಢನಿದ್ರೆಯಲ್ಲಿದ್ದಾಗ ಆತನ ಕೋಣೆಯಲ್ಲಿ ಇಣುಕಿ ನೋಡಬಹುದೆಂದು ಆತ ತರ್ಕಿಸುವುದು – ಶಂಕಿಸುವುದು ಸಾಧ್ಯವೇ ಇರಲಿಲ್ಲ.

ಎಂಟನೆಯ ರಾತ್ರಿ ಆತನ ಬಾಗಿಲು ತೆರೆಯುವಾಗ ನಾನು ಎಂದಿಗಿಂತ ಹೆಚ್ಚು ಜಾಗರೂಕನಾಗಿದ್ದೆ. ಗಡಿಯಾರದ ಸಣ್ಣ ಮುಳ್ಳಿನ ಗತಿಗಿಂತ ನನ್ನ ಕೈಯ ಚಲನೆ ನಿಧಾನವಾಗಿತ್ತು. ನನ್ನ ಬುದ್ಧಿ ಸಾಮರ್ಥ್ಯದ, ಬಗ್ಗೆ ಅಂದು ನನಗೆ ಪೂರ್ಣ ವಿಶ್ವಾಸವೆನಿಸಿತ್ತು. ಎಂಥದೋ ವಿಜಯದ ಉತ್ಸಾಹವೆನಿಸಿತ್ತು. ನಾನು ಸಾಕ್ಷಾತ್ತಾಗಿ ಕೋಣೆಯು ಒಳಹೊಕ್ಕು ನಿಂತಿದ್ದರೂ ಆತನಿಗೆ ನನ್ನ ಇರುವಿಕೆಯ ಅರಿವಿರಲಿಲ್ಲ. ನನ್ನ ಉದ್ದೇಶದ ಸುಳಿವಿರಲಿಲ್ಲ. ನನ್ನ ಉತ್ಸಾಹ-ಸಂಭ್ರಮ ತುಸು ಹೆಚ್ಚೇ ಆಗಿ ನನ್ನ ಗಂಟಲಿನಿಂದ ಎಂಥದೋ ಧ್ವನಿ ಹೊರಟಿರಬೇಕು – ಮುದುಕ ತನ್ನ ಹಾಸಿಗೆಯಲ್ಲಿ ಒಮ್ಮೆಲೇ ಬೆಚ್ಚಿಬಿದ್ದಂತೆ ಅಲುಗಾಡಿದ. ಆದರೂ ನಾನೇನೂ ಹಿಂಜರಿಯಲಿಲ್ಲ. ಯಾಕೆಂದರೆ ಕೋಣೆಯಲ್ಲಿ ಪೂರ್ಣ ಕತ್ತಲಿತ್ತು. (ಕಳ್ಳಕಾಕರ ಭಯದಿಂದ ಆತ ಎಲ್ಲ ಕಿಟಿಕಿಗಳನ್ನು ಭದ್ರವಾಗಿ ಮುಚ್ಚಿದ್ದ). ಆತನಿಗೆ ಬಾಗಿಲು ತೆರೆದದ್ದು ಕಾಣುವುದು ಸಾಧ್ಯವೇ ಇರಲಿಲ್ಲ. ನಾನು ಮೆಲ್ಲಮೆಲ್ಲನೆ ಬಾಗಿಲನ್ನು ಅಗಲವಾಗಿ ತೆರೆದೆ.

ನಾನು ತಲೆಯನ್ನು ಒಳಗೆ ತೂರಿಸಿದ್ದೆ. ಆದರೆ ಇನ್ನು ದೀಪವನ್ನು ಹೊರತೆಗೆಯ ಬೇಕೆನ್ನುವಷ್ಟರಲ್ಲಿ ಅದರ ಹಿಡಿಯಿಂದ ನನ್ನ ಕೈಜಾರಿದ ಸಪ್ಪಳಕ್ಕೆ ಒಮ್ಮೆಲೆ "ಯಾರವರು?" ಅನ್ನುತ್ತ ಆ ಮುದುಕ ಹಾಸಿಗೆ ಮೇಲೆ ಎದ್ದು ಕುಳಿತ.

ನಾನು ಸುಮ್ಮನೇ ಇದ್ದೆ. ಮುಂದೆ ಒಂದು ಇಡೀ ಗಂಟೆಯವರೆಗೆ ಅಲುಗಾಡದೆ ಸುಮ್ಮನೇ ಇದ್ದೆ. ಆದರೆ ಆತ ತಿರುಗಿ ಮಲಗಿದ ಸದ್ದು ಕೇಳಿಸಲಿಲ್ಲ. ಕಳೆದ ಹಲವು ರಾತ್ರಿಗಳನ್ನೆಲ್ಲ ನಾನು ಗಡಿಯಾರದ ಸದ್ದನ್ನೇ ಆಲಿಸುತ್ತ ಎಚ್ಚರವಿದ್ದು ಕಳೆದಂತೆ ಈಗ ಆ ಮುದುಕನೂ ಎಚ್ಚರವಾಗಿ ಹಾಸಿಗೆಯ ಮೇಲೆ ಕುಳಿತೇ ಇದ್ದ.

ತುಸುವೆ ಹೊತ್ತಿನಲ್ಲಿ ಆತ ವಿಲಕ್ಷಣ ಭಯದಿಂದ ಸಣ್ಣಗೆ ಚೀರಿದ. ನೋವು ಅಥವಾ ದುಃಖದ ಕೂಗಲ್ಲ ಅದು. ವಿಪರೀತ ಭಯದಿಂದಾಗಿ ಅಸ್ತಿತ್ವವೇ ನಡುಗಿ ಅಂತರಾಳದಿಂದ ಮೇಲೇಳುವ ಒಂದು ಬಗೆಯ ವಿಚಿತ್ರ ಅಸ್ಪಷ್ಟ ಕೂಗು. ನನಗೆ ಆ ಕೂಗು – ಆ ಬಗೆಯ ವಿಲಕ್ಷಣ ಭಯ ಎರಡೂ ಚಿರಪರಿಚಿತ. ಅದೆಷ್ಟೋ ರಾತ್ರಿಗಳಲ್ಲಿ ಜಗತ್ತೆಲ್ಲ ನಿದ್ರಿಸುತ್ತಿರುವಾಗ ನನ್ನೆದೆಯ ಆಳದಿಂದ ಅಂಥ ಒಂದು ಕೂಗು ಹೊರಟದ್ದುಂಟು. ಅಂತೆಯೇ ಆ ಮುದುಕನಿಗೀಗ ಏನೆನಿಸುತ್ತಿರಬೇಕೆಂಬ ಸ್ಪಷ್ಟ ಕಲ್ಪನೆಯಿತ್ತು ನನಗೆ. ಅಂತೆಯೇ ನನಗೊಂದು ಬಗೆಯ ವಿಲಕ್ಷಣ ಆನಂದವೂ ಅನಿಸಿತು. ಮೊದಲ ಸಲ ಸದ್ದಾದಾಗಲೇ ಆತನಿಗೆ ಎಚ್ಚರ ವಾಗಿತ್ತು. ಸದ್ದಾದದ್ದು ಕೇವಲ ತನ್ನ ಭ್ರಮೆಯಿರಬೇಕೆಂದು ನಂಬಲು ಆತ ಪ್ರಯತ್ನಿಸಿದ್ದರೂ ಆತನಿಗದು ಸಾಧ್ಯವಾಗಿರಲಿಲ್ಲ. ನನಗೆ ಗೊತ್ತಿತ್ತು. ಹೊಗೆಕೊಳವೆಯ ಒಳಗೆ ಗಾಳಿ ಬೀಸಿ, ನೆಲದ ಮೇಲೆ ಇಲಿ ನುಸುಳಿ ಅಥವಾ ಮಿಡಿತೆಯೊಂದು ಚಿಲಿಪಿಲಿಗುಟ್ಟಿ ಆ ಸದ್ದಾಗಿರ ಬಹುದೆಂದು ಭಾವಿಸಿ ಸಮಾಧಾನಗೊಳ್ಳಲು ಅವನಿನ್ನೂ ಪ್ರಯತ್ನಿಸುತ್ತಿದ್ದ. ಆದರೆ ಭಯ ಅವನನ್ನಿನ್ನೂ ಬಿಟ್ಟಿರಲಿಲ್ಲ. ಯಾಕೆಂದರೆ ಮುಂದೆ ಕೆಲವೇ ಕ್ಷಣಗಳಲ್ಲಿ ಆತನಿಗೊದಗಲಿದ್ದ ಮೃತ್ಯು ಈಗಾಗಲೇ ತನ್ನ ಕರಾಳ ಛಾಯೆಗಳಿಂದ ಆತನನ್ನು ಆವರಿಸಿಬಿಟ್ಟಿತ್ತು. ನಾನು ಇಣುಕಿ ನೋಡಿದ್ದು ಆತನಿಗೆ ಕಂಡಿರಲಿಲ್ಲವಾದರೂ ಬರಲಿರುವ ಸಾವಿನ ಮುನ್ಸೂಚನೆಯಿಂದಾಗಿಯೇ ಏನೋ, ಯಾರೋ ಅಲ್ಲಿ ಹೊಂಚಿದ್ದು ಆತನಿಗೆ ಗೊತ್ತಾಗಿಬಿಟ್ಟಿತ್ತು.

ಬಹಳ ಹೊತ್ತಿನವರೆಗೂ ಆತ ತಿರುಗಿ ಮಲಗಲೇ ಇಲ್ಲ. ಈಗ ದೀಪವನ್ನು ತುಸುವೇ ದೊಡ್ಡದು ಮಾಡಲು ನಾನು ನಿರ್ಧರಿಸಿದೆ. ತೀರಾ ಜಾಗರೂಕತೆಯಿಂದ, ನಿಧಾನವಾಗಿ ದೀಪದ ಅತಿ ಮಂದವಾದ ಕಿರಣವೊಂದು ಆತನ ಹದ್ದಿನ ಕಣ್ಣಿನ ಮೇಲಷ್ಟೇ ಬೀಳುವ ಹಾಗೆ ಮಾಡಿದೆ.

ಆ ಕಣ್ಣು ಅಗಲವಾಗಿ ತೆರೆದಿತ್ತು. ಅದನ್ನು ನೋಡುತ್ತಿದ್ದಂತೆ ನನ್ನ ಮೈಯಿಡೀ ಕುದಿಯಿತು. ಆ ನಸುನೀಲಿ ಬಣ್ಣ, ಅದರ ಮೇಲಿನ ತೆಳುವಾದ ಪೊರೆ, ನನ್ನ ಎಲುಬುಗಳಲ್ಲೂ ನಡುಕ ಹುಟ್ಟಿಸುವ ಆ ಚುಚ್ಚುವ ನೋಟ – ಇದಿಷ್ಟನ್ನೆ ನಾನು ನಿಚ್ಚಳವಾಗಿ ನೋಡಿದೆ. ಅಲ್ಲಷ್ಟೆ ಬೆಳಕು ಬಿದ್ದಿದ್ದರಿಂದ ಅದಷ್ಟೆ ನನಗೆ ಕಾಣಿಸಿತು. ಮುದುಕನ ಮುಖವಾಗಲಿ ದೇಹವಾಗಲಿ ನನಗೆ ಕಾಣಲೇ ಇಲ್ಲ.

ಈಗ – ನೀವು ಹುಚ್ಚುತನವೆಂದು ಭ್ರಮಿಸಿರುವುದು ನನ್ನ ತೀಕ್ಷ್ಣ ಪ್ರಜ್ಞೆಯೇ ಹೊರತು ಬೇರೇನೂ ಅಲ್ಲವೆಂಬುದಕ್ಕೆ ನಿಜವಾಗಿಯೂ ಇದೊಂದು ನಿದರ್ಶನ – ಈಗ ನನಗೊಂದು ವಿಲಕ್ಷಣ ಸದ್ದು ಕೇಳಿಸಿತು. ಚಿಕ್ಕ ಕೈಗಡಿಯಾರವನ್ನು ಬಟ್ಟೆಯಲ್ಲಿ ಸುತ್ತಿಟ್ಟಾಗ ಕೇಳಿ ಬರುವಂಥ ನಿಧಾನವಾದ-ಮಂದವಾದ-ನಿಶ್ಶಕ್ತವಾದ ಸದ್ದು. ನನಗೆ ಈ ಸದ್ದೂ ಪರಿಚಿತವೇ. ಇದು ಆ ಮುದುಕನ ಹೃದಯದ ಬಡಿತದ ಸದ್ದು. ರಣಭೇರಿಯ ಧ್ವನಿ ಕೇಳಿ ಧೈರ್ಯದಿಂದ ಮುನ್ನುಗ್ಗುವ ಯೋಧನ ಹಾಗೆ ಈ ಬಡಿತದ ಸದ್ದು ಕೇಳಿ ನನ್ನ ಕುದಿತ–ಒಳಗುದಿ ನೂರ್ಮಡಿಯಾಯಿತು., ನಾನು ಈಗಲೂ ಸುಮ್ಮನಿದ್ದೆ. ಉಸಿರು ಬಿಗಿಹಿಡಿದಿದ್ದೆ. ದೀಪವನ್ನು ಒಂದಿನಿತೂ ಅಲುಗಾಡಿಸಲಿಲ್ಲ. ಮುದುಕನ ಕಣ್ಣಿನ ಮೇಲೆ ಬಿದ್ದ ಕಿರಣವನ್ನು ಸ್ಥಾಯಿಯಾಗಿರಿಸಲು ಎಲ್ಲ ಪ್ರಯತ್ನ ಮಾಡಿದೆ. ಆದರೆ ಆತನ ಹೃದಯದ ಬಡಿತದ ಸದ್ದು ಮಾತ್ರ ತೀವ್ರವಾಗುತ್ತ ಗಟ್ಟಿಯಾಗುತ್ತ ಹೊರಟಿತು. ಬಹುಶಃ ಮುದುಕನಿಗೆ ವಿಪರೀತ ಭಯವಾಗಿರಬೇಕು. ನಾನು ಇನ್ನೂ ಸುಮ್ಮನೇ ಇದ್ದೆ. ಆ ಹೃದಯದ ಬಡಿತದ ಸದ್ದು ಮತ್ತಷ್ಟು ಹೆಚ್ಚಾಯಿತು. ಪ್ರತಿ ಕ್ಷಣ ಹೆಚ್ಚಾಗುತ್ತಲೇ ಇತ್ತು. ನಾನು ದಿಗಿಲುಗೊಂಡದ್ದು–

ಗಾಬರಿಯಾದದ್ದು ನಿಜ. ಆ ಮಧ್ಯರಾತ್ರಿ, ಆ ಹಳೆಯ ಮನೆಯ ಏಕಾಂತತೆಯಲ್ಲಿ, ಆ ವಿಲಕ್ಷಣ ಸದ್ದು ನನ್ನಲ್ಲಿ ಇನ್ನೂ ವಿಲಕ್ಷಣವಾದ ಭಯವನ್ನೂ ನಡುಕವನ್ನೂ ಹುಟ್ಟಿಸಿತು. ಆದರೂ ನಾನು ಮತ್ತೆ ಕೆಲವು ಕ್ಷಣ ಸುಮ್ಮನೇ ಇದ್ದೆ. ಆ ಬಡಿತ ಇನ್ನೂ ಹೆಚ್ಚಾಯಿತು – ಇನ್ನೇನು ಆ ಮುದುಕನ ಹೃದಯವೇ ಒಡೆದುಹೋಗುತ್ತದೋ ಅನ್ನುವ ಹಾಗೆ. ಈಗ ನನಗೆ ಬೇರೆಯದೇ ಒಂದು ಭಯ ಸುರುವಾಯಿತು. ಕ್ಷಣಕ್ಷಣಕ್ಕೂ ತೀವ್ರವಾಗುತ್ತಿರುವ ಈ ಮುದುಕನ ಹೃದಯದ ಬಡಿತದ ಸದ್ದಿಗೆ ನೆರೆಹೊರೆಯವರು ಎಚ್ಚತ್ತರೆ? ಆತನ ಕೊನೆ ಘಳಿಗೆ ಕೊನೆಗೂ ಬಂದೇ ಬಿಟ್ಟಿತ್ತು. ನಾನು ಒಮ್ಮೆಲೆ ಚೀರಿ ದೀಪವನ್ನು ಆಚೆಗೆ ಎಸೆದು ಕೋಣೆಯ ಒಳಹೊಕ್ಕೆ, ಆತ ಒಮ್ಮೆ ಮಾತ್ರ ಕಿರಿಚಿದ, ಒಮ್ಮೆಯೇ. ಕ್ಷಣಾರ್ಧದಲ್ಲಿ ನಾನು ಆತನನ್ನು ಎಳೆದು ನೆಲದ ಮೇಲೆ ನೂಕಿ ದಪ್ಪಗಾದ-ಭಾರವಾದ ಹಾಸಿಗೆಯನ್ನು ಆತನ ಮೇಲೆ ಎಳೆದು ಹಾಕಿದೆ. ನನ್ನ ಯೋಜನೆ ಇಲ್ಲಿಯವರೆಗೆ ಫಲಿಸಿದ್ದಕ್ಕಾಗಿ ಒಮ್ಮೆ ನಸುನಕ್ಕೆ. ಆದರೆ ಹಲವಾರು ಕ್ಷಣಗಳವರೆಗೆ ಒತ್ತಿಹಿಡಿದಂತಹ ಸದ್ದೊಂದು ಆತನ ಹೃದಯದಿಂದ ಕೇಳಿಬರುತ್ತಲೇ ಇತ್ತು. ಇದೇನೂ ಗೋಡೆಯಾಚೆ ಕೇಳಿಸುವುದು ಸಾಧ್ಯವಿರದ್ದರಿಂದ ನನಗೆ ಆತಂಕವಾಗಲಿಲ್ಲ. ಕೊನೆಗೊಮ್ಮೆ ಆ ಸದ್ದು ನಿಂತಿತು. ಮುದುಕ ಸತ್ತುಹೋಗಿದ್ದ. ಹಾಸಿಗೆಯನ್ನು ಬದಿಗೆ ಸರಿಸಿ ನಾನು ಆತನ ಹೆಣವನ್ನು ಪರೀಕ್ಷಿಸಿದೆ. ಆತನೀಗ ನಿಜವಾಗಿಯೂ ಸತ್ತುಹೋಗಿದ್ದ. ಆತನ ಹೃದಯದ ಮೇಲೆ ಕೈಯಿರಿಸಿ ನೋಡಿದೆ. ಅದರ ಮಿಡಿತವೀಗ ನಿಂತುಹೋಗಿತ್ತು. ಇನ್ನೆಂದೂ ಆತನ ಕಣ್ಣನೋಟ ನನ್ನನ್ನು ಚುಚ್ಚುವುದು ಸಾಧ್ಯವಿರಲಿಲ್ಲ.

ಆತನ ಮೃತದೇಹವನ್ನು ಬಚ್ಚಿಡುವುದರಲ್ಲಿ ನಾನು ವಹಿಸಿದ ಮುಂಜಾಗ್ರತೆಯ ಕ್ರಮಗಳನ್ನು ಕೇಳಿದರಂತೂ ನೀವೆಂದೂ ತಿರುಗಿ ನನ್ನನ್ನು ಹುಚ್ಚನೆನ್ನಲಾರಿರಿ. ರಾತ್ರಿ ಸದ್ದಿಲ್ಲದೆ ಸರಿದುಹೋಗುತ್ತಿತ್ತು. ನಾನು ಕ್ಷಿಪ್ರವಾಗಿ ಆದರೆ ನಿಶ್ಶಬ್ದವಾಗಿ ಕಾರ್ಯಪ್ರವೃತ್ತನಾಗಿದ್ದೆ. ಮೊದಲು ನಾನು ಆ ಹೆಣದ ತಲೆ ಹಾಗೂ ಕೈ-ಕಾಲುಗಳನ್ನು ಕಡಿದು ಬೇರ್ಪಡಿಸಿದೆ.

ಅನಂತರ ನಾನು ಆ ಕೋಣೆಯ ನೆಲಕ್ಕೆ ಜೋಡಿಸಲಾಗಿದ್ದ ಮರದ ಹಲಗೆಗಳಲ್ಲಿ ಮೂರನ್ನು ಹೊರತೆಗೆದೆ. ಒಳಗಡೆ ಎಲ್ಲವನ್ನೂ ಹೂಳಿ ತಿರುಗಿ ತುಂಬ ಜಾಗರೂಕತೆಯಿಂದ ಆ ಹಲಗೆಗಳನ್ನು ಜೋಡಿಸಿದೆ. ಆ ಮುದುಕನ ಹದ್ದಿನ ಕಣ್ಣಿಗೂ ಗೊತ್ತಾಗಲಾರದಷ್ಟು ಚಾಕಚಕ್ಯತೆಯಿಂದ ನಾನು ಈ ಕೆಲಸ ಮಾಡಿದೆ. ರಕ್ತದ ಅಥವಾ ಬೇರಾವುದೇ ಕಲೆಗಳೇ ಇರದಿದ್ದರಿಂದ ತೊಳೆಯುವಂಥದೇನೂ ಇರಲಿಲ್ಲ. ಹಾಗಾಗದಂತೆ ನಾನು ಎಚ್ಚರಿಕೆ ವಹಿಸಿದ್ದೆ. ಅದೆಲ್ಲ ಒಂದು ಪಾತ್ರೆಗೆ ಬೀಳುವಂತೆ ಏರ್ಪಾಡು ಮಾಡಿದ್ದೆ – ಹಹ್ಹ...

ಎಲ್ಲ ಮುಗಿದಾಗ ಬೆಳಗಿನ ನಾಲ್ಕು ಗಂಟೆಯಾಗಿದ್ದರೂ ಇನ್ನೂ ಗಾಢ ಕತ್ತಲಿತ್ತು. ಮುಂಜಾನೆ ಬಾಗಿಲ ಕರೆಗಂಟೆ ಬಾರಿಸಿದಾಗ ನಾನು ಹಗುರವಾದ ಹೃದಯದಿಂದ ಕೆಳಗಿಳಿದು ಹೋಗಿ ಬಾಗಿಲು ತೆರೆದೆ. ಈಗೇಕೆ ನನಗೆ ಅಂಜಿಕೆ? ಬಂದವರು ಮೂರು ಜನ – ತಾವು ಪೊಲೀಸ್ ಅಧಿಕಾರಿಗಳೆಂದು ಪರಿಚಯಿಸಿಕೊಂಡರು. ರಾತ್ರಿ ನೆರೆಯಾತನೊಬ್ಬನಿಗೆ ಯಾರೋ ಚೀರಿದ್ದು ಕೇಳಿಸಿತ್ತು; ಏನೋ ದುಷ್ಕೃತ್ಯ ನಡೆದಿರಬೇಕೆಂದು ಸಂಶಯ ಬಂದಿತ್ತು; ಪೊಲೀಸರಿಗೆ ಸುದ್ದಿ ತಲುಪಿಸಲಾಗಿತ್ತು; ಹೀಗಾಗಿ ಸ್ಥಳವನ್ನು ಪರೀಕ್ಷಿಸಲೆಂದು ಆ ಅಧಿಕಾರಿಗಳು ಬಂದಿದ್ದರು.

ನಾನು ಮುಗುಳ್ನಕ್ಕೆ. ನನಗೇಕೆ ಇಲ್ಲದ ಅಂಜಿಕೆ? ನಾನು ಅವರನ್ನು ಸ್ವಾಗತಿಸಿ ಕರೆದು ಕೂಡಿಸಿದೆ. ಕನಸಿನಲ್ಲಿ ನಾನೇ ಚೀರಿದ್ದೆಂದು ಹೇಳಿದೆ. ಆ ಮುದುಕ ಹಳ್ಳಿಗೆ ಹೊರಟು ಹೋಗಿದ್ದಾನೆಂದು ತಿಳಿಸಿದೆ. ಅವರನ್ನು ಮನೆಯಲ್ಲೆಲ್ಲ ಸುತ್ತಾಡಿಸಿ ತೋರಿಸಿದೆ. ಕೊನೆಗೆ ಆ

ಮುದುಕನ ಕೋಣೆಗೇ ಅವರನ್ನು ಕರೆದುಕೊಂಡು ಹೋದೆ. ಸುರಕ್ಷಿತವಾಗಿದ್ದ ಆತನ ಸಂಪತ್ತನ್ನು ತೋರಿಸಿದೆ. ತುಂಬು ವಿಶ್ವಾಸದಿಂದ-ಉತ್ಸಾಹದಿಂದ ಆ ಕೋಣೆಯಲ್ಲೆ ಕುರ್ಚಿಗಳನ್ನು ತಂದುಹಾಕಿ ಅವರನ್ನು ವಿಶ್ರಮಿಸಿಕೊಳ್ಳುವಂತೆ ಹೇಳಿದೆ. ನನ್ನ ಯೋಜನೆಯು ಪೂರ್ಣ ಸಫಲವಾದದ್ದರ ಸಂಭ್ರಮದ ಭರದಲ್ಲಿ ನನ್ನ ಕುರ್ಚಿಯನ್ನು ಆ ಮುದುಕನ ಹೆಣವನ್ನು ಹೂತಿಟ್ಟ ಸ್ಥಳದಲ್ಲೇ ಹಾಕಿ ನಾನೂ ಕೂತುಕೊಂಡೆ.

ಆ ಅಧಿಕಾರಿಗಳಿಗೆ ಸಮಾಧಾನವಾಗಿತ್ತು. ನನ್ನ **ನಡವಳಿಕೆ ಔಚಿತ್ಯಪೂರ್ಣವಾಗಿತ್ತು.** ನಾನು, ತೀರಾ ನಿಸ್ಸಂಕೋಚದಿಂದ ವರ್ತಿಸುತ್ತಿದ್ದೆ. ಉತ್ಸಾಹದಿಂದ ಮಾತನಾಡುತ್ತಿದ್ದೆ. ನಾವು ಆ-ಈ ವಿಷಯಗಳ ಬಗೆಗೆಲ್ಲ ಚರ್ಚಿಸಿದೆವು. ಆದರೆ ಕೆಲವೇ ಕ್ಷಣಗಳಲ್ಲಿ ಯಾಕೋ ನನ್ನ ಶಕ್ತಿ ಸೋರಿ ಹೋಗುತ್ತಿರುವಂತೆನಿಸಿ ಇವರೊಮ್ಮೆ ಎದ್ದು ಹೋಗಬಾರದೆ ಅನಿಸತೊಡಗಿತು. ನನ್ನ ತಲೆ ನೋಯಲಾರಂಭಿಸಿತು, ಕಿವಿಗಳಲ್ಲೇನೋ ಗುಯ್‌ಗುಡುವ ಸದ್ದು. ಅವರಿನ್ನೂ ಕುಳಿತು ಮಾತನಾಡುತ್ತಲೇ ಇದ್ದರು. ನನ್ನ ಕಿವಿಯಲ್ಲಿನ ಗುಂಯ್‌ಗುಡುವಿಕೆ ಹೆಚ್ಚಾಯಿತು – ಹೆಚ್ಚಾಗುತ್ತ, ಸ್ಪಷ್ಟವಾಗುತ್ತ ಹೋಯಿತು. ಅದನ್ನು ಮರೆತುಬಿಡಲು ನಾನು ಇನ್ನೂ ಹೆಚ್ಚು ನಿಸ್ಸಂಕೋಚವಾಗಿ ಮಾತಾಡಿದೆ. ಅದು ಇನ್ನೂ ಹೆಚ್ಚಾಯಿತು, ಇನ್ನೂ ಸ್ಪಷ್ಟವಾಯಿತು. ಆಗಲೇ ನನ್ನ ಗಮನಕ್ಕೆ ಬಂದದ್ದು – ಈ ಸದ್ದು ನನ್ನ ಕಿವಿಯ ಒಳಗಿನದಲ್ಲ ಎಂದು.

ನನಗೀಗ ನಿಜವಾಗಿ ಭಯವಾಗತೊಡಗಿತು. ಅದನ್ನು ಕಡೆಗಣಿಸಲು ನಾನಿನ್ನೂ ಹೆಚ್ಚು ಗಟ್ಟಿಯಾಗಿ ಮಾತಾಡತೊಡಗಿದೆ. ಆ ಸದ್ದು ಇನ್ನೂ ಹೆಚ್ಚಾಯಿತು. ಇನ್ನೇನು ಮಾಡುವುದು? **ನಿಧಾನವಾದ-ಮಂದವಾದ-ನಿಶ್ಶಕ್ತವಾದ ಸದ್ದು... ಕೈಗಡಿಯಾರವೊಂದನ್ನು ಬಟ್ಟೆಯಲ್ಲಿ ಸುತ್ತಿಟ್ಟಾಗ ಕೇಳಿಬರುವಂತಹ ಸದ್ದು...** ನನಗೆ ಉಸಿರು ಕಟ್ಟಿದಂತೆನಿಸಿತು. ಆದರೆ ಆ ಅಧಿಕಾರಿಗಳಿಗದು ಕೇಳಿಸಿರಲೇ ಇಲ್ಲ. ನಾನು ಹೆಚ್ಚು ಗಟ್ಟಿಯಾಗಿ– ಹೆಚ್ಚು ಉತ್ಸಾಹದಿಂದ ಮಾತಾಡಿದೆ. ಆ ಸದ್ದು ಇನ್ನೂ ಹೆಚ್ಚಾಯಿತು. ಓಹ್, ಅವರೇಕೆ ಎದ್ದು ಹೋಗುತ್ತಿಲ್ಲವೋ? ನಾನು ಎದ್ದು ಅಶಾಂತಿಯಿಂದ ಕೋಣೆಯಲ್ಲಿ ಶತಪಥ ಹಾಕಿದೆ. ಆ ಸದ್ದು ಹೆಚ್ಚುತ್ತಲೇ ಹೋಯಿತು. ಓಹ್ ದೇವರೆ! ಇನ್ನೇನು ಮಾಡಲಿ? ಉತ್ಕಂಠನಾಗಿ–ಸಿಟ್ಟಿನಿಂದ–ಅಶಾಂತಿಯಿಂದ–ಅಸಹಾಯಕತೆಯಿಂದ ನಾನವರನ್ನು ಮನದಲ್ಲೆ ಶಪಿಸಿದೆ. ನಾನು ಕೂತಿದ್ದ ಕುರ್ಚಿಯನ್ನೆತ್ತಿ ಆ ಹಲಗೆಗಳ ಮೇಲೆ ಕುಕ್ಕಿದೆ. ಆ ಸದ್ದು ಈಗ ಮತ್ತಷ್ಟು ಹೆಚ್ಚಾಯಿತು, ಗಟ್ಟಿಯಾಯಿತು. ಆ ಅಧಿಕಾರಿಗಳು ಇನ್ನೂ ಮಾತನಾಡುತ್ತಲೇ ಮುಗುಳುನಗುತ್ತಲೇ ಇದ್ದರು. ಅವರಿಗೆ ಆ ಸದ್ದು ಕೇಳಿಸಿರಲಾರದೆ? ಅದು ಹೇಗೆ ಸಾಧ್ಯ? ಅವರಿಗದು ಕೇಳಿಸುತ್ತಿರಲೇಬೇಕು. ಅವರಿಗೆ ಸಂಶಯ ಬಂದಿರಲೇಬೇಕು, ಅವರಿಗೆ **ಗೊತ್ತಾಗಿರಲೇಬೇಕು.** ನನಗೆನಿಸಿತು – ಅವರು ನನ್ನ ಭೀತಿಯನ್ನು ಅಣಕಿಸುತ್ತಿದ್ದಾರೆ! ಈ ಅನಿಶ್ಚಿತತೆಗಿಂತ, ಈ ಯಾತನೆಗಿಂತ ಕೆಟ್ಟದ್ದು–ಅಸಹನೀಯವಾದದ್ದು ಏನೂ ಇರಲಾರದು. ಅವರ ಅಣಕದ ನಗೆಯನ್ನು ಸಹಿಸಲು ನನಗೆ ಇನ್ನು ಸಾಧ್ಯವಿರಲಿಲ್ಲ. ಒಂದೋ ನಾನು ಚೀರಿಬಿಡಬೇಕು ಅಥವಾ ಸತ್ತುಹೋಗಬೇಕು ಎಂದು ನನಗೆನಿಸಿತು... ಓಹ್, ಈಗ–ಈಗ ಇನ್ನೂ ಗಟ್ಟಿಯಾಗಿ ಇನ್ನೂ ಸ್ಪಷ್ಟವಾಗಿ ಕೇಳಿಬರುತ್ತಿದೆ...

ನಾನು ಚೀರಿದೆ :

"ದುಷ್ಟರೇ ! ಹೀಗೆ ಏನೂ ತಿಳಿಯದ ಸೋಗು ಹಾಕಬೇಡಿ. ನಾನು ಈ ಕೆಲಸ ಮಾಡಿದ್ದೇನೆ ಅಂತ ಒಪ್ತೇನೆ. ಈ ಹಲಗೆಗಳನ್ನು ಕಿತ್ತೊಗೆಯಿರಿ–ಇಲ್ಲಿ, ಇಲ್ಲೇ! ಆತನ ಭಯಂಕರ ಹೃದಯದ ಬಡಿತದ ಸದ್ದು ಇದು !"

○

○ ಜಾಕ್ ಲಂಡನ್

ಜೀವನ ನಿಯಮ

ಮುದುಕ ಕೊಸ್‌ಕೂಶ್ ಕಾತರದಿಂದ ಕಿವಿಗೊಟ್ಟು ಕೇಳಿದ. ಆತನ ಕಣ್ಣಿನ ದೃಷ್ಟಿ ಎಂದೋ ಕಳೆದುಹೋಗಿದ್ದರೂ ಶ್ರವಣ ಶಕ್ತಿ ಇನ್ನೂ ಕುಂದಿರಲಿಲ್ಲ. ನಿರಿಗೆಗಟ್ಟಿದ ಆ ಹಣೆಯಿಂದ ಈ ಜಗತ್ತಿನ ವಸ್ತುಗಳ ಮೇಲೆ ಅವನ ನೋಟ ಈಗ ಹರಿಯುತ್ತಿರಲಿಲ್ಲವಾದರೂ ಅದರ ಹಿಂದೆ ಇನ್ನೂ ಮಿನುಗುತ್ತಿದ್ದ ಬುದ್ಧಿ ಶಕ್ತಿಗೆ ಅತಿ ಕ್ಷೀಣ ಧ್ವನಿಯ ಅರಿವೂ ತಕ್ಷಣ ಆಗುತ್ತಿತ್ತು. ಓಹ್! ನಾಯಿಗಳನ್ನು ಕಟ್ಟಿ ಹಾಕುತ್ತ ಬಡಿಯುತ್ತ ಬೆದರಿಸುತ್ತಿದ್ದ ಸಿತ್-ಕಮ್-ತೊ-ಹಾಳ ಧ್ವನಿ ಅದು. ಸಿತ್-ಕಮ್-ತೊ-ಹಾ ಆತನ ಮಗಳ ಮಗಳು. ಆದರೆ ಹಿಮದ ಮೇಲೆ ಏಕಾಕಿಯಾಗಿ ಅಸಹಾಯನಾಗಿ ಕೂತಿದ್ದ ತನ್ನ ಮುದಿ ಅಜ್ಜನ ಬಗ್ಗೆ ಯೋಚಿಸುವಷ್ಟು ಪುರಸೊತ್ತಿರಲಿಲ್ಲ ಆಕೆಗೆ. ಇಲ್ಲಿನ ಬಿಡಾರ ಕೀಳಬೇಕಿತ್ತು. ಮುಂದಿನ ದಾರಿ ದೀರ್ಘವಾಗಿತ್ತು. ಆದರೆ ಈ ಚಿಕ್ಕ ಹಗಲು ಅವರಿಗಾಗಿ ಕಾಯಲು ಸಿದ್ಧವಿರಲಿಲ್ಲ. ಜೀವನ ಆಕೆಯನ್ನು ಕೂಗಿ ಕರೆಯುತ್ತಿತ್ತು. ಜೀವನದ ಕರ್ತವ್ಯಗಳು ಆಕೆಯನ್ನು ಕರೆಯುತ್ತಿದ್ದವು. ಸಾವಲ್ಲ. ಆತ ಮಾತ್ರ ಈಗ ಸಾವಿಗೆ ಹತ್ತಿರವಾಗಿದ್ದ.

ಸಾವಿನ ವಿಚಾರದಿಂದ ಕ್ಷಣಮಾತ್ರ ಮುದುಕ ತತ್ತರಿಸಿದ, ನಡುಗುತ್ತಿರುವ ಕೈಚಾಚಿ ಪಕ್ಕದಲ್ಲಿರುವ ಒಣಗಿದ ಕಟ್ಟಿಗೆಗಳ ಚಿಕ್ಕ ರಾಶಿಯ ಮೇಲೆ ಕೈಯಾಡಿಸಿದ. ಅದು ಅಲ್ಲಿತ್ತೆಂದು ಖಾತ್ರಿ ಮಾಡಿಕೊಂಡು ಮರಳಿ ಕೈಗಳನ್ನು ತನ್ನ ಜೀರ್ಣವಾದ ತುಪ್ಪಳದ ಹೊದಿಕೆಯಲ್ಲಿ ಹುದುಗಿಸಿದ. ಮತ್ತೆ ಕಿವಿಗೊಟ್ಟು ಆಲಿಸಿದ. ಹಿಮಚಿಗರೆಯ ಮರಗಟ್ಟಿದ ಚರ್ಮಗಳ ಚಟಗುಡುವ ಸಪ್ಪಳದಿಂದ ಆತನಿಗೆ ಮುಖ್ಯಸ್ಥನ ಬಿಡಾರವನ್ನು ಕಿತ್ತು ಮಡಿಚಿ ಗಾಡಿಯಲ್ಲಿ ಹೇರುತ್ತಿರುವರೆಂದು ತಿಳಿಯಿತು. ಮುಖ್ಯಸ್ಥ ಆತನ ಮಗನೇ. ಎತ್ತರ ನಿಲುವಿನ, ದೃಢಕಾಯದ ಆತ ತಮ್ಮ ಪಂಗಡದ ಜನರ ಮುಂದಾಳುವೂ ಸಾಹಸಿಯಾದ ಬೇಟೆಗಾರನೂ ಆಗಿದ್ದ. ಬಿಡಾರದಲ್ಲಿನ ಸಾಮಾನುಗಳನ್ನು ಕಟ್ಟಿ ಹೊರಡಲು ತಡಮಾಡುತ್ತಿದ್ದ ಹೆಂಗಸರನ್ನೊಮ್ಮೆ ಆತ ಅವರ ಆಲಸ್ಯಕ್ಕಾಗಿ ಎತ್ತರದ ಧ್ವನಿಯಲ್ಲಿ ಗದರಿಸಿದ. ಮುದುಕ ಕೊಸ್‌ಕೂಶ್ ಕಿವಿ

ನಿಮಿರಿಸಿ ಕೇಳಿದ. ಆ ಧ್ವನಿಯನ್ನಾತ ಕೇಳಲಿರುವುದು ಇದೇ ಕೊನೆಯ ಸಲ. ಅದೋ, ಗೀಹೌನ ವಸತಿ ಹೊರಟಿತ್ತು! ಟಸ್ಕನ್‌ನ ವಸತಿಯೂ ಹೊರಟಿತ್ತು! ಏಳು, ಎಂಟು, ಒಂಭತ್ತು; ಪೂಜಾರಿಯ ವಸತಿ ಮಾತ್ರ ಇನ್ನೂ ನಿಂತಿತ್ತೆಂದು ಕಾಣುತ್ತದೆ. ಅದೋ, ಈಗ ಕೇಳುತ್ತಿರುವುದು ಅದನ್ನೇ, ಪೂಜಾರಿಯ ಧ್ವನಿ ಹಾಗೂ ಆತನ ಸಾಮಾನುಗಳನ್ನು ಹಿಮಬಂಡಿಯ ಮೇಲೆ ಹೇರುತ್ತಿರುವುದು ಮುದುಕನಿಗೆ ಕೇಳಿಸುತ್ತಿತ್ತು. ಮಗುವೊಂದು ಬಳಲಿ ಅಳುತ್ತಿತ್ತು, ಹೆಂಗಸೊಬ್ಬಳು ಅದನ್ನು ಮೃದು ಮಾತುಗಳಿಂದ ಸಾಂತ್ವನಪಡಿಸುತ್ತಿದ್ದಳು. ಅಶಕ್ತವೂ ಹಟಮಾರಿಯೂ ಆದ ಪುಟ್ಟ ಕೂಟೀ ಇರಬಹುದು. ಬಹುಶಃ ಅದು ಬೇಗನೇ ಸಾಯಬಹುದು. ಆನಂತರ ಅವರು ಹಿಮದಲ್ಲಿ ಸುಟ್ಟು ತೆಗೆದ ಗುಂಡಿಯಲ್ಲಿ ಅದನ್ನು ಹೂಳಿ, ತೋಳಗಳಿಂದ ರಕ್ಷಿಸಲೆಂದು ಮೇಲೆ ಕಲ್ಲು ಮುಚ್ಚುವರು. ಆದರೇನಂತೆ? ಹೆಚ್ಚೆಂದರೆ ಕೆಲವು ವರ್ಷಗಳ ಬದುಕು. ಕೆಲವು ದಿನ ಹೊಟ್ಟೆ ತುಂಬಿದರೆ. ಮತ್ತೆ ಅಷ್ಟೇ ದಿನ ಖಾಲಿ. ಕೊನೆಗೆ ಎಲ್ಲರಿಗಿಂತ ಹೆಚ್ಚು ಹಸಿವುಳ್ಳ, ಹಸಿವಿನಿಂದ ಸದಾ ಚಡಪಡಿಸುತ್ತ ಕಾಯುತ್ತಿರುವ ಸಾವಿನ ಉದರಕ್ಕೆ ಬಲಿ.

ಅದೇನು? ಓಹ್, ಗಂಡಸರು ಹಿಮಬಂಡಿಗಳನ್ನು ಅಣಿಗೊಳಿಸುತ್ತ ಎಲ್ಲರನ್ನೂ ಹೊರಡಿಸುತ್ತಿದ್ದಾರೆ. ಆತ ಕೇಳಿದ, ಇನ್ನೆಂದೂ ಆತನಿಗದು ಕೇಳದು, ನಾಯಿಗಳ ಮೇಲೆ ಚರ್ಮ ಭೇದಿಸುವಂತೆ ಬಾರುಕೋಲುಗಳು ಬೀಸಿದವು. ಅವು ಚೀರುತ್ತಿವೆ. ಆ ಕೆಲಸವೆಂದರೆ ಅವುಗಳಿಗೆ ವಿಪರೀತ ದ್ವೇಷ. ಅವರು ಹೊರಟೇಬಿಟ್ಟರು! ಹಿಮಬಂಡಿಗಳು ಒಂದರ ಹಿಂದೊಂದರಂತೆ ಮೌನವನ್ನು ಭೇದಿಸುತ್ತ ಹೊರಟವು. ಅವರು ಹೊರಟೇ ಹೋದರು. ಅವರು ಆತನ ಜೀವನದಿಂದ ಹೊರಟೇ ಹೋದರು. ಕೊನೆಯ ಕಹಿ ಕ್ಷಣವನ್ನು ಆತ ಏಕಾಕಿಯಾಗಿ ಎದುರಿಸಬೇಕು. ಓಹ್, ಯಾರದೋ ಹಿಮಬೂಟುಗಳ ತುಳಿತಕ್ಕೆ ಸಿಕ್ಕ ಹಿಮದ ಸದ್ದು; ಯಾರೋ ಒಬ್ಬಾತ ಆತನ ಬಳಿ ಬಂದುನಿಂತ; ಆತನ ತಲೆಯ ಮೇಲೆ ಮೃದುವಾಗಿ ಕೈಯಿಟ್ಟ. ಹೀಗೆ ಮಾಡಲು ಆತನ ಮಗ ಎಷ್ಟು ಒಳ್ಳೆಯವನಾಗಿದ್ದ. ಆತನಿಗೆ ಮುದುಕ ತಂದೆಯರನ್ನು ಹಾಗೇ ಬಿಟ್ಟು ಪಂಗಡದ ಹಿಂದೆ ಹೊರಟು ಹೋದ ಉಳಿದವರ ಮಕ್ಕಳ ನೆನಪಾಯಿತು. ಆದರೆ ಆತನ ಮಗ ಆತನಲ್ಲಿಗೆ ಬಂದಿದ್ದ. ಆತನ ಮನಸ್ಸು ಗತಕಾಲದಲ್ಲಿ ಮುಳುಗಿತ್ತು. ಆ ತರುಣನ ಧ್ವನಿ ಆತನನ್ನು ಮರಳಿ ವರ್ತಮಾನಕ್ಕೆ ಕರೆತಂದಿತು.

"ನೀನು ಆರಾಮಾಗಿದ್ದೀಯ?" ಮಗ ಕೇಳಿದ.

ಮುದುಕ ಉತ್ತರಿಸಿದ: "ಹ್ಞಾ, ಇದ್ದೇನೆ."

ತರುಣ ಮುಂದುವರಿಸಿದ:

"ನಿನ್ನ ಪಕ್ಕದಲ್ಲಿ ಕಟ್ಟಿಗೆ ಇದೆ. ಬೆಂಕಿ ಚೆನ್ನಾಗಿ ಉರೀತಿದೆ. ಮುಂಜಾನೆ ಬೂದು ಬಣ್ಣ ತಳೆದಿದೆ. ಚಳಿಗಾಲ ಬಂದಿದೆ. ಇನ್ನೇನು, ಹಿಮ ಸುರುವಾಗ್ತದೆ. ಈಗಲೂ ಹಿಮ ಬೀಳ್ತಾ ಇದೆ."

"ಹೌದು, ಈಗಲೂ ಹಿಮ ಬೀಳ್ತಾ ಇದೆ."

"ಪಂಗಡದ ಜನ ಅವಸರ ಮಾಡ್ತಿದ್ದಾರೆ. ಅವರು ಹೊತ್ತ ಸಾಮಾನುಗಳು ಭಾರವಾಗಿವೆ, ಹೊಟ್ಟೆ ತುಂಬ ಕೂಳಿಲ್ಲದೆ ಅವರ ಹೊಟ್ಟೆಗಳು ಖಾಲಿಯಾಗಿವೆ. ನಮ್ಮ ದಾರಿ ಬಲುದೂರ. ಅವರು ವೇಗವಾಗಿ ದಾರಿ ಕ್ರಮಿಸುತ್ತಾರೆ. ನಾನೂ ಈಗ ಹೋಗ್ತೇನೆ. ಎಲ್ಲ ಸರಿಯಾಗಿದೆಯಷ್ಟೆ?"

"ಸರಿಯಾಗಿದೆ. ದೇಟಿಗೆ ಹಗುರವಾಗಿ ಹತ್ತಿಕೊಂಡ ಗತವರ್ಷದ ಎಲೆ ನಾನು. ಬೀಸಲಿರುವ ಮೊದಲ ಗಾಳೀಗೇ ನಾನು ಉದುರಿಹೋಗ್ತೇನೆ. ನನ್ನ ಧ್ವನಿ ಹಳೆಯ ಮುದುಕಿಯ

ಧ್ವನಿಯಂತಾಗಿದೆ. ನಡೆಯುವ ದಾರಿ ಕಣ್ಣಿಗೆ ಕಾಣೋದಿಲ್ಲ, ಕಾಲುಗಳು ಭಾರವಾಗಿವೆ, ನಾನು ದಣಿದಿರುವೆ. ಎಲ್ಲ ಸರಿಯಾಗಿದೆ."

ಆತ ಸಮಾಧಾನದಿಂದ ತಲೆ ಬಾಗಿಸಿದ. ಹಿಮಬೂಟುಗಳ ಶಬ್ದ ಹಿಮದಲ್ಲಿ ಪೂರಾ ಕರಗಿಹೋದಾಗ ಆತನಿಗೆ ಇನ್ನು ತನ್ನ ಮಗ ಕರೆದರೆ ತಿರುಗಿ ಬಾರದಷ್ಟು ದೂರ ಹೋದ ಅರಿವಾಯಿತು. ಅನಂತರ ಒಮ್ಮೆಲೆ ಕಟ್ಟಿಗೆಯ ರಾಶಿಯ ಕಡೆ ಆತನ ಕೈ ಸರಿಯಿತು, "ಆ" ಎಂದು ಬಾಯ್ದೆರೆದ ಅನಂತದ ಹಾಗೂ ತನ್ನ ನಡುವೆ ಅದೊಂದೇ ನಿಂತಿತ್ತು. ಕೊನೆಗೆ ಈಗ ಆತನ ಪ್ರಾಣವೆಂದರೆ ಒಂದು ಹಿಡಿ ಉರುವಲು ಕಟ್ಟಿಗೆಯಾಗಿತ್ತು ಅಷ್ಟೆ. ಅವು ಒಂದೊಂದಾಗಿ ಬೆಂಕಿಯಲ್ಲಿ ಉರಿಯುತ್ತ ಹೋದ ಹಾಗೆ ಸಾವು ಒಂದೊಂದೇ ಹೆಜ್ಜೆಯಿಡುತ್ತ ಆತನನ್ನು ಸಮೀಪಿಸುವುದು. ಕೊನೆಯ ಕಟ್ಟಿಗೆ ಉರಿದು ಬೂದಿಯಾದಾಗ ಚಳಿಯು ದಟ್ಟವಾಗತೊಡಗುವುದು. ಮೊದಲು ಆತನ ಕಾಲುಗಳು ಮರಗಟ್ಟುವವು; ಅನಂತರ ಕೈಗಳು; ಹಾಗೇ ಅದು ಇಡೀ ದೇಹವನ್ನಾವರಿಸುವುದು. ಆತನ ತಲೆ ತಾನಾಗಿ ಮೊಣಕಾಲುಗಳ ಮೇಲೆ ವಾಲುವುದು. ಆಮೇಲೆ ಆತನಿಗೆ ಚಿರವಿಶ್ರಾಂತಿ. ಎಲ್ಲ ಸರಳ. ಎಲ್ಲರೂ ಸಾಯಲೇಬೇಕು.

ಆತ ಗೊಣಗಲಿಲ್ಲ. ಇದು ಜೀವನ ನಿಯಮವಾಗಿತ್ತು, ಇದು ನ್ಯಾಯವೇ ಆಗಿತ್ತು. ಆತ ಪ್ರಕೃತಿಗೆ ಸಮೀಪ ಹುಟ್ಟಿ ಪ್ರಕೃತಿಯೊಂದಿಗೇ ಜೀವಿಸಿದ್ದನಾದ್ದರಿಂದ ಪ್ರಕೃತಿಯ ನಿಯಮಗಳು ಆತನಿಗೆ ಹೊಸದಾಗಿರಲಿಲ್ಲ. ಇದು ಎಲ್ಲ ಜೀವಿಗಳಿಗೂ ಅನ್ವಯಿಸುವ ನಿಯಮ. ಪ್ರಕೃತಿಗೆ ಜೀವಿಗಳ ಬಗ್ಗೆ ವಿಶೇಷ ಕರುಣೆಯೇನೂ ಇರಲಿಲ್ಲ. ವೈಯಕ್ತಿಕ ಜೀವಿಗಳ ಬಗ್ಗೆ ವಿಶೇಷ ಆಸ್ಥೆಯೇನೂ ಇರಲಿಲ್ಲ. ಪ್ರಕೃತಿಯ ಆಸ್ಥೆಯಿರುವುದು ಇಡಿಯ ತಳಿಯ ಬಗ್ಗೆ. ಜನಾಂಗದ ಬಗ್ಗೆ. ಮುದುಕ ಕೊಸ್‌ಕೂಶ್‌ನ ಅನಾಗರಿಕ ಅಶಿಕ್ಷಿತ ಮನಸ್ಸಿಗೆ ಇದಕ್ಕಿಂತ ಹೆಚ್ಚು ಗಹನವಾದ ಅಮೂರ್ತ ಚಿಂತನೆ ಸಾಧ್ಯವಿರಲಿಲ್ಲ. ಆದರೆ ಈ ವಿಚಾರವನ್ನು ಆತ ಭದ್ರವಾಗಿ ಹಿಡಿದುಕೊಂಡಿದ್ದ. ಇಡೀ ಜೀವನದ ತುಂಬ ಇದರ ಉದಾಹರಣೆಗಳನ್ನು ಆತ ಕಂಡಿದ್ದ. ಚಿಗುರೊಡೆಯುವ ಸಸಿ. ಹಸುರು ಸೂಸುವ ಗಿಡದ ಮೊಗ್ಗುಗಳು, ಅನಂತರ ಉದುರುವ ಹಣ್ಣೆಲೆ... ಇದರಲ್ಲೇ ಜೀವನದ ಇಡಿಯ ಇತಿಹಾಸ ಅಡಗಿತ್ತು. ಆದರೆ ಪ್ರಕೃತಿ ಮನುಷ್ಯನಿಗೆ ಒಂದು ಕೆಲಸವನ್ನು ಮಾತ್ರ ಒಪ್ಪಿಸಿತ್ತು. ಅದನ್ನವನು ಮಾಡದಿದ್ದರೆ ಆತ ಸಾಯುವುದು ನಿಶ್ಚಿತ. ಅದನ್ನಾತ ಮಾಡಿದರೂ ಅಷ್ಟೆ, ಆತ ಸಾಯಲೇಬೇಕು. ಪ್ರಕೃತಿ ಲೆಕ್ಕಿಸುವುದೇ ಇಲ್ಲ; ಪ್ರಕೃತಿಗೆ ತಲೆಬಾಗಿ ನಡೆಯುವವರು ಎಷ್ಟೋ ಜೀವಿಗಳಿದ್ದರು; ಆದರೆ ಇಂಥ ವಿಧೇಯ ಜೀವಿಗಳಿಗಿಂತ ಈ ವಿಧೇಯತೆಯೇ ಹೆಚ್ಚು ಮಹತ್ವದ್ದಾಗಿದ್ದು, ಅದೇ ಸದಾಕಾಲ ಜೀವಿಸುತ್ತ ಬಂದಿತ್ತು. ಕೊಸ್‌ಕೂಶ್‌ನ ಪಂಗಡ ಬಹಳ ಹಳೆಯದು. ಆತ ಚಿಕ್ಕವನಾಗಿದ್ದಾಗ ಕಂಡಿದ್ದ ಮುದುಕರೆಲ್ಲ ಅದಕ್ಕೂ ಹಿಂದಿನ ಮುದುಕರನ್ನು ಕಂಡವರಾಗಿದ್ದರು. ಆದ್ದರಿಂದ ಆ ಪಂಗಡ ಜೀವಿಸುತ್ತಿದೆ ಎಂಬುದು ಸತ್ಯವಾಗಿತ್ತು. ಅನಾದಿ ಕಾಲದಿಂದಲೂ ತನ್ನೆಲ್ಲ ಸದಸ್ಯರ ವಿಧೇಯತೆಯ ಪ್ರತೀಕವಾಗಿ ಅದು ನಿಂತಿತ್ತು. ಅವರೆಲ್ಲರ ಗೋರಿಗಳು ಕೂಡ ಈಗ ಎಲ್ಲೆಲ್ಲಿವೆಯೋ ತಿಳಿಯದು. ಅವರಿಗೆ ಯಾವ ಮಹತ್ವವೂ ಇರಲಿಲ್ಲ. ಅವರೆಲ್ಲ ಬರೀ ಘಟನೆಗಳಾಗಿದ್ದರು. ಬೇಸಿಗೆಯ ಆಕಾಶದ ಮೋಡಗಳಂತೆ ಅವರೆಲ್ಲ ಸರಿದು ಮರೆಯಾಗಿ ಹೋಗಿದ್ದರು. ಆತನೂ ಒಂದು ಘಟನೆ, ಹೀಗೆಯೇ ಸರಿದು ಹೋಗುತ್ತಾನೆ. ಪ್ರಕೃತಿಯನ್ನು ಲೆಕ್ಕಿಸುವಂತಿರಲಿಲ್ಲ. ಜೀವನಕ್ಕೆ ಪ್ರಕೃತಿ ಒಂದೇ ಕೆಲಸ ಕೊಟ್ಟು ಒಂದೇ ನಿಯಮ ವಿಧಿಸಿತ್ತು. ಬೆಳೆಯುವುದು ಅದರ ಕೆಲಸ, ಸಾಯುವುದು ಅದರ ನಿಯಮ, ತುಂಬಿದ ಎದೆಯ, ಬಲಿಷ್ಠಳಾದ, ಹಗುರವಾದ

ಹೆಜ್ಜೆಗಳನ್ನಿಡುವ, ಹೊಳೆಯುವ ಕಣ್ಣುಗಳ ಯುವತಿ ನೋಡಲು ಎಷ್ಟು ಚೆಂದ. ಆದರೆ ಆಕೆ ಮಾಡಬೇಕಾದ ಕರ್ತವ್ಯವಿನ್ನೂ ಮುಂದಿತ್ತು. ಮುಂದೆ ಆಕೆಯ ಕಣ್ಣ ಮಿಂಚು ಇನ್ನಷ್ಟು ಹೊಳಪಾಗಿ, ಹೆಜ್ಜೆ ಇನ್ನಷ್ಟು ಚುರುಕಾಗಿ, ತರುಣರೊಂದಿಗೆ ಒಮ್ಮೆ ನಾಚುತ್ತ ಒಮ್ಮೆ ಧೈರ್ಯವಾಗಿ ಮಾತಾಡುತ್ತ ಆಕೆ ತನ್ನ ಉದ್ವೇಗವನ್ನು ಅವರಿಗೂ ಹಂಚುವಳು. ಆಕೆ ಹಾಗೇ ಚೆಲುವಾಗಿ ಇನ್ನೂ ಹೆಚ್ಚು ಚೆಲುವಾಗುತ್ತ ನಡೆದಾಗ ಒಬ್ಬ ಬೇಟೆಗಾರ ಬಂದು ಆ ಚೆಲುವಿನ ಒತ್ತಡ ತಡೆಯಲಾಗದೆ ಅವಳನ್ನು ತನ್ನ ವಸತಿಗೆ ತನಗಾಗಿ ಅಡಿಗೆ ಮಾಡಲು, ಕೆಲಸ ಮಾಡಲು, ತನ್ನ ಮಕ್ಕಳ ತಾಯಿಯಾಗಲು, ಕರೆದೊಯ್ಯುವನು. ಮಕ್ಕಳಾದಂತೆ ಆಕೆಯ ಚೆಲುವು ಕುಂದುತ್ತ ಸಾಗುವುದು. ಆಕೆಯ ಅವಯವಗಳು ಸಡಿಲಾಗಿ ಜೋತುಬಿದ್ದು, ಕಣ್ಣುಗಳು ಕಳಾಹೀನವಾಗಿ, ಮಂದವಾಗಿ, ಆ ಒಣಗಿದ ಸಪ್ಪೆಯಾದ ಕೆನ್ನೆಯ ಸ್ಪರ್ಶವು ಆಗ ಮಕ್ಕಳಿಗೆ ಮಾತ್ರ ಸಂತಸ ಕೊಡಬಲ್ಲದ್ದಾಗುವುದು! ಆಕೆಯ ಕರ್ತವ್ಯವೀಗ ಮುಗಿದಿತ್ತು. ಇನ್ನೊಂದು ಸ್ವಲ್ಪಕಾಲ ಅಷ್ಟೆ, ಬರಗಾಲದ ಲಕ್ಷಣ ಕಂಡೊಡನೆ ಅಥವಾ ಬೇಟೆಗಾಗಿ ದೂರದ ದಾರಿ ಕ್ರಮಿಸುವ ಸಮಯ ಬಂದೊಡನೆ ಈಗ ಆತನನ್ನು ಬಿಟ್ಟು ಹೋದ ಹಾಗೆಯೇ, ಆಕೆಯನ್ನೂ ಒಂದು ಚಿಕ್ಕ ಕಟ್ಟಿಗೆಯ ರಾಶಿಯೊಂದಿಗೆ ಹಿಮದಲ್ಲಿ ಹೀಗೇ ಬಿಟ್ಟು ಹೋಗುವರು. ಇದು ಜೀವನ ನಿಯಮ.

ಆತ ಕಾಳಜಿಯಿಂದ ಒಂದು ತುಂಡು ಕಟ್ಟಿಗೆಯನ್ನು ಬೆಂಕಿಯಲ್ಲಿ ಹಾಕಿ ಮತ್ತೆ ತನ್ನ ಯೋಚನೆ ಮುಂದುವರಿಸಿದ. ಎಲ್ಲ ಜೀವಿಗಳಲ್ಲೂ ಎಲ್ಲೆಡೆಯೂ ಇದೇ ರೀತಿ. ಮೊದಲ ಸಲ ಹಿಮ ಬಿದ್ದಾಗ ಸೊಳ್ಳೆಗಳು ಸತ್ತುಹೋಗುವವು. ಪುಟ್ಟ ಅಳಿಲು ಸಹ ನಾಶವಾಗುವುದು. ಮುದಿಯಾದಾಗ ಮೊಲದ ಗತಿ ನಿಧಾನವೂ ಭಾರವೂ ಆಗಿ ಅದಕ್ಕೆ ತನ್ನ ವೈರಿಗಳನ್ನು ಹಿಂದೆ ಹಾಕಿ ಓಡುವುದಾಗುವುದಿಲ್ಲ. ಭೀಮಕಾಯದ ಹಿಮಕರಡಿಯೂ ಸಹ ಕೊನೆಕೊನೆಗೆ ಶಕ್ತಿ ಗುಂದಿ, ಕಣ್ಣು ಮಂದವಾಗಿ, ಕೆಲವೇ ನಾಯಿಗಳು ಅದನ್ನು ಹರಿದು ಹಾಕಿ ಬಿಡುವವು. ಒಂದು ಚಳಿಗಾಲದಲ್ಲಿ, ಆ ಪಾದ್ರಿ ತನ್ನ ಪುಸ್ತಕ–ಔಷಧಗಳನ್ನು ತಂದ ಹಿಂದಿನ ವರ್ಷ ಕ್ಲೊಂಡೈಕ್ ನದಿಯ ಆಚೆ ತೀರದಲ್ಲಿ ತನ್ನ ಸ್ವಂತ ತಂದೆಯನ್ನೇ ಹಾಗೆ ಬಿಟ್ಟು ಬಂದ ನೆನಪಾಯಿತು ಆತನಿಗೆ. ಅನೇಕ ಸಲ ಆ ಔಷಧಗಳ ಪೆಟ್ಟಿಗೆಯ ನೆನಪಿನಿಂದ ಕೊಸ್‌ಕೂಶ್‌ನ ಬಾಯಿ ನೀರೊಡೆಯುತ್ತಿತ್ತು. ಆದರೆ ಈಗ ಮಾತ್ರ ಹಾಗಾಗಲಿಲ್ಲ. ಆ 'ನೋವುನಾಶಕ'ವಂತೂ ಬಹಳ ಚೆನ್ನಾಗಿತ್ತು. ಆದರೆ ಆ ಪಾದ್ರಿ ಬಹಳ ಬೇಸರದ ಮನುಷ್ಯ, ಸ್ವತಃ ತಾನೆಂದೂ ಆತ ಮಾಂಸ ತರುತ್ತಿರಲಿಲ್ಲ, ಆದರೆ ಭರ್ಜರಿಯಾಗಿ ತಿನ್ನುತ್ತಿದ್ದ, ಹೀಗಾಗಿ ಬೇಟೆಗಾರರು ಗೊಣಗತೊಡಗಿದ್ದರು. ಮುಂದೆ ಚಳಿಯಿಂದ ಆತ ಸತ್ತುಹೋದಾಗ ನಾಯಿಗಳು ಅವನ ಗೋರಿಯ ಕಲ್ಲುಗಳನ್ನು ಕಿತ್ತುಹಾಕಿ ಅವನ ಎಲುವುಗಳಿಗಾಗಿ ಕಚ್ಚಾಡಿದ್ದವು.

ಕೊಸ್‌ಕೂಶ್ ಮತ್ತೊಂದು ಕಟ್ಟಿಗೆಯ ತುಂಡನ್ನು ಬೆಂಕಿಯಲ್ಲಿ ಹಾಕಿ ಇನ್ನೂ ಆಳವಾಗಿ ಭೂತಕಾಲದಲ್ಲಿಳಿದ. ದೊಡ್ಡ ಬರಗಾಲದ ಸಮಯದಲ್ಲಿ ಖಾಲಿ ಹೊಟ್ಟೆಯ ಮುದುಕರು ವಟಗುಟ್ಟುತ್ತ ಮುದುರಿಕೊಂಡು ಬೆಂಕಿ ಕಾಯಿಸುತ್ತಿದ್ದರು. ಆಗ ಸತತ ಮೂರು ಚಳಿಗಾಲದಲ್ಲಿ ತುಂಬಿ ಹರಿದ ಯೂಕಾನ್ ಹೊಳೆ ಸತತ ಮೂರು ಬೇಸಿಗೆಗಳಲ್ಲಿ ಹೆಪ್ಪುಗಟ್ಟಿಬಿಟ್ಟಿತ್ತು. ಅದೇ ಬರಗಾಲದಲ್ಲಿ ಆತ ತನ್ನ ತಾಯಿಯನ್ನು ಕಳೆದುಕೊಂಡಿದ್ದ. ಬೇಸಿಗೆಯಲ್ಲಿ ಸಾಲ್ಮನ್ ಮೀನುಗಳು ಸಿಗಲೇ ಇಲ್ಲವಾದ್ದರಿಂದ ಅವನ ಜನರು ಬರಲಿರುವ ಚಳಿಗಾಲದಲ್ಲಿ ಸಿಗಬಹುದಾದ ಹಿಮಚಿಗರೆಗಳಿಗಾಗಿ ಆಸೆಯಿಂದ ಕಾದಿದ್ದರು. ಚಳಿಗಾಲ ಬಂತು, ಆದರೆ

ಚಿಗರೆಗಳ ಸುಳಿವೇ ಇರಲಿಲ್ಲ. ಹೀಗೆ ಹಿಂದೆಂದೂ ಆಗಿರಲಿಲ್ಲ. ಮುದುಕರಿಗೂ ಸಹ ಹೀಗಾದುದು ನೆನಪಿರಲಿಲ್ಲ. ಚಿಗರೆಗಳು ಬರಲಿಲ್ಲ, ಅದು ಏಳನೆಯ ವರ್ಷ, ಮೊಲಗಳ ಉತ್ಪತ್ತಿಯೂ ನಿಂತುಹೋಗಿತ್ತು. ನಾಯಿಗಳಂತೂ ಎಲುವಿನ ಹಂದರಗಳಾಗಿದ್ದವು. ದೀರ್ಘವಾದ ಆ ರಾತ್ರಿಗಳಲ್ಲಿ ಚಿಕ್ಕಮಕ್ಕಳು ಅತ್ತತ್ತು ಸತ್ತುಹೋಗಿದ್ದವು. ಅನಂತರ ಹೆಂಗಸರು ಹಾಗೂ ಮುದುಕರು ಸಹ; ವಸಂತಮಾಸದಲ್ಲಿ ತಿರುಗಿ ಸೂರ್ಯ ಮೂಡಿದಾಗ ಆ ಪಂಗಡದ ಹತ್ತರಲ್ಲಿ ಒಬ್ಬನೂ ಬದುಕಿ ಉಳಿದಿರಲಿಲ್ಲ, ಅಷ್ಟು ಭೀಕರವಾಗಿತ್ತು ಆ ಬರಗಾಲ!

ಆದರೆ ಆತ ಒಳ್ಳೆಯ ದಿನಗಳನ್ನು ಕಂಡಿದ್ದ. ಆಗ ತಿನ್ನಲು ಸಾಕಷ್ಟು ಮಾಂಸವಿತ್ತು. ನಾಯಿಗಳು ತಿಂದುತಿಂದು ಕೊಬ್ಬಿ ಅಲಸಿಯಾಗಿದ್ದವು ಹಾಗೂ ಬೇಟೆಯನ್ನು ಕೊಲ್ಲದೆ ಹಾಗೇ ಬಿಟ್ಟುಕೊಟ್ಟಿದ್ದವು. ಹೆಂಗಸರು ಫಲವತ್ತಾಗಿದ್ದರು, ಅವರ ವಸತಿಗಳು ಗಂಡುಮಕ್ಕಳು-ಹೆಣ್ಣು ಮಕ್ಕಳಿಂದ ತುಂಬಿ ಗಿಜಿಗಿಡುತ್ತಿದ್ದವು. ಆಗ ಗರ್ವದಿಂದ ಬೀಗಿದ ಗಂಡಸರು ಪುರಾತನ ಶತ್ರುತ್ವವನ್ನು ನೆನೆದು ಪೆಲಿ ಪಂಗಡದವರನ್ನು ಕೊಂದುಹಾಕಲು ದಕ್ಷಿಣಕ್ಕೆ ಹೋಗಿದ್ದರು, ಹಾಗೇ ಪಶ್ಚಿಮಕ್ಕೆ ಹೋಗಿ ಟನಾನಾ ಪಂಗಡದವರ ಆರಿಹೋದ ಬೆಂಕಿಯ ಸುತ್ತ ಕೂಡಬೇಕೆಂದಿದ್ದರು. ತಾನಿನ್ನೂ ಚಿಕ್ಕವನಿದ್ದಾಗ, ಇಂಥ ಸಮೃದ್ಧಿಯ ಕಾಲವೊಂದರಲ್ಲಿ ದೊಡ್ಡದಾದ ಒಂದು ಹಿಮಸಾರಂಗವನ್ನು ತೋಳಗಳು ಕೊಂದುಹಾಕಿದ್ದು ಆತನ ನೆನಪಿಗೆ ಬಂದಿತು. ಮುಂದೆ ಅತ್ಯಂತ ನುರಿತ ಬೇಟೆಗಾರನಾದ, ಆದರೆ ಕೊನೆಗೆ ಯೂಕಾನ್ ನದಿಯ ಹಿಮದಲ್ಲಿ ಸಿಕ್ಕು ಸತ್ತುಹೋದ, ಝಿಂಗ್‌ಹಾ ಆಗ ಆತನ ಜೊತೆಗಿದ್ದು ಅದನ್ನೆಲ್ಲ ವೀಕ್ಷಿಸಿದ್ದ. ಮುಂದೆ ಒಂದು ತಿಂಗಳ ಬಳಿಕ ಹೆಪ್ಪುಗಟ್ಟಿಹೋಗಿದ್ದ ಆತನ ಹೆಣ ಅವರಿಗೆ ಸಿಕ್ಕಿತ್ತು.

ಆದರೆ ಆ ಹಿಮಸಾರಂಗ! ಆ ದಿನ ಝಿಂಗ್‌ಹಾ ಹಾಗೂ ಆತ ಇಬ್ಬರೂ ತಮ್ಮ ಅಪ್ಪಂದಿರ ಹಾಗೆ ಬೇಟೆಯಾಡಲು ಹೊರಗೆ ಹೋಗಿದ್ದರು. ಆಗ ಹೆಪ್ಪುಗಟ್ಟಿದ ಒಂದು ಹಳ್ಳದಲ್ಲಿ ಅವರಿಗೆ ಅದೇ ತಾನೇ ಅಲ್ಲಿ ಹಾಯ್ದುಹೋಗಿದ್ದ ಒಂದು ದೊಡ್ಡ ಹಿಮಸಾರಂಗದ ಹೆಜ್ಜೆಗುರುತುಗಳು, ಹಾಗೂ ಜೊತೆಗೇ ಹಲವಾರು ತೋಳಗಳ ಹೆಜ್ಜೆ ಗುರುತುಗಳು ಕಾಣಿಸಿದ್ದವು. ಆ ಗುರುತುಗಳನ್ನು ಅರ್ಥವಿಸುವುದರಲ್ಲಿ ಹೆಚ್ಚು ನಿಪುಣನಾಗಿದ್ದ ಝಿಂಗ್‌ಹಾ ಅಂದಿದ್ದ :

"ಇದೊಂದು ಮುದಿ ಸಾರಂಗ. ತನ್ನ ಗುಂಪಿನೊಂದಿಗೆ ಓಡಲಾಗದೆ ಹಿಂದುಳಿದಿದೆ. ತೋಳಗಳು ಅದನ್ನು ಗುಂಪಿನಿಂದ ಬೇರ್ಪಡಿಸಿವೆ, ಇನ್ನು ಅವು ಅದನ್ನು ಬಿಡುವುದೇ ಇಲ್ಲ."

ಅದು ನಡೆದದ್ದೂ ಹಾಗೆಯೇ. ಅದೇ ಅವುಗಳ ರೀತಿ. ಹಗಲುರಾತ್ರಿ ಸತತವಾಗಿ ಅವು ಅದರ ಬೆನ್ನಟ್ಟಿ ಅದರ ಹಿಂದಿಂದೇ ಹೋಗಿ ಅದನ್ನು ಮುಗಿಸಿಯೇ ಬಿಡುವವು. ಝಿಂಗ್‌ಹಾನ ಹಾಗೂ ಆತನ ಇಬ್ಬರ ರಕ್ತವೂ ಕಾವೇರಿತ್ತು. ಅದರ ಕೊನೆ ನೋಡತಕ್ಕ ದೃಶ್ಯವೇ ಸರಿ!

ತೀವ್ರ ಆಸಕ್ತಿಯಿಂದ ಅವರು ಆ ಗುರುತುಗಳನ್ನು ಹಿಂಬಾಲಿಸಿ ಹೋದರು. ಬೇಟೆಯಾಡಿ ಕಣ್ಣು ಪಳಗಿರದ ಕೊಸ್‌ಕೂಶ್ ಸಹ ಕಣ್ಣುಮುಚ್ಚಿ ಹಿಂಬಾಲಿಸಬಹುದಾದಷ್ಟು ಆ ಗುರುತುಗಳು ಸ್ಪಷ್ಟವಾಗಿದ್ದವು. ಪ್ರತಿ ಹೆಜ್ಜೆಗೆ ಸ್ಪಷ್ಟವಾಗುತ್ತ ನಡೆದ ಆ ದುರಂತದ ಜಾಡು ಹಿಡಿದು ಅವರಿಬ್ಬರೂ ವೇಗವಾಗಿ ಸಾಗಿದರು. ಕೊನೆಗೊಮ್ಮೆ ಅವರು ಆ ಸಾರಂಗ ತನ್ನ ವೈರಿಗಳನ್ನು ಇದಿರಿಸಿದ್ದ ಒಂದು ಸ್ಥಳಕ್ಕೆ ಬಂದರು. ಅಲ್ಲಿ ಪ್ರತಿಯೊಂದು ದಿಕ್ಕಿನಲ್ಲೂ, ಬೆಳೆದು ನಿಂತು ಒಬ್ಬ ಮನುಷ್ಯನ ದೇಹದ ಗಾತ್ರಕ್ಕಿಂತ ಮೂರು ಪಟ್ಟು ಉದ್ದಕ್ಕೆ ಹಿಮವನ್ನು ಕೆದಕಿ ಅತ್ತಿತ್ತ

ತೂರಲಾಗಿತ್ತು. ಮಧ್ಯದಲ್ಲಿ ಆಳವಾಗಿ ಬೇರೂರಿದ ಹಿಮ ಸಾರಂಗದ ಹೆಜ್ಜೆಗಳೂ ಸುತ್ತಲೂ ಹಲವಾರು ತೋಳಗಳ ಹಗುರಾದ ಹೆಜ್ಜೆಗಳು ಮೂಡಿದ್ದವು. ಕೆಲವು ತೋಳಗಳು ಬೇಟೆಯನ್ನು ಸುತ್ತುವರಿದು ಪೀಡಿಸುತ್ತಿದ್ದಾಗ, ಉಳಿದ ಕೆಲವು ವಿಶ್ರಾಂತಿಗೋಸ್ಕರ ಪಕ್ಕಕ್ಕೆ ಹೊರಳಿ ಅಲ್ಲೇ ಮಲಗಿದ್ದವು. ಅದೇ ಕ್ಷಣದ ಹಿಂದೆ ನಡೆದಿದ್ದಂತೆ ಅವುಗಳ ದೇಹದ ಗುರುತು ಆ ಹಿಮದಲ್ಲಿ ಸ್ಪಷ್ಟವಾಗಿ ಮೂಡಿತ್ತು. ಒಂದು ತೋಳವಂತೂ ಆ ಸಿಟ್ಟಾದ ದೈತ್ಯ ಸಾರಂಗದ ಹಿಡಿತಕ್ಕೆ ಸಿಕ್ಕು ಜಿಬ್ಬೆಯಾಗಿತ್ತು. ಕೆಲವು ಖಾಲಿ ಎಲುವುಗಳು ಅದಕ್ಕೆ ಸಾಕ್ಷಿಯಾಗಿದ್ದವು.

ಅಂಥದೇ ಎರಡನೆಯ ದೃಶ್ಯದ ಹತ್ತಿರ ಅವರು ಪುನಃ ನಿಂತು ತಮ್ಮ ಹಿಮಬೂಟುಗಳಿ ಗಂಟಿದ ಹಿಮ ಝಾಡಿಸಿದರು. ಇಲ್ಲಿ ಆ ದೈತ್ಯ ಪ್ರಾಣಿ ಘೋರವಾಗಿ ಕಾದಾಡಿತ್ತು. ಎರಡು ಸಲ ಅದನ್ನು ತೋಳಗಳು ಕೆಳಗೆ ಎಳೆದು ಕೆಡವಿದ್ದವು. ಎರಡೂ ಸಲ ಅದು ತನ್ನ ವೈರಿಗಳನ್ನು ಕೊಡವಿ ಹಾಕಿ ಹಿಮದ ದಿಬ್ಬವನ್ನೇರಿ ಮುಂದೆಹೋಗಿತ್ತು. ಬಾಳಿನಲ್ಲಿ ಅದರ ಕರ್ತವ್ಯವೆಲ್ಲಾ ಎಂದೋ ಮುಗಿದುಹೋಗಿದ್ದರೂ ಅದಕ್ಕೆ ತನ್ನ ಪ್ರಾಣ ಇನ್ನೂ ಪ್ರಿಯವಾಗಿತ್ತು. ಝಿಂಗ್‌ಹಾ ಅಂದ, ಒಮ್ಮೆ ಬಿದ್ದ ಸಾರಂಗ ಪುನಃ ಏಳುವುದೆಂದರೆ ವಿಚಿತ್ರವೇ ಸರಿ. ಆದರೂ ಈ ಸಾರಂಗ ಎದ್ದಿತ್ತು. ಶಕುನಕಾರ ಪೂಜಾರಿಗೆ ಇದನ್ನು ತಾವು ಹೇಳಿದಾಗ ಆತನಿಗೆ ಇದರಲ್ಲಿ ವಿಶೇಷ ಅರ್ಥ-ಆಶ್ಚರ್ಯಗಳು ಕಾಣಲಿವೆಯೆಂದು ಅವರು ಅಂದುಕೊಂಡಿದ್ದರು.

ಅವರು ಇನ್ನೂ ಮುಂದೆ ಹೋದಾಗ ಆ ಸಾರಂಗ ಹಳ್ಳದ ದಂಡೆಯನ್ನು ಏರಿ ದಟ್ಟಡವಿಯನ್ನು ಸೇರಲು ಪ್ರಯತ್ನಿಸಿದ ಚಿಹ್ನೆಗಳು ಕಂಡವು. ಆದರೆ ಅದರ ವೈರಿಗಳು ಒಮ್ಮೆಲೆ ಹಿಂದಿನಿಂದ ಅದರ ಮೇಲೆ ಏರಿ ಹೋಗಿದ್ದರಿಂದ ಅದು ತಿರುಗಿ ಹಿಂಬದಿಗೆ ಬಿದ್ದು ಅದರ ಕೆಳಗೆ ಸಿಕ್ಕ ಎರಡು ತೋಳಗಳು ಹಿಮದಲ್ಲಿ ಹೂತುಹೋಗಿದ್ದವು. ಸಾರಂಗ ಅಲ್ಲೇ ಎಲ್ಲೋ ಸತ್ತಿರಬೇಕೆಂಬುದು ಸ್ಪಷ್ಟವಾಗಿತ್ತು. ಯಾಕೆಂದರೆ ಉಳಿದ ತೋಳಗಳು ಸತ್ತ ಈ ಎರಡೂ ತೋಳಗಳನ್ನು ಹಾಗೆಯೇ ಬಿಟ್ಟುಹೋಗಿದ್ದವು. ಒಂದಾದ ಮೇಲೊಂದರಂತೆ ಮತ್ತೆ ಎರಡು ಸಲ ಆ ಸಾರಂಗ ತೋಳಗಳನ್ನು ಎದುರಿಸಿ ನಿಂತ ತಾಣಗಳನ್ನು ಅವರು ಅವಸರದಿಂದ ದಾಟಿಹೋದರು. ಈಗ ಅದು ಹೋದ ದಾರಿ ರಕ್ತದಿಂದ ಕೆಂಪಾಗಿತ್ತು. ಆ ದೈತ್ಯಕಾಯದ ಪ್ರಾಣಿಯ ಹೆಜ್ಜೆ ಗುರುತುಗಳು ವಕ್ರವಾಗಿ ಅವುಗಳ ನಡುವಿನ ಅಂತರ ತೀರ ಕಡಿಮೆಯಾಗಿತ್ತು. ಆಗಲೆ ಅವರಿಗೆ ಆ ಸೆಣಸಾಟದ ಮೊದಲ ಧ್ವನಿ ಕೇಳಿಸಿದ್ದು-ತೋಳಗಳ ಸಾಮೂಹಿಕ ಬೊಗಳುವಿಕೆಯಲ್ಲಿ, ಅವು ತಮ್ಮ ಕೊಳ್ಳೆಯನ್ನು ಕಚ್ಚಿ ಹಿಡಿದಿವೆ ಎಂಬುದರ ಸಂಕೇತವಾದ ಚಿಕ್ಕ ಗುರುಗುಟ್ಟುವಿಕೆ. ತನ್ನ ಸುಳಿವು ಸಿಗದಂತೆ ಝಿಂಗ್‌ಹಾ ಗಾಳಿಯ ವಿರುದ್ಧ ದಿಸೆಯಲ್ಲಿ ಹಿಮದಲ್ಲಿ ತೆವಳುತ್ತ ಹೋದ. ಮುಂದೆ ಅನೇಕ ವರ್ಷಗಳ ಬಳಿಕ ತನ್ನ ಪಂಗಡದ ನಾಯಕನಾಗಲಿದ್ದ ಕೊಸ್‌ಕೂಶ್‌ನೂ ತೆವಳಿಕೊಂಡು ಹೋದ. ಇಬ್ಬರೂ ಕೂಡಿ ಒಂದು ಮುಳ್ಳುಕಂಟಿಯ ಕೊಂಬೆಗಳನ್ನು ಸರಿಸಿ ಇಣಿಕಿ ನೋಡಿದರು. ಅದು ಆ ಹಿಮಸಾರಂಗದ ದಾರುಣ ಅಂತ್ಯದ ಭಯಂಕರ ದೃಶ್ಯವಾಗಿತ್ತು.

ಆ ದೃಶ್ಯ, ತಾರುಣ್ಯದ ಅನೇಕ ನೆನಪುಗಳಂತೆ ಅವನ ಚಿತ್ತದಲ್ಲಿ ಇನ್ನೂ ಅಚ್ಚಳಿಯದೆ ಬೇರೂರಿತ್ತು. ಮಸುಕಾಗಿದ್ದ ಆತನ ಕಣ್ಣುಗಳೆದುರು ಭೂತ ಕಾಲದಲ್ಲಿ ಎಂದೋ ನಡೆದುಹೋದ ಆ ಚಿತ್ರ ಅಷ್ಟೇ ಸ್ಫುಟವಾಗಿ ಮತ್ತೊಮ್ಮೆ ಮೂಡಿ ಮರೆಯಾಯಿತು. ಕೊಸ್‌ಕೂಶ್‌ನಿಗೆ ಕೊಂಚ ಆಶ್ಚರ್ಯವಾಯಿತು. ಯಾಕೆಂದರೆ ಆನಂತರದ ದಿನಗಳಲ್ಲಿ ಆತ ಜನನಾಯಕನಾಗಿ, ತನ್ನ ಪಂಗಡದ ಹಿರಿಯರ ಮುಖಂಡನಾಗಿ, ಅನೇಕ ಮಹತ್ಕಾರ್ಯಗಳನ್ನು ಮಾಡಿದ್ದ. ವೈರಿ

ಪಂಗಡದವರಾದ ಪೆಲಿಗಳಿಗೆ ಸಿಂಹಸ್ವಪ್ನವಾಗಿದ್ದ. ಒಂದು ಸಲ ಬಿಳಿಯನೊಬ್ಬನೊಡನೆ ಮುಖಾಮುಖಿ ಕಾದಾಡಿ ಚೂರಿಯಿಂದ ಆತನನ್ನು ತಿವಿದು ಕೊಂದಿದ್ದ.

ಹೀಗೆ ಆತ ತನ್ನ ತಾರುಣ್ಯದ ದಿನಗಳನ್ನು ಮೆಲುಕು ಹಾಕುತ್ತಿದ್ದಾಗ ಬೆಂಕಿ ಆರಿಹೋಗಿ ಚಳಿ ಕೊರೆಯತೊಡಗಿತು. ಮತ್ತೆರಡು ಕಟ್ಟಿಗೆಯ ತುಂಡು ಹಾಕಿ ಆತ ಅದನ್ನು ಹೊತ್ತಿಸಿದ. ಬದುಕಿನ ಮೇಲಿನ ಅವನ ಹಿಡಿತ ಇನ್ನು ಎಷ್ಟು ಕಟ್ಟಿಗೆಯ ತುಂಡುಗಳು ಉಳಿದಿವೆ ಎಂಬುದನ್ನು ಅವಲಂಬಿಸಿತ್ತು. ಸಿತ್-ಕಮ್-ತೊ-ಹಾ ತನ್ನ ಅಜ್ಜನನ್ನು ನೆನೆದು ಒಂದಿಷ್ಟು ದೊಡ್ಡ ಕಟ್ಟಿಗೆಯ ಹೊರೆ ಇಟ್ಟಿದ್ದರೆ ಆತನ ಬದುಕಿನ ಕ್ಷಣಗಳು ಇನ್ನಷ್ಟು ದೀರ್ಘವಾಗುತ್ತಿದ್ದವು. ಅವಳು ಸುಲಭವಾಗಿ ಹಾಗೆ ಮಾಡಬಹುದಿತ್ತು. ಆದರೆ ಆಕೆ ಯಾವಾಗಲೂ ಬೇಜವಾಬ್ದಾರಿಯ ನಿಷ್ಕಾಳಜಿಯ ಹುಡುಗಿ. ಝಿಂಗ್‌ಹಾನ ಮೊಮ್ಮಗ ಬೀವರ್ ಅವಳ ಮೇಲೆ ಕಣ್ಣು ಹಾಕಿದಾಗಿನಿಂದಲಂತೂ ಆಕೆ ಹಿರಿಯರನ್ನು ತೀರಾ ಅಲಕ್ಷಿಸಿದ್ದಳು. ಆದರೂ ಏನಂತೆ? ಬಿಸಿರಕ್ತದ ತಾರುಣ್ಯದಲ್ಲಿ ಆತನೂ ಹಾಗೆಯೇ ಮಾಡಿರಲಿಲ್ಲವೆ? ಆತ ಕ್ಷಣಕಾಲ ಸುತ್ತಲಿನ ಮೌನಕ್ಕೆ ಕಿವಿಗೊಟ್ಟ. ಬಹುಶಃ ತನ್ನ ಮಗನ ಮನಸ್ಸು ತಂದೆಗಾಗಿ ಕರಗಬಹುದು, ಹಾಗೂ ಕೊಬ್ಬು ತುಂಬಿದ ಜಿಗರೆಗಳು ವಿಪುಲವಾಗಿ ಸಿಗುವ ಸ್ಥಳಕ್ಕೆ ತನ್ನ ಪಂಗಡದೊಂದಿಗೆ ಹೋಗುತ್ತಿರುವ ಆತ ಈ ಮುದಿ ತಂದೆಯನ್ನೂ ಅವರೊಂದಿಗೆ ಕರೆದೊಯ್ಯಲು ವಾಪಸು ಬರಬಹುದು.

ಆತ ಕಿವಿ ನಿಮಿರಿಸಿ ಕೇಳಿದ, ಅವಿಶ್ರಾಂತವಾಗಿ ಓಡುತ್ತಿದ್ದ ಆತನ ವಿಚಾರಧಾರೆ ಕ್ಷಣಕಾಲ ಸ್ತಬ್ಧವಾಯಿತು. ಏನೂ ಚಲನೆಯಿಲ್ಲ. ಏನೂ ಇಲ್ಲ. ಆ ಮಹಾಮೌನದ ಮಧ್ಯೆ ಆತನೊಬ್ಬನೇ ಉಸಿರಾಡುತ್ತಲಿದ್ದ. ಎಲ್ಲ ತೀರ ನಿರ್ಜನವಾಗಿತ್ತು. ಓಹ್, ಅದೇನು? ಆತನ ಮೈ ಒಮ್ಮೆ ಜುಮ್ ಅಂದಿತು. ಬಹಳ ಪರಿಚಿತವಾದ ಸದ್ದು. ತೋಳ ಊಳಿಡುವ ಆ ಸುದೀರ್ಘ ಸದ್ದು ಮೌನವನ್ನು ಸೀಳುತ್ತ ಸಮೀಪವೇ ಬಂದಂತೆ ಭಾಸವಾಯಿತು. ಆಗ ಮಬ್ಬಾದ ಆತನ ಕಣ್ಣುಗಳೆದುರು ಮರಳಿ ಹಿಮಸಾರಂಗದ ಚಿತ್ರ ಮೂಡಿತು – ಆ ಹಳೆಯ ಗಂಡು ಹಿಮಸಾರಂಗ – ಅದರ ಹರಿದುಹೋದ ಪಕ್ಕೆಗಳು, ರಕ್ತಸಿಕ್ತವಾದ ದೇಹ, ಅಲ್ಲಲ್ಲಿ ಕಚ್ಚಿ ತಿನ್ನಲ್ಪಟ್ಟ ಹೆಗಲು, ಕೊನೆಯವರೆಗೂ ಹೋರಾಡಲು ಅಣಿಯಾದ ದೊಡ್ಡದಾದ ಟಿಸಿಲುಗಳುಳ್ಳ ಆ ಕೊಂಬುಗಳು, ಮಿಂಚಿನ ಸೆಳಕುಗಳಂತೆ ಹರಿದಾಡುವ ಬೂದುಬಣ್ಣದ ಆ ತೋಳಗಳ ಹಿಂಡು, ಕ್ರೂರವಾಗಿ ಹೊಳೆಯುವ ಆ ಕಣ್ಣುಗಳು, ನೇತಾಡುವ ನಾಲಿಗೆಗಳು, ಜೊಲ್ಲು ಸುರಿಸುವ ಆ ಕೋರೆಹಲ್ಲುಗಳು. ಅತ್ತಿತ್ತ ಕೆದಕಿದ ಹಿಮದ ನಡುವೆ ಆ ಸಾರಂಗವನ್ನು ನಿರ್ದಯೆಯಿಂದ ಸುತ್ತುವರಿದ ಈ ವೃತ್ತ ಒಂದು ಕಪ್ಪು ಬಿಂದುವಾಗಿ ಪರಿಣಮಿಸಿದಂತೆ ಆತನಿಗೆ ತೋರಿತು.

ತೋಳದ ತಂಪಾದ ಮೂತಿಯೊಂದು ಆತನ ಕೆನ್ನೆಯನ್ನು ಸ್ಪರ್ಶಿಸಿದಾಗ ಆತನ ಪ್ರಜ್ಞೆ ತಟ್ಟನೆ ವಾಸ್ತವಕ್ಕೆ ಮರಳಿತು. ಆತನ ಕೈ ಸರ್ರನೆ ಉರಿಯುವ ಕಟ್ಟಿಗೆಯ ತುಂಡೊಂದನ್ನು ಹೊರಗೆಳೆಯಿತು. ಮಾನವನ ಬಗೆಗಿನ ನೈಸರ್ಗಿಕವಾದ ಭಯದಿಂದ ಆ ಪ್ರಾಣಿ ಒಮ್ಮೆ ಹಿಂದೆ ಸರಿಯಿತು. ಅನಂತರ ಎತ್ತರದ ಧ್ವನಿಯಿಂದ ತನ್ನ ಬಂಧುಗಳನ್ನು ಕೂಗಿ ಕರೆಯಿತು; ಅವು ಆಸೆಯಿಂದ ಅದಕ್ಕೆ ಪ್ರತ್ಯುತ್ತರಿಸಿದವು; ಕ್ಷಿಪ್ರದಲ್ಲೇ ಆತನ ಸುತ್ತಲೂ ಬಾಯ್ದೆರೆದುಕೊಂಡು ಬೂದು ಬಣ್ಣದ ತೋಳಗಳು ನೆರೆದವು. ಮುದುಕ ಅವುಗಳು ಸಮೀಪ ಬರುವುದನ್ನೇ ಕಿವಿಗೊಟ್ಟು ಕೇಳಿದ. ಆತ ತನ್ನ ಕೈಯಲ್ಲಿನ ಉರಿಯುವ ಕೊಳ್ಳಿಯನ್ನು ಜೋರಾಗಿ ಅತ್ತಿತ್ತ ಅಲ್ಲಾಡಿಸಿದ; ಅವುಗಳು ಗುರುಗುಡುವುದನ್ನು ಬಿಟ್ಟು ಊಳಿಡಲು ಪ್ರಾರಂಭಿಸಿದವು; ಆದರೆ

ಅವು ಅಲ್ಲಿಂದ ಒಂದಿಷ್ಟೂ ದೂರ ಹೋಗಲಿಲ್ಲ. ಒಂದು ತೋಳ ಸಲೀಸಾಗಿ ಮುಂದೆ ಬಂದಿತು. ಅನಂತರ ಇನ್ನೊಂದು, ಅದರ ಹಿಂದೆಯೇ ಮತ್ತೊಂದು. ಆದರೆ ಯಾವುದೂ ಹಿಂದೆ ಸರಿಯಲಿಲ್ಲ. ತಾನಾದರೂ ಯಾಕೆ ಹೀಗೆ ಜೀವಕ್ಕಾಗಿ ತಹತಹಿಸಬೇಕು ಎಂದು ತನ್ನಷ್ಟಕ್ಕೆ ತಾನೇ ಅಂದುಕೊಂಡ ಆತ ಕೊಳ್ಳಿಯನ್ನು ಹಿಮದಲ್ಲಿ ಚೆಲ್ಲಿಬಿಟ್ಟ. ಅದು ಆರಿ ಹೋಯಿತು. ಸುತ್ತುವರಿದ ತೋಳಗಳೇನೂ ಹಿಂಜರಿಯಲಿಲ್ಲ. ಬದಲು ಇನ್ನಷ್ಟು ಗುರುಗುಟ್ಟಿದವು. ಆತನಿಗೆ ಮತ್ತೊಮ್ಮೆ ಆ ಮುದಿ ಹಿಮಸಾರಂಗದ ಕೊನೆಯ ಹೋರಾಟ ಕಣ್ಮುಂದೆ ಕಟ್ಟಿತು. ಕೊಸ್‌ಕೂಶ್‌ನ ದಣಿದು ಸೋತುಹೋದ ತಲೆ ಆತನ ಮೊಣಕಾಲುಗಳ ಮೇಲೆ ವಾಲಿತು. ಆದರೇನಂತೆ? ಅದೇ ಜೀವನ ನಿಯಮ ಅಲ್ಲವೆ ? ○

○ ಒ. ಹೆನ್ರಿ

ಕೊನೆಯ ಎಲೆ

ವಾಷಿಂಗ್ಟನ್ ಚೌಕದ ಪಶ್ಚಿಮಕ್ಕಿರುವ ಆ ಚಿಕ್ಕ ಊರಿನಲ್ಲಿನ ರಸ್ತೆಗಳೆಲ್ಲಾ ಅಡ್ಡಾದಿಡ್ಡಿ. ವಿನೂತನ ಬಗೆಯಲ್ಲಿ ಸುತ್ತಿ–ಬಳಸಿ, ವಿವಿಧ ರೀತಿಯ ಕೋನಗಳನ್ನು–ಸುತ್ತುಗಳನ್ನು ಅವು ನಿರ್ಮಿಸಿದ್ದವು. ಒಂದೇ ರಸ್ತೆಗೆ ಹಲವು ಬಳಸು ದಾರಿಗಳು. ಒಮ್ಮೆ ಓರ್ವ ಕಲಾವಿದನಿಗೆ ಇದೆಲ್ಲ ನೋಡಿದಾಗ ಮಿಂಚಿನಂಥ ವಿಚಾರವೊಂದು ಹೊಳೆಯಿತು: ಕಾಗದ–ಬಣ್ಣ–ಹಲಗೆ ಇತ್ಯಾದಿಗಳ ಬಾಕಿಯನ್ನು ವಸೂಲಿ ಮಾಡಲು ಯಾರಾದರೂ ಈ ದಾರಿಗೆ ಬಂದರೆ ಒಂದು ಬಿಡಿಗಾಸೂ ವಸೂಲಿಯಾಗದೆ ಆತ ತಿರುತಿರುಗಿ ತನ್ನ ಪ್ರದಕ್ಷಿಣಿಯನ್ನೇ ಮಾಡಬೇಕಾಗಿ ಬರಬಹುದಲ್ಲ!

ಈ ಕಾರಣವಾಗಿಯೋ ಏನೋ, ವಿಚಿತ್ರ ನಮೂನೆಯ ಆ ಗ್ರೀನ್‌ವಿಚ್ ಹಳ್ಳಿಗೆ ಎಲ್ಲೆಲ್ಲಿಂದಲೋ ಕಲಾವಿದರು ಬರಲಾರಂಭಿಸಿದರು. ಕಡಿಮೆ ಬಾಡಿಗೆಗೆ ದೊರೆಯುವ, ಹದಿನೆಂಟನೆಯ ಶತಮಾನದ ವಾಸ್ತುಶಿಲ್ಪದ, ಉತ್ತರಕ್ಕೆ ಮುಖ ಮಾಡಿದ ಕಿಟಿಕಿಗಳಾಗಲೀ ಡಚ್ ಮಾದರಿಯ ಅಟ್ಟಗಳಾಗಲೀ ಉಳ್ಳ ಅಲ್ಲಿನ ಮನೆಗಳಿಗೆ ಬೇಡಿಕೆ ಏರಲಾರಂಭಿಸಿತು. ಅನಂತರ ಆ ಕಲಾವಿದರು ಆರನೆಯ ಮುಖ್ಯ ರಸ್ತೆಯಿಂದ ಕೆಲವು ತಗಡಿನ ಪಾತ್ರೆಗಳನ್ನೂ ಅಡಿಗೆಯ ಇತರ ಸಲಕರಣೆಗಳನ್ನೂ ತಂದು ಅಲ್ಲಿಯೇ ನೆಲೆಸಿದರು. ಅಲ್ಲಿ ಕಲಾವಿದರದೇ ಒಂದು 'ವಸಾಹತು' ಹುಟ್ಟಿಕೊಂಡಿತು.

ಇಂಥದೊಂದು ಹಳೆಯ ಮೂರಂತಸ್ತಿನ ಕಟ್ಟಡದ ಮೇಲೆ ಸ್ಯೂ ಹಾಗೂ ಜಾನ್ಸಿಯ ಕಲಾಶಾಲೆಯಿತ್ತು. 'ಜಾನ್ಸಿ'– 'ಜೊಆನ್'ಳನ್ನು ಪ್ರೀತಿಯಿಂದ ಕರೆಯುವ ಹೆಸರು. ಒಬ್ಬಳು ಮೇನ್‌ದವಳು; ಮತ್ತೊಬ್ಬಳು ಕ್ಯಾಲಿಫೋರ್ನಿಯದವಳು. ಎಂಟನೆಯ ರಸ್ತೆಯಲ್ಲಿರುವ 'ಡೆಲ್ಮಾನಿಕ' ಹೋಟೆಲಿನಲ್ಲಿ ಅವರು ಮೊದಲು ಪರಸ್ಪರ ಸಂಧಿಸಿದ್ದು. ಇಬ್ಬರಿಗೂ ಕಲೆಯಲ್ಲಿ ಆಸಕ್ತಿ; ಒಂದೇ ಬಗೆಯ ವೇಷ–ಭೂಷಣಗಳಲ್ಲಿ ಪ್ರೀತಿ; ಒಂದೇ ಬಗೆಯ ತಿಂಡಿ–ತಿನಸಿನ ಬಗ್ಗೆ ಆಸ್ಥೆ. ಹೀಗಾಗಿ ಇಬ್ಬರೂ ಒಟ್ಟಾಗಿಯೇ ಒಂದೆಡೆ ಕಲಾಶಾಲೆ ತೆರೆದಿದ್ದರು.

ಇದೆಲ್ಲ ಆದದ್ದು ಮೇ ತಿಂಗಳಲ್ಲಿ. ಮುಂದೆ ನವೆಂಬರ್‌ನಲ್ಲಿ 'ನ್ಯೂಮೋನಿಯ' ಎಂಬ ಎಂದೂ ಯಾರೂ ಕಂಡು - ಕೇಳಿರದ ಜಡ್ಡೊಂದು ವಸಾಹತಿನಲ್ಲೆಲ್ಲಾ ಪಿಡುಗಿನಂತೆ ಹರಡಿ ಒಂದರ ಮೇಲೊಂದರಂತೆ ಅಲ್ಲಿನ ನಿವಾಸಿಗಳನ್ನು ಬಲಿ ತೆಗೆದುಕೊಳ್ಳಲಾರಂಭಿಸಿತು. ಊರಿನ ಪೂರ್ವ ಭಾಗದಲ್ಲಂತೂ ಬಹಳಷ್ಟು ಜನ ಈ ರಾಕ್ಷಸ ಪಿಡುಗಿಗೆ ಆಹುತಿಯಾದರು. ಆದರೆ ಯಾಕೋ, ಸುತ್ತಿ ಬಳಸಿದ ರಸ್ತೆಗಳುಳ್ಳ ಹಸರು-ಹಸುರಾದ ಕಲಾವಿದರ ವಸಾಹತಿನಲ್ಲಿ ಈ ರೋಗ ತುಸು ನಿಧಾನವಾಗಿ ಹೆಜ್ಜೆ ಹಾಕುತ್ತಿತ್ತು. ಕರುಣೆ-ಅನುಕಂಪವೆನ್ನುವುದು ಈ ನ್ಯೂಮೋನಿಯ ರೋಗಕ್ಕೆ ಒಂದಿನಿತೂ ಇದ್ದಂತಿರಲಿಲ್ಲ. ಬಲಿಷ್ಠನೂ ನಿಷ್ಕರುಣಿಯೂ ಆದ ಈ ರಾಕ್ಷಸನಿಗೆ ಈ ಮೊದಲೇ ಕ್ಯಾಲಿಫೋರ್ನಿಯದ ತಣ್ಣಗಿನ ಗಾಳಿಯಿಂದ ಗಾಸಿಗೊಂಡಿದ್ದ ದುರ್ಬಲಕಾಯಳಾದ ಹೆಂಗಸನ್ನು ಸಹ ಬಿಡಬೇಕೆನಿಸಲಿಲ್ಲ. ಜಾನ್ಸಿಗೆ ನ್ಯೂಮೋನಿಯ ಬಂದೇ ಬಿಟ್ಟಿತು. ತನ್ನ ಚಿಕ್ಕ ಕಬ್ಬಿಣದ ಮಂಚದ ಮೇಲೆ ಆಕೆ ಮಿಸುಕಾಡಲೂ ಶಕ್ತಿಯಿಲ್ಲದಂತೆ ಬಿದ್ದುಕೊಂಡಿದ್ದಳು-ಪಕ್ಕದಲ್ಲಿನ ಚಿಕ್ಕ ಕಿಟಿಕಿಯ ಕಂಬಿಗಳಾಚೆ ಕಾಣುವ ಪಕ್ಕದ ಮನೆಯ ಬೋಳು ಗೋಡೆಯನ್ನೆ ನೋಡುತ್ತ.

ಒಂದು ಬೆಳಿಗ್ಗೆ ತಲೆನರೆತ ಡಾಕ್ಟರ್ ಒಬ್ಬಾತ ಆ ಕೋಣೆಗೆ ಬಂದ. ಜ್ವರಮಾಪಕದಿಂದ ರೋಗಿಯ ಜ್ವರ ಅಳೆದು ನೋಡಿದ. ಅನಂತರ ಸ್ಯೂಳ ಕಡೆ ಹೊರಳಿ ಹೇಳಿದ:

"ಇವಳು ಬದುಕೋ ಅವಕಾಶ ಹತ್ತರಲ್ಲೊಂದು ಮಾತ್ರ. ಅದೂ ಬದುಕಬೇಕು ಅನ್ನೋ ಇಚ್ಛೆ ಇವಳಲ್ಲಿ ಉಂಟಾದರೆ ಮಾತ್ರ ಸಾಧ್ಯ. ಕೆಲವು ಜನ ತಾವಾಗಿಯೇ ಮುಂದಾಗಿ ಮೃತ್ಯುವನ್ನು ಸ್ವಾಗತಿಸಿ ಅಪ್ಪಿಕೊಳ್ತಾರೆ. ಇಂಥವರಿಗೆ ಯಾವ ಔಷಧೋಪಚಾರವೂ ನಾಟಲಾರದು. ಈ ಹುಡುಗಿ ತಾನು ಗುಣವಾಗೋದಿಲ್ಲ ಅಂತ ನಿರ್ಧರಿಸಿಬಿಟ್ಟಹಾಗಿದೆ. ಈಕೆಗೇನಾದರೂ ಚಿಂತೆಯೆ?"

ಸ್ಯೂ ಹೇಳಿದಳು:

"ನೇಪಲ್ಸ್ ಉಪಸಾಗರವನ್ನು ಒಂದಿಲ್ಲೊಂದು ದಿನ ಚಿತ್ರಿಸಬೇಕು ಅನ್ನೋ ಮಹತ್ವಾಕಾಂಕ್ಷೆ ಇತ್ತು ಈಕೆಗೆ."

"ಚಿತ್ರಿಸೋದೆ? ಥತ್! ಅದಲ್ಲ ನಾನು ಕೇಳಿದ್ದು. ಅವಳ ಮನಸ್ಸನ್ನು ಕೊರೆಯುವಂಥ ಏನಾದರೂ ಘಟನೆ ಆಗಿತ್ತೆ – ಉದಾಹರಣೆಗೆ – ಯಾರಾದರೂ ಪ್ರೇಮಿ?"

"ಪ್ರೇಮಿಯೆ?" ಸ್ಯೂಳ ಧ್ವನಿಯಲ್ಲಿ ಯಹೂದ್ಯರಿಗೆ ಸಹಜವಾದ ತಂತಿ ಮಿಡಿದಂಥ ಠೇಂಕಾರ. "ಗಂಡಸಿಗೆ ಇಷ್ಟು ಪ್ರಾಮುಖ್ಯ ಕೊಡುವಷ್ಟು ಮೂರ್ಖಳೆ ಆಕೆ? ಇಲ್ಲ ಡಾಕ್ಟರ್, ಅಂಥದೇನೂ ಘಟಿಸಿಲ್ಲ."

ಡಾಕ್ಟರ್ ಹೇಳಿದ:

"ಸರಿ, ಒಟ್ಟಾರೆ ಈಕೆಗೆ ವಿಪರೀತ ನಿಶ್ಶಕ್ತಿ. ಔಷಧ-ವಿಜ್ಞಾನದ ಸಹಾಯದಿಂದ ನನಗೆ ಮಾಡಲು ಶಕ್ಯವಿರೋದನ್ನೆಲ್ಲಾ ನಾನು ಮಾಡ್ತೇನೆ. ಆದರೆ ನನ್ನ ರೋಗಿ ಬರೇ ತನ್ನ ಮೃತ್ಯುವಿನ ಕನಸನ್ನೇ ಕಾಣತೊಡಗಿದಾಗ ನನ್ನ ಔಷಧಗಳ ಪರಿಣಾಮ ಅರ್ಧಕ್ಕರ್ಧ ಕಡಿಮೆಯಾಗಿಬಿಡ್ತದೆ. ನೀನೇನಾದರೂ ಮಾಡಿ ಅವಳಲ್ಲಿ ಮರಳಿ ಜೀವನದ ಬಗ್ಗೆ ಆಸಕ್ತಿ ಹುಟ್ಟಿಸಬಲ್ಲೆಯಾದರೆ. ಉದಾಹರಣೆಗೆ-ಚಳಿಗಾಲದ ಉಡುಪುಗಳ ಹೊಸಬಗೆಯ ವಿನ್ಯಾಸದ ಬಗ್ಗೆ ಆಕೆ ಏನಾದರೂ ಪ್ರಶ್ನೆ ಕೇಳುವಂತಾದರೆ, ಆಕೆ ಬದುಕೋ ಅವಕಾಶ ಹತ್ತರಲ್ಲೊಂದಕ್ಕೆ ಬದಲಾಗಿ ಐದರಲ್ಲೊಂದು ಆದೀತು."

ಡಾಕ್ಟರ್ ಹೊರಟುಹೋದ ಬಳಿಕ ಸ್ಯೂ ಒಳಗೆ ಹೋಗಿ ಮನದಣಿಯೆ ಅತ್ತಳು. ಅನಂತರ ಕಣ್ಣೊರೆಸಿಕೊಂಡು ಚಿತ್ರ ತೆಗೆಯುವ ತನ್ನ ಫಲಕವನ್ನು ತೆಗೆದುಕೊಂಡು ಮೆಲುದನಿಯಲ್ಲಿ ಹಾಡುತ್ತ ಜಾನ್ಸಿಯ ಕೋಣೆಗೆ ಬಂದಳು. ಜಾನ್ಸಿ ಕಿಟಿಕಿಯ ಕಡೆ ಮುಖಮಾಡಿ ಅಲುಗಾಡದೆ ಬಿದ್ದುಕೊಂಡಿದ್ದಳು. ಆಕೆಗೆ ನಿದ್ರೆ ಹತ್ತಿದೆಯೇನೋ ಎಂದುಕೊಂಡು ಸ್ಯೂ ಒಮ್ಮೆಲೆ ಸುಮ್ಮನಾದಳು. ತಾನು ತಂದಿದ್ದ ಚಿತ್ರದ ಫಲಕವನ್ನು ಸರಿಯಾಗಿ ಜೋಡಿಸಿ ಪತ್ರಿಕೆಯೊಂದು ಕತೆಗಾಗಿಬೇಕಾಗಿದ್ದ ಚಿತ್ರ ತೆಗೆಯುವುದರಲ್ಲಿ ನಿರತಳಾದಳು. ಉದಯೋನ್ಮುಖ ಬರಹಗಾರರು ಬರೆಯುವ ಪತ್ರಿಕೆಗಳಲ್ಲಿನ ಕತೆಗಳಿಗಾಗಿ ಚಿತ್ರ ಬರೆದೇ ಉದಯೋನ್ಮುಖ ಚಿತ್ರಕಾರರು ಹೆಸರು ಮಾಡಬೇಕಷ್ಟೆ!

ಚಿತ್ರದಲ್ಲಿನ ಇಡಾಹೋ ದನಗಾಹಿಯೊಬ್ಬನ ಬಣ್ಣಬಣ್ಣದ ಉಡುಪನ್ನು ಚಿತ್ರಿಸುತ್ತಿದ್ದಂತೆ ಸ್ಯೂಗೆ ತೀರಾ ಮೆಲ್ಲಗಿನ ಧ್ವನಿಯೊಂದು ತಿರುತಿರುಗಿ ಕೇಳಿಸಿದಂತೆ ಭಾಸವಾಯಿತು. ಕೂಡಲೇ ಆಕೆ ರೋಗಿಯ ಹಾಸಿಗೆಯ ಬಳಿಹೋದಳು.

ಜಾನ್ಸಿ ಅಗಲವಾಗಿ ಕಣ್ಣು ತೆರೆದಿದ್ದಳು. ಕಿಟಿಕಿಯಾಚೆ ನೋಡುತ್ತ ಆಕೆ ಏನನ್ನೋ ತಿರುವು ಮುರುವಾಗಿ ಎಣಿಸುತ್ತಿದ್ದಳು. "ಹನ್ನೆರಡು," ಕೆಲ ಸಮಯ ಬಿಟ್ಟು-"ಹನ್ನೊಂದು," ಅನಂತರ-"ಹತ್ತು," ಮತ್ತೆ-ಒಂಭತ್ತು", ಆಮೇಲೆ ಒಮ್ಮೆಲೇ-"ಎಂಟು, ಏಳು..."

ಸ್ಯೂ ದಿಗಿಲುಗೊಂಡು ಕಿಟಿಕಿಯ ಹೊರಗೆ ನೋಡಿದಳು. ಎಣಿಸಲು ಅಲ್ಲೇನಿತ್ತು. ಬರಿದಾದ ಅಂಗಳ, ಅದರಾಚೆ ಇಟ್ಟಿಗೆಗಳ ಒಂದು ಹಳೆಯ ಮನೆ, ಅದರ ಗೋಡೆಗುಂಟ ಹಬ್ಬಿದ, ಹಳೆಯದಾದ, ಬೇರುಗಳೆಲ್ಲಾ ಮುರುಟಿಹೋಗಿದ್ದ ಒಂದು ಐವಿ ಬಳ್ಳಿ, ಚಳಿಗಾಳಿಯಿಂದ ಅದರ ಎಲೆಗಳೆಲ್ಲಾ ಉದುರಿಹೋಗಿ ಕೇವಲ ಟೊಂಗೆಗಳಷ್ಟೇ ಉಳಿದಿದ್ದ ಆ ಬಳ್ಳಿಗಿಡ ಅಸ್ಥಿಪಂಜರದಂತೆ ಕಾಣುತ್ತಿತ್ತು. ಮುರುಕು ಗೋಡೆಯ ಆಧಾರ ಪಡೆದು ಹೇಗೋ ಆ ಹಳೆಯ ಗಿಡ ಇನ್ನೂ ನಿಂತಿತ್ತು.

"ಅದೇನು ಜಾನ್ಸಿ?" ಸ್ಯೂ ಕೇಳಿದಳು.

ಜಾನ್ಸಿ ತೀರಾ ಮೆಲ್ಲಗೆ ಅಂದಳು:

"ಆರು-ಅವೀಗ ಎಷ್ಟು ಬೇಗ ಬೇಗನೆ ಬೀಳ್ತಿವೆ. ಮೂರು ದಿನಗಳ ಹಿಂದೆ ಅವು ನೂರರಷ್ಟಿದ್ದವು. ಅವನ್ನೆಣಿಸೋದರಲ್ಲಿ ನನಗೆ ಸುಸ್ತಾಗಿಬಿಡ್ತಿತ್ತು. ಆದರೆ ಈಗ ಹಾಗಿಲ್ಲ. ಅದೋ, ಮತ್ತೊಂದು ಬಿತ್ತು. ಈಗ ಐದೇ ಉಳಿದವು."

"ಅದೇನು ಜಾನ್ಸಿ? ನನಗೂ ಹೇಳು."

"ಎಲೆಗಳು. ಆ ಐವಿ ಗಿಡದ ಮೇಲಿನವು. ಆ ಕೊನೆಯ ಎಲೆ ಬಿದ್ದಾಗ ನಾನು ಸಾಯ್ತೇನೆ. ಮೂರು ದಿನಗಳಿಂದಲೂ ನನಗಿದು ಗೊತ್ತು. ಆ ಡಾಕ್ಟರ್ ನಿನಗೆ ಹೇಳಲಿಲ್ಲವೆ?"

ಸ್ಯೂ ಸಿಟ್ಟಿನಿಂದ, ಆತಂಕದಿಂದ ಅಂದಳು:

"ಇದೇನು ಹುಚ್ಚು ಜಾನ್ಸಿ? ನೀನು ಗುಣವಾಗೋದಕ್ಕೂ ಆ ಹಣ್ಣೆಲೆಗಳಿಗೂ ಎಲ್ಲಿಯ ಸಂಬಂಧ? ಆ ಗಿಡದ ಮೇಲೆ ನಿನಗೆಷ್ಟು ಪ್ರೀತಿಯಿತ್ತು! ಹುಚ್ಚಿಯಂತಾಡಬೇಡ. ಇವತ್ತು ಮುಂಜಾನೆಯಷ್ಟೆ ಡಾಕ್ಟರು ಹೇಳಿದರು – ನೀನು ಗುಣವಾಗೋ ಅವಕಾಶ ಒಂದರಲ್ಲಿ ಹತ್ತು ಅಂತ. ಅಂದರೆ, ನ್ಯೂಯಾರ್ಕ್ ನಗರದಲ್ಲಿ ಕಾರಿನಲ್ಲಿ ಸಂಚಾರ ಮಾಡುವಾಗ ಅಥವಾ ಹೊಸ ಕಟ್ಟಡಗಳ ಮುಂದೆ ಹಾಯ್ದು ಹೋಗುವಾಗ ಬದುಕಿ ಉಳಿಯೋದಕ್ಕೆ ಎಷ್ಟು ಅವಕಾಶವಿದೆಯೋ ಅಷ್ಟು. ಸ್ವಲ್ಪ ಗಂಜಿ ಕುಡಿ. ನಾನು ಈ ಚಿತ್ರವನ್ನು ಮುಗಿಸಿ ಆ

ಸಂಪಾದಕನಿಗೆ ಕೊಟ್ಟು ಸ್ವಲ್ಪ ಹಣ ಪಡೆದು ನಿನಗಾಗಿ ಪೋರ್ಟ್ ವೈನನ್ನೂ ನನಗಾಗಿ ಒಂದಿಷ್ಟು ಹಂದಿ ಮಾಂಸವನ್ನೂ ತರ್ತೇನೆ."

ಕಿಟಿಕಿಯಲ್ಲಿಂದ ತನ್ನ ನೋಟವನ್ನು ಕದಲಿಸದೆ ಜಾನ್ಸಿ ಹೇಳಿದಳು:

"ನೀನಿನ್ನು ವೈನ್ ತರೋದು ಬೇಡ. ಅದೋ, ಮತ್ತೊಂದು ಬಿತ್ತು. ನನಗೆ ಗಂಜಿಯೂ ಬೇಡ. ಈಗುಳಿದದ್ದು ಬರೀ ನಾಲ್ಕು. ಕತ್ತಲಾಗೋದರೊಳಗಾಗಿ ಆ ಕೊನೆಯ ಎಲೆ ಬೀಳೋದನ್ನು ನಾನು ನೋಡಬೇಕು. ಅನಂತರ ನಾನೂ ಹೊರಟೆ."

ಆಕೆಯ ಮೇಲೆ ಬಾಗಿ ಆರ್ಜವತೆಯಿಂದ ಸ್ಯೂ ಅಂದಳು:

"ಜಾನ್ಸಿ, ದಯವಿಟ್ಟು ನಾನು ಕೆಲಸ ಮುಗಿಸಿ ಬರೋತನಕ ಆ ಕಡೆ ನೋಡಬೇಡ. ಕಣ್ಣು ಮುಚ್ಚಿ ಮಲಗಿರು. ಈ ಚಿತ್ರಗಳನ್ನು ನಾಳೆಯೊಳಗಾಗಿ ಮುಗಿಸಬೇಕು. ನನಗೆ ಕೆಲಸ ಮಾಡೋದಕ್ಕೆ ಬೆಳಕು ಬೇಕು, ಇಲ್ಲವಾದರೆ ಕಿಟಕಿಯನ್ನೆ ಮುಚ್ಚಿಬಿಡ್ತಿದ್ದೆ."

"ನೀನು ಹೊರಗಿನ ಕೋಣೆಯಲ್ಲಿ ಕೂತು ನಿನ್ನ ಕೆಲಸ ಮಾಡಬಹುದಲ್ಲ!" ಜಾನ್ಸಿ ನಿರ್ವಿಕಾರವಾಗಿ ಅಂದಳು.

"ನನಗೆ ನಿನ್ನ ಬಳಿಯಿರಬೇಕು ಅಂತ ಅನಿಸ್ತದೆ. ಅಲ್ಲದೆ ನೀನು ಆ ಎಲೆಗಳ ಕಡೆ ನೋಡುತ್ತ ಹುಚ್ಚುಚ್ಚಾಗಿ ಯೋಚಿಸೋದು ನನಗಿಷ್ಟವಿಲ್ಲ."

ಜಾನ್ಸಿ ಕಣ್ಣುಮುಚ್ಚಿ ಜೀವವಿಲ್ಲದ ಗೊಂಬೆಯಂತೆ ಬಿದ್ದುಕೊಂಡು ಹೇಳಿದಳು:

"ಹಾಗಿದ್ದರೆ ನಿನ್ನ ಕೆಲಸ ಮುಗಿದ ಕೂಡಲೇ ಹೇಳು. ನಾನು ಆ ಕೊನೆಯ ಎಲೆ ಬೀಳೋದನ್ನು ನೋಡಲೇಬೇಕು. ಕಾಯುವಿಕೆ ನನಗೆ ಸಾಕಾಗಿದೆ. ವಿಚಾರ ಮಾಡಿ ಬೇಸರ ಬಂದಿದೆ. ಎಲ್ಲದರೊಂದಿಗಿನ ಸಂಬಂಧ ಕಳಚಿಕೊಂಡು ಬೀಳುತ್ತಿರುವ ಎಲೆಗಳ ಹಾಗೆ ಹಗುರವಾಗಿ ತೇಲುತ್ತ ಹಾಗೇ ಹೋಗಿ ಬಿಡಬೇಕೆನಿಸ್ತಿದೆ,... ದೂರ... ದೂರ..."

ಸ್ಯೂ ಅಂದಳು:

"ಮಲಗಿ ನಿದ್ರಿಸೋದಕ್ಕೆ ಪ್ರಯತ್ನಿಸು. ನಾನು ಕೆಳಗಿ ಹೋಗಿ ಬೆಹರ್‌ಮನ್‌ನನ್ನು ಕರೆದುಕೊಂಡು ಬರ್ತೇನೆ. ನಾನು ತೆಗೆಯಲಿರುವ ಏಕಾಕಿಯಾದ ವೃದ್ಧ ಗಣಿ ಕೆಲಸಗಾರನ ಚಿತ್ರಕ್ಕೆ ಆತ ರೂಪದರ್ಶಿಯಾಗ್ತಾನೆ. ನಾನು ಒಂದೇ ನಿಮಿಷದಲ್ಲಿ ತಿರುಗಿ ಬರ್ತೇನೆ. ನೀನು ಸುಮ್ಮನೆ ಮಲಗಿರು."

ಅದೇ ಕಟ್ಟಡದ ಕೆಳಗಿನ ಅಂತಸ್ತಿನಲ್ಲಿ ವಾಸಿಸುತ್ತಿದ್ದ ಮುದುಕ ಬೆಹರ್‌ಮನ್ ಕೂಡ ಒಬ್ಬ ಚಿತ್ರಕಾರನೇ. ಆತನಿಗೆ ಅರವತ್ತು ದಾಟಿತ್ತು. ವಿಕೃತ ಶರೀರದ ಆತ ಮೈಕೆಲ್ ಎಂಜೆಲೋನ ಮೋಸೆಸ್‌ನಂತೆ ನೀಳವಾದ ಗಡ್ಡ ಬೆಳೆಸಿದ್ದ. ಆತನೇನೂ ಹೆಸರಾಂತ ಕಲಾವಿದನಾಗಿರಲಿಲ್ಲ. ನಾಲ್ವತ್ತು ವರ್ಷಗಳವರೆಗೆ ಕಲಾದೇವಿಯನ್ನು ಆರಾಧಿಸಿದ್ದರೂ ಆಕೆಯ ಕಡೆಗಣ್ಣ ನೋಟವೂ ಆ ಬಡಪಾಯಿಯ ಮೇಲೆ ಈತನಕ ಬಿದ್ದಿರಲಿಲ್ಲ. ತಾನೊಂದು ಅಮೋಘ ಕೃತಿಯನ್ನು ರಚಿಸುವೆನೆಂದು ಆತ ಯಾವಾಗಲೂ ಹೇಳುತ್ತಲೇ ಇದ್ದನಾದರೂ ಇನ್ನೂ ಅದನ್ನು ಪ್ರಾರಂಭಿಸಿರಲೇ ಇಲ್ಲ. ಹಲವಾರು ವರ್ಷಗಳವರೆಗೆ ಆತ ಕೇವಲ ಜಾಹೀರಾತುಗಳಿಗಾಗಿ, ವ್ಯಾಪಾರಿ ಸಂಸ್ಥೆಗಳಿಗಾಗಿ ಏನಾದರೊಂದನ್ನು ಚಿತ್ರಿಸುತ್ತ ಕಾಲ ಕಳೆದಿದ್ದ. ಆಗೀಗ ಆತ ಹೆಚ್ಚು ಹಣವಿಲ್ಲದ ಕಿರಿಯ ಚಿತ್ರಕಾರರಿಗಾಗಿ ರೂಪದರ್ಶಿಯಾಗಿಯೂ ಕೆಲಸ ಮಾಡುತ್ತಿದ್ದ. ಸದಾ ಜಿನ್ ಕುಡಿದು, ಬರಲಿರುವ ತನ್ನ ಅಮೋಘ ಕೃತಿಯ ಬಗ್ಗೆ ಮಾತಾಡುತ್ತಿದ್ದ. ಅವನ ಬಗ್ಗೆ ಇನ್ನೂ ಹೇಳಬೇಕೆಂದರೆ, ಆತ ಯಾರಲ್ಲಾದರೂ ಮೃದುತ್ವವನ್ನು ಕಂಡರೆ ಅದನ್ನು ತೀವ್ರವಾಗಿ

ಪರಿಹಾಸ್ಯ ಮಾಡುತ್ತಿದ್ದ ಒಬ್ಬ ಮುಂಗೋಪಿ ಮುದುಕ; ಮಹಡಿಯ ಮೇಲೆ ವಾಸಿಸುತ್ತಿದ್ದ ಆ ಇಬ್ಬರು ತರುಣ ಕಲಾವಿದೆಯರಿಗೆ ಮೈಗಾವಲಾಗಿದ್ದು ಅವರನ್ನು ಕಾಯುವುದೆ ತನ್ನ ಕೆಲಸವೆಂದು ತಿಳಿದಿದ್ದ ಒಬ್ಬ ವಿಚಿತ್ರ ಮನುಷ್ಯ.

ಕೆಳಗಿದ್ದ ಆತನ ಮನೆಗೆ ಸ್ಯೂ ಬಂದಾಗ ಆತ ಜ್ಯೂನಿಪರ್ ಹಣ್ಣುಗಳನ್ನು ತಿನ್ನುತ್ತಲಿದ್ದನೆಂದು ಕಂಡಿತು. ಒಂದು ಮೂಲೆಯಲ್ಲಿ ಕಳೆದ ಇಪ್ಪತ್ತೈದು ವರ್ಷಗಳಿಂದಲೂ ಆತನ ಅಮೋಘ ಕೃತಿಗಾಗಿ ಕಾಯುತ್ತಲಿದ್ದ ಖಾಲಿಯಾದ ಫಲಕವೊಂದಿತ್ತು. ಸ್ಯೂ ಆತನಿಗೆ ಜಾನ್ಸಿಯ ಬಗ್ಗೆ ಹೇಳಿದಳು. ಉದುರುತ್ತಿರುವ ಹಣ್ಣೆಲೆಗಳಷ್ಟೇ ನಿಶ್ಶಕ್ತಳಾಗಿದ್ದ ಜಾನ್ಸಿಯೂ ಆ ಕೊನೆಯ ಎಲೆಯೊಂದಿಗೆ ಎಲ್ಲಿ ಉದುರಿಹೋಗುವಳೋ ಎಂದು ಭಯ ವ್ಯಕ್ತಪಡಿಸಿದಳು.

ಮುದುಕ ಬೆಹರ್‌ಮನ್‌ನ ಕಣ್ಣುಗಳಲ್ಲಿ ಇಂಥ ಹುಚ್ಚು ಭ್ರಮೆಗಳ ಬಗೆಗಿನ ಜಿಗುಪ್ಸೆ-ತಿರಸ್ಕಾರ ಸ್ಪಷ್ಟವಾಗಿ ವ್ಯಕ್ತವಾಯಿತು:

"ಏನು! ಹಳೆ ಗಿಡವೊಂದರಿಂದ ಹಣ್ಣೆಲೆಗಳು ಉದುರುತ್ತಾವೆಂದು ಜೀವ ಬಿಡೋ ಮೂರ್ಖರೂ ಈ ಜಗತ್ತಿನಲ್ಲಿದ್ದಾರೆಯೆ? ಹೋಗು ಹೋಗು, ನಿನ್ನ ಆ ಸುಡುಗಾಡು ಚಿತ್ರಕ್ಕೆ ನಾನು ರೂಪದರ್ಶಿಯಾಗಲ್ಲೊಲ್ಲೆ. ಇಂಥ ವಿಚಾರವನ್ನೆಲ್ಲ ನೀನೇಕೆ ಅವಳ ತಲೆಯೊಳಗೆ ಬರಗೊಟ್ಟೆ? ಛೆ, ಪಾಪ, ಆ ಪುಟ್ಟ ಮಿಸ್ ಜಾನ್ಸಿಗೆ ಹೀಗಾಗಬೇಕೆ!"

ಸ್ಯೂ ಹೇಳಿದಳು:

"ಆಕೆಗೆ ಬಹಳ ಜಡ್ಡಾಗಿದೆ. ನಿಶ್ಶಕ್ತಿಯೂ ಬಹಳವಾಗಿದೆ. ವಿಪರೀತ ಜ್ವರದಿಂದಾಗಿ ಆಕೆಯ ಮನಸ್ಸಿನ ತೂಕವೇ ತಪ್ಪಿಹೋಗಿ ಆಕೆ ಏನೆಲ್ಲ ವಿಚಾರ ಮಾಡ್ತಿದ್ದಾಳೆ. ಸರಿ ಮಿ. ಬೆಹರ್‌ಮನ್, ನೀನು ನನಗಾಗಿ ರೂಪದರ್ಶಿಯಾಗಲೊಲ್ಲೆಯಾದರೆ ಬಿಡು. ಆದರಿಷ್ಟು ನಿಜ – ನೀನೊಬ್ಬ ಹೃದಯವೇ ಇಲ್ಲದ, ಮಾನವೀಯತೆಯೇ ಇಲ್ಲದ, ಭಾವನಾಶೂನ್ಯವಾದ ಮುದಿ ಸೈತಾನ!"

ಬೆಹರ್‌ಮನ್ ಗಟ್ಟಿಯಾಗಿ ಕಿರಿಚಿದ:

"ನೀನೆಂಥ ಹೆಂಗಸು! ನಾನು ಬರೋದಿಲ್ಲ ಅಂತ ಯಾವಾಗ ಹೇಳಿದೆ? ನಡೆ, ನಾನೀಗಲೇ ಬರ್ತೇನೆ. ನಾನು ಬರ್ತೇನೆ ಅಂತ ಹೇಳತೊಡಗಿ ಅರ್ಧಗಂಟೆಯಾಗ್ತಾ ಬಂತು. ದೇವರೇ! ಜಾನ್ಸಿಯಂಥ ಒಳ್ಳೆಯ ಹುಡುಗಿ ಜಡ್ಡಾಗಿ ಮಲಗೋದಕ್ಕೆ ಈ ಸ್ಥಳ ಯೋಗ್ಯವಾದದ್ದಲ್ಲ. ಒಂದು ದಿನ ನಾನೊಂದು ಅಮೋಘ ಕೃತಿ ಚಿತ್ರಿಸ್ತೇನೆ. ಆಮೇಲೆ ನಾವೆಲ್ಲರೂ ಈ ದರಿದ್ರ ಸ್ಥಳದಿಂದ ಹೊರಟು ಹೋಗೋಣ. ನಿಜವಾಗಿಯೂ, ದೇವರಾಣೆ!"

ಅವರಿಬ್ಬರೂ ಮೇಲೆ ಹೋದಾಗ ಜಾನ್ಸಿಗೆ ನಿದ್ರೆ ಬಂದಿತ್ತು. ಕಿಟಕಿಗೆ ಪರದೆಯೆಳೆದು ಸ್ಯೂ ಬೇರೆ ಕೋಣೆಗೆ ಹೋಗೋಣವೆಂದು ಬೆಹರ್‌ಮನ್ನನಿಗೆ ಸನ್ನೆ ಮಾಡಿದಳು. ಅಲ್ಲಿಂದ ಹೊರಗೆ ಹಣಿಕಿಹಾಕಿ ಅವರಿಬ್ಬರೂ ಆತಂಕದಿಂದ ಆ ಐವಿ ಗಿಡವನ್ನು ನೋಡಿದರು. ಬಳಿಕ ಅರೆಕ್ಷಣ ಮಾತಾಡದೆ ಒಬ್ಬರನ್ನೊಬ್ಬರು ದಿಟ್ಟಿಸಿದರು. ಹೊರಗೆ ಒಂದೇ ಸಮನೆ ಕೊರೆಯುವ ಚಳಿಗಾಳಿ ಬೀಸುತ್ತಿತ್ತು. ಮಳೆ ಸುರಿಯುತ್ತಿತ್ತು. ಹಿಮವೂ ಬೀಳತೊಡಗಿತ್ತು. ತಲೆಕೆಳಗಾಗಿಟ್ಟ ದೊಡ್ಡ ಬಂಡೆಯಂತೆ ಕಾಣುವ ಹಾಗೆ ಜೋಡಿಸಿಟ್ಟ ಒಂದು ಹಳೆಯ ಹಂಡೆಯ ಮೇಲೆ ಬೆಹರ್‌ಮನ್ ತನ್ನ ಹಳೆಯ ನೀಲಿ ಅಂಗಿ ತೊಟ್ಟು ಒಂಟಿ ಗಣಿ ಕೆಲಸಗಾರನ ಚಿತ್ರಕ್ಕೆ ರೂಪದರ್ಶಿಯಾಗಿ ಕುಳಿತ.

ಹಿಂದಿನ ರಾತ್ರಿ ಕೇವಲ ಒಂದು ಗಂಟೆಯಷ್ಟೆ ನಿದ್ರೆ ಮಾಡಿ ಮರುದಿನ ಬೆಳಿಗ್ಗೆ ಸ್ಯೂ ಎದ್ದಾಗ ಜಾನ್ಸಿ ದೊಡ್ಡದಾಗಿ ಕಣ್ಣು ತೆರೆದು ರಾತ್ರಿ ಹಾಕಿದ್ದ ಕಿಟಕಿಯ ಪರದೆಗಳ ಕಡೆಗೇ ನೋಡುತ್ತಿದ್ದಳು.

"ಆ ಪರದೆ ಸರಿಸು. ನಾನು ನೋಡಬೇಕು," ಆಕೆ ಕ್ಷೀಣದನಿಯಲ್ಲಿ ಆಜ್ಞಾಪಿಸುವ ಹಾಗೆ ಹೇಳಿದಳು.

ಆತಂಕದಿಂದ ಸ್ಯೂ ಪರದೆ ಸರಿಸಿದಳು.

ಓಹ್, ಇಡೀ ರಾತ್ರಿ ಎಡೆಬಿಡದೇ ಮಳೆ ಸುರಿದಿದ್ದರೂ ನಡುಗಿಸುವ ಚಳಿಗಾಳಿ ಬೀಸಿದ್ದರೂ ಆಚೆಯ ಹಳೆಯ ಗೋಡೆಯನ್ನಾಧರಿಸಿ ಆ ಗಿಡದ ಮೇಲೆ ಇನ್ನೂ ಒಂದು ಎಲೆ ಹಾಗೇ ಉಳಿದಿತ್ತು. ಅದು ಕೊನೆಯ ಎಲೆಯಾಗಿತ್ತು. ಬುಡದಲ್ಲಿ ನಸುಹಸಿರಾಗಿದ್ದರೂ ತೀರ ಹಣ್ಣಾದ ಜೀರ್ಣವಾದ ಎಲೆ. ನೆಲದಿಂದ ಸುಮಾರು ಇಪ್ಪತ್ತು ಅಡಿಗಳ ಎತ್ತರದಲ್ಲಿ ರೆಂಬೆಯೊಂದರಿಂದ ಅದು ಧೈರ್ಯವಾಗಿ ನೇತಾಡುತ್ತಿತ್ತು.

ಜಾನ್ಸಿ ನಿಧಾನವಾಗಿ ಅಂದಳು:

"ಇದೇ ಕೊನೆಯ ಎಲೆ. ರಾತ್ರಿ ಅದು ಬಿದ್ದು ಹೋಗಿರಬಹುದು ಅಂದುಕೊಂಡಿದ್ದೆ. ಎಷ್ಟು ಕೆಟ್ಟ ಗಾಳಿ ಬೀಸುತ್ತಿತ್ತು! ಇವತ್ತು ಇದು ಬೀಳಲೇಬೇಕು. ಅದರೊಂದಿಗೆ ನಾನೂ ಹೋಗಲೇಬೇಕು."

ದಣಿದ ತನ್ನ ಮುಖವನ್ನು ಆಕೆಯ ಮುಖದ ಬಳಿ ತಂದು ಸ್ಯೂ ಮೆಲುದನಿಯಲ್ಲಿ ನುಡಿದಳು:

"ಓಹ್ ಜಾನ್ಸಿ, ನಿನ್ನ ಬಗೆಗಲ್ಲದಿದ್ದರೆ ನನ್ನ ಬಗೆಗಾದರೂ ಸ್ವಲ್ಪ ಚಿಂತಿಸು. ನೀನಿಲ್ಲದೆ ನಾನೇನು ಮಾಡಲಿ? ಹೇಗಿರಲಿ?"

ಜಾನ್ಸಿ ಉತ್ತರಿಸಲಿಲ್ಲ. ಬರಲಿರುವ ಅನಂತಕಾಲದ ಪ್ರಯಾಣಕ್ಕೆ ಮನಸ್ಸು ಸಿದ್ಧವಾಗುತ್ತಿರುವಾಗ ಈ ಜಗತ್ತಿನಲ್ಲಿ ಮನುಷ್ಯ ಅತ್ಯಂತ ಏಕಾಕಿಯೆನಿಸುತ್ತಾನೆ. ಜಾನ್ಸಿಗೂ ಹಾಗೆಯೇ ಆಗಿತ್ತು. ಜೀವನದೊಂದಿಗೆ ತನಗಿದ್ದ ಸ್ನೇಹ ಬಂಧನಗಳೆಲ್ಲ ಒಂದೊಂದಾಗಿ ಕಳಚಿದಂತೆ, ಆ ಎಲೆ ಉದುರಿದಾಗ ತಾನೂ ಸಾಯುವೆನೆಂಬ ಭಾವನೆ ಅವಳಲ್ಲಿ ಮತ್ತಷ್ಟು ಬಲವಾಗಿ ಬೇರೂರಿದ ಹಾಗೆ ತೋರುತ್ತಿತ್ತು.

ಆ ದಿನ ಹಾಗೆಯೇ ಕಳೆಯಿತು. ಸಂಜೆಗತ್ತಲಲ್ಲಿ ಸಹ ರೆಂಬೆಯಿಂದ ನೇತಾಡುತ್ತಿದ್ದ ಆ ಕೊನೆಯ ಏಕಾಕಿ ಎಲೆ ಅವರಿಗೆ ಕಾಣುತ್ತಿತ್ತು. ಆ ರಾತ್ರಿ ಉತ್ತರ ದಿಕ್ಕಿನಿಂದ ವೇಗವಾಗಿ ಗಾಳಿ ಬೀಸತೊಡಗಿತು. ಮಳೆಯೂ ಹೆಚ್ಚು ರಭಸದಿಂದ ಸುರಿಯಲಾರಂಭಿಸಿತು. ಬೆಳಗಾದಾಗ ತ್ರಸ್ತಳಾಗಿದ್ದ ಜಾನ್ಸಿ ಮತ್ತೆ ಕಿಟಿಕಿ ತೆರೆಯಲು ಹೇಳಿದಳು.

ಆ ಕೊನೆಯ ಎಲೆ ಇನ್ನೂ ಗಿಡದಲ್ಲೇ ಇತ್ತು.

ಜಾನ್ಸಿ ಬಹಳ ಹೊತ್ತು ಅದರತ್ತಲೇ ನೋಡುತ್ತಿದ್ದಳು. ಅನಂತರ ಆಕೆ ಒಳಗೆ ಗಂಜಿ ಮಾಡುತ್ತಿದ್ದ ಸ್ಯೂಳನ್ನು ಕರೆದಳು:

"ಸ್ಯೂಡೀ, ನಾನು ತುಂಬ ಕೆಟ್ಟ ಹುಡುಗಿಯ ಹಾಗೆ ವರ್ತಿಸಿದೆ. ನಾನೆಷ್ಟು ಕೆಟ್ಟವಳೆಂದು ತೋರಿಸಲೆಂದೇ ಆ ಕೊನೆಯ ಎಲೆ ಇನ್ನೂ ಅಲ್ಲಿ ಉಳಿದಿರಬೇಕು. ಸಾಯಲು ಬಯಸೋದು ಮಹಾ ಪಾಪ. ದಯವಿಟ್ಟು ನನಗೊಂದಿಷ್ಟು ಗಂಜಿ ಕೊಡು. ಒಂದಿಷ್ಟು ಹಾಲಿನಲ್ಲಿ ವೈನ್ ಹಾಕಿ ಕೊಡು. ಉಹ್ಞೂ, ಬೇಡ. ಮೊದಲು ಒಂದು ಕನ್ನಡಿ ತಂದುಕೊಡು. ಅನಂತರ ನನ್ನ ಬೆನ್ನ ಹಿಂದೆ ಒಂದಿಷ್ಟು ದಿಂಬುಗಳನ್ನಿಡು. ನಾನು ಎದ್ದು ಕೂತು ನೀನು ಅಡಿಗೆ ಮಾಡೋದನ್ನು ನೋಡ್ತಿರ್‍ತೇನೆ."

ಒಂದು ಗಂಟೆ ಕಳೆದ ಬಳಿಕ ಆಕೆಯೇ ಮತ್ತೆ ಮಾತಾಡಿದಳು:

"ಸ್ಯೂಡೀ, ಒಂದು ದಿನ ನಾನು ನೇಪಲ್ಸ್ ಉಪಸಾಗರವನ್ನು ಚಿತ್ರಿಸಬೇಕು ಅಂತಿದ್ದೇನೆ."

ಆ ಮಧ್ಯಾಹ್ನ ಡಾಕ್ಟರ್ ಬಂದ. ಆತ ತಿರುಗಿ ಹೊರಟಾಗ ಸ್ಯೂ ಆತನನ್ನು ಹಿಂಬಾಲಿಸಿ ಹೊರಕೋಣೆಗೆ ಹೋದಳು. ಆಕೆಯ ಕೃಶವಾದ ಕೈಯನ್ನೊತ್ತಿ ಆಶ್ವಾಸನೆಯ ದನಿಯಲ್ಲಿ ಡಾಕ್ಟರ್ ಹೇಳಿದ:

"ಈಗ ಭಯವಿಲ್ಲ. ಚೆನ್ನಾಗಿ ಆರೈಕೆ ಮಾಡಿದರೆ ಅವಳು ಶೀಘ್ರವೆ ಸುಧಾರಿಸಬಹುದು. ಈಗ ಗಂಭೀರ ಸ್ಥಿತಿಯಲ್ಲಿರುವ ಬೇರೊಬ್ಬ ರೋಗಿಯನ್ನು ನೋಡೋದಕ್ಕೆ ನಾನು ಹೋಗಬೇಕು. ಯಾರೋ ಬೆಹರ್‌ಮನ್ ಅಂತ ಚಿತ್ರಕಾರ. ಅವನಿಗೂ ನ್ಯೂಮೋನಿಯ. ಆತ ಮೊದಲೇ ಮುದುಕ. ಅಶಕ್ತನೂ ಹೌದು. ಬಹಳ ಜೋರಿನಿಂದಲೆ ಬಂದಿದೆ ಜಡ್ಡು. ಆತನೇನೂ ಉಳಿಯೋ ಭರವಸೆಯಿಲ್ಲ. ಇವತ್ತು ಆತನನ್ನು ಆಸ್ಪತ್ರೆಗೇ ಸಾಗಿಸ್ತಿದ್ದೇವೆ. ಹೆಚ್ಚು ಅನುಕೂಲ ಅಂತ."

ಮರುದಿನ ಡಾಕ್ಟರ್ ಸ್ಯೂಗೆ ಹೇಳಿದ:

"ಈಕೆಗಿನ್ನೇನೂ ಭಯವಿಲ್ಲ. ಕೊನೆಗೂ ನೀನು ಗೆದ್ದೆ. ಇನ್ನು ಒಳ್ಳೆಯ ಆಹಾರ - ಆರೈಕೆ ಅಷ್ಟೇ ಸಾಕು."

ಆ ಮಧ್ಯಾಹ್ನ ಸ್ಯೂ ಜಾನ್ಸಿಯ ಹಾಸಿಗೆಯ ಬಳಿ ಬಂದಳು. ಜಾನ್ಸಿ ಸಮಾಧಾನ ಚಿತ್ತದಿಂದ ಯಾವ ಪ್ರಯೋಜನಕ್ಕೂ ಬಾರದ ಒಂದು ಕಡುನೀಲಿ ಬಣ್ಣದ ಉಣ್ಣೆಯ ಹೆಗಲು ವಸ್ತ್ರವನ್ನು ಹೆಣೆಯುತ್ತಿದ್ದಳು. ಆಕೆಯ ದಿಂಬು ಸರಿಪಡಿಸಿಯಾದ ಬಳಿಕ ಸ್ಯೂ ಅವಳ ಹೆಗಲ ಮೇಲೆ ಕೈ ಹಾಕಿ ಹೇಳಿದಳು :

"ನಿನಗೆ ಗೊತ್ತೆ ಜಾನ್ಸಿ – ಮಿ. ಬೆಹರ್‌ಮನ್ ಇವತ್ತು ನ್ಯೂಮೋನಿಯದಿಂದ ಆಸ್ಪತ್ರೆಯಲ್ಲಿ ಸತ್ತುಹೋದ. ಆತ ಅಸ್ವಸ್ಥನಾಗಿದ್ದದ್ದು ಬರೇ ಎರಡು ದಿನ ಮಾತ್ರ. ಮೊನ್ನೆ ಬೆಳಗ್ಗೆ ಕೆಳಗಡೆ ತನ್ನ ಕೋಣೆಯಲ್ಲಿ ತೀರಾ ನಿತ್ರಾಣವಾಗಿ ಬಿದ್ದುಕೊಂಡಿದ್ದನ್ನು ಕಾವಲುಗಾರ ನೋಡಿದನಂತೆ. ಅವನ ಬಟ್ಟೆಗಳು–ಬೂಟುಗಳು ಪೂರಾ ತೊಯ್ದುಹೋಗಿದ್ದವಂತೆ. ಅಂಥ ಕೆಟ್ಟ ಚಳಿ–ಹಿಮ–ಮಳೆ ತುಂಬಿದ ರಾತ್ರಿ ಆತ ಎಲ್ಲಿಗೆ ಹೋಗಿದ್ದನೋ ಯಾರಿಗೂ ಗೊತ್ತಾಗಲಿಲ್ಲ. ಅನಂತರ ಅವರು ನೋಡಿದರು – ಅಲ್ಲೊಂದು ಕೈದೀಪವಿತ್ತು. ಅದು ಇನ್ನೂ ಉರಿಯುತ್ತಿತ್ತು. ಒಂದು ನಿಚ್ಚಣಿಕೆಯೂ ಇತ್ತು. ಒಂದು ತಟ್ಟೆಯಲ್ಲಿ ಹಸಿರು-ಹಳದಿ ಬಣ್ಣಗಳ ಮಿಶ್ರಣಗಳಿದ್ದವು. ಅದೋ, ಕಿಟಿಕಿಯ ಹೊರಗೆ ನೋಡು, ಜಾನ್ಸಿ, ಆ ಕೊನೆಯ ಐವೀ ಎಲೆಯನ್ನು ನೋಡು. ಅಷ್ಟೊಂದು ಜೋರಾಗಿ ಗಾಳಿ ಬೀಸಿದಾಗಲೂ ಅದು ಹೇಗೆ ಉದುರಿ ಬೀಳಲಿಲ್ಲ, ಅಲುಗಾಡಲೂ ಇಲ್ಲ ಅಂತ ನಿನಗೆ ಯೋಚನೆಯಾಗಲಿಲ್ಲವೆ? ಓಹ್ ಜಾನ್ಸಿ, ಅದು ಬೆಹರ್‌ಮನ್‌ನ ಅಮೋಘ ಕೃತಿ. ಆ ಗಿಡದಿಂದ ಕೊನೆಯ ಎಲೆ ಉದುರಿಬಿದ್ದ ಆ ರಾತ್ರಿ ಆತ ಇದನ್ನು ಅಲ್ಲಿ ಚಿತ್ರಿಸಿದ." ❍

○ ಅರ್ನೆಸ್ಟ್ ಹೆಮಿಂಗ್ವೇ

ಬಿರುಗಾಳಿ ಬೀಸಿದ ಮೇಲೆ

ಆ ದಿನ 'ಪಂಚ್' ಅನ್ನುವ ಪಾನೀಯ ತಯಾರಿಸುವುದರ ಬಗ್ಗೆ ಏನೋ ವಾಗ್ವಾದ ಹುಟ್ಟಿ ಜಗಳವೇ ಸುರುವಾಗಿ ನಾನು ಕೆಳಗೆ ಬಿದ್ದು, ಉಸಿರುಕಟ್ಟಿ ಹೋಗುವಂತೆ ಆತ ಗಟ್ಟಿಯಾಗಿ ನನ್ನ ಕುತ್ತಿಗೆ ಹಿಸುಕತೊಡಗಿದಾಗ, ನಾನು ಕಿಸೆಯಲ್ಲಿನ ಚಾಕು ಹೊರ ತೆಗೆಯಲು ಪ್ರಯತ್ನಿಸಿದೆ. ಎಲ್ಲರೂ ವಿಪರೀತ ಕುಡಿದಿದ್ದರಿಂದ ಆತನನ್ನು ತಡೆಯಲು ಯಾರೂ ಮುಂದಾಗಲೇ ಇಲ್ಲ. ನನ್ನ ಕುತ್ತಿಗೆ ಹಿಸುಕುತ್ತಲೇ ಆತ ನನ್ನ ತಲೆಯನ್ನು ನೆಲಕ್ಕಪ್ಪಳಿಸತೊಡಗಿದಾಗ ನಾನು ಹೇಗೋ ಚಾಕು ಹೊರತೆಗೆದು ಆತನ ತೋಳಿನಗುಂಟ ಇರಿದ ನಂತರವೇ ಆತ ನನ್ನನ್ನು ಬಿಟ್ಟದ್ದು. ಮುಂದೆ ನನ್ನನ್ನು ಹಿಡಿಯಲು ಆತನಿಗೆ ಸಾಧ್ಯವಾಗಲಿಲ್ಲ. ಆತ ಉರುಳಿಬಿದ್ದು ತನ್ನ ತೋಳನ್ನು ಗಟ್ಟಿಯಾಗಿ ಒತ್ತಿಹಿಡಿದು ಕೂಗಾಡಲಾರಂಭಿಸಿದ:

"ನನ್ನ ಕುತ್ತಿಗೆಯನ್ನೇಕೆ ಹಿಸುಕುತ್ತೀಯೋ?"

ನಾನು ಆತನನ್ನು ಕೊಂದೇಬಿಡಬಹುದಿತ್ತು. ಒಂದು ವಾರವಿಡೀ ಏನೂ ನುಂಗಲಾರದಷ್ಟು ನನ್ನ ಗಂಟಲು ನೋವಾಗಿತ್ತು.

ಆತನ ಜೊತೆಗಾರರು ಬಹಳ ಸಂಖ್ಯೆಯಲ್ಲಿದ್ದುದರಿಂದ ನಾನಲ್ಲಿಂದ ಕೂಡಲೇ ಹೊರಬಿದ್ದೆನಾದರೂ ಅವರಲ್ಲಿ ಕೆಲವರು ನನ್ನನ್ನು ಹಿಂಬಾಲಿಸಿದರು ಮತ್ತು ನಾನು ಸರಕ್ಕನೆ ಹೊರಳಿ ಸಂದಿಗಳಲ್ಲಿ ತಪ್ಪಿಸಿಕೊಂಡು ಮುಂದೆ ನಡೆದಾಗ ಯಾವನೋ ಒಬ್ಬ ಎದುರಾಗಿ ಆ ಕಡೆಯ ಬೀದಿಯಲ್ಲಿ ಯಾರೋ ಒಬ್ಬಾತನನ್ನು ಕೊಲೆ ಮಾಡಿಬಿಟ್ಟಿದ್ದಾನೆಂದು ಹೇಳಿದ. ನಾನಂದೆ, "ಯಾರು ಕೊಲೆ ಮಾಡಿದ್ದು?" ಅವನೆಂದ, "ಯಾರು ಕೊಂದರೋ, ಒಬ್ಬಾತ ಸತ್ತಿದ್ದಂತೂ ಖರೆ." ಕತ್ತಲು ತುಂಬಿದ್ದ ದಾರಿಗಳಲ್ಲಿ ನೀರು ನಿಂತಿತ್ತು. ಕಿಟಕಿಗಳೆಲ್ಲಾ ಮುರಿದುಕೊಂಡಿದ್ದು, ಗಿಡಗಳೆಲ್ಲಾ ಬಿದ್ದುಹೋಗಿ, ನೌಕೆಗಳೆಲ್ಲಾ ಊರಾಚೆಗಿದ್ದವು. ನಾನು ಹೇಗೋ ಒಂದು ಚಿಕ್ಕ ದೋಣಿಯನ್ನು ದೊರಕಿಸಿ ಅದರಲ್ಲಿ ಕೂತು ಮ್ಯಾಂಗೋ ದ್ವೀಪದಲ್ಲಿ ನನ್ನ ನೌಕೆಯನ್ನು ಇರಿಸಿದ ಸ್ಥಳಕ್ಕೆ ಹೋಗಿ ನೋಡಿದಾಗ, ಅದು ಸುರಕ್ಷಿತ ವಾಗಿತ್ತಾದರೂ ಒಳಗೆಲ್ಲ ನೀರು ತುಂಬಿತ್ತು. ನಾನು ನೌಕೆಯಿಂದ

ನೀರನ್ನೆಲ್ಲಾ ಹೊರಚೆಲ್ಲಿದಾಗ ಆಕಾಶದಲ್ಲಿ ಚಂದ್ರನಿದ್ದರೂ ಮೋಡ ಮುಸುಕಿ ಇನ್ನೂ ಬಿರುಗಾಳಿಯ ಲಕ್ಷಣಗಳಿದ್ದವು. ಆದರೂ ನಾನು ನೌಕೆಯಲ್ಲಿ ಹೊರಟೇಬಿಟ್ಟೆ. ಪೂರ್ತಿ ಬೆಳಗಾಗುವಷ್ಟರಲ್ಲಿ ನಾನು ಈಸ್ಟರ್ನ್ ಬಂದರು ದಾಟಿ ಸಾಕಷ್ಟು ದೂರ ಹೋಗಿದ್ದೆ.

ತಮ್ಮಾ, ಬಿರುಗಾಳಿಯೆಂದರೆ ಅದು, ಆ ದಿನ ಕಡಲಿಗೆ ಹೊರಟ ನೌಕೆಗಳಲ್ಲಿ ನನ್ನದೇ ಮೊದಲನೆಯದು. ಅಂಥ ನೀರನ್ನು ನಾನೆಂದೂ ನೋಡಿಯೇ ಇರಲಿಲ್ಲ. ಎತ್ತ ನೋಡಿದತ್ತ ಸುಣ್ಣ ತುಂಬಿದ ಪೀಪಾಯಿಯ ಹಾಗೆ ಕಾಣುವ ಬಿಳಿ ನೀರು ಎಷ್ಟೊಂದಿತ್ತೆಂದರೆ ಈಸ್ಟರ್ನ್ ಬಂದರಿನಿಂದ ಆಗ್ನೇಯ ದಿಕ್ಕಿಗಿರುವ ದ್ವೀಪಕ್ಕೆ ಬರಬೇಕಾದರೆ ತೀರವೇ ಕಾಣುತ್ತಿರಲಿಲ್ಲ. ನೀರಿನ ರಭಸಕ್ಕೆ ತೀರದ ಮಧ್ಯಭಾಗದಲ್ಲಿ ದೊಡ್ಡದೊಂದು ಕಾಲುವೆ ಉಂಟಾಗಿತ್ತು. ಗಿಡಮರಗಳೆಲ್ಲಾ ಬಿದ್ದು ಕಾಲುವೆಯ ನೀರಗುಂಟ ಹರಿದು ಬಂದು, ನೀರ ಬಣ್ಣವೆಲ್ಲ ಸುಣ್ಣದಂತೆ ಬಿಳಿಯಾಗಿ, ರೆಂಬೆಗಳೂ ಇಡಿಯ ಮರಗಳೂ ಸತ್ತ ಹಕ್ಕಿಗಳೂ ಎಲ್ಲ ನೀರಲ್ಲಿ ತೇಲುತ್ತಿದ್ದವು. ಪೆಲಿಕನ್ ಹಾಗೂ ಇತರ ನೂರಾರು ಬಗೆಯ ಪಕ್ಷಿಗಳು ದ್ವೀಪದ ಒಳಭಾಗದಲ್ಲಿ ಸೇರಿಕೊಂಡಿದ್ದವು. ಬಿರುಗಾಳಿಯ ಮುನ್ಸೂಚನೆ ಕಂಡೇ ಅವು ಹಾಗೆ ಮಾಡಿರಬೇಕು.

ಆಗ್ನೇಯ ದ್ವೀಪದಲ್ಲಿ ನಾನು ಒಂದು ದಿನ ತಂಗಿದೆನಾದರೂ ನನ್ನ ಹಿಂದೆ ಯಾರೂ ಬರಲಿಲ್ಲ. ಏಕಾಕಿಯಾಗಿ ನೌಕೆ ತೆಗೆದುಕೊಂಡು ಹೊರಟ ನನಗೆ ಅನತಿ ದೂರದಲ್ಲೇ ಬೇರೊಂದು ಹಡಗಿನ ಹುಟ್ಟುಗೋಲು ತೇಲಿದ್ದು ಕಾಣಿಸಿ ಹಡಗೊಂದು ಅಲ್ಲೇ ಮುಳುಗಿರ ಬೇಕೆಂದುಕೊಂಡು ನಾನು ಕೂಡಲೇ ಆ ಕಡೆ ಹೊರಟೆ. ಅಲ್ಲಿತ್ತು ಅದು – ಮೂರು ಹಾಯಿಗಳುಳ್ಳ, ಅತಿವೇಗವಾಗಿ ಹೋಗುವ ಹಡಗು; ಅದರ ಕೋಲು – ಹಿಡಿಗಳೆಲ್ಲಾ ನೀರಿನ ಮೇಲೆಯೇ ಇದ್ದವು. ಆದರೆ ಹಡಗು ಆಳವಾದ ನೀರಲ್ಲಿ ಸಿಕ್ಕಿಬಿದ್ದುದರಿಂದ ಅದರಲ್ಲಿನದೇನೂ ತೆಗೆಯಲಾಗಲಿಲ್ಲ ನನಗೆ. ಹೀಗಾಗಿ ಅದನ್ನಲ್ಲೆ ಬಿಟ್ಟು ಮತ್ತೆ ನಾನು ಬೇರೇನಾದರೂ ಸಿಕ್ಕೀತೆಂದು ಮುಂದೆ ಸಾಗಿದೆ. ನಾನೊಬ್ಬನೇ ಎಲ್ಲರಿಗಿಂತ ಮುಂದೆ ಬಂದದ್ದರಿಂದ ಏನಿದ್ದರೂ ನನಗೇ ಸಿಗುವುದೆಂದು ಖಾತ್ರಿಯಿತ್ತು. ನಾನು ಹಾಗೇ ಆ ಹಡಗಿನಿಂದ ದೂರ–ದೂರ ಸಾಗಿ ಹೋದೆ. ದೂರದ ಉಸುಕು ಪ್ರದೇಶದ ಕಡೆ ಹೋದರೂ ನನಗೆ ಏನೂ ಸಿಗದಿದ್ದರಿಂದ ನಾನು ಇನ್ನೂ ದೂರ ಹೋದೆ. ರೆಬೆಕಾ ದ್ವೀಪದ ಸಮೀಪ ಬಂದಾಗ ಹಲವಾರು ಪಕ್ಷಿಗಳು ಒಂದೆಡೆಗೇ ಸುತ್ತುಹಾಕುತ್ತ ಹಾರುತ್ತಿರುವುದನ್ನು ಗಮನಿಸಿ, ಅಲ್ಲೇನಾದರೂ ಇರಬಹುದೆಂದು ಆ ಕಡೆ ಹೋಗಿ ನೋಡಲು ಅಲ್ಲಿ ಅಸಂಖ್ಯ ಪಕ್ಷಿಗಳನ್ನು ಕಂಡೆ.

ಅಲ್ಲೊಂದು ಹಡಗಿನ ಬಿಡಿಭಾಗವನ್ನು ನೀರಲ್ಲಿ ಕಂಡು ಸಮೀಪ ಹೋಗಲು, ಪಕ್ಷಿಗಳೆಲ್ಲಾ ನನ್ನನ್ನು ನೋಡಿ ಒಮ್ಮೆಲೆ ಮೇಲೆ ಹಾರಿ ಹೋಗಿ ನನ್ನ ಬಳಿಯೇ ಸುತ್ತು ಹಾಕತೊಡಗಿದವು. ಅಲ್ಲಿ ನೀರು ತಿಳಿಯಾಗಿದ್ದು ನೀರಿನ ಪಾತಳಿಯ ತುಸುವೆ ಮೇಲೆ ಹಡಗಿನ ಒಂದು ಹುಟ್ಟು ಚಾಚಿಕೊಂಡಿತ್ತು. ನಾನದರ ಸಮೀಪ ಹೋದಾಗ ನೀರ ಕೆಳಗೆಲ್ಲ ಕತ್ತಲಾಗಿ ಆಳದಲ್ಲೊಂದು ದೊಡ್ಡದಾದ ಹಡಗು ಸಿಕ್ಕಿಹಾಕಿಕೊಂಡಿದ್ದು ಕಾಣಿಸಿತು. ನನ್ನ ಚಿಕ್ಕ ನೌಕೆಯಲ್ಲೇ ಕೂತು ನಾನು ಆ ದೊಡ್ಡ ಹಡಗಿನ ಸುತ್ತ ತಿರುಗಿ ನೋಡಿದೆ. ಆ ಹಡಗು ಮಗ್ಗುಲಾಗಿ ಉರುಳಿಕೊಂಡಿದ್ದು, ಅದರ ದ್ವಾರಗಳೆಲ್ಲಾ ಗಟ್ಟಿಯಾಗಿ ಮುಚ್ಚಿದ್ದು, ಆ ಇಡೀ ಹಡಗೇ ನೀರಲ್ಲಿ ಮುಳುಗಿ ಮಿನುಗುತ್ತಿದ್ದುದನ್ನು ಕಂಡೆ. ನಾನು ನನ್ನ ಜೀವನದಲ್ಲೇ ಅಷ್ಟು ದೊಡ್ಡ ಹಡಗನ್ನು ಎಂದೂ ನೋಡಿರದಿದ್ದರಿಂದ ನನ್ನ ನೌಕೆಯನ್ನು ಅದರ ಪಕ್ಕದಲ್ಲೇ ನಿಲ್ಲಿಸಿ ಚಿಕ್ಕದಾದ ದೋಣಿ ಯೊಂದನ್ನು ಹೊರತೆಗೆದು ಆ ದೊಡ್ಡ ಹಡಗಿನ ಬಳಿಗೆ ಹೋಗಿ ಸುತ್ತು ಹಾಕಿ

ನೋಡತೊಡಗಿದೆ. ನನ್ನ ಮೇಲ್ಗಡೆ ಪಕ್ಷಿಗಳೂ ಸುತ್ತುಹಾಕತೊಡಗಿದವು.

ನನ್ನ ಬಳಿ ನೀರಲ್ಲಿ ನೋಡುವ ಸೂಕ್ಷ್ಮದರ್ಶಕ ಯಂತ್ರವಿದ್ದರೂ ನನ್ನ ಕೈಗಳು ಚಳಿಯಿಂದ ನಡುಗುತ್ತಿದ್ದರಿಂದ ನನಗದನ್ನು ಹಿಡಿದುಕೊಳ್ಳಲಾಗಲಿಲ್ಲ. ಹಡಗಿನ ದ್ವಾರಗಳೆಲ್ಲಾ ಮುಚ್ಚಿದ್ದರೂ ಅದರ ತಳದಲ್ಲಿ ಒಂದು ತೂತಾಗಿರಬಹುದಾದ್ದರಿಂದ ಅಲ್ಲಿಂದ ಯಾತರವೋ ಕೆಲವು ತುಣುಕುಗಳು ಹೊರಚೆಲ್ಲಿ ನೀರಲ್ಲಿ ತೇಲಾಡುತ್ತಿದ್ದವು. ಅದೇನೋ ತಿಳಿಯುವಂತಿರಲಿಲ್ಲ. ಬರೀ ತುಣುಕುಗಳು. ಪಕ್ಷಿಗಳು ಅದಕ್ಕೆಂದೇ ಅಲ್ಲಿ ಸುತ್ತುಹಾಕತೊಡಗಿದ್ದವು. ಅಸಂಖ್ಯ ಪಕ್ಷಿಗಳು ವಿಚಿತ್ರವಾಗಿ ಕೂಗುತ್ತ ನನ್ನ ಸುತ್ತಲೇ ಹಾರಾಡತೊಡಗಿದ್ದವು.

ನನಗೀಗ ಪ್ರತಿಯೊಂದೂ ಸ್ಪಷ್ಟವಾಗಿ ಕಾಣುತ್ತಿತ್ತು. ಒಂದು ಕಡೆಗೆ ವಾಲಿದ್ದ ಆ ಹಡಗು ನೀರ ಕೆಳಗೆ ಸುಮಾರು ಒಂದು ಮೈಲಿಯಷ್ಟು ಉದ್ದವಾಗಿರುವಂತೆ ಕಾಣುತ್ತಿತ್ತು. ತಳದಲ್ಲಿನ ಬಿಳಿ ಉಸುಕಿನ ಮೇಲೆ ಆ ಹಡಗು ಒರಗಿದ್ದು, ನೀರಿನ ಮೇಲ್ಗಡೆ ಚಾಚಿದ್ದ ಆ ಕೋಲು ಅದರ ಕೂವೆ ಮರದ ಒಂದು ಭಾಗವೋ ಅಥವಾ ಯಾವುದಾದರೊಂದು ಆಸರೆಗಂಬವೋ ಆಗಿತ್ತು. ಆದರೆ ಹಡಗಿನ ಮುಂಭಾಗವೇನೂ ಬಹಳ ಆಳದಲ್ಲಿರಲಿಲ್ಲ. ಮುಂಭಾಗದಲ್ಲಿ ಕೆತ್ತಿದ ಹಡಗಿನ ಹೆಸರಿನ ಅಕ್ಷರಗಳ ಮೇಲೆ ನಾನು ನಿಂತರೆ ನನ್ನ ಕುತ್ತಿಗೆಯವರೆಗೂ ನೀರು ಬರುತ್ತಿತ್ತು. ಆದರೆ ಅತ್ಯಂತ ಸಮೀಪದ ದ್ವಾರ ಹನ್ನೆರಡು ಅಡಿಗಳಷ್ಟು ಆಳದಲ್ಲಿತ್ತು. ನನ್ನಲ್ಲಿದ್ದ ಉದ್ದನೆಯ ಕೋಲಿನಿಂದ ನಾನದನ್ನು ಮುಟ್ಟಬಹುದಾಗಿತ್ತಾದರೂ ಅದನ್ನು ತೆರೆಯಲು ನನಗೆ ಸಾಧ್ಯವಾಗಲಿಲ್ಲ. ದ್ವಾರದ ಗಾಜು ಬಹಳ ಮಜಬೂತಾಗಿತ್ತು. ನಾನು ತಿರುಗಿ ನನ್ನ ನೌಕೆಗೆ ಹೋಗಿ ಕಬ್ಬಿಣದ ಇಕ್ಕಳವೊಂದನ್ನು ತೆಗೆದುಕೊಂಡು ಕೋಲಿಗೆ ಸಿಕ್ಕಿಸಿ ಮರಳಿ ಆ ದ್ವಾರಕ್ಕೆ ಗಟ್ಟಿಯಾಗಿ ಬಡಿದರೂ ಅದನ್ನು ತೆರೆಯಲಾಗಲಿಲ್ಲ. ಗಾಜಿನ ಬಾಗಿಲುಗಳ ಮೂಲಕ ನಾನು ಆ ತುಂಬಿದ ಹಡಗನ್ನು ನೋಡುತ್ತಿದ್ದೆನಾದರೂ ನನಗೆ ಅದರೊಳಗೆ ಹೋಗಲಾಗುತ್ತಿರಲಿಲ್ಲ. ಕನಿಷ್ಠ ಐದು ಲಕ್ಷ ಡಾಲರುಗಳಷ್ಟಾದರೂ ಸಂಪತ್ತು ಅದರಲ್ಲಿತ್ತು.

ಆ ಹಡಗಿನೊಳಗಿನ ಸಂಪತ್ತಿನ ಬಗ್ಗೆ ಯೋಚಿಸಿದಾಗ ನನಗೆ ಮೈ ಜುಮ್ಮೆಂದಿತು. ಸಮೀಪದ ಬಾಗಿಲಿನ ಗಾಜಿನೊಳಗಿಂದ ಏನೋ ಕಾಣಿಸುತ್ತಿದ್ದರೂ ನನ್ನ ಸೂಕ್ಷ್ಮದರ್ಶಕ ಕನ್ನಡಿಯಿಂದ ಅದೇನೆಂಬುದು ಸರಿಯಾಗಿ ಕಾಣುತ್ತಿರಲಿಲ್ಲ. ಕೋಲಿನಿಂದ ಏನೂ ಮಾಡಲಾಗದೆಂದು ಗೊತ್ತಾಗಿದ್ದರಿಂದ ನಾನು ಬಟ್ಟೆಕಳಚಿ ಇಕ್ಕಳವನ್ನು ಹಿಡಿದುಕೊಂಡು ಒಂದು ನಿಮಿಷ ಆಳವಾಗಿ ಉಸಿರು ತೆಗೆದುಕೊಂಡು ನೀರಲ್ಲಿ ಜಿಗಿದು ತಳಕ್ಕೆ ಹೋದೆ. ಒಂದೆರಡು ಕ್ಷಣ ಹಡಗಿನ ಬಾಗಿಲಬಳಿ ನಿಂತು ಇಣಿಕಿದಾಗ ನನಗೆ ಕಂಡದ್ದು – ಒಳಗೆ ಒಬ್ಬ ಹೆಂಗಸಿದ್ದಳು ಮತ್ತು ಆಕೆಯ ಕೂದಲು ಹಾರಾಡುತ್ತಿತ್ತು. ಹಲವಾರು ಬಾರಿ ಇಕ್ಕಳದಿಂದ ಬಡಿದರೂ ಬರೇ ಕಿವಿಗಡಚಿಕ್ಕುವ ಸಪ್ಪಳವಾಯಿತೇ ವಿನಾ ಬಾಗಿಲಿನ ಗಾಜು ಒಡೆಯಲಿಲ್ಲವಾದ್ದರಿಂದ ನಾನು ಮತ್ತೆ ಮೇಲಕ್ಕೆ ಬರಬೇಕಾಯಿತು.

ನನ್ನ ಚಿಕ್ಕ ದೋಣಿಯನ್ನಾಧರಿಸಿ ಹಿಡಿದು ನಾನೊಮ್ಮೆ ಉಸಿರಾಡಿಸಿದೆ. ಅನಂತರ ದೋಣಿಯನ್ನೇರಿ ಹಲವಾರು ಬಾರಿ ಉಸಿರಾಡಿಸಿ ಮತ್ತೆ ನೀರಲ್ಲಿ ಜಿಗಿದು ಈಜುತ್ತ ಕೆಳಗೆ ಹೋದೆ. ಹಡಗಿನ ಬಾಗಿಲಿನ ಹಿಡಿಯನ್ನು ಒಂದು ಕೈಯಿಂದ ಗಟ್ಟಿಯಾಗಿ ಹಿಡಿದು ಇನ್ನೊಂದು ಕೈಯಲ್ಲಿನ ಇಕ್ಕಳದಿಂದ ಮತ್ತೆ-ಮತ್ತೆ ಬಾಗಿಲಿನ ಮೇಲೆ ಪೆಟ್ಟು ಹಾಕಿದೆ. ಗಾಜಿನೊಳಗಿನಿಂದ ಆ ಹೆಂಗಸು ನೀರಲ್ಲಿ ತೇಲುತ್ತಿರುವುದು ಕಾಣುತ್ತಿತ್ತು. ತಲೆಯ ಹತ್ತಿರ ಒಂದೇ ಗಂಟು ಹಾಕಿದ್ದ ಅವಳ ಕೂದಲು ನೀರಲ್ಲಿ ತೇಲುತ್ತಿತ್ತು. ಅವಳ ಬೆರಳಲ್ಲಿನ

ಉಂಗುರಗಳು ನನಗೆ ಕಾಣುತ್ತಿದ್ದವು. ಅವಳು ಬಾಗಿಲಿಗೆ ಸಮೀಪವೇ ಇದ್ದಳು ಹಾಗೂ ನಾನು ಮತ್ತೆ ಹೊಡೆದರೂ ಬಾಗಿಲು ತೆರೆಯುವುದಿರಲಿ, ಸೀಳಲಿಲ್ಲ ಸಹ. ತಿರುಗಿ ಮೇಲೆ ಬರುವಾಗ, ಮೇಲೆ ಬರುವವರೆಗೂ ಉಸಿರು ಹಿಡಿಯಲಾಗುವುದಿಲ್ಲವೇನೋ ಎನಿಸಿತು ನನಗೆ.

ನಾನು ಮತ್ತೆ ಕೆಳಗೆ ಹೋಗಿ ಈ ಸಲ ಗಾಜು ಸೀಳುವಷ್ಟು ಮಾತ್ರ ಹೊಡೆಯಲು ಸಮರ್ಥನಾಗಿ ಮತ್ತೆ ಮೇಲೆ ಬಂದಾಗ ನನ್ನ ಮೂಗಿನಿಂದ ರಕ್ತ ಬರಲಾರಂಭಿಸಿತ್ತಾದ್ದರಿಂದ ನಾನು ಹಡಗಿನ ಮುಂಭಾಗದಲ್ಲಿ ಕೆತ್ತಿದ್ದ ಹೆಸರಿನ ಅಕ್ಷರಗಳ ಮೇಲೆ ನಿಂತು ನನ್ನ ತಲೆಯಷ್ಟನ್ನೆ ನೀರಿನಿಂದ ಹೊರಗಿಟ್ಟು ಸ್ವಲ್ಪ ಹಾಗೇ ವಿಶ್ರಾಂತಿ ಪಡೆದು ಮತ್ತೆ ನನ್ನ ದೋಣಿಗೆ ಹೋಗಿ ಅದರಲ್ಲಿ ಕೂತು ನನ್ನ ತಲೆನೋವು ಕಡಿಮೆಯಾಗುವವರೆಗೂ ಕಾಯ್ದು, ನನ್ನ ಮೂಗಿನಿಂದ ಬಹಳಷ್ಟು ರಕ್ತ ಸೋರಿ ನನ್ನ ಸೂಕ್ಷ್ಮದರ್ಶಕ ಕನ್ನಡಿಯ ಮೇಲೆ ಚೆಲ್ಲಿದ್ದರಿಂದ ಅದನ್ನು ತೊಳೆದುಕೊಂಡೆ. ಆಗ ನಾನು ಮಲಗುವುದೊಳ್ಳೆಯದೆಂದು ದೋಣಿಯಲ್ಲೆ ಹಿಂದಕ್ಕೊರಗಿ ಮೂಗನ್ನು ಒತ್ತಿಹಿಡಿದು ರಕ್ತಸ್ರಾವ ತಡೆಯಲು ಪ್ರಯತ್ನಿಸಿದ್ದಾಗ ನನ್ನ ತಲೆಯ ಮೇಲೆ ನೂರಾರು ಪಕ್ಷಿಗಳು ಹಾರುತ್ತಿರುವುದನ್ನು ಕಂಡೆ.

ನನ್ನ ಮೂಗಿನಿಂದ ರಕ್ತ ಬರುವುದು ಸ್ವಲ್ಪ ಕಡಿಮೆಯಾದ ನಂತರ ನಾನು ಮತ್ತೊಮ್ಮೆ ಕನ್ನಡಿಯಿಂದ ನೀರಲ್ಲಿ ನೋಡಿ ಇಕ್ಕಳಕ್ಕಿಂತ ಬಿರುಸಾದದ್ದೇನಾದರೂ ಸಿಗುವುದೇನೋ ಎಂದು ನನ್ನ ನೌಕೆಗೆ ಹೋಗಿ ಹುಡುಕಿದರೂ ಏನೂ ಸಿಗಲಿಲ್ಲ. ಒಂದು ಸಾದಾ ಕೊಕ್ಕೆ ಸಹ ಸಿಗಲಿಲ್ಲ. ಈಗ ನೀರು ಇನ್ನಷ್ಟು ತಿಳಿಯಾಗಿದ್ದರಿಂದ ತಳದಲ್ಲಿನ ಬಿಳಿ ಉಸುಕಿನ ಮೇಲೆ ತೇಲುತ್ತಿದ್ದುದೆಲ್ಲಾ ಕಾಣುತ್ತಿತ್ತು. ಶಾರ್ಕ್ ಮೀನುಗಳೇನಾದರೂ ಇವೆಯೇನೋ ಅಂತ ಅತ್ತಿತ್ತ ನೋಡಿದೆ, ಅವೇನೂ ಇರಲಿಲ್ಲ. ಯಾವುದಾದರೂ ಶಾರ್ಕ್ ಬಂದರೆ ಅದನ್ನು ದೂರದಿಂದಲೇ ನೋಡಬಹುದಿತ್ತು. ನೀರು ತಿಳಿಯಾಗಿತ್ತು ಹಾಗೂ ತಳದಲ್ಲಿನ ಉಸುಕು ಬೆಳ್ಳಗಿತ್ತು. ನನ್ನ ದೋಣಿಗೆ ಲಂಗರು ಕಟ್ಟಲು ಇದ್ದ ಹಿಡಿಯನ್ನು ದೋಣಿಯಿಂದ ಬಿಚ್ಚಿಕೊಂಡು ಒಂದೇ ಸಲಕ್ಕೆ ಅದನ್ನು ಕೆಳಗೆ ಸಾಗಿಸಿಕೊಂಡು ಹೋದೆ. ಅದು ಹಡಗಿನ ಬಾಗಿಲನ್ನು ದಾಟಿ ಹೋಗುತ್ತಿರುವಾಗ ಬಾಗಿಲನ್ನು ಹಿಡಿದುಕೊಳ್ಳಲು ಪ್ರಯತ್ನಿಸಿದರೂ ಸಾಧ್ಯವಾಗದೆ ನಾನು ಹೆಚ್ಚು ಆಳಕ್ಕೆ ಇಳಿಯತೊಡಗಿದೆ. ನಾನು ಆಧಾರಕ್ಕಾಗಿ ಹಿಡಿದುಕೊಂಡಿದ್ದ ಹಿಡಿಯನ್ನೂ ಬಿಟ್ಟುಬಿಡಬೇಕಾಯಿತು. ತಿರುಗಿ ನಾನು ನೀರ ಮೇಲೆ ಬರುವಷ್ಟರಲ್ಲಿ ಒಂದು ವರುಷವೇ ಕಳೆಯಿತೇನೋ ಎನಿಸಿತು. ಇಷ್ಟರಲ್ಲಿ ನನ್ನ ದೋಣಿ ಅಲೆಗಳ ಹೊಡೆತಕ್ಕೆ ದೂರ ಹೋಗಿದ್ದರಿಂದ ನಾನು ನನ್ನ ಮೂಗಿನಿಂದ ರಕ್ತ ಸುರಿಯುತ್ತಿದ್ದಾಗಲೇ ಈಜಿಕೊಂಡು ದೋಣಿಯತ್ತ ಹೋಗಬೇಕಾಯಿತು; ಶಾರ್ಕ್‌ಗಳಿರ ಲಿಲ್ಲವೆಂದು ನನಗೆ ಸಂತೋಷವಾದರೂ ನಾನೀಗ ತೀರಾ ದಣಿದುಹೋಗಿದ್ದೆ.

ನನ್ನ ತಲೆ ಸಿಡಿದುಹೋಗುತ್ತಿರುವಂತೆನಿಸಿದ್ದರಿಂದ ನಾನು ತುಸು ಹೊತ್ತು ವಿಶ್ರಾಂತಿ ಪಡೆದು ಮತ್ತೆ ನೀರಿನೊಳಕ್ಕೆ ಹೋದೆ. ಅಷ್ಟರಲ್ಲಿ ಮಧ್ಯಾಹ್ನ ಕಳೆದುಹೋಗಿತ್ತು. ಮತ್ತೊಮ್ಮೆ ಇಕ್ಕಳವನ್ನೇ ತೆಗೆದುಕೊಂಡು ಹೋದೆನಾದರೂ ಏನೂ ಉಪಯೋಗವಾಗಲಿಲ್ಲ. ಆ ಇಕ್ಕಳ ತೀರಾ ಹಗುರವಾಗಿತ್ತು. ದೊಡ್ಡದೊಂದು ಸುತ್ತಿಗೆಯಾಗಲೀ ಇನ್ನಾವುದಾದರೂ ಭಾರವಾದ ವಸ್ತುವಾಗಲೀ ಸಿಗದೆ ಏನೂ ಪ್ರಯೋಜನವಿರಲಿಲ್ಲ. ಅನಂತರ ನಾನು ನೀರ ಮೇಲಿದ್ದುಕೊಂಡೇ ಉದ್ದನೆಯ ಕೋಲಿಗೆ ಇಕ್ಕಳವನ್ನು ಸಿಕ್ಕಿಸಿ ನೀರಲ್ಲಿ ಇಳಿ ಬಿಟ್ಟು ಒಂದೇ ಸಮನೆ ಹಡಗಿನ ಬಾಗಿಲಿನ ಗಾಜಿನ ಮೇಲೆ ಪ್ರಹಾರ ಮಾಡತೊಡಗಿದಾಗ, ಇಕ್ಕಳ ಬಿಟ್ಟುಕೊಂಡು ಸೀದಾ

ಕೆಳಗಿಳಿದು ತಳದಲ್ಲಿನ ಉಸುಕಿನಲ್ಲಿ ಹೋಗಿ ಬಿದ್ದಿತು. ಆಮೇಲೆ ನನಗೇನೂ ಮಾಡಲಾಗಲಿಲ್ಲ. ಇಕ್ಕಳವೂ ಹೋಗಿ ಹಿಡಿಕೆಯೂ ಕಳೆದುಹೋಗಿದ್ದರಿಂದ ನಾನು ನನ್ನ ನೌಕೆಗೆ ಹಿಂತಿರುಗ ಬೇಕಾಯಿತು. ಈಗಾಗಲೇ ಸೂರ್ಯ ಮುಳುಗಲು ಪ್ರಾರಂಭಿಸಿದ್ದ. ನಾನು ದೋಣಿಯನ್ನು ನೌಕೆಯೊಳಗೆ ಎಳೆದುಕೊಳ್ಳಲಾಗದಷ್ಟು ದಣಿದಿದ್ದೆ. ಇಷ್ಟು ಹೊತ್ತಿಗೆ ಪಕ್ಷಿಗಳು ಆ ಸ್ಥಳ ಬಿಟ್ಟು ತಿರುಗಿ ಹೋಗಲಾರಂಭಿಸಿದ್ದವು. ಹಾಗಾಗಿ ನಾನೂ ಆಗ್ನೇಯ ದ್ವೀಪದ ಕಡೆ ನನ್ನ ದೋಣಿಯಲ್ಲೇ ಹೊರಟೆ. ಪಕ್ಷಿಗಳು ನನ್ನ ಮೇಲ್ಗಡೆ - ನನ್ನ ಮುಂದೆ ಹೊರಟಿದ್ದವು. ನಾನು ಬಹಳ ದಣಿದಿದ್ದೆ.

ಆ ರಾತ್ರಿ ಮತ್ತೆ ಚಂಡಮಾರುತ ಸುರುವಾಗಿದ್ದು ಒಂದು ವಾರವಿಡೀ ನಿಲ್ಲಲಿಲ್ಲ. ತಿರುಗಿ ನೀರಲ್ಲಿ ಹೋಗುವುದು ಸಾಧ್ಯವೇ ಇರಲಿಲ್ಲ. ನಗರದಿಂದ ಬಂದವರು, ಕೈಯ ಗಾಯ ವೊಂದನ್ನು ಬಿಟ್ಟರೆ ನಾನು ಆ ದಿನ ಇರಿದಿದ್ದ ಮನುಷ್ಯ ಪೂರಾ ಗುಣವಾಗಿರುವನೆಂದು ಹೇಳಿದರು. ನಾನು ನಗರಕ್ಕೆ ತಿರುಗಿ ಹೋದಾಗ ನನ್ನನ್ನು ಐದುನೂರು ಡಾಲರು ಜಾಮೀನಿನಲ್ಲಿಟ್ಟರು. ಆದರೆ ನನ್ನ ಕೆಲವು ಸ್ನೇಹಿತರು ಆ ಮನುಷ್ಯ ಕೊಡಲಿ ಹಿಡಿದು ನನ್ನನ್ನು ಬೆನ್ನಟ್ಟಿದ್ದನೆಂದು ಹೇಳಿದ ಕಾರಣ ಅದೆಲ್ಲ ಸರಿಹೋಯಿತಾದರೂ ತಿರುಗಿ ನಾವೆಲ್ಲ ಮತ್ತೆ ಆ ಹಡಗಿನ ಬಳಿ ಹೋದಾಗ ಗ್ರೀಕರು ಬಂದು ಆ ವೇಳೆಗಾಗಲೇ ಬಾಗಿಲುಗಳನ್ನೆಲ್ಲಾ ಒಡೆದು ಹಡಗನ್ನು ದೋಚಿಬಿಟ್ಟಿದ್ದರು. ಡೈನಾಮೈಟಿನಿಂದ ಅವರು ತಿಜೋರಿಯನ್ನೇ ಒಡೆದಿದ್ದರು. ಅವರಿಗೆಷ್ಟು ಸಿಕ್ಕಿತ್ತೋ ಯಾರಿಗೆ ಗೊತ್ತು. ಹಡಗಿನಲ್ಲಿನ ಬಂಗಾರವೆಲ್ಲಾ ಅವರ ಪಾಲಾಗಿತ್ತು. ಅದರಲ್ಲಿ ಅವರು ಏನೂ ಉಳಿಸಿರಲಿಲ್ಲ. ನಾನೇ ಮೊದಲು ಆ ಹಡಗನ್ನು ಕಂಡುಹಿಡಿದಿದ್ದೆನಾದರೂ ನನಗೆ ಅದರಿಂದ ಒಂದು ದಮ್ಮಡಿಯೂ ಸಿಗಲಿಲ್ಲ.

ನಿಜವಾಗಿಯೂ ಅದೊಂದು ಅನಾಹುತವೇ ಆಗಿತ್ತು. ನಾನು ಕೇಳಿದ್ದೆಂದರೆ ಚಂಡಮಾರುತಕ್ಕೆ ಸಿಲುಕಿದಾಗ ಆ ಹಡಗು ಹವಾನಾ ಬಂದರಿನ ಹೊರಗಿತ್ತು. ಅದಕ್ಕೆ ಬಂದರಿಗೆ ಬರಲಾಗ ಲಿಲ್ಲವೋ ಬಂದರನ್ನು ಪ್ರವೇಶಿಸಲು ಕಪ್ತಾನನಿಗೆ ಅನುಮತಿ ಸಿಗಲಿಲ್ಲವೋ, ಅಂತೂ ಅದು ಹಾಗೇ ಮುಂದೆ ಸಾಗಿ, ಕತ್ತಲಲ್ಲಿ ರೆಬೆಕಾ ಹಾಗೂ ಟಾರ್ಟಗಸ್ ದ್ವೀಪಗಳ ನಡುವಿನ ಕೊಲ್ಲಿಯನ್ನು ಪ್ರವೇಶಿಸಲು ಯತ್ನಿಸುತ್ತಿದ್ದಾಗ ಅಲ್ಲಿದ್ದ ಉಸುಕಿನ ರಾಶಿಗೆ ಡಿಕ್ಕಿ ಹೊಡೆದಿತ್ತು. ಅದರ ಚುಕ್ಕಾಣಿ ಕಿತ್ತುಹೋಗಿದ್ದಿರಬಹುದು. ಅಥವಾ ಬಹುಶಃ ಯಾರೂ ಚುಕ್ಕಾಣಿ ಹಿಡಿದಿರಲಿಲ್ಲವೋ ಏನೋ? ಅಲ್ಲಿ ಉಸುಕಿದ್ದುದಂತೂ ಅವರಿಗೆ ಗೊತ್ತಿರಲಾರದು. ಹೀಗಾಗಿ ಹಡಗು ಡಿಕ್ಕಿ ಹೊಡೆದಾಗ ಅದು ಮುಳುಗಿ ಹೋಗದಿರಲೆಂಬ ಉದ್ದೇಶದಿಂದ, ಹಡಗಿನ ಸ್ಥಿರತೆಗಾಗಿ ಭಾರವಾದ ಕಲ್ಲುಗಳನ್ನು ಸಂಗ್ರಹಿಸಿಟ್ಟಿದ್ದ ಗುದಾಮಿನ ಬಾಗಿಲುಗಳನ್ನು ತೆರೆಯಲು ಕಪ್ತಾನನು ಆಜ್ಞಾಪಿಸಿದ್ದಿರಬೇಕು. ಆದರೆ ಹಡಗು ಉಸುಕಿಗೆ ತಾಗಿದ್ದುದರಿಂದ ಆ ಗುದಾಮಿನ ಬಾಗಿಲುಗಳನ್ನು ತೆರೆದ ತಕ್ಷಣ, ಅದರ ಹಿಂಭಾಗ ಉಸುಕಿನಲ್ಲಿ ಮೊದಲು ಹೂತು ಹೋಗಿ, ಬಳಿಕ ಇಡೀ ಹಡಗು ಒಂದು ಮಗ್ಗುಲಿಗೆ ಹೊರಳಿ ಇನ್ನು ಮೇಲೇಳಲಾರದಂತೆ ಸಿಕ್ಕಿ ಹಾಕಿಕೊಂಡಿತ್ತು. ಆ ಹಡಗಿನಲ್ಲಿ ನಾಲ್ಕುನೂರಾಐವತ್ತು ಪ್ರಯಾಣಿಕರಲ್ಲದೆ ಹಡಗಿನ ಸಿಬ್ಬಂದಿಯವರು ಸಹ ಇದ್ದ ಅವರೆಲ್ಲ ನಾನದನ್ನು ಮೊಟ್ಟಮೊದಲು ನೋಡಿದಾಗ ಅದರ ಮೇಲ್ಭಾಗದಲ್ಲಿದ್ದಿರಬೇಕು. ಹಡಗು ಉಸುಕಿನ ದಿನ್ನೆಗೆ ಹಾಯ್ದು ಕೂಡಲೇ ತಿಳಿಯದೇ ಕಲ್ಲು ತುಂಬಿದ ಗುದಾಮಿನ ಬಾಗಿಲು ತೆರೆದಿದ್ದರಿಂದ ಹಡಗಿನ ಭಾರ ಕಡಿಮೆಯಾಗಿ ಅದು ತೇಲಿ ಉಸುಕಿನ ಮೇಲೆ ನಿಂತಿರಬೇಕು, ಕೂಡಲೇ ಉಸುಕು ಅದನ್ನು ಕೆಳಗೆಳೆದಿರಬೇಕು. ಅನಂತರ

ಅದರಲ್ಲಿನ ಉಗಿಯಂತ್ರಗಳು ಒಡೆದು ನಾನು ಮೊದಲು ಕಂಡಿದ್ದ ಆ ತುಣುಕುಗಳು ಹೊರಗೆ ಸಿಡಿದಿರಬೇಕು. ಅಲ್ಲಿ ಯಾವ ಶಾರ್ಕ್‌ಗಳೂ ಇರಲಿಲ್ಲ. ಆಗ ಬೇರಾವ ಮೀನುಗಳೂ ಇರಲಿಲ್ಲ. ಇದ್ದರೆ ಆ ಬಿಳಿ ಉಸುಕಿನಲ್ಲಿ ಕಾಣುತ್ತಿದ್ದವು.

ಈಗ ಮಾತ್ರ ಮೀನುಗಳು ಬಹಳಷ್ಟು ಇದ್ದವು, ತೀರಾ ದೊಡ್ಡದಾದ ಜ್ಯೂ ಮೀನು ಸಹ. ಹಡಗಿನ ಹೆಚ್ಚಿನ ಭಾಗ ಉಸುಕಲ್ಲಿ ಮುಳುಗಿಹೋಗಿದ್ದು ಈ ಜ್ಯೂ ಮೀನುಗಳು ಒಳಗಡೆಯೇ ಜೀವಿಸಬಲ್ಲವಾಗಿದ್ದವು. ಕೆಲವಂತೂ ಮೂರು-ನಾಲ್ಕು ನೂರು ಪೌಂಡುಗಳಷ್ಟು ಭಾರವಿದ್ದವು. ನಾವು ಒಮ್ಮೊಮ್ಮೆ ಕೆಲವನ್ನು ಹಿಡಿಯುತ್ತಿದ್ದೆವು. ಅಲ್ಲಿಂದ ರೆಬೆಕಾ ದ್ವೀಪವೂ ಕಾಣುತ್ತಿತ್ತು. ಈಗ ಹಡಗಿನ ಮೇಲೊಂದು ಗುರುತಿನ ಚಿಹ್ನೆಯನ್ನು ನೆಟ್ಟಿದ್ದರು. ಕೊಲ್ಲಿಯ ತುದಿಗೆ ಉಸುಕಿನ ಬಲಭಾಗಕ್ಕಿತ್ತು ಆ ಹಡಗು. ಇನ್ನೊಂದು ನೂರು ಗಜ ಹೋಗಿದ್ದರೆ ಅದು ಸುರಕ್ಷಿತವಾಗಿರುತ್ತಿತ್ತು. ಕತ್ತಲಲ್ಲಿ, ಬಿರುಗಾಳಿಯಲ್ಲಿ ಅವರಿಗೆ ದಾರಿ ಕಂಡಿದ್ದಿರಲಾರದು. ಅಂಥ ಜಡಿಮಳೆಯಲ್ಲಿ ಅವರಿಗೆ ರೆಬೆಕಾ ಕಾಣಿಸಲು ಸಾಧ್ಯವಿರಲಿಲ್ಲ. ಅವರಿಗೆ ಈ ಬಗೆಯ ಅನುಭವವಿರಲಿಲ್ಲ. ಕಪ್ತಾನನಿಗೂ ಈ ದಾರಿಯ ಪರಿಚಯವಿರಲಿಲ್ಲ. ಅವರಲ್ಲೊಂದು ದಿಕ್ಸೂಚಿಯಿದ್ದು ತನ್ನಷ್ಟಕ್ಕೆ ತಾನೇ ಹಡಗನ್ನು ನಡೆಸುತ್ತಿತ್ತಂತೆ. ಅಪಘಾತವಾದಾಗ ತಾವೆಲ್ಲಿದ್ದೇವೆಂದು ಖಚಿತವಾಗಿ ಅವರಿಗೆ ತಿಳಿಯದಿದ್ದರೂ ಅಪಘಾತ ತಪ್ಪಿಸಲು ಅವರು ಸಾಕಷ್ಟು ಹೆಣಗಿದ್ದರು. ಹಡಗನ್ನು ನಡೆಯಿಸುವ ಚುಕ್ಕಾಣಿಯೇ ಆ ಹೊತ್ತಿಗೆ ಕಳೆದು ಹೋಗಿದ್ದಿರಬಹುದು. ಆ ಕೊಲ್ಲಿಯನ್ನು ಅವರು ಹೇಗಾದರೂ ಮಾಡಿ ಪ್ರವೇಶಿಸಿಬಿಟ್ಟಿದ್ದರೆ ಮುಂದೆ ಮೆಕ್ಸಿಕೋದವರೆಗೂ ದಾರಿ ಸುಗಮವಾಗಿತ್ತು. ಆ ಕತ್ತಲಲ್ಲಿ ಆ ಮಳೆಗಾಳಿಯಲ್ಲಿ ಅವರೆಲ್ಲ ಸಿಕ್ಕಿಹಾಕಿಕೊಂಡಾಗ ಆತ ಕಲ್ಲುತುಂಬಿದ್ದ ಗುದಾಮಿನ ಬಾಗಿಲು ತೆರೆಯಿಸಿದಾಗ ಹೇಗಾಗಿರಬೇಡ! ಆ ಬಿರುಗಾಳಿಯಲ್ಲಿ ಯಾರೂ ಡೆಕ್ಕಿನ ಮೇಲೆ ಬಂದಿರಲಾರರು. ಎಲ್ಲರೂ ಒಳಗೇ ಇದ್ದಿರಬೇಕು. ಡೆಕ್ಕಿನ ಮೇಲೆ ಅವರು ಬದುಕಿ ಉಳಿಯಲು ಸಾಧ್ಯವಿರಲಿಲ್ಲ. ಹಡಗು ಪೂರ್ತಿ ಮುಳುಗಲು ಸ್ವಲ್ಪವೇ ಸಮಯ ಹಿಡಿದಿದ್ದರೂ ಅಷ್ಟರಲ್ಲೇ ಒಳಗಿನವರು ಸಾಕಷ್ಟು ರಂಪ ಮಾಡಿದ್ದಿರಬೇಕು. ನನ್ನ ಇಕ್ಕಳು ಉಸುಕಿನ ಒಳಗಡೆ ಹೋದದ್ದನ್ನು ನಾನು ನೋಡಿದ್ದೆ. ಈ ಕಡೆಯ ಸಾಗರದ ಪರಿಚಯವಿಲ್ಲದೆ ಇದೆಲ್ಲ ಪೊಳ್ಳಾದ ಉಸುಕೆಂದು ಆ ಕಪ್ತಾನನಿಗೆ ತಿಳಿದಿರಲಾರದು. ಇದು ಬಂಡೆಗಲ್ಲು ಮಾತ್ರ ಅಲ್ಲವೆಂದಷ್ಟೆ ಆತನಿಗನಿಸಿರಬೇಕು. ಇಂಥದರ ಬಗ್ಗೆ ಆತನಿಗೆ ಬರೇ ಕೇಳಿ ಗೊತ್ತಿದ್ದಿರಬೇಕು. ಹಡಗು ಸಿಕ್ಕಿಹಾಕಿಕೊಂಡಾಗಷ್ಟೆ ಏನಾಯಿತೆಂದು ಆತನಿಗೆ ತಿಳಿದುಬಂದಿರಬೇಕು. ಎಷ್ಟು ಬೇಗ ಆ ಹಡಗು ಮುಳುಗಿತೋ ಏನೋ. ಆತನ ಜೊತೆಗೆ ಯಾರಾದರೂ ಇದ್ದರೋ ಇಲ್ಲವೋ. ಅವರು ಕಪ್ತಾನನ ಜಾಗದಲ್ಲಿದ್ದರೋ ಅಥವಾ ಹೊರಗೆ ಅದರಾಚೆ ಬಂದಿದ್ದರೋ? ದೇಹಗಳಂತೂ ಸಿಕ್ಕಲಿಲ್ಲ. ಒಂದೂ ಇಲ್ಲ. ಯಾರೂ ಅಲ್ಲಿ ತೇಲುತ್ತಿರಲಿಲ್ಲ. ಜೀವ ರಕ್ಷಕ ಪಟ್ಟಿಗಳನ್ನು ಬಿಗಿದುಕೊಂಡಿದ್ದರೆ ಎಷ್ಟೋ ಹೊತ್ತು ತೇಲಬಹುದು. ಆದರೆ ಅವನ್ನು ಯಾರೂ ಹೊರತೆಗೆದಿರಲಿಲ್ಲವೆಂದು ಕಾಣುತ್ತದೆ. ಅಂತೂ ಆ ಗ್ರೀಕರಿಗೆ ಎಲ್ಲಾ ದಕ್ಕಿತು, ಎಲ್ಲಾ. ಅವರು ವೇಗವಾಗಿಯೇ ಬಂದಿರಬೇಕು. ಅವರು ಇಡೀ ಹಡಗನ್ನು ದೋಚಿದರು. ಮೊದಲು ಆ ಪಕ್ಷಿಗಳು, ಅನಂತರ ನಾನು. ಅನಂತರ ಆ ಗ್ರೀಕರು. ಆದರೆ ನನಗಿಂತಲೂ ಆ ಪಕ್ಷಿಗಳಿಗೇ ಹೆಚ್ಚು ದಕ್ಕಿತ್ತು. ○

○ ವಿಲಿಯಮ್ ಸಾರೊಯನ್

ಆ ಕ್ಷೌರಿಕ ಹಾಗೂ ಸರ್ಕಸಿನ ಹುಲಿಯ ಬಾಯಿಗೆ ತಲೆಕೊಟ್ಟ ಆತನ ಚಿಕ್ಕಪ್ಪ

ಕುಮಾರಿ ಗಾಮಾ ಹಾಗೂ ನನ್ನ ತಾಯಿ ಹಾಗೂ ನನ್ನ ತಮ್ಮ ಕ್ರಿಕರ್, ಅಷ್ಟೇ ಏಕೆ, ಸುತ್ತಲಿನ ಎಲ್ಲರೂ ನಾನು ತಲೆಗೆ ಕ್ಷೌರ ಮಾಡಿಸಿಕೊಳ್ಳಬೇಕೆಂದು ಹೇಳತೊಡಗಿದರು. ನನ್ನ ತಲೆ ಬಹಳ ಬೆಳೆದಿದೆಯೆಂದೂ, ತುಂಬು ಕಪ್ಪು ಕೂದಲಿನ ಉದ್ದಗಲ ಬಹುಶಃ ಏಳಂಗುಲ-ಎಂಟಂಗಲು ಇರಬಹುದೆಂದು ಎಲ್ಲರೂ ಅನ್ನತೊಡಗಿದರು.

ಭೆಟ್ಟಿಯಾದ ಪ್ರತಿಯೊಬ್ಬರೂ ಯಾವಾಗ ತಲೆಗೆ ಕ್ಷೌರ ಮಾಡಿಸಿಕೊಳ್ಳುತ್ತೀಯಾ ಅಂತ ಕೇಳತೊಡಗಿದರು.

ಊರಲ್ಲಿ ಹಂಟಿಂಗ್ಟನ್ ಎಂಬ ದೊಡ್ಡ ಉದ್ಯಮಿಯೊಬ್ಬನಿದ್ದ. ಆತ ದಿನಾ ನನ್ನಿಂದ ಈವ್‌ನಿಂಗ್ ಹೆರಲ್ಡ್ ಪತ್ರಿಕೆ ಕೊಂಡು ಕೊಳ್ಳುತ್ತಿದ್ದ. ಇನ್ನೂರನಲ್ವತ್ತು ಪೌಂಡು ತೂಕದ ಆ ಮನುಷ್ಯನಿಗೆ ಎರಡು ಕ್ಯಾಡಿಲಾಕ್ ಕಾರುಗಳು ಆರುನೂರು ಎಕರೆ ದ್ರಾಕ್ಷಿಯ ತೋಟ, ವ್ಯಾಲಿ ಬ್ಯಾಂಕಿನಲ್ಲಿ ಹತ್ತು ಲಕ್ಷ ಡಾಲರಿನಷ್ಟು ಹಣವಿತ್ತು. ಆತನ ತಲೆ ಮಾತ್ರ ಪೂರ್ತಿ ಬೋಳಾಗಿತ್ತು. ರೇಲ್ವೆಯ ಜನರು ಆರು ಕಟ್ಟಡಗಳನ್ನು ದಾಟಿಯಾದರೂ ಬಂದು ನನ್ನ ಬೆಳೆದಿದ್ದ ತಲೆ ನೋಡುವಂತೆ ಆತ ಹುರಿದುಂಬಿಸುತ್ತಿದ್ದ. ದಾರಿಯಲ್ಲಿ ನಿಂತು ಆತ 'ಕ್ಯಾಲಿಫೋರ್ನಿಯವನ್ನು ನೋಡಬೇಕು ಅಂದರೆ ಇಲ್ಲಿದೆ ನೋಡಿ,' ಎಂದು ಹಾಸ್ಯ ಮಾಡುತ್ತಿದ್ದ. 'ಕ್ಯಾಲಿಫೋರ್ನಿಯಾದ ಹವೆ ಮತ್ತು ಆರೋಗ್ಯ ಅಂದರೆ ಇದೇ' ಎಂದು ಕೂಗುತ್ತಿದ್ದ. 'ದೇವರೆ, ತಲೆಯ ಮೇಲೆ ಕೂದಲು ಅಂದರೆ ಹೀಗಿರ್ಬೇಕು' ಎಂದು ಬೊಬ್ಬಿಡುತ್ತಿದ್ದ.

ನನ್ನ ಬೆಳೆದಿದ್ದ ತಲೆಯ ಬಗ್ಗೆ ಕುಮಾರಿ ಗಾಮಾಗಂತೂ ವಿಪರೀತ ಅಸಹನೆ.

ಒಂದು ದಿನ ಆಕೆ ಅಂದಳು, ಯಾರೆಂದು ನಾನು ಹೆಸರು ಹೇಳೋದಿಲ್ಲ. ಆದರೆ ಈ ತರಗತಿಯಲ್ಲಿನ ಒಬ್ಬಾನೊಬ್ಬ ತರುಣ ಕೂಡಲೇ ತಲೆಗೆ ಕ್ಷೌರ ಮಾಡಿಸಿಕೊಳ್ಳದಿದ್ದರೆ ಆತನನ್ನು ಸುಧಾರಣಾ ಶಿಬಿರಕ್ಕೆ ಕಳಿಸಬೇಕಾಗ್ತದೆ.

ಆಕೆ ಹೆಸರು ಹೇಳಿಲಿಲ್ಲ. ನನ್ನ ಕಡೆ ನೋಡಿದಳು ಮಾತ್ರ.

ಇದೇನು ಹೊಸ ಪರಿ ಎಂದು ನನ್ನ ತಮ್ಮ ಕ್ರಿಕರ್ ಕೇಳತೊಡಗಿದ.

ನಾನೆಂದೆ, ನಿನಗೆ ಸ್ಯಾಮ್ಸನ್ ಗೊತ್ತಿರಬೇಕಲ್ಲ, ಆತನ ಕೂದಲನ್ನು ತೆಗೆದೊಡನೆ ಆತನಿಗೆ ಭಯಂಕರ ಸಿಟ್ಟು ಬಂದು ಎಷ್ಟು ಅನಾಹುತವಾಯಿತು ಅಂತ ನೆನಪಿಸಿಕೋ.

ಅದಕ್ಕೆ ಕ್ರಿಕರ್ ಉತ್ತರಿಸಿದ, ಅದು ಬೇರೆ. ನೀನೇನೂ ಸ್ಯಾಮ್ಸನ್ ಅಲ್ಲವಲ್ಲ!

ಅಲ್ಲವೆ? – ನಾನೆಂದೆ, ಅಲ್ಲ ಅಂತ ನಿನಗೆ ಹೇಗೆ ಗೊತ್ತು? ಯಾವ ಆಧಾರದ ಮೇಲೆ ನೀನು ಹಾಗೆ ಹೇಳ್ತಿ?

ಜಗತ್ತಿಗೇ ನನ್ನ ಬಗ್ಗೆ ಅಸಹನೆಯಾದ್ದರಿಂದ ನನಗೆ ಖುಷಿಯಾಯಿತೇನೋ ನಿಜ. ಆದರೊಂದು ದಿನ ಒಂದು ಗುಬ್ಬಿ ನನ್ನ ಕೂದಲಲ್ಲಿ ಗೂಡು ಕಟ್ಟಲು ಹವಣಿಸಿತು. ಆಗ ನಾನು ತ್ವರೆಯಿಂದ ಒಬ್ಬ ಕ್ಷೌರಿಕನ ಕಡೆ ಹೋದೆ. ನಮ್ಮ ಅಂಗಳದಲ್ಲಿನ ಅಕ್ರೋಡು ಗಿಡದ ಕೆಳಗೆ ಹುಲ್ಲಿನ ಮೇಲೆ ನಾನು ಮಲಗಿದ್ದಾಗ ಗಿಡದಿಂದ ಗುಬ್ಬಿಯೊಂದು ಹಾರಿಬಂದು ನನ್ನ ಕೂದಲನ್ನು ಪ್ರವೇಶಿಸಲು ಪ್ರಯತ್ನಿಸಿತು. ಚಳಿಗಾಲದ ಆ ಮಧ್ಯಾಹ್ನ ಜಗತ್ತೆಲ್ಲ ನಿದ್ರಿಸುತ್ತಿತ್ತು. ಎಲ್ಲ ಕಡೆ ಶಾಂತತೆಯಿತ್ತು. ಯಾರೂ ಕಾರಿನಲ್ಲಿ ಹೊರಗೆ ಹೊರಟಿರಲಿಲ್ಲ. ಪ್ರಕೃತಿಯ ತಂಪಾದ, ಸುಖವಾದ, ಆದರೂ ಒಂದು ರೀತಿಯ ದುಃಖದಿಂದದೊಡಗೂಡಿದ ವಿಚಿತ್ರ ಸದ್ದನ್ನು ಬಿಟ್ಟರೆ ಬೇರೆಲ್ಲ ಶಾಂತವಾಗಿತ್ತು. ಎಂಥ ಜಗತ್ತಿದು! ಈ ಜಗತ್ತಿನಲ್ಲಿ ಬದುಕಿ ಇರುವುದು ಭಾಗ್ಯವೇ ಸರಿ. ಈ ಜಗತ್ತಿನಲ್ಲಿ ಒಂದು ಪುಟ್ಟ ಮನೆ ಕಟ್ಟಿಕೊಂಡಿರುವುದು ಎಷ್ಟು ಅದ್ಭುತ. ಬೇಸಗೆಯ ಮಧ್ಯಾಹ್ನ-ಸಂಜೆಗಳನ್ನು ಕಳೆಯಲು ದೊಡ್ಡ ಅಂಗಳವಿರಬೇಕು. ಕೋಣೆಗಳಲ್ಲಿ ಕುರ್ಚಿ-ಟೇಬ್ಲು-ಮಂಚಗಳಿರಬೇಕು. ಒಂದು ಪಿಯಾನೊ, ಒಂದು ಸ್ಟವ್ ಸಹ ಬೇಕು. ಶನಿವಾರದ ಸಂಜೆಯ ಪತ್ರಿಕೆಯಲ್ಲಿನ ಸುಂದರ ಚಿತ್ರಗಳನ್ನು ತೆಗೆದು ಗೋಡೆಗೆ ಅಂಟಿಸಿರಬೇಕು. ಇಲ್ಲಿ ಜೀವಿಸಿರುವುದು ಎಂಥ ಅಪರೂಪದ ಅದ್ಭುತ ಅನುಭವ! ಕಾಲ-ವ್ಯೋಮಗಳಲ್ಲಿ ಮುಂಜಾನೆ, ಮಧ್ಯಾಹ್ನ ಮತ್ತು ರಾತ್ರಿ ಸಂಚರಿಸುವುದು; ಉಸಿರಾಡಿಸುವುದು, ತಿನ್ನುವುದು, ನಗುವುದು, ಮಾತಾಡುವುದು, ನಿದ್ರಿಸುವುದು, ಬೆಳೆಯುವುದು, ನೋಡುವುದು, ಕೇಳುವುದು, ಮುಟ್ಟುವುದು, ಸೂರ್ಯನಡಿ ಪೃಥ್ವಿಯಲ್ಲಿನ ಬೇಕಾದ ಸ್ಥಳಕ್ಕೆ ಹೋಗುವುದು. ಈ ಸ್ಥಳದಲ್ಲಿರುವುದು, ಈ ಜಗತ್ತಿನಲ್ಲಿರುವುದು – ಇದಕ್ಕಿಂತ ದೊಡ್ಡ ಅದ್ಭುತ ಯಾವುದು?

ಈ ಜಗತ್ತಿನ ಇರುವಿಕೆಯ ಬಗ್ಗೆ, ಈ ಜಗತ್ತಿನಲ್ಲಿನ ನನ್ನ ಇರುವಿಕೆಯ ಬಗ್ಗೆ ನನಗೆ ಬಹಳ ಖುಶಿ. ನಾನು ಏಕಾಕಿ; ಆದ್ದರಿಂದ ಎಲ್ಲದರ ಬಗ್ಗೆ ವ್ಯಸನ; ಆದರೆ ಖುಶಿ ಕೂಡ. ಏನಿದ್ದರೇನು? ನನ್ನ ವ್ಯಸನದ ಬಗೆಗೂ ನನಗೆ ಖುಶಿಯಿತ್ತು. ನನ್ನ ವ್ಯಸನ-ನನ್ನ ಖುಶಿ ಎರಡೂ ಹೆಚ್ಚಾಗಿ ನಾನು ಕನಸು ಕಾಣುವಂತೆ ಮಾಡಿದ್ದವು. ನಾನು ನೋಡಿರದ ಸ್ಥಳಗಳು. ಜಗತ್ತಿನಲ್ಲಿನ ಅದ್ಭುತ ನಗರಗಳು: ನ್ಯೂಯಾರ್ಕ್, ಲಂಡನ್, ಪ್ಯಾರಿಸ್, ಬರ್ಲಿನ್, ವಿಯೆನ್ನಾ, ಕಾನ್‌ಸ್ಟಾಂಟಿನೋಪಲ್, ರೋಮ್, ಕೈರೊ, ಬೀದಿಗಳು, ಮನೆಗಳು, ಜೀವಿಸಿರುವ ಜನರು, ಬಾಗಿಲುಗಳು, ಕಿಟಿಕಿಗಳು. ರಾತ್ರಿಯಲ್ಲಿ ಚಲಿಸುವ ಉಗಿಬಂಡಿಗಳು, ಸಮುದ್ರದಲ್ಲಿನ ಹಡಗುಗಳು. ಕಪ್ಪಾದ, ಶೋಕಭರಿತ ಸಮುದ್ರ. ಕಳೆದುಹೋದ ವರ್ಷಗಳಲ್ಲಿನ ಅದ್ಭುತ ಕ್ಷಣಗಳು, ಕಾಲಗರ್ಭದಲ್ಲಿ ಹೂತುಹೋದ ನಗರಗಳು, ಹಾಳಾಗಿಹೋದ ಸ್ಥಳಗಳು: ಒಮ್ಮೆ ಬದುಕಿದ್ದು ಕೊನೆಯವರೆಗೂ ಸತ್ತುಹೋದ, ಆದರೂ ಒಂದರ್ಥದಲ್ಲಿ ಇನ್ನೂ ಬದುಕಿರುವ, ಈ ಜಗತ್ತಿನಲ್ಲಿ ಬದುಕಿಗೆ ಎಂದೂ ಸಾವಿಲ್ಲವೆಂದು ಸಾರುವ ಕ್ಷಣಗಳು. ದೇವರೆ, 1919ರಲ್ಲಿ ನನಗೊಂದು ಕನಸು ಬಿದ್ದಿತ್ತು: ಬದುಕು ಕೊನೆಯವರೆಗೂ ಬದುಕಿರುವಂತೆ, ಸಾವು-ನೋವು-ವಿನಾಶಗಳು

ಕೊನೆಯವರೆಗೂ ಇಲ್ಲವಾದಂತೆ, ಆಕಾಶದಲ್ಲಿನ ಸೂರ್ಯನ ಹಿತವಾದ ಉಷ್ಣತೆ ಹಾಗೂ ಈ ಜಗತ್ತಿನಲ್ಲಿನ ಬಿಸಿ ಎರಡೂ ಕೊನೆಯವರೆಗೂ ಒಂದಾದಂತೆ.

ಅದೇ ಕ್ಷಣದಲ್ಲೇ ಗಿಡದಿಂದ ಹಾರಿಬಂದ ಗುಬ್ಬಿಯೊಂದು ನನ್ನ ತಲೆಗೂದಲು ಸೇರಿ ಗೂಡುಕಟ್ಟಲು ಪ್ರಯತ್ನಿಸಿತು, ಹಾಗೂ ನನಗೆ ಎಚ್ಚರವಾಯಿತು.

ನಾನು ಕಣ್ತೆರೆದೆ. ಆದರೆ ಅಲುಗಾಡಲಿಲ್ಲ. ಆ ಗುಬ್ಬಿ ಚಿಲಿಪಿಲಿ ರಾಗ ಸುರುಮಾಡುವ ವರೆಗೂ ನನ್ನ ಕೂದಲಲ್ಲಿ ಅದಿದ್ದುದು ನನಗೆ ಗೊತ್ತೇ ಆಗಿರಲಿಲ್ಲ. ಪಕ್ಷಿಯ ಹಾಡನ್ನು ಅಷ್ಟು ಸ್ಪಷ್ಟವಾಗಿ ಈ ಮೊದಲು ನಾನೆಂದೂ ಕೇಳಿರಲಿಲ್ಲ. ಆ ಧ್ವನಿ ವಿನೂತನವೂ ಆಶ್ಚರ್ಯಕರವೂ ಆಗಿದ್ದಂತೆಯೇ ಅತ್ಯಂತ ಪುರಾತನವೂ ಸ್ವಾಭಾವಿಕವೂ ಆಗಿದ್ದಂತೆನಿಸಿತು. ಆ ಹಕ್ಕಿ ಸುಮ್ಮನೆ ಹಾಡುತ್ತಿತ್ತಾದರೂ ನನಗದು ಅನಂತವಾದ ಅಪಾರವಾದ ಅಳುವಿನಂತೆ ಕೇಳಿಸಿತು. ಈ ಶೋಕಗೀತೆಯನ್ನೇ ಆ ಹಕ್ಕಿ ಅತ್ಯಂತ ಹುರುಪಿನ ಧ್ವನಿಯಲ್ಲಿ ಹಾಡುತ್ತಿತ್ತು. ಜಗತ್ತೆಲ್ಲ ಪ್ರಶಾಂತ ವಾಗಿದ್ದಾಗ ಒಮ್ಮಿಂದೊಮ್ಮೆಲೆ ನಾನು ಈ ಗುಬ್ಬಿಯ ಸಂಗೀತ ಕೇಳತೊಡಗಿದ್ದೆ. ನಾನಿನ್ನೂ ಅರೆನಿದ್ರೆಯಲ್ಲಿದ್ದಾಗ ಇದೆಲ್ಲ ತೀರಾ ಸ್ವಾಭಾವಿಕವಾಗಿ ತೋರಿಬಂದಿತ್ತು: ನನ್ನ ಕೂದಲಲ್ಲಿನ ಗುಬ್ಬಿ, ನನ್ನ ಕೂಡ ಅದು ಮಾತಾಡಿದಂತೆ, ಅದರ ಧ್ವನಿ ಹಾಗೂ ಅದರ ಸಂದೇಶದ ಹಿಂದಿನ ಪರಸ್ಪರ ವಿರುದ್ಧ ಭಾವಗಳು. ಒಂದೆಡೆ ದುಃಖ, ಇನ್ನೊಂದೆಡೆ ಸಂತೋಷ.

ಆಮೇಲೆ ನನಗೆನಿಸಿತು, ಎಲ್ಲೋ ತಪ್ಪಿದೆ. ಮನುಷ್ಯನ ತಲೆಗೂದಲಲ್ಲಿ ಗುಬ್ಬಿಯೊಂದು ಹಾರಾಡುವುದು ಸ್ವಾಭಾವಿಕವಲ್ಲ.

ನಾನು ಒಮ್ಮೆಲೆ ಎದ್ದು ಊರಿನ ಕಡೆ ನಡೆದೆ. ಗುಬ್ಬಿ ಗಾಬರಿಯಾಗಿ ದೂರ ಹಾರಿಹೋಯಿತು.

ಜಗತ್ತೆಲ್ಲ ನನಗೆ ಸತ್ಯವನ್ನೆ ಹೇಳಿತ್ತು. ಕುಮಾರಿ ಗಾಮಾ ಸಹ. ನನ್ನ ತಮ್ಮ ಕ್ರಿಕರ್‌ನೂ. ಗುಬ್ಬಿಗಳು ಕೂದಲಲ್ಲಿ ಗೂಡು ಕಟ್ಟುವುದನ್ನು ತಪ್ಪಿಸಲೆಂದಾದರೂ ಕ್ಷೌರ ಮಾಡಿಸಿಕೊಳ್ಳಲೇಬೇಕಿತ್ತು.

ಮೇರಿಪೋಸ ಬೀದಿಯಲ್ಲಿ ಆರಮ್ ಎಂಬೊಬ್ಬ ಆರ್ಮೇನಿಯನ್ ಕ್ಷೌರಿಕನಿದ್ದ. ಆತ ಕಮ್ಮಾರನೋ ತತ್ತ್ವಜ್ಞಾನಿಯೋ ಏನಾದರೂ ಆಗಿದ್ದಿರಬಹುದು. ಆ ಬೀದಿಯಲ್ಲಿ ಅವನದೊಂದು ಅಂಗಡಿಯಿತ್ತೆಂದು ಮಾತ್ರ ನನಗೆ ಗೊತ್ತಿತ್ತು. ಅಸ್‌ಬರೇಜ್ ಹಾಗೂ ಇತರ ಆರ್ಮೇನಿಯನ್ ಪತ್ರಿಕೆಗಳನ್ನೋದುತ್ತ, ಒಂದರನಂತರ ಇನ್ನೊಂದರಂತೆ ಸಿಗರೇಟು ಸೇದುತ್ತ ದಾರಿಯಲ್ಲಿ ಬರಹೋಗುವ ಜನರನ್ನು ನೋಡುತ್ತ, ಆತ ಹೆಚ್ಚಿನ ಸಮಯ ಕಳೆಯುತ್ತಿದ್ದ. ಆತನೆಂದೂ ಯಾರಿಗೂ ತಲೆಕ್ಷೌರ ಅಥವಾ ಮುಖಕ್ಷೌರ ಮಾಡಿದ್ದು ನಾನು ನೋಡಿರಲಿಲ್ಲ. ಒಂದಿಬ್ಬರು ಯಾರಾದರೂ ತಿಳಿಯದೆ ಅವನ ಅಂಗಡಿಗೆ ಹೋಗಿದ್ದರೆಂದು ಕಾಣುತ್ತದೆ.

ನಾನು ಮೇರಿಪೋಸ ಬೀದಿಯಲ್ಲಿನ ಆರಮ್‌ನ ಅಂಗಡಿಗೆ ಹೋಗಿ ಆತನನ್ನು ಎಚ್ಚರಿಸಿದೆ. ಎದುರಿನ ಟೇಬಲಿನ ಮೇಲೊಂದು ತೆರೆದ ಪುಸ್ತಕವನ್ನಿರಿಸಿಕೊಂಡು ಆತ ನಿದ್ರೆಹೋಗಿದ್ದ.

ಆರ್ಮೇನಿಯನ್ ಭಾಷೆಯಲ್ಲಿ ನಾನು ಕೇಳಿದೆ, ನನ್ನ ತಲೆಕ್ಷೌರ ಮಾಡುತ್ತೀಯಾ? ನನ್ನ ಬಳಿ ಇಪ್ಪತ್ತೈದು ಸೆಂಟ್‌ಗಳಿವೆ.

ಆತನೆಂದ, ನೀನು ಬಂದದ್ದು ಸಂತೋಷ. ನಿನ್ನ ಹೆಸರೇನೆಂದೆ? ಕುಳಿತುಕೋ. ಮೊದಲು ಕಾಫಿ ಮಾಡುವೆ. ನಿನ್ನ ತಲೆಗೂದಲು ಎಷ್ಟು ಚೆನ್ನಾಗಿದೆ.

ನಾನೆಂದೆ, ನನಗೆ ಎಲ್ಲರೂ ಕೂದಲನ್ನು ತೆಗೆಸಿಕೋ ಎಂದು ಹೇಳುತ್ತಿದ್ದಾರೆ.

ಜಗತ್ತಿನ ರೀತಿಯೇ ಹಾಗೆ, ಆತನೆಂದ. ಯಾವಾಗಲೂ ಇತರರಿಗೆ ಉಪದೇಶ ಕೊಡುವುದು.

ಕೂದಲಿದ್ದರೇನಂತೆ? ಅವರೇಕೆ ಹಾಗನ್ನಬೇಕು? ಎಲ್ಲರೂ ಅನ್ನುತ್ತಾರೆ – ಹಣ ಗಳಿಸು. ಆಸ್ತಿ ಮಾಡು. ಅದು – ಇದು. ಆರಾಮಾಗಿ ಶಾಂತವಾಗಿ ಜೀವಿಸಲು ಯಾರನ್ನೂ ಬಿಡುವುದಿಲ್ಲ ಈ ಜನ.

ನಾನು ಕೇಳಿದೆ, ನನ್ನೆಲ್ಲ ಕೂದಲನ್ನು ತೆಗೆದುಬಿಟ್ಟು ಇನ್ನೆಂದೂ ಯಾರೂ ಏನೂ ಅನ್ನದಂತೆ ಮಾಡುವಿಯಾ? ಆತನೆಂದ ಮೊದಲು ಒಂದಿಷ್ಟು ಕಾಫಿ ಕುಡಿಯೋಣ.

ಉಗ್ರಾಣದ ಹಿಂದೆ ಒಂದು ಗ್ಯಾಸ್ ಒಲೆ, ಒಂದು ಸಿಂಕ್, ಒಂದು ನಲ್ಲಿ ಇತ್ತು. ಒಂದು ಶೆಲ್ಫ್‌ನಲ್ಲಿ ಕಪ್ಪು–ಬಸಿ–ಚಮಚೆ ಇತ್ಯಾದಿಗಳಿದ್ದವು.

ಆತ ನನಗಾಗಿ ಕಾಫಿ ತಂದಾಗ ನನಗೆ ಅಚ್ಚರಿಯಾಯಿತು – ಇಡೀ ಊರಲ್ಲಿ ಇಷ್ಟು ಕುತೂಹಲಕಾರಿ ವ್ಯಕ್ತಿ ಬೇರೊಬ್ಬನಿರಲಾರ, ಅದು ಹೇಗೆ ನಾನಿವನನ್ನು ಈ ಮೊದಲೇ ಭೆಟ್ಟಿಯಾಗಲಿಲ್ಲ. ನಾನು ಅಲ್ಲಿ ಪ್ರವೇಶಿಸಿದೊಡನೆ ಆತ ಎಚ್ಚರಾದ ರೀತಿ, ಆತನ ಮಾತು–ಕತೆ, ನಡಿಗೆ, ಹಾವಭಾವ ಎಲ್ಲ ಆತನ ವಿಶಿಷ್ಟತೆಯನ್ನೆತ್ತಿ ತೋರುತ್ತಿದ್ದವು. ಮೇರಿಪೋಸ ಬೀದಿಯಲ್ಲಿನ ಈ ಕ್ಷೌರಿಕ ಈ ಜಗತ್ತಿನ ವಿಶಿಷ್ಟ ಜನರಲ್ಲಿ ಒಬ್ಬನೆನಿಸಿತು ನನಗೆ. ಆತನಿಗೆ ಐವತ್ತು ವರ್ಷವಿರಬಹುದು, ನನಗೋ ಹನ್ನೊಂದು. ಆತನ ಎತ್ತರ–ತೂಕ ನನ್ನದಕ್ಕಿಂತ ಹೆಚ್ಚಿರಲಾರದು. ಆತನ ಮುಖ ಮಾತ್ರ ಆತ ತಿಳಿವಳಿಕೆಯುಳ್ಳವನೆಂದೂ ಚತುರನೆಂದೂ ಪ್ರೀತಿಸಬಲ್ಲವನೆಂದೂ ಕಠಿಣನಲ್ಲವೆಂದೂ ಹೇಳುತ್ತಿತ್ತು.

ಆತ ಕಣ್ತೆರೆದಾಗ ಅವನ ನೋಟ ಹೀಗನ್ನುವಂತೆ ತೋರುತ್ತಿತ್ತು: ಜಗತ್ತೆ? ನನಗದರ ಬಗ್ಗೆ ಎಲ್ಲ ಗೊತ್ತು. ಕ್ರೌರ್ಯ, ಲೋಭ, ದ್ವೇಷ, ಭಯ, ಹೊಲಸು, ಕೊಳೆ. ಹಾಗಿದ್ದರೂ ನನಗದರ ಬಗ್ಗೆ ಪ್ರೀತಿಯಿದೆ.

ನಾನು ಕಪ್ಪನ್ನೆತ್ತಿ ಆ ಬಿಸಿಯಾದ ಕಪ್ಪುದ್ರವ ಹೀರಿದೆ. ಅದು ತುಂಬ ರುಚಿಯಾಗಿತ್ತು.

ಕೂತುಕೋ, ಆತ ಆರ್ಮೇನಿಯನ್ ·ಭಾಷೆಯಲ್ಲಿ ಹೇಳಿದ, ಕೂತುಕೋ. ನಮಗೆಲ್ಲೂ ಹೋಗಬೇಕಾಗಿಲ್ಲ. ಏನೂ ಕೆಲಸವಿಲ್ಲ. ಒಂದು ತಾಸಿನಲ್ಲಿ ನಿನ್ನ ಕೂದಲು ಇನ್ನೆಷ್ಟು ಬೆಳೆದೀತು?

ನಾನು ಕೂತೆ, ನಕ್ಕೆ. ಆತ ಜಗತ್ತಿನ ಬಗ್ಗೆ ಮಾತಾಡತೊಡಗಿದ.

ಮೌಶ್‌ನಲ್ಲಿ ಹುಟ್ಟಿದ್ದ ತನ್ನ ಚಿಕ್ಕಪ್ಪ ಮಿಸಾಕ್‌ನ ಬಗ್ಗೆ ಆತ ಹೇಳಿದ.

ಕಾಫಿ ಕುಡಿದಾದ ನಂತರ ನಾನು ಎದ್ದು ಕುರ್ಚಿಯಲ್ಲಿ ಕೂತೆ ಹಾಗೂ ಆತ ನನ್ನ ಕೂದಲು ಕತ್ತರಿಸತೊಡಗಿದ. ಆತ ಮಾಡಿದ ಕ್ಷೌರ ತೀರ ಕಳಪೆಯಾಗಿತ್ತು, ಬೀದಿಯಾಚೆಗಿನ ಕ್ಷೌರಿಕರ ಶಾಲೆಯಲ್ಲಿ ಪುಕ್ಕಟೆಯಾಗಿ ಮಾಡುತ್ತಿದ್ದುದಕ್ಕಿಂತಲೂ ಕಳಪೆ. ಆದರೆ ಆತ ತನ್ನ ಚಿಕ್ಕಪ್ಪ ಮಿಸಾಕ್‌ನ ಬಗ್ಗೆ ಸ್ವಾರಸ್ಯವಾಗಿ ಹೇಳಿದ, ಆ ಶಾಲೆಯಲ್ಲಿನ ಯಾವ ಕ್ಷೌರಿಕನೂ ಹಾಗೆ ಕತೆ ಹೇಳಲು ಸಾಧ್ಯವಿರಲಿಲ್ಲ. ಆತನ ಚಿಕ್ಕಪ್ಪ ಮಿಸಾಕ್ ಹಾಗೂ ಸರ್ಕಸ್ಸಿನ ಹುಲಿಯ ಬಗ್ಗೆ ಆತ ಹೇಳಿದ ಕತೆಯಷ್ಟು ಸ್ವಾರಸ್ಯಕರವಾದ ಕತೆಯನ್ನೇ ನಾನು ಕೇಳಿರಲಿಲ್ಲ. ತೀರ ಕಳಪೆಯಾದ ಕ್ಷೌರದೊಂದಿಗೆ ನಾನು ಅಲ್ಲಿಂದ ಹೊರಬಿದ್ದೆನಾದರೂ ಆ ಬಗ್ಗೆ ನನಗೇನೂ ಅನಿಸಲಿಲ್ಲ. ಆತನೇನೂ ಕ್ಷೌರಿಕನಾಗಿರಲಿಲ್ಲ. ಆತ ತನ್ನ ಹೆಂಡತಿಯ ಕಾಟ ತಪ್ಪಿಸಿಕೊಳ್ಳಲೆಂದು ಕ್ಷೌರಿಕನಂತೆ ನಟಿಸುತ್ತಿದ್ದ ಅಷ್ಟೆ. ನೋಡುವ ಜನರನ್ನು ಸಮಾಧಾನಪಡಿಸಲೆಂದೇ ಆತ ಅದನ್ನು ಮಾಡುತ್ತಿದ್ದ. ನಿಜ ಹೇಳಬೇಕೆಂದರೆ ಓದುವುದು ಹಾಗೂ ಸಹೃದಯ ಜನರೊಂದಿಗೆ ಮಾತಾಡುವುದು, ಇವೆರಡೇ ಆತನ ಹವ್ಯಾಸಗಳಾಗಿದ್ದವು. ಆತನಿಗೆ ಐದು ಮಕ್ಕಳಿದ್ದರು, ಮೂರು ಗಂಡು ಹಾಗೂ ಎರಡು ಹೆಣ್ಣು. ಆದರೆ ಅವರೆಲ್ಲ ತಾಯಿಯ ಹಾಗೇ

ಇದ್ದುದರಿಂದ ಆತನಿಗೆ ಅವರೊಂದಿಗೆ ಮಾತಾಡಲಾಗುತ್ತಿರಲಿಲ್ಲ. ಆತ ಗಳಿಸುವ ಹಣದಲ್ಲಿ ಮಾತ್ರ ಅವರಿಗೆ ಆಸಕ್ತಿಯಿತ್ತು.

ಆತನೆಂದ, ಪಾಪ! ನನ್ನ ಚಿಕ್ಕಪ್ಪ ಮಿಸಾಕ್ ಬಹಳ ವರ್ಷಗಳ ಹಿಂದೆ ಮೌಶ್‌ನಲ್ಲಿ ಹುಟ್ಟಿದ. ಆತ ಕಳ್ಳನಲ್ಲ. ಆದರೆ ಬಹಳ ಜೋರಿನ ಹುಡುಗನಾಗಿದ್ದ. ತಾವು ಗಟ್ಟಿಗರೆಂದು ಹೇಳಿಕೊಳ್ಳುವವರನ್ನು ಕಂಡರೆ ಅವನಿಗಾಗುತ್ತಿರಲಿಲ್ಲ. ಅಂಥವರೊಂದಿಗೆ ಬೇಕೆಂದೇ ಜಗಳ ಕಾಯುತ್ತಿದ್ದ. ಊರಲ್ಲಿನ ಯಾವುದೇ ಇಬ್ಬರು ಹುಡುಗರೊಂದಿಗೆ ಏಕಕಾಲದಲ್ಲಿ ಕುಸ್ತಿ ಮಾಡಬಲ್ಲವನಾಗಿದ್ದ. ಬೇಕಾದರೆ ಅವರ ತಂದೆ-ತಾಯಿ ಜತೆ ಸಹ. ಅಷ್ಟೇ ಏಕೆ, ಅವರ ಅಜ್ಜ-ಅಜ್ಜಿಯರೊಂದಿಗೆ ಕೂಡ. ಹೀಗಾಗಿ ಎಲ್ಲರೂ ನನ್ನ ಚಿಕ್ಕಪ್ಪನಿಗೆ ಅನ್ನುತ್ತಿದ್ದರು, ಮಿಸಾಕ್, ನೀನು ಬಹಳ ಶೂರ. ನೀನೇಕೆ ಕುಸ್ತಿಪಟುವಾಗಿ ಹಣಗಳಿಸಬಾರದು? ಹಾಗೆ ಮಿಸಾಕ್ ಕುಸ್ತಿಪಟುವಾದ. ಇಪ್ಪತ್ತು ವರ್ಷವಾಗುವುದರೊಳಗೇ ಹದಿನೆಂಟು ಗಟ್ಟಿಮುಟ್ಟಾದ ತರುಣರ ಎಲುವು ಮುರಿದ. ಗಳಿಸಿದ ಹಣವನ್ನೆಲ್ಲ ತಿನ್ನುವುದರಲ್ಲಿ-ಕುಡಿಯುವುದರಲ್ಲಿ ವ್ಯಯಿಸಿದ, ಉಳಿದದ್ದನ್ನು ಹುಡುಗರಿಗೆ ಕೊಟ್ಟುಬಿಟ್ಟ. ಆತನಿಗೆ ಹಣದ ಮೋಹವಿರಲಿಲ್ಲ.

ಕ್ಷೌರಿಕ ಮುಂದುವರಿಸಿದ, ಓಹ್, ಅದು ಬಹಳ ದಿನಗಳ ಹಿಂದಿನ ಮಾತು. ಈಗ ಎಲ್ಲರಿಗೂ ಹಣ ಬೇಕು. ಆತ ಕೊನೆಗೊಮ್ಮೆ ಪಶ್ಚಾತ್ತಾಪ ಪಡಬೇಕಾಗುವುದೆಂದು ಎಲ್ಲರೂ ಅನ್ನುತ್ತಿದ್ದರು. ಆದದ್ದೂ ಹಾಗೆಯೇ. ಆತ ಕೊನೆಯವರೆಗೂ ಹೀಗೇ ಗಟ್ಟಿಮುಟ್ಟಾಗಿದ್ದು ಕುಸ್ತಿಯಾಡಿ ಹಣಗಳಿಸುವುದು ಸಾಧ್ಯವಿಲ್ಲದ್ದರಿಂದ ಹಣ ಉಳಿಸಬೇಕೆಂದು ಎಲ್ಲರೂ ಅನ್ನುತ್ತಿದ್ದರು. ಕೊನೆಗೊಮ್ಮೆ ಆ ದಿನ ಬಂತು. ನನ್ನ ಚಿಕ್ಕಪ್ಪ ಮಿಸಾಕ್‌ನಿಗೆ ನಾಲ್ವತ್ತು ವರ್ಷವಾದಾಗ ಕುಸ್ತಿಯಾಡುವುದು ಆತನಿಂದ ಆಗಲಿಲ್ಲ. ಆತನ ಬಳಿಯೀಗ ಹಣವಿರಲಿಲ್ಲ. ಜನ ಆತನನ್ನು ನೋಡಿ ನಕ್ಕರು. ಅವನು ದೂರ ಹೊರಟುಹೋದ. ಮೊದಲು ಕಾನ್‌ಸ್ಟಾಂಟಿನೋಪಲ್‌ಗೆ, ಅನಂತರ ವಿಯೆನ್ನಾಕ್ಕೆ.

ವಿಯೆನ್ನಾಕ್ಕೆ? ನಾನು ಕೇಳಿದೆ, ನಿನ್ನ ಚಿಕ್ಕಪ್ಪ ಮಿಸಾಕ್ ವಿಯೆನ್ನಾಕ್ಕೆ ಹೋದನೆ?

ಹೌದು, ಆ ಕ್ಷೌರಿಕನೆಂದ, ನನ್ನ ಚಿಕ್ಕಪ್ಪ ಎಲ್ಲೆಲ್ಲೋ ಹೋದ. ವಿಯೆನ್ನಾದಲ್ಲಿ ಆತನಿಗೆ ಏನೂ ಕೆಲಸ ಸಿಗದೆ ಉಪವಾಸ ಬೀಳುವ ಪ್ರಸಂಗ ಬಂದರೂ ಆತ ಒಂದು ತುಣುಕು ರೊಟ್ಟಿಯನ್ನು ಕೂಡ ಕದಿಯಲಿಲ್ಲ. ಅವನೆಂದೂ ಕಳವು ಮಾಡಲಿಲ್ಲ. ಆಮೇಲೆ ಆತ ಬರ್ಲಿನ್‌ಗೆ ಹೋದ. ಓಹ್, ಈ ಜಗತ್ತಿನಲ್ಲಿ ಬರ್ಲಿನ್ ಅಂತ ಒಂದು ಪಟ್ಟಣವಿದೆ. ಅಲ್ಲಿ ಸಹ ನನ್ನ ಬಡ ಚಿಕ್ಕಪ್ಪ ಉಪವಾಸವಿರಬೇಕಾಯಿತು.

ಆತ ಎಡಕ್ಕೂ ಬಲಕ್ಕೂ ನನ್ನ ಕೂದಲು ಕತ್ತರಿಸುತ್ತಿದ್ದ. ನನ್ನ ತಲೆಕೂದಲು ಕಪ್ಪು-ಕಪ್ಪಾಗಿ ಜೊಂಪೆಯಾಗಿ ನೆಲದ ಮೇಲೆ ಬೀಳುತ್ತ ಹೋದಂತೆ ನನ್ನ ತಲೆಗೆ ತಣ್ಣಗಿನ ಗಾಳಿ ಬಡಿದು ತಂಪೆನಿಸತೊಡಗಿತು. ನನ್ನ ತಲೆಯ ಗಾತ್ರವೂ ಚಿಕ್ಕದಾಗತೊಡಗಿತು. ಹೌದು, ಬರ್ಲಿನ್, ಆತನೆಂದ. ಜಗತ್ತಿನ ಅತಿ ಕ್ರೂರ ಪಟ್ಟಣ, ಬೀದಿಗಳೇ ಬೀದಿಗಳು, ಮನೆಗಳೇ ಮನೆಗಳು, ಜನರೇ ಜನರು, ಆದರೆ ನನ್ನ ಚಿಕ್ಕಪ್ಪನಿಗಾಗಿ ಯಾವ ಬಾಗಿಲೂ ತೆರೆದಿರಲಿಲ್ಲ. ಒಂದೂ ಕೋಣೆ ಆತನಿಗೆ ಸಿಗಲಿಲ್ಲ, ಒಂದೂ ಟೇಬಲು ಸಿಗಲಿಲ್ಲ, ಒಬ್ಬನೂ ಸ್ನೇಹಿತನಾಗಲಿಲ್ಲ.

ಓಹ್, ನಾನು ಅಂದೆ, ಈ ಜಗತ್ತಿನಲ್ಲಿ ಮನುಷ್ಯ ಎಂದಿಗೂ ಏಕಾಕಿ. .ಈ ಬದುಕಿನ ಏಕಾಕಿತನ ಎಷ್ಟು ದುರಂತಮಯವಾದದ್ದು!

ಪ್ಯಾರಿಸ್‌ನಲ್ಲೂ ಹಾಗೇ ಆಯಿತು, ಆ ಕ್ಷೌರಿಕನೆಂದ, ಲಂಡನ್‌ನಲ್ಲೂ ಹಾಗೆಯೇ,

ನ್ಯೂಯಾರ್ಕ್‌ನಲ್ಲೂ ಹಾಗೆಯೇ, ದಕ್ಷಿಣ ಅಮೇರಿಕೆಯಲ್ಲೂ ಹಾಗೆಯೇ, ಎಲ್ಲಾ ಕಡೆಗೂ ಹಾಗೆಯೇ ಆಯಿತು, ಬೀದಿಗಳೇ ಬೀದಿಗಳು ಮನೆಗಳೇ ಮನೆಗಳು, ಬಾಗಿಲುಗಳೇ ಬಾಗಿಲುಗಳು, ಆದರೆ ನನ್ನ ಚಿಕ್ಕಪ್ಪ ಮಿಸಾಕ್‌ನಿಗೆ ಮಾತ್ರ ಎಲ್ಲೂ ಸ್ಥಳವಿರಲಿಲ್ಲ.

ಓಹ್ ದೇವರೆ, ನಾನು ಪ್ರಾರ್ಥಿಸಿದೆ, ಸ್ವರ್ಗದಲ್ಲಿರುವ ತಂದೆಯೆ, ಆತನನ್ನು ರಕ್ಷಿಸು.

ಕ್ಷೌರಿಕ ಮುಂದುವರಿಸಿದ, ಚೀನದಲ್ಲಿ ನನ್ನ ಚಿಕ್ಕಪ್ಪನಿಗೆ ಫ್ರೆಂಚ್ ಸರ್ಕಸ್ಸಿನಲ್ಲಿ ವಿದೂಷಕ ನಾಗಿದ್ದ ಓರ್ವ ಅರಬನ ಭೇಟ್ಟಿಯಾಯಿತು. ಆ ಅರಬ ವಿದೂಷಕನೂ ನನ್ನ ಚಿಕ್ಕಪ್ಪನೂ ತುರ್ಕೀ ಭಾಷೆಯಲ್ಲಿ ಮಾತಾಡಿದರು. ಆ ವಿದೂಷಕ ಕೇಳಿದ, ಅಣ್ಣಾ, ನೀನು ಮನುಷ್ಯರನ್ನು-ಪ್ರಾಣಿಗಳನ್ನು ಪ್ರೀತಿಸ್ತೀಯಾ? ನನ್ನ ಚಿಕ್ಕಪ್ಪ ಮಿಸಾಕ್‌ನೆಂದ, ತಮ್ಮಾ, ದೇವರ ಈ ಪವಿತ್ರ ಸೃಷ್ಟಿಯಲ್ಲಿನ ಪ್ರತಿಯೊಂದನ್ನೂ ನಾನು ಪ್ರೀತಿಸ್ತೇನೆ. ಮನುಷ್ಯರನ್ನು ಹಾಗೂ ಪ್ರಾಣಿಗಳನ್ನು ಹಾಗೂ ಮೀನುಗಳನ್ನು ಹಾಗೂ ಕೋಳಿಗಳನ್ನು ಹಾಗೂ ಕಲ್ಲುಗಳನ್ನು ಹಾಗೂ ಬೆಂಕಿಯನ್ನು ಹಾಗೂ ನೀರನ್ನು ಹಾಗೂ ಗೋಚರವೂ ಅಗೋಚರವೂ ಆದ ಪ್ರತಿಯೊಂದನ್ನು. ಆ ಅರಬ ವಿದೂಷಕ ಕೇಳಿದ, ಹಾಗಿದ್ದರೆ ನೀನು ಅತ್ಯುಗ್ರವಾದ ಅಡವಿಯ ಹುಲಿಯನ್ನೂ ಪ್ರೀತಿಸಬಲ್ಲೆಯಾ? ನನ್ನ ಚಿಕ್ಕಪ್ಪ ಮಿಸಾಕ್ ಉತ್ತರಿಸಿದ, ತಮ್ಮಾ, ಅತ್ಯುಗ್ರವಾದ ಕಾಡುಪ್ರಾಣಿಯ ಬಗ್ಗೆ ನನಗೆ ತುಂಬ ಪ್ರೀತಿ. ಓಹ್, ನನ್ನ ಚಿಕ್ಕಪ್ಪ ನಿಜವಾಗಿ ದುರ್ದೈವಿ.

ಓಹ್ ದೇವರೇ, ನಾನೆಂದೆ.

ಆ ಅರಬ ವಿದೂಷಕ ಸ್ವತಃ ಬಹಳ ಧೈರ್ಯಶಾಲಿಯಾಗಿದ್ದರಿಂದ ನನ್ನ ಚಿಕ್ಕಪ್ಪ ಮಿಸಾಕ್‌ನ ಮಾತು ಕೇಳಿ ಆತನಿಗೆ ಬಹಳ ಆನಂದವಾಯಿತು. ಆತ ನನ್ನ ಚಿಕ್ಕಪ್ಪನಿಗೆ ಕೇಳಿದ, ಅಣ್ಣಾ, ಹುಲಿ ಆಕಳಿಸಿದಾಗ ಅದರ ಬಾಯಿಯಲ್ಲಿ ನಿನ್ನ ತಲೆಯನ್ನಿಡುವಷ್ಟರ ಮಟ್ಟಿಗೆ ನೀನು ಹುಲಿಯನ್ನು ಪ್ರೀತಿಸಬಲ್ಲೆಯಾ?

ದೇವರೇ ಆತನನ್ನು ರಕ್ಷಿಸು, ನಾನು ಪ್ರಾರ್ಥಿಸಿದೆ.

ಕ್ಷೌರಿಕ ಆರಮ್ ಮುಂದುವರಿಸಿದ, ನನ್ನ ಚಿಕ್ಕಪ್ಪ ಮಿಸಾಕ್ ಓಹೋ ಎಂದ. ಆಗ ಅರಬ ವಿದೂಷಕ ಕೇಳಿದ, ನೀನು ಸರ್ಕಸ್ ಸೇರ್ತೀಯಾ? ನಿನ್ನೆ ನಮ್ಮ ಸರ್ಕಸಿನ ಹುಲಿ ತೀರ ನಿಷ್ಕಾಳಜಿಯಿಂದ ಆ ಸೈಮನ್ ಪೆರಿಗರ್ಡ್ ಅದರ ಬಾಯಲ್ಲಿ ತಲೆಯಿರಿಸಿದಾಗಲೇ ಬಾಯಿ ಮುಚ್ಚಿಬಿಟ್ಟಿತು. ಈಗ ನಮ್ಮ ಸರ್ಕಸಿನಲ್ಲಿ ದೇವರ ಸೃಷ್ಟಿಯಲ್ಲಿನ ಪ್ರಾಣಿಗಳ ಬಗ್ಗೆ ಆ ಥರ ಪ್ರೀತಿಯುಳ್ಳವರು ಯಾರೂ ಇಲ್ಲ. ಜೀವನದ ಬಗ್ಗೆ ಬೇಜಾರಾಗಿದ್ದ ನನ್ನ ಚಿಕ್ಕಪ್ಪ ಮಿಸಾಕ್ ಹೇಳಿದ, ತಮ್ಮಾ, ನಾನು ಸರ್ಕಸ್ ಸೇರ್ತೇನೆ, ಹುಲಿಯ ತೆರೆದ ಬಾಯಲ್ಲಿಬೇಕಾದರೆ ದಿನಕ್ಕೆ ಹತ್ತು ಸಲ ತಲೆಯಿಡ್ತೇನೆ. ಅದೇನೂ ಬೇಡ, ಆ ಅರಬನೆಂದ, ದಿನಕ್ಕೆ ಎರಡು ಸಲ ಸಾಕು. ಹಾಗೆ ನನ್ನ ಚಿಕ್ಕಪ್ಪ ಚೀನದಲ್ಲಿ ಆ ಫ್ರೆಂಚ್ ಸರ್ಕಸ್ ಸೇರಿ ಪ್ರತಿದಿನ ಹುಲಿಯ ಬಾಯಲ್ಲಿ ತಲೆಯಿಡಲಾರಂಭಿಸಿದ.

ಕ್ಷೌರಿಕ ಹೇಳುತ್ತಲೇ ಇದ್ದ, ಆ ಸರ್ಕಸ್ ಚೀನದಿಂದ ಇಂಡಿಯಾಕ್ಕೆ ಬಂದಿತು, ಅಲ್ಲಿಂದ ಅಫಘಾನಿಸ್ತಾನಕ್ಕೆ, ಮುಂದೆ ಪರ್ಶಿಯಾಕ್ಕೆ, ಅಲ್ಲೇ-ಅಂದರೆ ಪರ್ಶಿಯಾದಲ್ಲಿ ಅದು ನಡೆದದ್ದು. ಹುಲಿ ಹಾಗೂ ನನ್ನ ಚಿಕ್ಕಪ್ಪ ಈಗ ಒಳ್ಳೆಯ ಗೆಳೆಯರಾಗಿದ್ದರು. ನಶಿಸಿಹೋಗುತ್ತಿರುವ ಹಳೆಯ ನಗರ ತೆಹರಾನ್‌ನಲ್ಲಿ ಆ ಹುಲಿ ಯಾಕೋ ಅತ್ಯುಗ್ರವಾಯಿತು. ಆ ದಿನ ಬಹಳ ಸೆಕೆಯಿತ್ತು. ಎಲ್ಲರಿಗೂ ಸೆಕೆ ಅಸಹ್ಯವೆನಿಸತೊಡಗಿತ್ತು. ಹುಲಿ ಇಡೀ ದಿನ ಸಿಟ್ಟಿನಲ್ಲಿತ್ತು. ಪರ್ಶಿಯಾದ ಆ ಹೊಲಸು ಕೊಳಕು ನಗರ ತೆಹರಾನ್‌ನಲ್ಲಿ ಆ ದಿನ ನನ್ನ ಚಿಕ್ಕಪ್ಪ ಮಿಸಾಕ್

ಎಂದಿನಂತೆ ಹುಲಿಯ ತೆರೆದ ಬಾಯಲ್ಲಿ ತಲೆಯಿರಿಸಿದ, ಇನ್ನೇನು ಆತ ತನ್ನ ತಲೆಯನ್ನು ಹೊರ ತೆಗೆದುಕೊಳ್ಳಬೇಕು, ಅಷ್ಟರಲ್ಲೇ ಜಗತ್ತಿನ ಎಲ್ಲ ಜೀವಿಗಳ ಬಗ್ಗೆ ಅತ್ಯಂತ ಅಸಹ್ಯ ತಾಳಿದ ಆ ಕ್ರೂರ ಹುಲಿ ಗಟ್ಟಿಯಾಗಿ ಬಾಯಿ ಮುಚ್ಚಿಕೊಂಡುಬಿಟ್ಟಿತು.

ನಾನು ಕುರ್ಚಿಯಿಂದ ಪುಟಿದೆದ್ದು ಕನ್ನಡಿಯಲ್ಲಿ ಬೇರೆಯೇ ಹೊಸ ಮನುಷ್ಯನಂತೆ ಕಾಣುವ ನನ್ನದೇ ಪ್ರತಿಬಿಂಬ ಕಂಡೆ. ನನಗೆ ಭಯವಾಗಿತ್ತು, ನನ್ನ ತಲೆಗೂದಲೆಲ್ಲ ಹೋಗಿತ್ತು. ಕ್ಷೌರಿಕ ಆರಮ್‌ನಿಗೆ ಇಪ್ಪತ್ತೈದು ಸೆಂಟ್ ಕೊಟ್ಟು ನಾನು ಮನೆಗೆ ಹೋದೆ. ಎಲ್ಲರೂ ನನ್ನನ್ನು ನೋಡಿ ನಕ್ಕರು. ಇಂಥ ವಿಚಿತ್ರ ಕ್ಷೌರವನ್ನು ಎಲ್ಲೂ ನೋಡಿಲ್ಲವೆಂದು ಕ್ರಿಕರ್ ಹೇಳಿದ. ಆದರೂ ಅಡ್ಡಿಯಿಲ್ಲ.

ಅನೇಕ ದಿನಗಳವರೆಗೆ ನನಗೆ ಹುಲಿಯ ಬಾಯಿಗೆ ತಲೆ ಕೊಟ್ಟ ಕ್ಷೌರಿಕನ ಚಿಕ್ಕಪ್ಪನ ಬಗೆಗೇ ವಿಚಾರ ಬರುತ್ತಿದ್ದವು. ಮತ್ತೆ ಆರಮ್‌ನ ಅಂಗಡಿಗೆ ಕ್ಷೌರಕ್ಕಾಗಿ ಹೋಗುವ ದಿನದ ದಾರಿಯನ್ನೇ ನಾನು ಕಾಯತೊಡಗಿದೆ. ಮತ್ತೆ ಆ ಏಕಾಕಿಯಾದ, ಸದಾ ಕಷ್ಟಗಳನ್ನೇ ಎದುರಿಸುತ್ತ ಬದುಕಿದ್ದ ಆತನ ಚಿಕ್ಕಪ್ಪ ಮಿಸಾಕ್‌ನ ದುಃಖದ ಕತೆ ಕೇಳಬಹುದು. ಬದುಕಿರುವ ಪ್ರತಿಯೊಬ್ಬ ಮನುಷ್ಯನ ಕತೆಯೂ ದುಃಖದ ಕತೆಯೇ. ❍

○ ಆಲ್ಬರ್ಟ್ ಮಾಲ್ಟ್ಸ್

ದಾರಿಯಲ್ಲಿ ಕಂಡವನು

ಮಧ್ಯಾಹ್ನ ನಾಲ್ಕರ ಸುಮಾರಿಗೆ ನಾನು ಪಶ್ಚಿಮ ವರ್ಜಿನಿಯಾದ ಗ್ವಾಲಿಯ ಬಳಿಯ ಸೇತುವೆ ದಾಟಿ ರೇಲ್ವೇ ಸೇತುವೆಯ ಕೆಳಗಿನ ಸುರಂಗಮಾರ್ಗದ ಕಡೆ ಹೋಗುವ ದಿಕ್ಕಿಗೆ ಹೊರಳಿದೆ. ಈ ದಾರಿಗುಂಟ ಈ ಮೊದಲೇ ಒಮ್ಮೆ ಬಂದಿದ್ದರಿಂದ ನನಗೆ ಗೊತ್ತಿತ್ತು – ಸುರಂಗಮಾರ್ಗ ಪ್ರವೇಶಿಸಿದ ಕೂಡಲೇ ಕಾರಿನ ವೇಗವನ್ನು ತಾಸಿಗೆ ಹತ್ತು ಮೈಲಿಗೆ ಇಳಿಸಬೇಕಾಗುತ್ತದೆಂದು. ಅಷ್ಟು ಮೆಲ್ಲಗೆ ಸಾಗಿದಾಗಲೂ ಒಮ್ಮೆ ಇನ್ನೇನು ಒಬ್ಬ ಮನುಷ್ಯನ ಮೇಲೆ ಹಾಯ್ದೇ ಬಿಟ್ಟಿತೇ ಅನ್ನುವಷ್ಟು ಕಾರು ಸಮೀಪ ಹಾಯ್ದಿತು. ಅದು ಆದದ್ದು ಹೀಗೆ.

ಇಡೀ ದಿನ ಮಳೆಯಾಗಿದ್ದರಿಂದ ಆ ಕಲ್ಲು-ಮಣ್ಣು ತುಂಬಿದ ರಸ್ತೆ ಪೂರಾ ನೆನೆದು ಹಿಮದಂತೆ ನುಣುಪಾಗಿ ಬಿಟ್ಟಿತು. ಕತ್ತಲು ಬೇರೆ. ಕಾರಿನ ಮುಂಭಾಗದ ದೀಪಗಳಿಲ್ಲದೆ ಆ ಕತ್ತಲಲ್ಲಿ ಮಳೆಯಲ್ಲಿ ಕಾರು ನಡೆಸುವುದು ತೀರಾ ಕಷ್ಟವಾಗಿತ್ತು. ನಾನು ಸುರಂಗಮಾರ್ಗ ಪ್ರವೇಶಿಸುತ್ತಿದ್ದಂತೆಯೆ ಎದುರಿನ ದಿಕ್ಕಿನಲ್ಲಿ ದೊಡ್ಡದಾದ ಕೆನೆ ಬಣ್ಣದ ಲಾರಿಯೊಂದು ವೇಗವಾಗಿ ಪ್ರವೇಶಿಸಿದ್ದು ಕಾಣಿಸಿತು. ಆ ದಾರಿ ಬಹಳ ಬಳಸಾದ್ದರಿಂದ ಲಾರಿಯ ಮುಂಭಾಗದ ದೀಪಗಳು ನನಗೆ ಕಂಡಿರಲಿಲ್ಲ. ಸುರಂಗಮಾರ್ಗವೋ ಚಿಕ್ಕದು ಹಾಗೂ ಅದರ ಅಗಲ ಬಹಳ ಕಡಿಮೆ – ಎರಡು ಕಾರುಗಳು ಹಾಯ್ದುಹೋಗುವಷ್ಟು ಮಾತ್ರ. ಹೀಗಾಗಿ ಏನಾಗುತ್ತದೆಂದು ಗೊತ್ತಾಗುವ ಮೊದಲೇ ಲಾರಿಯ ದೊಡ್ಡ ದೊಡ್ಡ ಚಕ್ರಗಳು ನನ್ನ ಎದುರಿಗೆ ಬಂದಿದ್ದು ಕಾಣಿಸಿತು.

ನಾನು ಒಮ್ಮೆಲೆ ಬ್ರೇಕ್ ಹಾಕಿದೆ. ತಾಸಿಗೆ ಹತ್ತೇ ಮೈಲಿ ವೇಗದಿಂದ ಹೋಗುತ್ತಿದ್ದರೂ ನನ್ನ ಕಾರು ಜಾರಿತು – ಮೊದಲು ಲಾರಿಯ ಕಡೆಗೆ, ಅನಂತರ ನಾನು ಗಟ್ಟಿಯಾಗಿ ಸ್ಟಿಯರಿಂಗ್ ತಿರುಗಿಸುತ್ತಿದ್ದಂತೆ ಗೋಡೆಯ ಕಡೆಗೆ. ಅಲ್ಲಿ ಅದು ನಿಂತಿತು. ವೇಗವಾಗಿ ಬಂದ ಲಾರಿ ಅಂತೂ ನನಗೆ ಹಾಯುವುದನ್ನು ತಪ್ಪಿಸಿ ನನ್ನಿಂದ ಒಂದೇ ಇಂಚು ಅಂತರದಲ್ಲಿ ಸುರಂಗಮಾರ್ಗ ದಾಟಿಹೋಯಿತು. ಬಾಯಲ್ಲಿ ತಂಬಾಕು ತುಂಬಿಕೊಂಡು ರಸ್ತೆಯಲ್ಲೇ ದೃಷ್ಟಿ ನೆಟ್ಟಿದ್ದ ಅದರ ಯುವಕ

ಚಾಲಕನ ಮುಖದ ಮೇಲಿನ ಉದ್ವಿಗ್ನತೆಯನ್ನು ನಾನು ಗಮನಿಸಿದೆ. ನಾನಂದುಕೊಂಡೆ, ತಂಬಾಕು ನುಂಗಿ ಇವನು ಸತ್ತಾದರೂ ಹೋಗಬಾರದೇ.

ನಾನು ಮತ್ತೆ ಕಾರು ಶುರುಮಾಡಿ ಮುಂದೆ ಸಾಗಿದೆ. ಆಗಲೇ ನನ್ನ ಗಮನಕ್ಕೆ ಬಂದಿದ್ದು – ಕಾರಿನ ಚಕ್ರದಿಂದ ಕೇವಲ ಒಂದಡಿ ದೂರದಲ್ಲಿ ಒಬ್ಬ ಮನುಷ್ಯ ನಿಂತಿದ್ದ. ನನಗೆ ಆಘಾತವಾಯಿತು. 'ಓಹ್ ದೇವರೇ' ಅಂದುಕೊಂಡೆ ನಾನು.

ಮೊದಲು ನಾನಂದುಕೊಂಡಿದ್ದೆಂದರೆ – ನನ್ನ ಕಾರು ಸುರಂಗಮಾರ್ಗದಲ್ಲಿ ಪ್ರವೇಶಿಸಿದ ತರುವಾಯ ಆತ ಅಲ್ಲಿ ಬಂದಿರಬೇಕು. ಮೊದಲೇ ಆತ ಅಲ್ಲಿದ್ದಿರಲಾರ. ಆದರೆ ಅನಂತರ ನಾನು ಗಮನಿಸಿದೆ – ಆತ ದಾರಿಗೆ ಅಡ್ಡವಾಗಿ ಲಿಫ್ಟ್ ಕೇಳುವ ಥರ ಕೈಯೆತ್ತಿ ನಿಂತಿದ್ದ. ಆತ ಎದುರಿನಿಂದ ಬಂದಿದ್ದರೆ ನನಗೆ ಎದುರಾಗಿ ಬರುತ್ತಿದ್ದನೇ ವಿನಾ ಹಾಗೆ ಅಡ್ಡವಾಗಿ ನಿಲ್ಲುತ್ತಿರಲಿಲ್ಲ. ಆತನಿಗೆ ಡಿಕ್ಕಿ ಹಾಯುವುದನ್ನು ನಾನು ಸ್ವಲ್ಪದರಲ್ಲೇ ತಪ್ಪಿಸಿದ್ದೆ. ಬಹುಶಃ ಅವನಿಗದು ತಿಳಿದಿರಲೂ ಇಲ್ಲ. ಆತ ನನ್ನನ್ನು ನೋಡಿರಲಿಲ್ಲ.

ನನಗೆ ಅವ್ಯಕ್ತ ಅಸ್ವಸ್ಥತೆಯೆನಿಸಿತು. ನನ್ನ ಕಾರಿನ ಚಕ್ರಗಳಡಿ ಆತ ಸಿಕ್ಕಿ ಬೀಳಬಹುದಾಗಿದ್ದ ಸಾಧ್ಯತೆ ನೆನೆಸಿ ಮೈ ಜುಮ್ಮೆಂದಿತು.

ನಾನು "ಹೋಯ್!" ಎಂದು ಆತನನ್ನು ಕೂಗಿ ಕರೆದೆ. ಆತ ಉತ್ತರಿಸಲೇ ಇಲ್ಲ. ನಾನಿನ್ನೂ ಜೋರಾಗಿ ಕೂಗಿದೆ. ಆತ ನನ್ನ ಕಡೆ ತಿರುಗಲೂ ಇಲ್ಲ. ಹೆಬ್ಬೆಟ್ಟು ಮೇಲೆ ಮಾಡಿ ಕೈಯೆತ್ತಿ ಆತ ನಿಶ್ಚಲನಾಗಿ ನಿಂತಿದ್ದ. ನನಗೆ ಒಂದು ಕ್ಷಣ ಭಯವಾಯಿತು. ಕತ್ತಲು ತುಂಬಿದ ದಾರಿಯಲ್ಲಿ ಒಮ್ಮೆಲೆ ಅವತರಿಸಿ ಏಕಾಕಿಯಾಗಿ ನಿಂತು ಕಾವಲು ಕಾಯುತ್ತಿದ್ದ ಬಾಯರ್ಸ್‌ನ ದೆವ್ವದ ಕತೆ ನೆನಪಾಯಿತು ನನಗೆ.

ನನ್ನ ಕಾರಿನ ಹಾರ್ನ್ ಅಂತೂ ಗಟ್ಟಿಮುಟ್ಟಾಗಿ ತುಂಬ ಒಳ್ಳೆಯ ಸ್ಥಿತಿಯಲ್ಲಿದ್ದು ಆ ಇಡೀ ಸುರಂಗಮಾರ್ಗವೇ ಕಂಪಿಸುವಷ್ಟು ಸದ್ದು ಮಾಡಬಲ್ಲದ್ದಾಗಿತ್ತು. ನಾನು ಹಾರ್ನಿನ ಕಪ್ಪು ಗುಂಡಿಯ ಮೇಲೆ ಜೋರಾಗಿ ಒತ್ತಿದೆ. ಆ ಸದ್ದಿಗೆ ಆ ಮನುಷ್ಯ ಜಿಗಿದು ಬೀಳಬೇಕು. ಇಲ್ಲದೆ ಹೋದರೆ ಅದು ಖಂಡಿತ ದೆವ್ವವೇ.

ಆತ ದೆವ್ವವಾಗಿರಲಿಲ್ಲ, ಆದರೆ ಆತ ಜಿಗಿದು ಬೀಳಲೂ ಇಲ್ಲ. ಆತ ಕಿವುಡನೂ ಆಗಿರಲಿಲ್ಲ. ಆತನಿಗೆ ಹಾರ್ನ್ ಚೆನ್ನಾಗಿ ಕೇಳಿಸಿತ್ತು.

ಆತ ಗಾಢನಿದ್ರೆಯಲ್ಲಿದ್ದಂತಿದ್ದ. ಆತನ ಪ್ರಜ್ಞೆಯನ್ನೆಲ್ಲಾ ಆತನೊಳಗಿನ ಸುಪ್ತಶಕ್ತಿಯೊಂದು ಹೀರಿಬಿಟ್ಟಿದ್ದಂತೆ, ಹಾರ್ನಿನ ಸಪ್ಪಳದಿಂದ ಆ ಪ್ರಜ್ಞೆ ನಿಧಾನವಾಗಿ ಮರಳುತ್ತಿದ್ದಂತೆ ತೋರಿತು. ನಿಧಾನವಾಗಿ ತಿರುಗಿ ಆತ ನನ್ನ ಕಡೆ ನೋಡಿದ. ಸುಮಾರು ಮೂವತ್ತೈದು ವಯಸ್ಸಿನ ಆಜಾನುಬಾಹುವಾದ ಮನುಷ್ಯ–ದಪ್ಪ ಮೂಗು, ದೊಡ್ಡ ಬಾಯಿ, ಮುಖದಲ್ಲಿ ಯಾವ ಭಾವವೂ ಇರಲಿಲ್ಲ. ಆತ ಒಳ್ಳೆಯವನೋ ಕೆಟ್ಟವನೋ, ದಡ್ಡನೋ ಬುದ್ಧಿವಂತನೋ ಹೇಳುವಂತಿರಲಿಲ್ಲ. ಅದು ಒಬ್ಬ ಆಜಾನುಬಾಹು ಮನುಷ್ಯನ ದೊಡ್ಡ ಮುಖ – ಮಳೆಯಿಂದ ತೊಯ್ದಿತ್ತು, ಕಣ್ಣಲ್ಲಿ ಮಾತ್ರ ಎಂಥದೋ ಹೊಳಪು. ಆ ಕಣ್ಣುಗಳನ್ನು ಬಿಟ್ಟರೆ ಅಂಥ ಮುಖಗಳನ್ನು ದಿನಾ ಬೆಳಿಗ್ಗೆ ಮಿಲ್ಲುಗಳಲ್ಲಿ–ಫ್ಯಾಕ್ಟರಿಗಳಲ್ಲಿ ಕೆಲಸಕ್ಕೆ ಹೋಗುವ ದಾರಿಯಲ್ಲಿ, ಸಂಜೆ ಕೆಲಸ ಬಿಟ್ಟು ಬರುವ ದಾರಿಯಲ್ಲಿ ಧಾರಾಳವಾಗಿ ಕಾಣಬಹುದು. ಆತನ ಕಣ್ಣಲ್ಲಿನ ಆ ಹೊಳಪಿನ ಅರ್ಥವೇನೋ. ಅದು ಕುಡುಕನ ಕಣ್ಣಲ್ಲಿನ ಮಂಪರೂ ಅಲ್ಲ, ಹಿಂದೊಮ್ಮೆ ಹುಚ್ಚಿಯಾಗಿದ್ದ ಓರ್ವ ಹೆಂಗಸಿನ ಕಣ್ಣಲ್ಲಿ ನಾನು ಕಂಡಂಥ ಉದ್ವಿಗ್ನತೆಯೂ ಅಲ್ಲ.

ಕ್ಯಾನ್ಸರಿನಿಂದ ಸತ್ತ ನನ್ನ ಗುರುತಿನವರೊಬ್ಬರ ನೆನಪಾಯಿತು ನನಗೆ. ಕೊನೆಯ ದಿನಗಳಲ್ಲಿ ಅವರ ಕಣ್ಣಲ್ಲೂ ಒಂದು ಬಗೆಯ ಮಂದ ಹೊಳಪಿತ್ತು – ದೂರದತ್ತ ನೋಡುತ್ತಿದ್ದ ಶೂನ್ಯ ದೃಷ್ಟಿ – ಬಹುಶಃ ಅದರ ಹಿಂದೆ ಗತಕಾಲದ ನೆನಪುಗಳ ಸುರುಳಿಯೇ ಬಿಚ್ಚಿಕೊಂಡಿದ್ದಿರಬೇಕು. ರಸ್ತೆಯಲ್ಲಿನ ಈ ಮನುಷ್ಯನ ಕಣ್ಣಲ್ಲೂ ಅಂಥದೇ ಭಾವ.

ಕೊನೆಗೊಮ್ಮೆ ಆತನಿಗೆ ಹಾರ್ನ್ ಕೇಳಿಸಿದಾಗ ಆತ ನಿಧಾನವಾಗಿ ಜಾಗರೂಕತೆಯಿಂದ ನನ್ನ ಕಾರಿನ ಬಾಗಿಲ ಬಳಿ ನಡೆದು ಬಂದ. ಕಾರು ತನಗೆ ಇಷ್ಟು ಸಮೀಪ ಬಂದು ನಿಂತದ್ದು ಕಂಡು ಆತನಿಗೆ ಆಶ್ಚರ್ಯವಾಗುತ್ತದೆಂದುಕೊಂಡಿದ್ದೆ. ಆದರೆ ಆತನಿಗೇನೂ ಅನಿಸಿರಲಿಲ್ಲ. ಆತ ನಿಧಾನವಾಗಿ, ತಾನು ನನ್ನ ದಾರಿಯನ್ನೆ ಕಾಯುತ್ತಿದ್ದನೇನೋ ಎಂಬಂತೆ, ನಡೆದು ಬಂದು ಕಾರಿನೊಳಗೆ ಹಣಿಕಿ ಹಾಕಿ ನೋಡಿದ. "ಗೆಳೆಯಾ, ನನಗೆ ಲಿಫ್ಟ್ ಕೊಡ್ತೀಯಾ?" ಅಂತ ಕೇಳಿದ.

ಆಗ ದೊಡ್ಡದಾದ, ಚೂಪಾದ, ತಂಬಾಕಿನಿಂದ ಬಣ್ಣಗೆಟ್ಟ ಆತನ ಹಲ್ಲುಗಳು ನನಗೆ ಕಾಣಿಸಿದವು. ಎತ್ತರದ ಮೂಗಿನ ದನಿಯಲ್ಲಿ ಹಾಡುವ ಹಾಗೆ ಎಳೆದೆಳೆದು ಮಾತಾಡಿದ್ದ ಆತ, ದಕ್ಷಿಣದವನಿರಬೇಕು. ಪಶ್ಚಿಮ ವರ್ಜೀನಿಯಾದಲ್ಲಿ ನಗರವಾಸಿಗಳು ಹೀಗೆ ಮಾತಾಡುವುದು ತೀರಾ ಕಡಿಮೆ. ಆತ ಬೆಟ್ಟಗಳ ಕಡೆಯಿಂದ ಬಂದವನಿರಬೇಕು.

ಆತನ ಬಟ್ಟೆಗಳನ್ನು ನಾನು ಗಮನಿಸಿದೆ – ಹಳೆಯ ಟೋಪಿ, ಹೊಸ ನೀಲಿ ಶರ್ಟ್ – ಕೆಲಸಗಾರರು ಹಾಕಿಕೊಳ್ಳುವಂಥದು, ಕಪ್ಪು ಪ್ಯಾಂಟು, ಎಲ್ಲ ತೊಯ್ದಿದ್ದವು. ಬಟ್ಟೆಗಳಿಂದೇನೂ ವಿಶೇಷ ಗೊತ್ತಾಗುವಂತಿರಲಿಲ್ಲ.

ಅವನ ಬಗ್ಗೆ ಸುಮಾರು ಹೊತ್ತು ಯೋಚಿಸಿದೆ. ಆತ ಮತ್ತೆ ಕೇಳಿದ:

"ನಾನು ವೆಸ್ಟನ್‌ಗೆ ಹೋಗಬೇಕು. ನೀನು ಆ ದಾರಿಯಾಗಿ ಹೋಗ್ತಿದ್ದೀಯಾ?"

ಆತ ಹಾಗೆಂದಾಗ ಮತ್ತೆ ನಾನು ಆತನ ಕಣ್ಣುಗಳತ್ತ ನೋಡಿದೆ. ಆ ಹೊಳಪು ಮಾಯವಾಗಿತ್ತು. ಅವೀಗ ಸಾದಾ ಕಂದು ಬಣ್ಣದ ತೇವವಾಗಿದ್ದ ಕಣ್ಣುಗಳು.

ನನಗೆ ಏನೆಂದು ಉತ್ತರಿಸಬೇಕೋ ತೋಚಲಿಲ್ಲ. ಆತನನ್ನು ಕರೆದೊಯ್ಯುವುದು ನನಗೆ ಬೇಕಾಗಿರಲಿಲ್ಲ. ಆಗಿದ್ದ ಘಟನೆಯಿಂದ ನನಗೆ ಹೆದರಿಕೆಯಾಗಿತ್ತು. ಆ ಸುರಂಗಮಾರ್ಗದಿಂದ, ಆ ಮನುಷ್ಯನಿಂದ ದೂರ ಹೋದರೆ ಸಾಕಾಗಿತ್ತು. ಆದರೆ ಆತ ನನ್ನ ಕಡೆ ಶಾಂತಸಹನೆಯಿಂದ, ದೈನ್ಯದಿಂದ ನೋಡುತ್ತಿದ್ದ. ಮಳೆಯಲ್ಲಿ ನೆನೆದುಹೋಗಿದ್ದ ಆತ ಲಿಫ್ಟ್‌ಗಾಗಿ ಯಾಚಿಸಿ ನನ್ನ ಉತ್ತರವನ್ನೆ ಕಾಯುತ್ತ ಅಲ್ಲಿ ನಿಂತಿದ್ದ. ಇಲ್ಲವೆಂದು ಹೇಳಲು ನಾಚಿಕೆಯೆನಿಸಿತು. ನನಗೆ ಕುತೂಹಲವೂ ಇತ್ತು. "ಒಳಗೆ ಹತ್ತು" ನಾನೆಂದೆ.

ಆತ ನನ್ನ ಮಗ್ಗುಲಲ್ಲೇ ಕೂತ, – ಕಂದು ಬಣ್ಣದ ಕಾಗದದ ಪೊಟ್ಟಣವೊಂದನ್ನು ತೊಡೆಯ ಮೇಲಿರಿಸಿಕೊಂಡು. ನಾವು ಅಲ್ಲಿಂದ ಹೊರಟೆವು.

ಗ್ವಾಲಿಯಿಂದ ವೆಸ್ಟನ್‌ಗೆ ನೂರು ಮೈಲುಗಳಷ್ಟು ಬೆಟ್ಟಗಳಲ್ಲಿನ ಕಡಿದಾದ ದಾರಿ. ಐದು ಮೈಲು ಬೆಟ್ಟ ಏರುವುದು, ಐದು ಮೈಲು ಇಳಿಯುವುದು, ಅನಂತರ ಮತ್ತೆ ಹತ್ತುವುದು, ಹೀಗೆ. ಹಾವಿನಂತೆ ಸುತ್ತಿ ಬಳಸಿ ಸಾಗುವ ರಸ್ತೆಯ ಒಂದು ಬದಿ ಎತ್ತರದ ಬೆಟ್ಟ, ಇನ್ನೊಂದು ಬದಿ ಸಾವಿರ ಅಡಿಗಳಿಗೂ ಹೆಚ್ಚು ಆಳದ ಕಣಿವೆ. ಮಳೆಯಿಂದಾಗಿ ಬೆಟ್ಟಗಳ ಮೇಲಿಂದ ಉರುಳಿ ದಾರಿಯ ಮೇಲೆ ಬಂದು ಬಿದ್ದಿದ್ದ ಕಲ್ಲುಗಳಿಂದಾಗಿ ತುಂಬ ನಿಧಾನವಾಗಿ ಸಾಗಬೇಕಾಯಿತು. ನಾಲ್ಕು ತಾಸಿನ ಆ ಪ್ರಯಾಣದಲ್ಲಿ ನನ್ನೊಂದಿಗಿದ್ದ ಆ ಮನುಷ್ಯ ಮಾತಾಡಿದ್ದು ನಾಲ್ಕಾರು ಬಾರಿ ಮಾತ್ರ.

ಆತ ಮಾತನಾಡುವಂತೆ ಮಾಡಲು ನಾನೆಷ್ಟೋ ಪ್ರಯತ್ನಿಸಿದೆ. ಆತನಿಗೆ ತಾನು ಮಾತನಾಡ ಬಾರದೆಂದೇನೂ ಇರಲಿಲ್ಲ. ಆದರೆ ಪ್ರತಿಸಲ ಮಾತನಾಡಿದ ಅನಂತರವೂ ಮತ್ತೆ-ಮತ್ತೆ ಆತ ಅದೇ ತಂದ್ರಿಯಲ್ಲಿ ಮುಳುಗಿಹೋಗುತ್ತಿದ್ದಂತಿತ್ತು. ಮಾರ್ಫಿನ್ ಸೇವಿಸಿ ಮಬ್ಬಾಗಿ ಕೂತವನಂತಿದ್ದ ಆತ, ನನ್ನ ಮಾತುಕತೆ, ನನ್ನ ಹಳೆಯ ಕಾರಿನ ಗಡಗಡ ಸದ್ದು, ಸತತ ಸುರಿಯುತ್ತಿದ್ದ ಮಳೆ – ಇವೆಲ್ಲ ಆತನ ಪಾಲಿಗೆ ಎಲ್ಲೋ ದೂರದಲ್ಲಿ ಕೇಳಿಬರುವ ಪಿಸುದನಿಯಂತಿತ್ತು, ಹೊರಜಗತ್ತಿನ ಈ ವ್ಯರ್ಥಾಲಾಪ ಆತ ಒಳಸೇರಿದ್ದ ಚಿಪ್ಪನ್ನು ಭೇದಿಸಲು ಅಸಮರ್ಥವಾಗಿತ್ತು.

ಕಾರು ಸುರುಮಾಡಿದೊಡನೆ ನಾನಾತನಿಗೆ ಮೊದಲು ಕೇಳಿದ್ದು – ಆತ ಸುರಂಗದಲ್ಲಿ ಬಂದು ಎಷ್ಟು ಹೊತ್ತಾಗಿತ್ತೆಂದು.

ಅದಕ್ಕೆ ಅವನೆಂದ:

"ನನಗ್ಗೊತ್ತಿಲ್ಲ, ಬಹಳ ಹೊತ್ತಾಗಿದ್ದೀತು."

"ನೀನೇಕೆ ಅಲ್ಲಿ ನಿಂತಿದ್ದೆ? ಮಳೆ ಬರುತ್ತಿತ್ತೆಂದೇ?"

ಆತ ಉತ್ತರಿಸಲಿಲ್ಲ. ನಾನು ಮತ್ತೆ ಗಟ್ಟಿಯಾಗಿ ಅದೇ ಪ್ರಶ್ನೆ ಕೇಳಿದೆ. ಆತ ನನ್ನ ಕಡೆ ತಿರುಗಿ ಕೇಳಿದ:

"ಕ್ಷಮಿಸು, ನೀನು ಏನಾದರೂ ಕೇಳಿದಿಯಾ?"

"ಹೌದು, ನಿನಗೆ ಗೊತ್ತೆ, ಸ್ವಲ್ಪದರಲ್ಲೇ ನನ್ನ ಕಾರು ನಿನಗೆ ಹಾಯ್ದೇ ಬಿಡುವುದರಲ್ಲಿತ್ತು.

"ಇಲ್ಲವಲ್ಲ", – ಆತನೆಂದ. ಬೆಟ್ಟದ ಕಡೆಯ ಜನರ ಹಾಗೆ ಆತ ಎಳೆದೆಳೆದು ಮಾತಾಡುತ್ತಿದ್ದ.

"ನಾನು ಕೂಗಿದ್ದು ಕೇಳಿಸಲಿಲ್ಲವೆ?"

ಆತ ನಿಧಾನವಾಗಿ ಅಂದ:

"ಇಲ್ಲಃ–, ನಾನು ಏನೋ ವಿಚಾರಮಾಡುತ್ತಿದ್ದಿರಬೇಕು."

"ಇರಬೇಕು," ನಾನಂದುಕೊಂಡೆ. "ನಿನಗೆ ಕಿವಿ ಸ್ವಲ್ಪ ಮಂದವೇ?" ಆತನಿಗೆ ಕೇಳಿದೆ.

"ಇಲ್ಲ," ಎಂದು ಆತ ತಿರುಗಿ ಎದುರಿಗಿನ ದಾರಿಯ ಕಡೆ ನೋಡತೊಡಗಿದ.

ನಾನು ಆತನ ಬೆನ್ನು ಬಿಡಲೇ ಇಲ್ಲ. ಆತ ಮತ್ತೆಲ್ಲಿ ಸುಪ್ತಾವಸ್ಥೆಗೆ ಮರಳುವನೋ ಎಂದು ಮಾತಾಡಿಸುತ್ತಲೇ ಇದ್ದೆ.

"ಕೆಲಸ ಹುಡುಕ್ತಿದ್ದೀಯಾ?"

"ಹೌದು ಸರ್."

ಆತ ಕಷ್ಟಪಟ್ಟು ಮಾತಾಡುತ್ತಿದ್ದಂತೆ ತೋರಿತು. ಶಬ್ದಗಳನ್ನುಚ್ಚರಿಸಲು ತೊಂದರೆಯಿರಲಿಲ್ಲ ಆತನಿಗೆ. ಆದರೆ ಅದಕ್ಕೂ ಆಳದಲ್ಲಿ, ಮಾತನಾಡುವುದರ ಹಿಂದಿರುವ ಇಚ್ಛಾಶಕ್ತಿಯಲ್ಲಿ, ತೊಂದರೆಯಿರುವಂತೆನಿಸಿತು. ತನ್ನ ಹಾಗೂ ನನ್ನ ಜಗತ್ತಿಗೆ ಸಂಪರ್ಕ ಕಲ್ಪಿಸಲು ಆತನಿಗೆ ಸಾಧ್ಯವಿಲ್ಲವಾಗಿತ್ತು. ಆದರೂ ನನಗೆ ಉತ್ತರಿಸಿದಾಗೆಲ್ಲ ಆತನ ಮಾತು ನೇರವೂ ಸ್ಪಷ್ಟವೂ ಆಗಿತ್ತು. ನನಗೇನೂ ತಿಳಿಯಲಿಲ್ಲ. ಆತ ಕಾರಿನಲ್ಲಿ ಕೂತೊಡನೆ ತುಸು ಭಯವಾಗಿತ್ತು ನಿಜ. ಈಗಂತೂ ನನಗೆ ಬರಿ ಕುತೂಹಲವೆನಿಸಿತ್ತು. ಅಯ್ಯೋ ಪಾಪವೆಂತಲೂ ಅನಿಸಿತ್ತು.

"ನಿನಗೇನಾದರೂ ಉದ್ಯೋಗವಿದೆಯೆ?"

– ಈ ಪ್ರಶ್ನೆ ಒಳ್ಳೆಯದೆನಿಸಿತು ನನಗೆ. ಒಬ್ಬ ಮನುಷ್ಯನ ಉದ್ಯೋಗವೇನೆಂದು ತಿಳಿದರೆ

ಆತನ ಬಗ್ಗೆ ಇತರ ವಿವರಗಳೂ ತಿಳಿದು ಮಾತಿಗೆ ಅನುಕೂಲವಾಗುವುದು.

"ನಾನು ಹೆಚ್ಚಾಗಿ ಗಣಿಗಳಲ್ಲಿ ಕೆಲಸ ಮಾಡ್ತೇನೆ," ಆತನೆಂದ.

ನನಗೆನಿಸಿತು, ಇನ್ನು ಸುಲಭವಾಗಿ ಮಾತನಾಡಬಹುದು.

ಆದರೆ ಆಗಲೇ ಅಕಸ್ಮಾತ್ತಾಗಿ ದಾರಿ ತೀರಾ ಕಡಿದಾಯಿತು, ತುಂಬ ಕೆಸರು-ಕಲ್ಲು ಹರಡಿದ್ದರಿಂದ ಮುಂದೆ ಸಾಗುವುದೇ ಕಷ್ಟವಾಯಿತು. ಮಾತು ನಿಲ್ಲಿಸಿ ನಾನು ದಾರಿಯ ಕಡೆ ಲಕ್ಷ್ಯಕೊಡಬೇಕಾಯಿತು. ಮತ್ತೆ ನಾವು ಸರಿಯಾದ ದಾರಿಗೆ ಬಂದಾಗ ಆತ ತನ್ನಲ್ಲೇ ಮುಳುಗಿ ಹೋಗಿದ್ದ.

ಅವನನ್ನು ಮತ್ತೆ ಮಾತನಾಡಿಸಲು ಪ್ರಯತ್ನಿಸಿದೆ. ಉಪಯೋಗವಾಗಲಿಲ್ಲ. ನಾನಂದದ್ದು ಅವನಿಗೆ ಕೇಳಿಸಲೇ ಇಲ್ಲ. ಕೊನೆಗೆ ಆತನ ಮೌನ ನೋಡಿ ನನಗೇ ನಾಚಿಗೆಯಾಯಿತು. ತನ್ನಲ್ಲಿ ತಾನು ತೀರಾ ಆಳದಲ್ಲಿ ಮುಳುಗಿಹೋಗಿ ಏಕಾಂತವನ್ನು ಬಯಸುತ್ತಿದ್ದ ಮನುಷ್ಯನಾಗಿದ್ದ ಆತ. ಆತನ ಏಕಾಂತಕ್ಕೆ ಧಕ್ಕೆ ತರುವುದು ತಪ್ಪೆನಿಸಿತು ನನಗೆ.

ಸುಮಾರು ನಾಲ್ಕು ತಾಸು ನಾವು ಸುಮ್ಮನೆ ಸಾಗಿದ್ದೆವು. ಆ ಕಾಲವೆಲ್ಲ ನನ್ನ ಪಾಲಿಗೆ ಅಸಹನೀಯವಾಗಿತ್ತು. ಮನುಷ್ಯ ಮಾತ್ರರಲ್ಲಿ ಇಂಥ ತಂದ್ರಿಯನ್ನು ನಾನೆಂದೂ ನೋಡಿರಲಿಲ್ಲ. ಆತ ಕಾರಿನಲ್ಲಿ ನೇರವಾಗಿ ಸೆಟೆದು ಕೂತಿದ್ದ – ಆತನ ಕಣ್ಣುಗಳು ಎದುರಿಗಿನ ದಾರಿಯ ಮೇಲೆ ನೆಟ್ಟಿದ್ದವು. ಆದರೆ ಆತನ ಒಳಗಣ್ಣುಗಳಿಗೆ ಮಾತ್ರ ಏನೂ ಕಾಣುತ್ತಿರಲಿಲ್ಲ. ನಾನು ಆತನೊಡನೆ ಕಾರಿನಲ್ಲಿ ಇದ್ದದ್ದು, ಆತ ನನ್ನೊಡನೆ ಕೂತದ್ದು, ಸತತ ಸುರಿಯುವ ಮಳೆಯ ಹನಿಗಳು ಕಾರಿನ ಬದಿಯ ಪರದೆಗಳ ತೂತುಗಳೊಳಗಿಂದ ಹಾಯ್ದು ಬಂದು ಅವನನ್ನು ತೋಯಿಸುತ್ತಿದ್ದದ್ದು – ಆತನಿಗೆ ಈ ಯಾವುದೂ ಗೊತ್ತಾಗುತ್ತಿರಲಿಲ್ಲ. ಆತ ಕಲ್ಲುಬಂಡೆಯಂತೆ ನಿಶ್ಚಲನಾಗಿದ್ದ, ಆತನ ಉಸಿರಾಟ ನೋಡಿಯೇ ಆತ ಬದುಕಿದ್ದದ್ದು ಗೊತ್ತಾಗಬೇಕು. ಆತ ಭಾರವಾಗಿ ಉಸಿರಾಡುತ್ತಲಿದ್ದ.

ಆ ದೀರ್ಘ ಪ್ರಯಾಣದಲ್ಲಿ ಒಮ್ಮೆ ಮಾತ್ರ ಆತ ತಾನು ಕೂತಿದ್ದ ಭಂಗಿಯನ್ನು ಬದಲಿಸಿದ. ಅದೂ ಆತನಿಗೆ ಒಮ್ಮೆಲೆ ಜೋರಾಗಿ ಕೆಮ್ಮು ಬಂದಾಗ. ಒಂದೇ ಸಮನೆ ಎದೆಯಾಳದಿಂದ ಜೋರಿನಿಂದ ಬಂದ ಕೆಮ್ಮು ಆತನ ಆಜಾನುಬಾಹು ದೇಹವನ್ನು ಇಡಿಯಾಗಿ ಅಲ್ಲಾಡಿಸಿತು. ನಾಯಿಕೆಮ್ಮಿನಿಂದ ಬಳಲುವ ಮಗುವಿನ ಹಾಗೆ ಆತ ಪೂರ್ತಿ ಬಾಗಿದ್ದ. ಆತನ ಗಂಟಲಲ್ಲಿ ಕಫ ಸಿಕ್ಕಿಕೊಂಡಿತ್ತು, ಎಷ್ಟು ಕೆಮ್ಮಿದರೂ ಹೊರಬರಲೊಲ್ಲದಾಗಿತ್ತು. ಆತನ ಪಕ್ಕೆಲುವುಗಳ ಮೇಲೆಲ್ಲ ತಣ್ಣಗೆ ಕೊರೆಯುವ ಲೋಹವನ್ನು ತಿಕ್ಕಿದ ಹಾಗೆ ಅವನೊಳಗಿನಿಂದ ಏನೋ ವಿಚಿತ್ರ ಸದ್ದು ಬರುತ್ತಿತ್ತು. ಆತ ಉಗುಳುತ್ತ ತಲೆ ಅಲ್ಲಾಡಿಸುತ್ತ ಇದ್ದ.

ಸತತ ಮೂರು ನಿಮಿಷ ಬೇಕಾಯಿತು ಆತ ಉದ್ವೇಗ ಕಡಿಮೆಯಾಗಲು. ಅದು ಕಡಿಮೆಯಾದಾಗ ನನ್ನ ಕಡೆ ಹೊರಳಿ ಆತನೆಂದ, "ಕ್ಷಮಿಸು ಗೆಳೆಯಾ." ಅಷ್ಟೆ, ಆತ ಮತ್ತೆ ಮೌನ ತಾಳಿದ.

ನನಗೆ ಮುಜುಗರವೆನಿಸಿತು. ಎಷ್ಟೋ ಸಲ ಕಾರು ನಿಲ್ಲಿಸಿ ಆತನಿಗೆ ಇಳಿದುಬಿಡಲು ಹೇಳಬೇಕೆಂದುಕೊಂಡೆ. ನನ್ನ ಪ್ರಯಾಣವನ್ನು ಮೊಟಕುಗೊಳಿಸಲು ಹತ್ತಾರು ನೆಪ ಯೋಚಿಸಿದೆ. ಆದರೆ ನನ್ನಿಂದ ಅದು ಸಾಧ್ಯವಾಗಲಿಲ್ಲ. ಈ ಮನುಷ್ಯನಿಗೆ ಆದದ್ದಾದರೂ ಏನೆಂದು ಕಂಡುಹಿಡಿಯುವ ಕುತೂಹಲ ನನ್ನಲ್ಲಿ ಪ್ರಬಲವಾಗಿತ್ತು. ನಾವು ಅಗಲುವ ಮೊದಲೆ, ಬಹುಶಃ ಕಾರಿನಿಂದ ಇಳಿಯುವ ಮೊದಲು, ಆತ ತನಗೇನಾಗಿದೆಯೆಂದು

ಹೇಳಬಹುದು, ಅಥವಾ ಸೂಚನೆಯನ್ನಾದರೂ ಕೊಡಬಹುದು, ಎನಿಸಿತು ನನಗೆ.

ಆತನ ಕೆಮ್ಮು ನೋಡಿ ಆತನಿಗೆ ಟಿ.ಬಿ. ಇರಬಹುದೇ ಅನಿಸಿತು. ನರಮಾಂದ್ಯ ಮತ್ತು ನಿದ್ರಾಲಸ್ಯದ ರೋಗವಿರಬಹುದೇ ಅನಿಸಿತು. ಗುದ್ದುತಿಂದು ಮಂಕು ಕವಿದ ಮುಷ್ಟಿಯುದ್ಧಪಟು ಒಬ್ಬನ ನೆನಪಾಯಿತು ನನಗೆ. ಆದರೆ ಯಾಕೋ ಈ ಮನುಷ್ಯನಿಗೆ ಅಂಥದ್ಯಾವುದೂ ಇಲ್ಲವೆನಿಸಿತು. ಆತನ ಕರಾಳವಾದ ಭಯಂಕರ ಮೌನಕ್ಕೆ, ತೀವ್ರವಾಗಿ ತನ್ನೊಳಗೇ ಮುಳುಗಿ ಹೊರಜಗತ್ತು ಮರೆಯುವ ಈ ತಂದ್ರಿಗೆ, ದೈಹಿಕ ಕಾರಣಗಳ್ಯಾವವೂ ಇರಲಾರವೆನ್ನಿಸಿತು.

ಕತ್ತಲಲ್ಲಿ, ಮಳೆಯಲ್ಲಿ ಹಾಗೆ ಗಂಟೆಗಳೇ ಕಳೆದವು!

ಮಾರ್ಗಮಧ್ಯದಲ್ಲಿ ಒಂದು ಸಲ ನಾವು ಬಳಪಕಲ್ಲುಗಳ ಗಣಿಯ ಪಕ್ಕದ ದಾರಿಯನ್ನು ಕ್ರಮಿಸಬೇಕಾಯಿತು. ಮಳೆಯಿಂದಾಗಿ ಗಣಿಯ ಮೇಲ್ಭಾಗ ಬಿರುಕುಬಿಟ್ಟು ಆ ಕತ್ತಲಲ್ಲಿ ಕಪ್ಪು ಬೆಟ್ಟದ ಮೇಲೆ ಕೆಂಪು-ನೀಲಿ ಜ್ವಾಲೆಗಳ ವಿಚಿತ್ರ ಬೆಳಕು ಕಂಡು ನನ್ನ ಜೊತೆಗಾರನಿಗೆ ಅಚ್ಚರಿಯೆನಿಸಿತೇನೋ, ಆತ ಹೊರಳಿ ಆ ಕಡೆ ನೋಡಿದ, ಆದರೆ ಮಾತಾಡಲಿಲ್ಲ. ನಾನೂ ಏನೂ ಹೇಳಲಿಲ್ಲ.

ಮತ್ತೆ ಅದೇ ಮೌನ, ಅದೇ ಮಳೆ, ಒಮ್ಮೊಮ್ಮೆ ಗಣಿಯೊಳಗಿಂದ ಹಾಯ್ದು ಬರುವ ಚಳಿಗಾಳಿ, ಒಂದು ಬಗೆಯ ವಿಚಿತ್ರ ವಾಸನೆಯನ್ನು ಹೊತ್ತು ತರುತ್ತಿತ್ತು. ಗಣಿ ಕಾರ್ಮಿಕರು ವಾಸಿಸುವ ಮುರುಕುಗುಡಿಸಲುಗಳಲ್ಲಿನ ಎಣ್ಣೆ ದೀಪಗಳು ಕಂಡುಬರುತ್ತಿದ್ದವು. ಮತ್ತೆ ಅದೇ ಕತ್ತಲು ತುಂಬಿದ ದಾರಿ ಹಾಗೂ ದೊಡ್ಡದಾದ ಅಡ್ಡಾದಿಡ್ಡಿಯಾದ ಪರ್ವತಶ್ರೇಣಿ.

ನಾವು ವೆಸ್ಟನ್ ತಲುಪಿದಾಗ ಎಂಟು ಗಂಟೆ. ನನಗೆ ದಣಿವಾಗಿತ್ತು, ಚಳಿಯೆನಿಸುತ್ತಿತ್ತು, ಹಸಿವಾಗಿತ್ತು. ಒಂದು ಹೋಟೆಲಿನೆದುರು ಕಾರು ನಿಲ್ಲಿಸಿ ಆತನ ಕಡೆ ನೋಡಿದೆ.

"ಇದೇ ಅಂತ ಕಾಣ್ತದೆ," ಆತನೆಂದ.

"ಹೌದು," ನಾನಂದೆ. ನನಗೆ ಆಶ್ಚರ್ಯವಾಗಿತ್ತು. ನಾವು ವೆಸ್ಟನ್ ತಲುಪಿದ್ದು ಆತನಿಗೆ ಗೊತ್ತಾಗುತ್ತದೆಂದು ನನಗನಿಸಿರಲಿಲ್ಲ. ನಾನು ಕೊನೆಯ ಪ್ರಯತ್ನವೆಂದು ಕೇಳಿದೆ, "ನಾವು ಕಾಫಿ ಕುಡಿಯೋಣವೆ?"

"ಸರಿ," ಆತನೆಂದ, "ಥ್ಯಾಂಕ್ಸ್."

ಆತನ 'ಥ್ಯಾಂಕ್ಸ್'ನಲ್ಲಿ ನನಗೆ ಅಪಾರ ಅರ್ಥ ಕಾಣಿಸಿತು. ಆತ ಹೇಳಿದ್ದರ ಮೇಲಿಂದ ಆತನಿಗೆ ಕಾಫಿ ಅತ್ಯವಶ್ಯವಾಗಿತ್ತೆಂದೂ ಆದರೆ ಆತನ ಬಳಿ ಹಣವಿರಲಿಲ್ಲವೆಂದೂ ನಾನು ಕರೆದದ್ದು ಆತಿಥ್ಯ ಭಾವದಿಂದ ಎಂಬುದು ಆತನಿಗೆ ತಿಳಿದು ಆತ ಕೃತಜ್ಞನಾಗಿದ್ದಾನೆಂದು ಅನಿಸಿತು. ಆತನನ್ನು ಕಾಫಿ ಕುಡಿಯಲು ಕರೆದು ಒಳ್ಳೆಯದು ಮಾಡಿದೆನೆನಿಸಿತು.

ನಾವು ಒಳಗೆ ಹೋದೆವು. ಸುರಂಗಮಾರ್ಗದಲ್ಲಿ ಆತನನ್ನು ನೋಡಿದಾಗಿನಿಂದ ಇದೇ ಮೊದಲಿಗೆ ಆತ ಮನುಷ್ಯನೆನಿಸಿತು ನನಗೆ. ಆತ ಮಾತನಾಡಲಿಲ್ಲ, ಆದರೆ ಒಳಗೆ ಬರಲಿಲ್ಲ. ಹೊರಗೇ ಕೌಂಟರಿನ ಹತ್ತಿರ ಕೂತು ತನ್ನ ಕಾಫಿಗಾಗಿ ಕಾಯತೊಡಗಿದ. ಕಾಫಿ ಬಂದಾಗ ಎರಡು ಕೈಗಳಲ್ಲಿ ಕೈಗಳನ್ನು ಬೆಚ್ಚಗಾಗಿಸಲೋ ಎಂಬಂತೆ-ಕಪ್ಪನ್ನು ಹಿಡಿದು ನಿಧಾನವಾಗಿ ಕುಡಿಯತೊಡಗಿದ. ಕಾಫಿ ಮುಗಿದಾಗ ನಾನು ಆತನಿಗೆ ಸ್ಯಾಂಡ್‌ವಿಚ್ ಬೇಕೇ ಅಂತ ಕೇಳಿದೆ. ನನ್ನ ಕಡೆ ತಿರುಗಿ ಆತ ಮುಗುಳ್ನಕ್ಕ. ಶಾಂತವಾದ ಸ್ನಿಗ್ಧವಾದ ನಗು. ಅದರಿಂದ ಆತನ ದೊಡ್ಡದಾದ ಮುಖ ಇನ್ನಷ್ಟು ಅಗಲವಾಗಿ, ಸ್ನಿಗ್ಧವಾಗಿ, ತಿಳಿವಳಿಕೆಯುಳ್ಳದ್ದಾಗಿ ಕಂಡಿತು. ಆ ಮುಗುಳ್ನಗೆ ನನ್ನನ್ನು ನಾಟಿತು. ನನಗೆ ಹಾಯೆನಿಸಲಿಲ್ಲ, ಒಳಗೊಳಗೇ ಆತಂಕವಾಯಿತು.

ಹೆಣವೊಂದು ಅಲುಗಾಡತೊಡಗಿದರೆ ಹೇಗೆನಿಸಬಹುದೋ ಹಾಗೆನಿಸತೊಡಗಿತು. "ದೇವರೇ, ನೀನೆಂಥ ಮನುಷ್ಯ!" ಅಂತ ಕೂಗಬೇಕೆಂದುಕೊಂಡೆ.

ಆಗ ಆತ ಮಾತನಾಡಿದ. ಆತನ ಮುಖದ ಮೇಲಿನ್ನೂ ಮುಗುಳ್ನಗೆ ಇತ್ತು. ತಂಬಾಕಿನಿಂದ ಕೆಂಪಾದ ಆತನ ದೊಡ್ಡ ಹಲ್ಲುಗಳು ನನಗೆ ಕಾಣುತ್ತಿದ್ದವು.

"ನೀನು ನನಗೆ ತುಂಬ ಉಪಕಾರ ಮಾಡಿದ್ದೀ ಗೆಳೆಯಾ, ಅದಕ್ಕೆ ನಾನು ಕೃತಜ್ಞ."

"ಅದೇನು ಹೆಚ್ಚಲ್ಲ," ನಾನು ಗೊಣಗಿದೆ.

ಆತ ನನ್ನತ್ತ ನೋಡುತ್ತಲೇ ಇದ್ದ. ಆತನೇನೋ ಹೇಳಲಿರುವನೆಂಬ ನಿರೀಕ್ಷೆಯಲ್ಲಿ ನನಗೆ ಭಯವಾಗತೊಡಗಿತು.

"ನನಗೊಂದು ಉಪಕಾರ ಮಾಡ್ತೀಯಾ?"

"ಓಹೋ," ನಾನೆಂದೆ.

ಆತನ ಧ್ವನಿ ಮೃದುವಾಗಿತ್ತು. "ನನ್ನ ಬಳಿ ಒಂದು ಪತ್ರವಿದೆ, ನನ್ನ ಹೆಂಗಸಿಗೆ ಬರೆದದ್ದು. ಆದರೆ ನನಗೆ ಸರಿಯಾಗಿ ಬರೆಯಲು ಬರದು. ಅದನ್ನು ದಯವಿಟ್ಟು ಸರಿಯಾಗಿ ಬರೆದು ಕೊಡ್ತೀಯಾ?"

"ಹಾಗೇ ಆಗಲಿ, ಸಂತೋಷದಿಂದ ಬರೆದುಕೊಡ್ತೇನೆ."

"ಹೇಗೆ-ಏನು ಬರೀಬೇಕು ಅಂತ ನಾನು ಹೇಳ್ತೇನೆ."

"ಸರಿ."

ಆತ ತನ್ನ ನೀಲಿ ಶರ್ಟು ತೆರೆದ. ಉಣ್ಣೆಯ ಒಳ ಅಂಗಿಗೆ ಪಿನ್ನಿನಿಂದ ಸಿಕ್ಕಿಸಿದ ಕಾಗದವೊಂದಿತ್ತು. ಆತ ಅದನ್ನು ತೆಗೆದು ನನಗೆ ಕೊಟ್ಟ. ಅದು ತೇವವಾಗಿಯೂ ಬೆಚ್ಚಗಾಗಿಯೂ ಇತ್ತು. ಹಸಿ ಅರಿವೆಯ ಹಾಗೂ ಆತನ ದೇಹದ ವಾಸನೆ ಅದರಲ್ಲಿ ಸೇರಿತ್ತು.

ಕೌಂಟರಿನಲ್ಲಿ ಕೂತಿದ್ದಾತನಿಗೆ ನಾನು ಒಂದು ಖಾಲಿ ಕಾಗದ ಕೊಡಲು ಕೇಳಿದೆ. ಆತ ಕೊಟ್ಟ. ನಾನು ಪತ್ರದ ನಕಲು ಮಾಡಿದೆ. ಆತ ಬರೆದಿದ್ದಂತೆಯೇ ಅದನ್ನಿಲ್ಲಿ ಕೊಡುತ್ತಿದ್ದೇನೆ:

"ನನ್ನ ಪ್ರೀತಿಯ ಹೆಂಡತಿಗೆ,

ಮನೇ ಬಿಡೂವಾಗೆ ಹೇಳಲಾಗದ ಸಂಗತಿ ಹೇಳಲೆಂದೂ ಇ ಪತ್ರ ಬರಿತಿದೇನಿ. ಗಣಿವಳಗೆ ನನಗೆ ಯಾವುದೂ ಕೆಲ್ಸ ಸಿಗಲರದ್ದಕ್ಕೆ ಕಾರಣ ಇದೇ. ಅಲ್ಲಿ ಕೆಲ್ಸ ಕಡಿಮೇ ಅಂತಾ ನಿಂಗೆ ಹೇಳಿದ್ದೆ. ಆದ್ರೆ ಹಾಗಿಲ್ಲಾ.

ಗಣೀಗಳು ಮುಚ್ಚೀಬಿಟ್ಟು ಸರಕಾರವು ನದೀಯನ್ನು ಬೇಟ್ಟದ ಒಳಗೆ ಹೊಗಿಸಲು ಕೆಲ್ಸ ತಕೊಂಡಿರುವ ಗ್ವಾಲೇ ಬ್ರಿಜ್ ಗೊತ್ತಲ್ಲಾ, ಅಲ್ಲೆ ನಾನು ಸೂರಂಗಮಾರ್ಗದ ಒಳಗೆ ಕೆಲ್ಸ ಮಾಡತೊಡಗೀದ್ದಾಗ ಈದು ಸುರೂ ಆತು. ಸೂರಂಗದಿಂದ ಬಂದೀರೋ ಯಾರನ್ನು ಆ ಗಣೀ ಕೆಲ್ಸಕ್ಕೆ ತಕ್ಕೊಳ್ಳೂದಿಲ್ಲಾ ಅಂತಾ ಗಣಿ ಮಾಲಿಕ್ರು ಹೆಳಿದ್ರು.

ನಾವು ಒಡೀತಿರೋ ಆ ಬಂಡೆ ಕಲ್ಲಿಂದಾನೆ ಇದು ಸುರೂ ಆತು. ಅದ ಸಿಲಿಕಾ ಕಲ್ಲು, ಪೂರ ಗಾಜಿನ್ಹಾಗೆ ಈತ್ತು. ಅದರ ಪುಡಿ ಅಲ್ಲೆ ಕೆಲ್ಸ ಮಾಡೋ ಕಾರ್ಮೀಕರ ಉಸಿರಾಟದ ಜೋತೇ ಒಳ ಸೇರ್ಕೊಂಡು ಫುಪ್ಫುಸಾನೆಲ್ಲಾ ಹಾಳು ಮಾಡ್ತು. ನಮ್ಗೆಲ್ಲಾ ಇದೇ ಜಡ್ಡು ಅಂತಾ ಡಾಕ್ಟರು ಬರಕೊಟ್ರು, ಸಿಲಿಕೊಸಿಸ್ ಅಂತ. ಫುಪ್ಫುಸಾನೆಲ್ಲಾ ಹೀರಿ ಬಿಟ್ಟು ಕೋನೇಗೆ ಉಸಿರಾಟ ನಿಂತ್ಹೋಗ್ತದೆ.

ನಮ್ಮನೇ ದೂರ ಈರೂದ್ರಿಂದ ಎರಡೂ ದಿನದ್ಹಿಂದೆ ಟಾಮ್ ಪ್ರಿಸ್ಕೋಟ್ ಮಾತು ಹ್ಯಾನ್ಸಿ

ಮ್ಯೂಕುಲ್ಲಾ ಸತ್ತದ್ದು ನಿಂಗೊತ್ತಿಲ್ಲ. ಅದು ಕೇಳಿದಾಗ ನಾನು ಡಾಕ್ಟರ್ಹತ್ರ ಹೊದೆ. ಟಾಮ್ ಪ್ರಿಸ್ಕೋಟ್‌ನ ಜಡ್ಡೇ ನಂಗೂ ಇದೆ ಅಂತ ಅದಕ್ಕೇನೆ ಕೆಮ್ಮು ಬರುತದೆ ಅಂತ ಅವ್ರು ಹೆಳಿದ್ರು. ನನ್ನ ಫುಪ್ಫುಸಗಳು ಸಂಕುಚಿತ ಆಗತ ಇವೆ. ಒಟ್ಟು ಆ ಸೂರಂಗದಲ್ಲಿ ಕೆಲ್ಸ ಮಾಡಿ ಈ ಜಡ್ಡಿಗೆ ಬಲೀ ಅದವ್ರು ನೂರು ಜನ ಆದ್ರು ಇದ್ದಾರು. ಇದು ಭಯಂಕರ ಜಡ್ಡು. ಕಂಪನೀಯವ್ರು ನಮಗಿ ಒಳ್ಳೇ ಮುಖವಾಡ ಕೊಟ್ಟು ಸರೀ ಆಗಿ ಗಾಳಿಯ ವ್ಯವಸ್ಥೆ ಮಾಡಿದ್ರೆ ಹಿಗಾಗ್ತಿರಲಿಲ್ಲ.

ಆದ್ದರಿಂದ ನಾನು ಹೊಗ್ತಿದೇನೆ, ದೂರ, ಯಾಕಂದ್ರೆ ನಾಲಕ್ಕೇ ತಿಂಗಳಲ್ಲಿ ನಾನು ಸಾಯತೀನಿ ಅಂತಾ ಡಾಕ್ಟರು ಹೇಳಿದ್ರು.

ಬೇರೆ ಎಲ್ಲಿ ಆದ್ರು ಕೆಲ್ಸ ಸಿಗ್ತದೆನೊ ನೊಡಬೆಕು. ತೀರ ಕೈ ನಿಲ್ಲೋವರಗೂ ನಾನು ಗಳಿಸೀದ್ದೆಲ್ಲ ನಿನಗೆ ಕಳಿಸುತಿನಿ.

ಯಾವಾಗ್ಲೂ ನಿನಗೆ ಭಾರಾ ಆಗಿರೋದು ಇಷ್ಟ ಇಲ್ಲಾ. ಅದಕ್ಕೇ ನಾನು ದೂರ ಬಂದೆ.

ನನ್ನಿಂದಾ ಸುದ್ದೀ ಬರೋದು ನಿಂತಮ್ಯಾಲೆ ನೀನು ಬೆಟ್ಟದ ಮೇಲಿನ ಕಡೆ ಕಿನ್ಲೇರನ್ ದಲ್ಲಿರೋ ನಿನ್ನ ಅಜ್ಜಿ ಕಡೆ ಹೊರಟ್ಹೊಗು. ನೀನಲ್ಲಿದ್ರೆ ಆಕೆ ನಿನ್ನ ಹಾಗೂ ಮಗುವನ್ನ ನೊಡಿಕೊಳ್ತಾಳೆ. ನೀನು ಸುಖವಾಗಿರ್ತಿ ಅಂತ ಹಾರೈಸವೆ. ಮಗುನ್ನ ಗಣಿ ಕೆಲ್ಸಕ್ಕೆ ಎಂದೂ ಕಳಿಸಬೇಡ.

ನಾನ್ಹೊರಟು ಬಂದದ್ದು ತಪ್ಪು ತಿಳಿಬೇಡ. ಕೆಟ್ಟನಿಸಿಕೊಬೆಡ. ಮಗು ದೊಡ್ಡವನಾದಾಗ ಕಂಪನಿ ನನಗೇನು ಮಾಡಿತಂತ ಅವ್ನಿಗೆ ಹೇಳು.

ಸ್ವಲ್ಪ ದಿನ ಕಳೆದು ಬೆಕಾದ್ರೆ ಬೇರೆ ಲಗ್ನ ಆಗು. ನೀ ಇನ್ನೂ ಚಿಕ್ಕವಳು.

ನಿನ್ನ ಪ್ರೀತೀ ಗಂಡ,
ಜಾನ್ ಪಿಕೆಟ್."

ನಾನು ಆತನ ಪತ್ರದ ಪ್ರತಿಯನ್ನು ಆತನಿಗೆ ಕೊಟ್ಟಾಗ ಆತ ಒಮ್ಮೆ ಅದನ್ನು ಓದಿ ನೋಡಿದ. ಆತನಿಗೆ ಬಹಳ ಹೊತ್ತು ಬೇಕಾಯಿತು. ಕೊನೆಗೆ ಅದನ್ನು ಮಡಿಚಿ ತನ್ನ ಒಳ ಅಂಗಿಗೆ ಪಿನ್ನಿನಿಂದ ಸಿಕ್ಕಿಸಿದ. ಆತನ ದೊಡ್ಡ ಮುಖ ಮೃದುವೂ ಸ್ನಿಗ್ಧವೂ ಆಗಿತ್ತು. "ಥ್ಯಾಂಕ್ಸ್ ಗೆಳೆಯಾ," ಆತನೆಂದ. ಅನಂತರ ಸ್ವಲ್ಪವೆ ತಲೆ ಅಲ್ಲಾಡಿಸಿ ಕೆಳದನಿಯಲ್ಲಿ ಹೇಳಿದ, "ಹೀಗಾದ್ದಕ್ಕೆ ನನಗೆ ಕೆಟ್ಟದೆನಿಸ್ತದೆ. ನನ್ನ ಹೆಂಡ್ತಿ ಒಳ್ಳೇ ಹೆಂಗಸು." ಆತ ತಡೆದು ಮತ್ತೆ ತನಗೇ ಹೇಳಿಕೊಳ್ಳುತ್ತಿರುವಷ್ಟು ಮೆಲ್ಲಗೆ ಅಂದ, "ನಿಜವಾಗಿ ನನಗೆ ಬಹಳ ಕೆಟ್ಟದೆನಿಸ್ತಿದೆ."

ಆತ ಹಾಗಂದಾಗ ನಾನು ಆತನ ಮುಖ ನೋಡಿದೆ. ಆತನ ಕಣ್ಣುಗಳಲ್ಲಿನ ಜೀವ ನಿಧಾನವಾಗಿ ಹೋಗುತ್ತಿರುವಂತೆನಿಸಿತು. ದೀಪದ ಬೆಳಕು ನಿಧಾನವಾಗಿ ಕಡಿಮೆಯಾಗಿ ಕತ್ತಲಲ್ಲಿ ಕರಗಿ ಹೋಗುವಂತೆ ಆತನ ಜೀವ ಕಡಿಮೆಯಾಗುತ್ತ ಇಲ್ಲವಾಗುತ್ತಿರುವಂತೆನಿಸಿತು. ಕಣ್ಣುಗುಡ್ಡೆಗಳ ಮೇಲೆ ಮತ್ತೆ ಅದೇ ಮುಸುಕು ಪರದೆ ಮೂಡಿತು. ಆತ ಮತ್ತೆ ನನ್ನಿಂದ ದೂರ ಹೋಗಿದ್ದ. ಮತ್ತೆ ಆತ ತನ್ನ ಆ ದುಃಖೀ ಕರಾಳ ಏಕಾಂತ ತಂದ್ರಿಯಲ್ಲಿ ಮುಳುಗಿಹೋಗಿದ್ದ.

ಅಷ್ಟೆ. ನಾವು ಒಟ್ಟಿಗೇ ಕೂತಿದ್ದೆವು. ನನಗೆ ಆತನ ಬಗ್ಗೆ ಮೂಕ ಅನುಕಂಪ-ಪ್ರೀತಿ ಅನಿಸಿತು, ಆತನನ್ನು ಹಾಗೆ ಕೊಂದವರ ಬಗ್ಗೆ ಆಳವಾದ ತೀವ್ರವಾದ ದ್ವೇಷವೆನಿಸಿತು.

ತುಸುಹೊತ್ತಿನಲ್ಲೆ ಆತ ಎದ್ದ. ಮಾತಾಡಲಿಲ್ಲ. ನಾನೂ ಮಾತಾಡಲಿಲ್ಲ. ಬಾಗಿಲ ಕಡೆ ಮುಖ ಮಾಡಿ ನಿಂತ ಆತನ ನೀಲಿ ಶರ್ಟಿನಲ್ಲಿಂದ ಆತನ ಹರವಾದ ದೊಡ್ಡ ಬೆನ್ನು ಕಾಣುತ್ತಿತ್ತು. ಅನಂತರ ಆತ ಆ ಕತ್ತಲಲ್ಲಿ ಮಳೆಯಲ್ಲಿ ಹೊರಗೆ ಹೊರಟುಹೋದ. ❍

○ ಮೆರಿದೆಲ್ ಲ ಸೂಅ

ವಸಂತ ನಿನಗೆ ನಮನ

ಆಕೆ ಕಿರಿಚುತ್ತಿದ್ದ ರೇಡಿಯೋವನ್ನು ಬಂದು ಮಾಡಿದಳು – ಅದರಲ್ಲಿನ ಸೆಲ್ ತೀರಲು ಬಂದಿತ್ತು – ದೇವರೆ ನನಗೆ ಬೇರೆ ಸುದ್ದಿ ಕೇಳಬೇಕಾಗಿದೆ – ಆಕೆ ಅಂದುಕೊಂಡಳು, ಮತ್ತು ಮಗುವಿನ ಬಾಟಲಿಯೊಂದಿಗೆ ಅಡಿಗೆಮನೆಯತ್ತ ನಡೆದಳು. ಅವಳಿಗೆನಿಸಿತು – ಮಗುವಿನ ಜ್ವರವೀಗ ಇಳಿದ ಹಾಗಿದೆ, ಅದೀಗ ಬಾಟಲಿಯನ್ನು ತಾನೇ ಹಿಡಿದುಕೊಳ್ಳಲು ಬಯಸುತ್ತಿದೆ. ಅವಳು ಆಚೆಯ ಬದಿಗಿನ ಹಿಮಾಚ್ಛಾದಿತವಾದ ಬೆಟ್ಟಗಳನ್ನೂ ದೇವರ ಶಿಲುಬೆಯಂತೆ ಕಾಣುವ ಚಿಕ್ಕಚಿಕ್ಕ ಕಪ್ಪು ಬಣ್ಣದ ಗಿಡಗಳನ್ನೂ ನೋಡಿದಳು.

ಸ್ಟವ್ ಮೇಲಿನ ಕ್ಯಾಲೆಂಡರು ಮಾರ್ಚ್ ತಿಂಗಳನ್ನು ತೋರಿಸುತ್ತಿತ್ತು. ಅದರಲ್ಲಿ ದಪ್ಪಗಿನ ಬತ್ತಲೆ ಮಗುವೊಂದರ ಚಿತ್ರವಿತ್ತು. ಆಕೆ ಕೈಚಾಚಿ ಆ ಕ್ಯಾಲೆಂಡರನ್ನು ಕಿತ್ತು ಅದನ್ನು ಉದ್ದವಾಗಿ ಹರಿದು ಆ ಚೂರುಗಳನ್ನು ಉರಿಯುತ್ತಿದ್ದ ಬೆಂಕಿಯಲ್ಲಿ ಹಾಕಿದಳು.

ಜಿಮ್ ಕೇಳಿದ. ಹಾಗೇಕೆ ಮಾಡಿದಿ? ಆಕೆಗೆ ಸಿಟ್ಟು ಬಂತು. ಹೊರಗಿನ ಕರಗುತ್ತಿರುವ ಹಿಮವನ್ನೇ ನೋಡುತ್ತ, ಬಿತ್ತುವ ಕನಸು ಕಾಣುತ್ತ ಆತ ಅಡಿಗೆಮನೆಯ ಮೂಲೆಯಲ್ಲಿ ಕೂತದ್ದು ಆಕೆಗೆ ಗೊತ್ತಿತ್ತು. ಮುದುಕಿಯಂತೆ ಮೂಲೆಯಲ್ಲಿ ಕೂತು ಕೊರೆಯುವ ಕತ್ತಲಲ್ಲಿ ಆತ ಹಾಗೇಕೆ ಅನ್ನಬೇಕಿತ್ತು?

ಆಕೆ ಬಾಟಲನ್ನು ಅದರ ಜಾಗದಲ್ಲಿಡುವುದನ್ನು ಆತ ನೋಡಿದ. ಆಕೆ ಚಿಕ್ಕ ಆಕಾರದ ಹೆಂಗಸು. ಮೊದಲು ಆ ಚಿಕ್ಕ ಆಕಾರ ಆತನಿಗೆ ಅಪೂರ್ವವಾಗಿ ಅದ್ಭುತವಾಗಿ ಕಂಡಿತ್ತು, ಆದರೆ ಈಗ ಅಸಹ್ಯವಾಗಿ ಕಾಣುತ್ತಿತ್ತು. ಮಕ್ಕಳು ಮೈಕೆಲ್ ಮತ್ತು ರೂಥ್ ದೂರದ ದಾರಿಯಲ್ಲಿ ಓಕ್ ಗಿಡಗಳ ನಡುವಿನಿಂದ ಹಾಯ್ದು ಸ್ಕೂಲಿನಿಂದ ಮರಳಿ ಬರುತ್ತಿದ್ದುದು ಆತನಿಗೆ ಕಾಣಿಸಿತು. ಅವರೀಗ ಮುಂಜಾನೆ ಮಾತ್ರ ಹೋಗುತ್ತಿದ್ದರು. ಅವರು ಆ ದಾರಿ ದಾಟಿ ಬರಲು ಅರ್ಧ ಗಂಟೆಯಾದರೂ ಬೇಕು, ಆದರೆ ಅವರು ದೂರದ ಹಿಮದಿಂದ ಕೂಡಿದ ಇಳಿಜಾರಾದ ಕೊರಕಲಿನಲ್ಲಿ ಏಳುತ್ತ ಬೀಳುತ್ತ ಬರುತ್ತಿರುವುದು, ಹಿಮವೆಲ್ಲ

ಕರಗಿ ಗುಡ್ಡಗಳಲ್ಲಿ – ಕೊಳ್ಳಗಳಲ್ಲಿ ನೀರಾಗಿ ಹರಿಯುತ್ತಿರುವುದು – ಆತನಿಗೆ ಕಾಣುತ್ತಿತ್ತು. ಇನ್ನೊಂದು ವಾರವಷ್ಟೆ, ಬಿಸಿಲು ಮೂಡಿದರೆ ಬಿತ್ತಲು ಸುರುಮಾಡಬಹುದು. ಆಕೆ ಹೇಗಿದ್ದಾಳೆ? – ಆತ ಒಂದು ಥರಾ ಅಪರಾಧಿಯ ಧ್ವನಿಯಲ್ಲಿ ಕೇಳಿದ.

ಆಕೆಗೆ ಉತ್ತರಿಸುವ ಮನಸ್ಸಿರಲಿಲ್ಲ. ನನಗ್ಗೊತ್ತಿಲ್ಲ, ಆಕೆಯೆಂದಳು. ಬಾಟಲನ್ನು ನೀರಿನಿಂದೆತ್ತಿ ಹಾಲು ತುಂಬ ಬಿಸಿಯಾಗಿದೆಯೇ ಅಂತ ತಿಳಿಯಲು ನಿಪ್ಪಲಿನಿಂದ ಒಂದಿಷ್ಟು ಹೊರಗೆ ಹಾರಿಸಿ ನೋಡಿದಳು. ಅವನೊಂದಿಗೆ ಮಾತನಾಡಲು ಆಕೆಗೆ ಇಷ್ಟವಿರಲಿಲ್ಲ. ಆತ ಅಲ್ಲಿ ಕುಳಿತಿರುವುದೇ ಅವಳಿಗೆ ಸಹ್ಯವಾಗಿರಲಿಲ್ಲ. ಅವನಿಗೂ ಅದು ಗೊತ್ತಿತ್ತು. ಅವಳು ಕೋಣೆಯಿಂದ ಹೊರಗೆ ಹೋದಳು. ಆತ ಕಿಟಿಕಿಯಿಂದಾಚೆ ನೋಡಿದ.

ಅವಳು ಅಸ್ವಸ್ಥ ಮಗುವಿಗೆ ಬಾಟಲಿ ನೀಡಿದಳು. ಅರೆತೆರೆದ ಕಣ್ಣುಗಳಿಂದ ಮಗು ಅದನ್ನು ದುರ್ಬಲವಾಗಿ ಚೀಪತೊಡಗಿತು. ಅವಳು ಮಗುವಿನ ತೆರೆದ ಅಂಗೈಯನ್ನು ಮುಟ್ಟಿದಳು. ಅದರ ಬೆರಳುಗಳು ಅವಳ ಬೆರಳನ್ನು ಹಿಡಿದುಕೊಂಡವು. ಹಲವಾರು ರಾತ್ರಿ ಉಬ್ಬಸಪಡುತ್ತಿದ್ದ ಮಗುವಿನ ಉಸಿರಾಟ ಕೇಳಿದ್ದ ಆಕೆಗೆ ಈಗ ಮಗು ಶಾಂತವಾಗಿ ಮಲಗಿ ಅರೆ ತೆರೆದ ಕಣ್ಣುಗಳಿಂದ ಆಕೆಯತ್ತ ಇನ್ನೇನೂ ಹೋರಾಡಬೇಕಿಲ್ಲವೆಂಬಂತೆ ನೋಡುತ್ತಿದ್ದಾಗ ಭಯವೆನಿಸತೊಡಗಿತು. ಮೇರಿಯೂ ಕಿಟಿಕಿಯಾಚೆಗಿನ ಗುಡ್ಡಗಳತ್ತ ನೋಡಿದಳು. ಆಕೆಯ ಉಳಿದಿಬ್ಬರು ಮಕ್ಕಳು ದಿನ್ನೆಯೇರಿ ಮನೆಯ ಕಡೆ, ಊಟಕ್ಕಾಗಿ, ಆಕೆಗಾಗಿ ಬರುತ್ತಿರುವುದನ್ನು ನೋಡಿದಳು – ಹಿಮದ ತೆರೆಗಳ ಮೇಲೆ ಕಂಡು ಮರುಕ್ಷಣ ಅವುಗಳೊಳಗೇ ಮರೆಯಾಗುತ್ತಿದ್ದ ಮೈಕೆಲ್‌ನ ಕೆಂಪು ಟೊಪ್ಪಿಗೆ ಕಾಣುತ್ತಿತ್ತು. ಆ ಹಿಮದ ತೆರೆಗಳ ಏರಿಳಿತದಿಂದ ಭಯಪಟ್ಟು ಆಕೆ ಮಗುವನ್ನೆತ್ತಿ ಎದೆಗವಚಿಕೊಂಡಳು. ಚಳಿಗಾಲವೇ ಮುಗಿಯದೇನೋ ಎಂಬಂತೆ ತೋರುವ ಹೊರಗಿನ ನೆಲದಲ್ಲಿ ಹಾಗೂ ಈ ಮನೆಯ ಒಳಗೆ – ಏನೋ ವಿಚಿತ್ರ ಶಾಂತತೆ ಹರಡಿದಂತೆನಿಸಿತು ಆಕೆಗೆ. ಮಕ್ಕಳು ಮನೆಗೆ ಬಂದೊಡನೆ ಊಟ ಬೇಕೆನ್ನುವರು, ಮನೆಯಲ್ಲೀಗ ಹಾಲಿನಲ್ಲಿ ನೆನೆಸಿದ ರೊಟ್ಟಿ ಮಾತ್ರ ಇತ್ತು. ಕೊನೆಗೆ ಉಳಿದಿದ್ದ ಒಂದಿಷ್ಟು ಬಟಾಟೆಯೂ ರಾತ್ರಿಯ ಸಾರಿಗೆ ಮುಗಿದುಹೋಗಿತ್ತು, ಹಾಗೂ ಹಗಲು ಹೊತ್ತಿನಲ್ಲಿ ಈ ಜಿಮ್ ಉತ್ತನೆಯ ಬೀಜ ಕೊಳ್ಳಲು ಹಣವಿಲ್ಲದೆ ಮೂರ್ಖನಂತೆ ಅಡಿಗೆಮನೆಯಲ್ಲಿ ಕೂತಿದ್ದ. ಬಿತ್ತನೆಯ ಕಾಲ ಬಂದಾಗ ಬೀಜವೇ ಇಲ್ಲವಾದರೆ ಮನುಷ್ಯನಿಗೆ ಹುಚ್ಚುಹಿಡಿದಂತಾಗುತ್ತದೆ.

ಏನಾದರೂ ಹುಡುಕಿ ಒಂದಿಷ್ಟು ಬೇಯಿಸಿ ಇಡಬೇಕು, ತಿನ್ನಲು ಏನಾದರೂ ಬೇಕು. ಮಗುವಿನ ತಲೆ ಒಂದಿಷ್ಟು ಹಿಂದಕ್ಕೆ ವಾಲಿದಾಗ ಅರೆತೆರೆದ ಕಣ್ಣೊಳಗಿಂದ ಕಣ್ಣುಗಡ್ಡೆ ಕಾಣಿಸಿತು. ಆಕೆ ತನ್ನ ಮನೋಬಲವನ್ನೇ ಮಗುವಿನಲ್ಲಿ ತುಂಬುವಂತೆ ಅದರ ಮೈಮೇಲೆ ಕೈಯಾಡಿಸತೊಡಗಿದಳು. ಆಕೆಯ ಮುಖ ತೆಳ್ಳಗಿದ್ದರೂ ಬಲಶಾಲಿಯಾಗಿತ್ತು; ಹುಟ್ಟಿನಿಂದ ವೆಲ್ಶ್ ಆಗಿದ್ದ ಆಕೆಗೆ ದೃಢವಾದ ಮನೋಬಲವಿತ್ತು. ಆಕೆ ಹಾಗೆ ಮಾಡಿಯೇ ತೀರುವಳು; ಅವಳನ್ನು ಯಾವುದೂ ತಡೆಯಲಾರದು; ಬಾರುಕೋಲಿನ ಮೊನೆಯಷ್ಟು ತೀವ್ರವಾದದ್ದು ಆಕೆಯ ಮನೋಬಲ. ಇಲ್ಲದಿದ್ದರೆ ಮದುವೆಯಾದನಂತರದ ಈ ವರ್ಷಗಳನ್ನು ಆಕೆ ಹೇಗೆ ಕಳೆಯಬಹುದಾಗಿತ್ತು – ಮೂರು ಮಕ್ಕಳು, ನೀರು ತರುವುದು, ಅಡಿಗೆ ಮಾಡುವುದು, ಆಕಳುಗಳ ಹಾಲು ಕರೆಯುವುದು, ಈ ಎಲ್ಲ ಕಠಿಣ ಕೆಲಸಗಳನ್ನು ಮಾಡಲು ಯಾರಿದ್ದರು? ಆಕೆಯೇ ಎಲ್ಲಾ ಕಡೆ ಓಡಾಡುತ್ತಿದ್ದಳು. ಕತ್ತಲಾಗಿ ಮಕ್ಕಳು ಮಲಗಿದ ಅನಂತರವೂ ತತ್ತಿಗಳಿಗಾಗಿ ಹುಡುಕಾಡುತ್ತ ಅಂಗಳದಲ್ಲಿ ಅತ್ತಿಂದಿತ್ತ ತಿರುಗುತ್ತಿದ್ದಳು, ಗೂಡಿನಿಂದ ಗೂಡಿಗೆ

ಹಾರುವ ಗುಬ್ಬಿಯ ಹಾಗೆ, ಇದೆಲ್ಲಕ್ಕೆ ಕೊನೆಯೇ ಇಲ್ಲವೆಂಬಂತೆ, ದಣಿವೇ ಇಲ್ಲ–ಬೇಸರವೇ ಇಲ್ಲ ಎಂಬಂತೆ, ಆಕೆಯ ತೆಳ್ಳಗಿನ ಎಲುಬುಗಳು ಉಕ್ಕಿನವೋ ಎಂಬಂತೆ. ಆಕೆಯ ಮಕ್ಕಳೆಲ್ಲ ದುಂಡು ದುಂಡಾಗಿದ್ದವು, ಆಕೆಗೆ ಮಕ್ಕಳು ಸೇರುತ್ತಿದ್ದವು. ಇಷ್ಟೊಂದು ಕೆಲಸ ಇಲ್ಲದಿರುತ್ತಿದ್ದರೆ, ಮಕ್ಕಳನ್ನು ಹೊರುವುದು, ಹೆರುವುದು ಆಕೆಗೆ ಬಹಳ ಪ್ರಿಯವಾಗಿತ್ತು.

ಮಗುವಿನ ಬಾಗಿದ ಕಾಲುಗಳನ್ನು, ತೆಳುವಾದ ಎದೆಯನ್ನು ಮೆಲ್ಲಗೆ ತಿಕ್ಕಿ ಅದರ ಪುಟ್ಟ ಪಾದಗಳೆರಡನ್ನೂ ಅವಳು ಅಂಗೈಯಲ್ಲಿ ಹಿಡಿದಳು. ಒಂದು ಪಾದವನ್ನೆತ್ತಿ ತನ್ನ ತುಟಿಗಳಿಗೆ ಸೋಂಕಿಸಿದಳು, ತಣ್ಣಗಿನ ಬೆರಳುಗಳನ್ನು ಬಾಯಲ್ಲಿಟ್ಟು ಊದಿದಳು. ಬಾಗಿ ಮಗುವಿನ ಮೇಲೆ ಬೆಚ್ಚಗಿನ ಉಸಿರುಬಿಟ್ಟಳು. ಆದರೆ ಮಗುವಿಗೀಗ ಏನೂ ಚೈತನ್ಯವುಳಿದಿಲ್ಲೆಂದು ಆಕೆಗೆ ಗೊತ್ತಾಗಿತ್ತು ; ಅದಕ್ಕೆ ಹೊಟ್ಟೆಗೆ ಏನೂ ಇರಲಿಲ್ಲ. ಅವಳು ತನ್ನ ಶಾಲು ತೆರೆದು ಮಗುವನ್ನು ಅದರಲ್ಲಿ ಮಲಗಿಸಿ ತನ್ನ ಮೈಯ ಹತ್ತಿರ ಎಳೆದುಕೊಂಡಳು. ಯಾರಿಗೋ ಮಾತು ಕೊಡುತ್ತಿರುವಂತೆ ಆಕೆ ಅಂದುಕೊಂಡಳು, ಮಗು ವಸಂತಕಾಲದವರೆಗೆ ಬದುಕಿದರೆ ಬೇಕಾದಷ್ಟು ಆಹಾರ ಕೊಡುತ್ತೇನೆ, ಗಜ್ಜರಿ, ಟೊಮೇಟೋ, ಎಲ್ಲ ಸ್ವತಃ ನಾನೇ ನೆಡುತ್ತೇನೆ.

ಮಕ್ಕಳು ಅಮ್ಮಾ ಅಂತ ಕೂಗುತ್ತಲೇ ಬಂದವು. ಅಂದರೆ ಹಸಿವು ಎಂದರ್ಥ. ಆಕೆ ಮಗುವನ್ನು ಜೋಳಿಗೆಯಲ್ಲಿ ಮಲಗಿಸಿದಳು, ಮಗುವಿಗೆ ಎಲ್ಲ ತಿಳಿವಳಿಕೆಯಿದೆ ಎಂಬ ಹಾಗೆ ಅದರ ಕಡೆ ನೋಡಿ ಮುಗುಳ್ನಕ್ಕಳು.

ಮಕ್ಕಳಿಗೆ ಆಕೆ ಒಣಗಿಸಿದ ರೊಟ್ಟಿ ಕೊಟ್ಟಾಗ ಇದಷ್ಟೇ ಕೊನೆಗುಳಿದಿದ್ದ ಆಹಾರವೆಂಬುದು ತಮಗೆ ಗೊತ್ತಿದೆಯೇನೋ ಎಂಬಂತೆ ಅವರು ಗಂಭೀರ ಮೌನ ತಾಳಿದರು. ಮೂಲೆಯಲ್ಲಿ ಕೂತಿದ್ದ ತಂದೆಯ ಕಡೆ ನೋಡುತ್ತ ಅವರು ರೊಟ್ಟಿ ತಿಂದರು, ಆತ ಎದ್ದು ಕೋಟುತೊಟ್ಟು ಹೊರಗೆ ಹೋದದ್ದನ್ನೂ ಅವರು ನೋಡಿದರು.

ಆತನ ಪ್ರತಿಯೊಂದು ಚಲನೆ ಆಕೆಯನ್ನು ಅಲಗಿನಂತೆ ಕೊರೆಯುತ್ತಿತ್ತು. ಆತನ ಬಗ್ಗೆ ಆಕೆಗೆ ತೀವ್ರವಾಗಿ ಅನಿಸುತ್ತಿತ್ತು – ಸುಗ್ಗಿಯಾದಾಗಿನಿಂದ ಸುಮ್ಮನೆ ಮನೆಯಲ್ಲಿ ಕೂತಿದ್ದ ಆತನ ತೆಳುವಾದ ನೀಳ ದೇಹ, ಕಪ್ಪಗಿನ ಮುಖ, ಕುತ್ತಿಗೆ – ಹಣೆಯ ಮೇಲಿನ ಚಳಿ ಹಾಗೂ ಬಿಸಿಲಿನ ಗುರುತುಗಳು. ಆತನೇ ಚೂಪಾದ ಅಲಗಿನಂತಿದ್ದ, ತನ್ನ ಚಲನೆಯಿಂದ ಆಕೆಯನ್ನು ಇಷ್ಟಿಷ್ಟೆ ಕೊರೆಯುತ್ತಿದ್ದ. ಎಲ್ಲಿಗೆ ಹೋಗುತ್ತಿದ್ದೀ? ಆಕೆ ಬಾಗಿಲಿಗೆ ಬಂದು ಕೇಳಿದಳು. ಆತ ಕೆಳಗಡೆ ಕಣಜದ ಕಡೆ ಹೊರಟುಹೋದ. ಆಕೆ ತಲೆಯ ಮೇಲೆ ಶಾಲು ಹೊದ್ದು ಮಕ್ಕಳು ನೋಡುತ್ತಿದ್ದಂತೆ ಆತನ ಹಿಂದೆ ಆತನ ಹೆಜ್ಜೆಗಳನ್ನನುಸರಿಸಿ ಓಡಿದಳು. ಎಲ್ಲಿಗೆ ಹೋಗುತ್ತಿದ್ದೀ ಜಿಮ್? ಎಂದು ಕೂಗಿದಳು. ನಾನು ನಗರಕ್ಕೆ ಹೋಗುತ್ತಿದ್ದೇನೆ, ಎಂದು ಆತ ಕಣಜದ ಕಡೆ ವೇಗವಾಗಿ ಹೊರಟಿದ್ದಂತೆ, ಆಕೆ ಆ ಕೆಸರು ದಾರಿಯಲ್ಲಿ ಆತನ ವೇಗದ ನಡಿಗೆಯನ್ನು ಸರಿಗಟ್ಟಲು ಇನ್ನೂ ಓಡಿದಳು. ನಗರಕ್ಕೋ? ನಾನೂ ನಿನ್ನೊಂದಿಗೆ ಬರ್ತೇನೆ–ಆಕೆಯೆಂದಳು. ಆಕೆ ಆತನ ಕೋಟಿಗೆ ಜೋತುಬಿದ್ದಳು. ಬೇಡ, ನೀನು ಇಲ್ಲೇ ಇರು, ಮಗುವಿಗೆ ಏನಾದರೂ ಬೇಕಾದೀತು – ಆತನೆಂದ.

ಮಗುವಿಗೀಗ ಆರಾಮಾಗಿದೆ, ಆಕೆ ಅಂದಳು; ಇಲ್ಲಿಂದ ದೂರ ಸ್ವಲ್ಪ ಹೊರಗೆ ಹೋಗೋಣವೆನಿಸಿದೆ ನನಗೆ. ನನಗೂ ದೂರ ಹೋಗಬೇಕೆನಿಸಿದೆ. ಆತ ಪಂಪಿನ ಹತ್ತಿರ ನಿಂತು ತಿರುಗಿ ಆಕೆಯತ್ತ ನೋಡಿದ – ಗಾಳಿಯಲ್ಲಿ ವೇಗವಾಗಿ ಆತನೆಡೆ ಹಾರಿಬರಲು ಸಿದ್ಧವಾಗಿರುವ ಕಪ್ಪು ಹೇಂಟೆಯ ಹಾಗೆ ನಿಂತಿದ್ದಳು ಆಕೆ. ಅವಳ ಕಣ್ಣುಗಳು ಹೊಳೆಯುತ್ತಿದ್ದವು,

ಕೃಶವಾದ ಆ ಶರೀರ ಗಾಳಿಗೆದುರಾಗಿ ದೃಢವಾಗಿ ನಿಂತಿತ್ತು, ಆಕೆಯ ಶಕ್ತಿ-ಸಹನೆಯ ಬಗ್ಗೆ ಆತನಿಗೆ ಯಾವಾಗಲೂ ಮೆಚ್ಚುಗೆಯೆನಿಸುತ್ತಿತ್ತು. ಆತ ಆಕೆಯ ಕಡೆ ನೋಡಿ ನಕ್ಕ. ಆತನೆಂದ, ಸರಿ, ನಾವು ಜೇನಿಯನ್ನು ಕರೆದು ಮಕ್ಕಳೊಂದಿಗೆ ಇರಲು ಹೇಳೋಣ, ನಾನು ಈಗಲೇ ಹೋಗಬೇಕು. ಆಕೆ ತಿರುಗಿ ಗಾಳಿಯಲ್ಲಿ ಚಿಕ್ಕ ಹುಡುಗಿಯ ಹಾಗೆ ಮನೆಯೊಳಗೆ ಓಡಿದಳು.

ಜಿಮ್ ಬಹಳ ಪ್ರಯತ್ನಿಸಿ ಹಳೆಯ ತಗಡಿನ ಡಬ್ಬಿಯಂಥ ಕಾರನ್ನು ಸ್ಟಾರ್ಟ್ ಮಾಡಿದ. ಚಳಿಗಾಲವಿಡೀ ಅವರು ಅದನ್ನು ಉಪಯೋಗಿಸಿರಲಿಲ್ಲ, ಹಾಗೂ ಸೆಪ್ಟೆಂಬರ್‌ದಿಂದ ಇಲ್ಲಿಯ ತನಕ ನಾಲ್ಕು ಗ್ಯಾಲನ್‌ಗಳಷ್ಟು ಪೆಟ್ರೋಲ್ ಉಳಿಸಿದ್ದರು. ಆತನ ಕೆಲಸ ನೋಡುತ್ತ ಆಕೆ ಹಾಗೂ ಮಕ್ಕಳು ಕಿಟಿಕಿಯ ಹತ್ತಿರ ನಿಂತರು. ಕೊನೆಗೊಮ್ಮೆ ಅದು ಅಲುಗಾಡಿದಾಗ, ಆಕೆ ಮತ್ತೊಮ್ಮೆ ಮಗುವಿಗೆ ಬೆಚ್ಚಗೆ ಹೊದ್ದಿಸಲು ಜೇನಿಗೆ ನೆನಪಿಸಿ, ಮುಖ ಮೇಲೆತ್ತಿನಿಂತ ಮಕ್ಕಳನ್ನು ಮುದ್ದಿಸಿ, ಹೊರಗೆ ಓಡಿದಳು. ಕಿಟಿಕಿಯಲ್ಲಿಂದ ಮಕ್ಕಳ ಜೋಲುಮುಖಗಳನ್ನು ನೋಡಿ, ಅವರು ಕೈ ಬೀಸುತ್ತಿದ್ದುದನ್ನು ಕಂಡು ತಾನೂ ಕೆಳಗಿನ ತಿರುವಿನಲ್ಲಿ ಮರೆಯಾಗುವ ತನಕ ತಿರುಗಿ ಕೈಬೀಸಿದಳು.

ಹೆಪ್ಪುಗಟ್ಟಿದ ಸಮುದ್ರದಂತೆ ಕಾಣುವ, ಕಿಟಿಕಿಯ ಹೊರಗಿನ ಅದೇ ಮರಗಟ್ಟಿದ ಭೂಮಿಯಿಂದ ದೂರ ಹೋಗಿ ಬೇರೆ ತರದ ದೃಶ್ಯ ಕಾಣುವುದು ನಿಜಕ್ಕೂ ಅದ್ಭುತವೆ. ನಗರಕ್ಕೆ ಹೊರಟಿರುವುದೇಕೆಂದು ಜಿಮ್ ಹೇಳುವುದಿಲ್ಲೆಂದು ಆಕೆಗೆ ಗೊತ್ತು. ಆದರೂ ದಾರಿಯಲ್ಲಿ ಬೇರೆ ಕೆಲ ರೈತರೂ ನಗರಕ್ಕೆ ಹೊರಟಿದ್ದು ನೋಡಿ ಆಕೆಗೆ ನಗರದಲ್ಲಿ ಬೀಜಗಳನ್ನು ಸಾಲವಾಗಿ ಕೊಡುವ ಬಗ್ಗೆ ಏನೋ ಮೀಟಿಂಗ್ ಇದೆಯೆಂದು ಪತ್ರ ಬಂದದ್ದು-ಓದಿದ್ದು ನೆನಪಾಗಿ. ಆತನೂ ಅಲ್ಲೇ ಹೊರಟಿರಬೇಕು ಅಂದುಕೊಂಡಳು. ಆತನ ಮನಸ್ಸಿನಲ್ಲಿದ್ದುದೆಲ್ಲಾ ಆಕೆಗೆ ಗೊತ್ತಾಗುತ್ತಿತ್ತು. ಆತ ಆಕೆಗೆ ಏನೂ ಹೇಳಬೇಕಾಗುತ್ತಿರಲಿಲ್ಲ. ಆತ ಹೊಲದ ಕಡೆ ನೋಡಿ ಬೀಜದ ಲೆಕ್ಕ ಹಾಕುತ್ತಿದ್ದುದು, ಕೆಲಸ ಮಾಡಬೇಕೆಂದಿದ್ದುದು, ಅದಕ್ಕೆ ಬೇಕಾಗಬಹುದಾದ ಗೊಬ್ಬರ – ಎಲ್ಲ ಆಕೆಗೆ ಗೊತ್ತಾಗುತ್ತಿತ್ತು, ಬೇಲಿ ಕಂಬಗಳು ಕೆಳಗೆ ಬಿದ್ದಿದ್ದವು. ನಗರಕ್ಕೆ ಹೋಗುವಾಗ ಧರಿಸುವ ವಿಶೇಷ ಬಗೆಯ ಹ್ಯಾಟ್ ಧರಿಸಿ ಗಾಡಿಯಲ್ಲಿ ಕೂತು ನಗರದ ಕಡೆ ಹೊರಟಿದ್ದಕ್ಕೆ ಆಕೆಗೆ ಬಿಂಕವೆನಿಸಿತು, ಅಭಿಮಾನವೆನಿಸಿತು. ಅದ್ಭುತವೆನಿಸಲು ಆಕೆಗೇನಾದರೂ ವಿಶೇಷ ಕಾರಣವೇ ಬೇಕೆಂದಿರಲಿಲ್ಲ. ಆಕೆಯಲ್ಲಿನ ಜೀವನೋತ್ಸಾಹ ಅದಮ್ಯವೂ ಉಜ್ವಲವೂ ಆಗಿದ್ದು ಸಣ್ಣ ಕಾರಣದಿಂದಲೂ ಪುಟಿದೇಳುತ್ತಿತ್ತು.

ಆಕೆಗೆ ಬಾಲ್ಯದಿಂದಲೂ ಪರಿಚಿತವಿರುವ ಗುಡ್ಡಗಳ ನಡುವಿನ ದಾರಿಗುಂಟ ಅವರು ಹೊರಟಿದ್ದರು. ಬಹಳ ಹೊತ್ತು ಸುಮ್ಮನಿದ್ದ ಜಿಮ್ ಕೊನೆಗೆ ಅಂದ, ವಸಂತಕಾಲ ಬರುವವರೆಗೂ ನಾವು ಬದುಕಿರೋದು ಹೇಗೆ? ಡ್ರೈವಿಂಗ್ ಮಾಡುತ್ತಿರದಿದ್ದರೆ ಆತ ಈ ಮಾತು ಹೇಳುತ್ತಿರಲಿಲ್ಲ. ಬದುಕು ಸಾಗಿಸೋದು ಹೇಗೆ?

ಆಕೆಗೆ ಹಾಯೆನಿಸಿತು. ಇದೇ ಮೊದಲ ಸಲ ಆತ ಆ ಬಗ್ಗೆ ಆಕೆಯೊಂದಿಗೆ ಮಾತಾಡುತ್ತಿರುವುದು.

ಹಾಗೇಕನ್ನುತ್ತೀ ಜಿಮ್, ಆಕೆಯೆಂದಳು, ನಾವು ವಸಂತಕಾಲದವರೆಗೆ ಹೇಗೋ ಬದುಕ್ತೇವೆ, ಯಾಕೆ, ನಿನಗೇನಾಗಿದೆ? ನಾವು ಖಂಡಿತ ಬದುಕ್ತೇವೆ. ಇಷ್ಟು ದಿನ ಬದುಕಿಲ್ಲವೆ? ನಾವು ಎಂದಾದರೂ ವಸಂತಕಾಲ ಬರುವವರೆಗೆ ಬದುಕದೇ ಇದ್ದೇವೆಯೇ? ಈಗ ಯಾರೇನು ಅಂದರು? ನಾನಂತೂ ಎಂದೂ ಗೊಣಗಾಡಿಲ್ಲ. ಏನಾದರೂ ಮಾಡೋಣವಂತೆ. ಮುದುಕ

ದಹಲ್ ಬೇಡವೆಂದು ಹಿಂತಿರುಗಿಸಿದ, ಹಿಂದಿನ ಸೀಟಿನಲ್ಲಿರುವ, ಆ ಮೂರು ಗೋದಿ ಚೀಲಗಳನ್ನು ತಗೊಂಡು ಹೋಗೋಣ. ಇವತ್ತೇ ಒಂದಿಷ್ಟು ಉದ್ರಿ ಪಡೆಯೋಣ – ಒಂದಿಷ್ಟು ಹಣ, ಒಂದಿಷ್ಟು ಆಹಾರ. ನಮ್ಮೆಲ್ಲರಿಗೂ ಒಂದಿಷ್ಟು ಏನಾದರೂ ತಿನ್ನಲು ನಾನೇ ದೊರಕಿಸ್ತೇನೆ.

ಈ ರೀತಿ ದೇವರಿಗೆ ಅಂಗಲಾಚೋದು, ಈ ರೀತಿ ಈ ನಗರದಲ್ಲಿ ನಾವು ಮಕ್ಕಳೊಂದಿಗೆ ಬದುಕಿರೋದು, ಇನ್ನೇನೂ ಉದ್ರಿ ಸಿಗದ ಹಾಗಾಗಿರೋದು, ಇದೆಲ್ಲ ನಿಜವಾಗಿ ಎಷ್ಟು ನಾಚಿಕೆಗೇಡು.

ಇದು ಬಹಳ ಕಷ್ಟದ ಕಾಲ, ಆತನೆಂದ.

ಕಷ್ಟಕಾಲವೇ ಆಕೆಯೆಂದಳು, ಈ ಮೊದಲೂ ನಮಗೆ ಕಷ್ಟಕಾಲವೇ ಇತ್ತು. ಉಳಿದವರಿಗೂ ಅದೇ ಇತ್ತು, ಯಾರಾದರೂ ಹಾಗೆಂದು ಬಿಟ್ಟು ಹೋದರೆ?

ಕಷ್ಟ ಕಾಲವೇ ಬಿಟ್ಟುಹೋದರೆ?

ಆಕೆ ನಕ್ಕಳು, ಹಾಗನ್ನು ಬೇಕಾದರೆ, ಕಷ್ಟಕಾಲವೂ ಬಿಟ್ಟುಹೋಗಿಲ್ಲ. ನಾವೂ ಬಿಟ್ಟುಹೋಗಿಲ್ಲ.

ಆತನಿಗೆ ತುಸು ಸಮಾಧಾನವೆನಿಸಿತು. ಕಣ್ಣ ಕೊನೆಯಿಂದ ಆತ ಆಕೆಯ ಕಡೆ ನೋಡಿದ – ತಮ್ಮ ಹನಿಮೂನ್‌ನಲ್ಲಿ ಕೊಂಡಿದ್ದ ಆ ಸುಂದರ ಹ್ಯಾಟ್ ಹಿಂದಕ್ಕೆ ಬಾಚಿದ ಆಕೆಯ ಕಪ್ಪು ಕೂದಲ ಮೇಲೆ ಎಷ್ಟು ಚೆನ್ನಾಗಿ ಕಾಣುತ್ತಿತ್ತು. ಆಕೆಯ ನೀಳವಾದ ಮೂಗು, ದೇವರೆ, ಆಕೆ ಒಂದಿಷ್ಟೂ ವಯಸ್ಸಾದಂತೆ ಕಾಣುವುದಿಲ್ಲ. ಬೇಲಿಯ ಮೇಲೆ ಕೂತ ಕೋಳಿ ಮರಿಯಂತೆ ಕಾಣುತ್ತಿದ್ದಳು. ದೇವರೆ, ಅವಳಲ್ಲೇನೋ ವಿಚಿತ್ರ ಶಕ್ತಿಯಿದೆ. ಆತನಿಗೆ ಸಮಾಧಾನವೆನಿಸಿ ಆತ ತಂಬಾಕು ತೆಗೆದುಕೊಂಡ ಹಾಗೂ ನಕ್ಕ.

ಮುದುಕಮ್ಮಾ, ಆತನೆಂದ, ನಿನ್ನಲ್ಲಿನ್ನೂ ಬೇಕಾದಷ್ಟು ಮಸಾಲೆಯಿದೆ.

ಜಿಮ್, ಆಕೆ ನಾಚಿಕೊಂಡು ಅಂದಳು, ನಾನು ನಿನಗೆ ಹೇಳಿಲ್ಲವೆ –

ಆತ ನಕ್ಕು ಪರದೆಯಲ್ಲಿನ ತೂತಿನ ಮೂಲಕ ಹೊರಗೆ ಉಗುಳಿದ.

ಹಳ್ಳಿಯ ದಾರಿಗುಂಟ ನಗರಕ್ಕೆ ಮೀಟಿಂಗ್‌ಗಾಗಿ ಹೊರಟ ಜನರೇ ತುಂಬಿದ್ದರು. ಹೌದು, ಆಕೆಯ ಊಹೆ ಸರಿಯಾಗಿತ್ತು, ಬೀಜಗಳನ್ನು ಸಾಲವಾಗಿ ಕೊಡುವ ಮೀಟಿಂಗ್‌ಗೆಂದೇ ಆತನೂ ಹೊರಟಿದ್ದು. ಆಕೆ ಮುಗುಳ್ನಕ್ಕಾಗ ಜಿಮ್ ದೂರ ನೋಡಿದ. 'ಮೇ' ಬಿಯರಿನ ಅಂಗಡಿಯೆದುರು ಅವರು ನಿಂತರು, ಆಕೆ ಕೆಳಗಿಳಿದು ಕೋಟು ಸರಿಪಡಿಸಿಕೊಳ್ಳುತ್ತ ಯಾರ‍್ಯಾರು ನಗರಕ್ಕೆ ಬಂದಿದ್ದಾರೆಂದು ನೋಡಿದಳು. ಶನಿವಾರವಿದ್ದೀತು. ಹೌದು, ಬೀಜಗಳನ್ನು ಹೇಗೆ ಪಡೆಯುವುದೆಂದು ವಿಚಾರಿಸಲು ಮೀಟಿಂಗ್ ಇತ್ತು. ದಾರಿಯಾಚೆಗಿನ ಕಿರಾಣಿ ಅಂಗಡಿಗೆ ಹೋಗುತ್ತಿರುವ ಸ್ಯಾಡೀ ಮೆಲ್ಟಹರ್ಸ್ಟ್‌ನ್ನು ಆಕೆ ನೋಡಿದಳು. ಜಿಮ್ ಏನೋ ಗೊಣಗಿ ತಾನೂ ಆ ಮೀಟಿಂಗಿಗೆ ಹೊರಟ ಹಾಗೆ ಕಾಣಿಸದಿರಲು ಪ್ರಯತ್ನಿಸುತ್ತ ಮುಂದೆ ನಡೆದಾಗ ಆಕೆಯೂ ಆತನ ಹಿಂದೆ ಓಡಿದಳು.

ಬಿಸಿಲು ಏರಿದ್ದು, ಎಲ್ಲರೂ ಆ ಚಿಕ್ಕದಾದ ದಾರಿಯಲ್ಲಿ ಬಿಸಿಲಲ್ಲಿ ನಡೆದಿದ್ದರು. ಹಿಮ ಇನ್ನೂ ಕರಗುತ್ತಿದ್ದ ಕಡೆಯಲ್ಲೆಲ್ಲಾ ನೀರು ಮಡುಗಟ್ಟಿ ನಿಂತಿತ್ತು. ದೊಡ್ಡ ಮೋಲಿನ್ ಫ್ಯಾಕ್ಟರಿ ಮುಚ್ಚಿಬಿಟ್ಟಿತ್ತು. ಯಂತ್ರಗಳ ಸದ್ದು ಅಡಗಿಹೋಗಿತ್ತು. ಮೀಟಿಂಗ್ ಇರುವ ಫಾಯರ್ ಹಾಲ್‌ನಲ್ಲಿ ಜನ ನಿಧಾನವಾಗಿ ಸೇರತೊಡಗಿದ್ದರು, ತಮ್ಮ ಹೆಂಗಸರು ಅಲ್ಲಿ ಬರಬಾರದೆಂದೇ ಅವರಿಗನಿಸುತ್ತಿತ್ತು. ಹೊರಗಡೆಯ ಅಂಗಡಿಯ ಕಿಟಿಕಿಗಳಲ್ಲಿಂದ ಇವರೇನು ನಡೆಸಿದ್ದಾರೆಂದು ಹೆಂಗಸರು ನೋಡುತ್ತಿದ್ದರು.

ಸ್ಯಾಡಿಯ ಮಕ್ಕಳಿಗೆ ಅನಾರೋಗ್ಯವಾಗಿತ್ತು. ಆ ಬಗ್ಗೆ ಮೇರಿ ಆಕೆಯೊಂದಿಗೆ ಮಾತನಾಡಿದಳು. ಅವರಿಬ್ಬರೂ ಫಾಯರ್ ಹಾಲ್‌ನೆಡೆ ಹೋಗುತ್ತಿದ್ದ ಗಂಡಸರನ್ನು ನೋಡಿದರು. ಅನಂತರ ಮೇರಿ ಮತ್ತೆ ಅಂಗಡಿಯೊಳಗೆ ಹೋದಳು, ಡಬ್ಬಿಗಳಲ್ಲಿ ತುಂಬಿಟ್ಟಿದ್ದ ಸಾಮಾನುಗಳನ್ನು ನೋಡಿದಳು, ಆಕೆ ಉದ್ರಿ ಕೇಳಲಿಲ್ಲ; ಮೀಟಿಂಗ್ ಆಗುವವರೆಗೂ ಕಾಯ್ದು ನೋಡೋಣವೆಂದು ಕೊಂಡಳು. ತಾಜಾ ಕಾಯಿಪಲ್ಲೆಗಳತ್ತ ಬರಿದೆ ನೋಡುತ್ತ ನಿಂತ, ಆದರೆ ಏನನ್ನೂ ಕೊಳ್ಳದ, ಅನೇಕ ಹೆಂಗಸರನ್ನು ಆಕೆ ನೋಡಿದಳು. ಬಳಿಕ ಆಕೆ ರಸ್ತೆ ದಾಟಿ ಫಾಯರ್ ಹಾಲ್‌ಗೆ ಹೋಗಿ ಅಲ್ಲೇ ಕೆಳಗೆ ಕೂತುಕೊಂಡಳು. ಅಲ್ಲಿ ಬಹಳ ಹೆಂಗಸರಿರಲಿಲ್ಲ. ಅಲ್ಲಿ ಬರಲು ಅವರಿಗೇನೋ ಅಳುಕು. ಗಂಡಸರೆಲ್ಲ ಆಕೆಯ ಕಡೆ ನೋಡಿದರು. ಆಕೆಗೆ ಒಂದು ಥರಾ ಅನಿಸಿತು.

ಓಲ್ ಹ್ಯಾನ್ಸನ್ ನೆಲದ ಮೇಲೆ ನಿಂತು ಮಾತಾಡುತ್ತಿದ್ದ, ನಮ್ಮ ದಿನನಿತ್ಯದ ಜೀವನ ಕಹಿ ಅನುಭವವಾಗಿದೆ; ದಿನಾ ಅದೇ ಗೋಳಿನ ಹಾಡು. ನಾವು ಅದನ್ನು ತಿಳಿದುಕೊಳ್ಳಬೇಕು. ಹೇಗಾದರೂ ಮುಂದುವರಿಯಬೇಕು.

ಆತ ಬಹಳ ಹೊತ್ತಿನಿಂದ ಮಾತಾಡುತ್ತಿದ್ದಿರಬೇಕು. ಆತನ ತುಟಿಗಳ ಮೇಲೆ ಬೆವರು ಸಾಲುಗಟ್ಟಿತ್ತು. ಆತ ಮಾತು ಮುಗಿಸಿ ತುಸು ಹೊತ್ತು ಅಲ್ಲೇ ನಿಂತು ಬಳಿಕ ತನ್ನ ಕೋಲುಮುಖ ಒರೆಸಿಕೊಳ್ಳುತ್ತ ಅಲ್ಲಿಂದ ತನ್ನ ಸ್ಥಳಕ್ಕೆ ನಡೆದುಹೋದ.

ಓಡುತ್ತಿರುವ ಕುದುರೆಯ ಮೇಲೆ ಕೂತಂತೆ ಆಕೆ ಮುಂದೆ ಬಾಗಿಕೂತಳು. ಆಕೆ ಅವರಂದದ್ದೆಲ್ಲಾ ಕೇಳುತ್ತಿದ್ದಳು: ಒಬ್ಬರ ಅನಂತರ ಒಬ್ಬರಂತೆ ಎದ್ದು ನಿಂತು ದೀರ್ಘವಾದ ಕ್ಷಾಮದ ಅವಧಿಯಲ್ಲಿ ತಾವು ಪಡೆದ ಬಿತ್ತನೆ ಸಾಲವನ್ನು ಹಿಂದಿರುಗಿಸುವ ಇಚ್ಛೆ ತಮಗೆ ಖಂಡಿತ ಇದೆಯೆಂದೂ ಆದರೆ ಹಾಗೆ ಮಾಡಿದರೆ ತಮಗೆ ಈ ಸಲದ ವಸಂತದಲ್ಲಿ ಬಿತ್ತಲು ಏನೂ ಉಳಿಯುವುದಿಲ್ಲವೆಂದೂ ಅವರು ಹೇಳಿದರು. ಆಕೆ ಕೇಳುತ್ತಲೇ ಇದ್ದಳು: ಕ್ಷಾಮದಲ್ಲಿ ಮೊದಲು ಅವರು ಕಳೆದುಕೊಂಡ ಕುರಿಗಳು, ಕಳೆದ ವರ್ಷ ಅವರು ಕಳೆದುಕೊಂಡ ಹಂದಿಗಳು, ಸುಣ್ಣದ ಭಟ್ಟಿಗಳಲ್ಲಿ ಮರಗಟ್ಟಿಹೋದ ಎಲುವುಗಳು. ಯಾರಿಗೂ ಹೊಟ್ಟೆ ತುಂಬ ಊಟವಿಲ್ಲ. ಮಾತಿನ ಒತ್ತಡದಿಂದಾಗಿ ಬೆವರು ಹರಿಸುತ್ತ, ಗಂಡಸರು ಹೀಗೆ ಸಾಕ್ಷ್ಯ ನುಡಿದರು. ಇನ್ನು ಮಾತಾಡುವುದೂ ಕಷ್ಟ. ಅವರು ಮಾತಾಡಿದ್ದನ್ನೆಲ್ಲಾ ನಗರದ ಓರ್ವ ಸುಂದರಿಯಾದ ಸ್ಟೆನೋಗ್ರಾಫರ್ ಬರೆದುಕೊಳ್ಳುತ್ತಿದ್ದಳು. ಅಷ್ಟು ಆಳವಾದ ಘೋರವಾದ ಸಂಕಟವನ್ನು ಶಬ್ದ ಮಾತ್ರಗಳಲ್ಲಿ ಮೂಡಿಸಿಕೊಳ್ಳುವುದು ಕಠಿಣವೇ ಆಗಿತ್ತು. ಸಾಲ ಕೊಟ್ಟ ಸರಕಾರವೇನೂ ಅದನ್ನು ವಸೂಲಿ ಮಾಡಲು ತಗಾಯಿದಾರರಿಗೆ ಹೇಳಿಲ್ಲವೆಂದು ಚೇರ್‌ಮನ್ ಅಂದ. ಹಾಗಿದ್ದರೆ ತಗಾಯಿದಾರರೇಕೆ ಹೀಗೆ ಕಾಡಬೇಕು? ಏನು ನಡೆದಿದೆಯೋ ಯಾರಿಗೂ ಗೊತ್ತಿಲ್ಲ, ಅದಕ್ಕೇ ಇಂದು ಅವರೆಲ್ಲ ಇಲ್ಲಿ ಸೇರಿದ್ದೆಂದು ಚೇರ್‌ಮನ್ ವಿವರಿಸಿದ.

ಹೌದು, ಅವರಂದಿದ್ದಕ್ಕೆಲ್ಲ ಆಕೆ ತಲೆಹಾಕುತ್ತಿದ್ದಳು. ಇಷ್ಟೆಲ್ಲ ತನಗೂ ಗೊತ್ತಿತ್ತೆಂದು ಈವರೆಗೂ ಆಕೆಗೆ ಗೊತ್ತಿರಲಿಲ್ಲ, ಈಗ ಅವರೆಲ್ಲ ಹೀಗೆಂದು ಹೇಳುತ್ತಿದ್ದಾಗ ನಡೆದುಹೋದ ಘಟನೆಯನ್ನೇ ಶಬ್ದರೂಪದಲ್ಲಿ ಹೇಳುತ್ತಿದ್ದಾರೆಂದು ಅವಳಿಗೆ ಗೊತ್ತಾಯಿತು. ಹಂದಿಗಳ ಉತ್ಪತ್ತಿ ಈ ಸಲ ಕಳೆದ ವರ್ಷಕ್ಕಿಂತ ತೀರ ಕಳಪೆ; ಸಾವು, ನೋವು, ಹಾನಿ ಹೌದು, ಆಕೆ ತಲೆಹಾಕಿದಳು. ಹೌದು.

ವಿಶ್ವವಿದ್ಯಾಲಯದ ಪ್ರಾಧ್ಯಾಪಕರೊಬ್ಬರು ಎದ್ದು ನಿಂತು ಮಾತಾಡಿದರು. ಉದ್ದ ತಲೆಯ ಸಪ್ಪಗಿನ ಮುಖದ ಮನುಷ್ಯ. ಆತ ಹೇಳುತ್ತಿದ್ದುದು ತೀರಾ ದುಃಖದ ಕತೆ. ಆಕೆ ನೆಟ್ಟಗೆ ಕೂತು ಕೇಳಿದಳು. ಆತನಿಗೂ ದುಃಖವಾದಂತಿತ್ತು, ಅತನ ಉದ್ದನೆಯ ತೆಳು ದೇಹದ ಮೇಲೆ ಬಿಳಿ

ತಲೆ ಜೋತು ಬಿದ್ದಂತಿತ್ತು. ಹೊಲಗಳಲ್ಲಿ ಕೆಟ್ಟು ನಿರುಪಯೋಗಿಯಾಗಿ ಕೂತ ಯಂತ್ರಗಳ ಹಾಗೇ ಕಾಣುತ್ತಿರುವ ತನ್ನ ಸುತ್ತಲೂ ಕೂತ ಗಂಡಸರನ್ನು ಆಕೆ ನೋಡಿದಳು. ನಿಮಗೊಂದು ದಾರಿ ಗೊತ್ತಿರಲೇಬೇಕು, ಆಕೆ ಅಂದುಕೊಂಡಳು, ಬೀಜವು ಹೇಗೆ ಮೊಳಕೆಯೊಡೆಯುತ್ತದೆಂದು ಅವರು ಪರೀಕ್ಷಿಸಿ ನೋಡುತ್ತಾರೆ. ಹಾಗೆಯೇ ಮನುಷ್ಯನನ್ನೂ ಪರೀಕ್ಷಿಸಬಹುದು. ಆಕೆಗೆನಿಸಿತು, ಸುಶಿಕ್ಷಿತರಿಗೆ ಪ್ರೇರಕ ಶಕ್ತಿಯೇ ಕಡಿಮೆ, ಅವರಿಗೆ ಯಾವುದರಲ್ಲೂ ನಂಬಿಕೆಯಿಲ್ಲ. ಬಿತ್ತುವ ಬಗ್ಗೆ ಏನೂ ಉಪಯೋಗದ ಮಾತಿಲ್ಲ. ಇವರೆಡೆ ನೋಡುವುದು ಬೇಡ. ಆಕೆ ಪ್ರೊಫೆಸರರ ಮಾತುಗಳಿಗೆ ಕಿವಿಗೊಡುವುದನ್ನೇ ನಿಲ್ಲಿಸಿದಳು. ಮುಂದೆ ಆತ ಹೇಳಿದ್ದೊಂದೂ ಆಕೆಗೆ ಕೇಳಿಸಲೇ ಇಲ್ಲ.

ಅನಂತರ ಒಮ್ಮೆಲೆ ಆಕೆ ನಾಚಿಕೊಂಡಳು, ಬೆವರಿದಳು, ಕೈಗಳನ್ನು ಮುಷ್ಟಿಬಿಗಿದಳು. ಮಾತನಾಡುವುದು ಈಗ ಜಿಮ್‌ನ ಸರದಿಯಾಗಿತ್ತು. ಆತ ನೆಲವನ್ನೆ ನೋಡುತ್ತ ನಿಂತಿದ್ದ. ಆತನ ಉದ್ದನೆಯ ಕೈಗಳು ಎರಡೂ ಬದಿಗೂ ಇಳಿಬಿದ್ದಿದ್ದವು, ಅವುಗಳನ್ನು ಪೂರಾ ಮುಚ್ಚು ವಂಥದ್ದೇನಾದರೂ ಕೊಳ್ಳಲು ಬಹುಶಃ ಆತನಿಗೆಂದೂ ಸಾಧ್ಯವಿರಲಿಲ್ಲ. ನೆರೆದವರೆಲ್ಲ ಆತನನ್ನೇ ನೋಡುತ್ತಿದ್ದರು. ಮಾತು ಸುರುಮಾಡಲು ಆತನಿಗೆ ಸುಮಾರು ಹೊತ್ತು ಬೇಕಾಯಿತು. ಆತನ ಸುರುಮಾಡಿದೊಡನೆ ಎಲ್ಲರೂ ನಿಶ್ಚಲರಾದರು. ಹೊರಗೊಂದು ಕಾರಿನ ಹಾರ್ನ್‌ನ ಶಬ್ದ, ಕುದುರೆಗಳು ಕೇಕರಿಸುವುದು, ಮಗ್ಗುಲ ಕಟ್ಟಡದಲ್ಲಿನ ಕಮ್ಮಾರನೊಬ್ಬನ ತಿದಿಯ ಸದ್ದು – ಎಲ್ಲ ಕೇಳಬಹುದಿತ್ತು. ಆತನೆಂದ, ಪ್ರತಿಯೊಬ್ಬ ಮನುಷ್ಯನ ಕೊರಳಸುತ್ತಲೂ ಕಾಣದ ಉರುಲೊಂದಿದೆ. ನಮಗದು ಕಾಣದಿದ್ದರೂ ಅದು ಸದಾ ಇದ್ದೇ ಇರುತ್ತದೆ. ನಾವೇನೇ ಮಾಡಿದರೂ ಅದಿರುತ್ತದೆ. ಕೊರಳಸುತ್ತ ಪ್ರತಿಕ್ಷಣ ಅದನ್ನಿಟ್ಟುಕೊಂಡೇ ನಾವೆಲ್ಲ ತಿರುಗುತ್ತಿರುವುದು.

ರಾಜ್ಯಾಂಗದಲ್ಲಿ ನನಗೆ ನಂಬಿಕೆಯಿದೆ, ಜಿಮ್ ಹೇಳುತ್ತಿದ್ದ. ಅಮೆರಿಕದಲ್ಲಿ ನನಗೆ ನಂಬಿಕೆಯಿದೆ. ಆಕೆ ಆತನ ಕಡೆ ಹೊಸ ದೃಷ್ಟಿಯಿಂದ ನೋಡಿದಳು. ಅಮೆರಿಕದಲ್ಲಿ ನಂಬಿಕೆಯಿದೆಯೆಂದು ಹೇಳುತ್ತಿರುವಾಗ ಆತನ ಮುಖವೆಲ್ಲ ಕೆಂಪಾಯಿತು. ಆತ ಒಳ್ಳೆ ವಾಗ್ಮಿಯಾಗಿದ್ದ. ನೀವು ಮನುಷ್ಯರು, ಆತ ಅನ್ನುತ್ತಿದ್ದ, ನಿಮಗೆಲ್ಲ ಮನುಷ್ಯರ ಅಂಗಾಂಗಳಿವೆ, ಹಕ್ಕುಗಳಿವೆ – ನಿಮಗೂ ನಿಮ್ಮ ಮಕ್ಕಳಿಗೂ ನ್ಯಾಯವಾದದ್ದನ್ನು ನಾವು ಮಾಡೋಣ. ಸಾಲವನ್ನು ತೀರಿಸೋಣ. ನಾವು ಯಾವಾಗಲೂ ಸಾಲ ತೀರಿಸ್ತಾನೇ ಬಂದಿದ್ದೇವೆ. ಸಾಲ ಮುಳುಗಿಸುವವರು ನಾವಲ್ಲ, ಸೋದರರೆ, ಬೀಜಗಳ ಸಾಲವನ್ನು ನಾವು ತಪ್ಪಿಸಿಕೊಳ್ತಾ ಇಲ್ಲ. ನಾವೆಂದೂ ಹಾಗೆ ಮಾಡಲಾರೆವು. ಇಲ್ಲ, ಮಹನೀಯರೆ, ಇರುವ ಸಂಗತಿ ಅಂದರೆ ಕೊಡಲು ನಮ್ಮ ಬಳಿ ಈಗ ಏನೂ ಇಲ್ಲ, ನಾವು ಕೊಡಲಾರೆವು. ಮಕ್ಕಳ ತುತ್ತು ಕಸಿದುಕೊಂಡು ಕೊಡಬಹುದಾದಷ್ಟು ಕೊಟ್ಟೆವು. ಇದನ್ನಾರು ಅಲ್ಲಗಳೀತಾರೆ?

ಆತನ ನೇರ ಮಾತಿಗೆ ಸಂತಸ ವ್ಯಕ್ತಪಡಿಸಿ ಎಲ್ಲರೂ ಚಪ್ಪಾಳೆ ತಟ್ಟಿದರು. ಕೈಗಳನ್ನು ಕರವಸ್ತ್ರದಿಂದ ಒರೆಸಿಕೊಂಡು ಜಿಮ್ ಮುಂದುವರಿಸಿದ: ಏಳು ವರ್ಷಗಳ ಕ್ಷಾಮವನ್ನೆದುರಿಸಿದ ನಾವು ಈಗ ಬೀಜಗಳಿಗಾಗಿ ಪಡೆದ ಸಾಲ ಮುಟ್ಟಿಸಬೇಕು ಅಂದರೆ ಈ ಸಲದ ವಸಂತ ಕಾಲದಲ್ಲಿ ನಮಗೆ ಗೋಧಿ ಬಿತ್ತಲಾಗೋದಿಲ್ಲ. ಈಗ ಸಸಿ ನೆಡಬೇಕಾದ ಸಮಯ. ಯಾರ ಹತ್ತಿರವೂ ಬೀಜಗಳೇ ಇಲ್ಲ. ಈ ತಗಾಯಿದಾರರ ಕಾಟದಿಂದಾಗಿ ಕಣಜದಿಂದ ಹುಲ್ಲು ತೆಗೆದುಕೊಂಡು ಆಕಳುಗಳಿಗೆ ಹಾಕೋದೂ ದುಸ್ತರವಾಗಿದೆ, ಹುಲ್ಲಿನ ಬಣವೆಯಲ್ಲೂ ತಗಾಯಿದಾರರೇ.

ನೆರೆದವರು ನಕ್ಕರು, ಆತ ನಗುತ್ತ ಮುಂದುವರಿಸಿದ: ಹೌದು, ತಗಾಯಿದಾರರಿಲ್ಲದ ಹುಲ್ಲಿನ ಹೊರೆ ಕೂಡ ಈಗ ಇಲ್ಲ. ವರ್ಷಾ–ವರ್ಷಾ ಪರಿಸ್ಥಿತಿ ಹದಗೆಡ್ತಿದೆ. ಇನ್ನೂ

ಸುಮ್ಮನಿದ್ದರೆ ನಾವು ಗತಿ ಕಂಡಂತೆಯೇ. 1934ರಲ್ಲೊಮ್ಮೆ ನಮ್ಮ ಫಸಲು ಹಾಳಾಯಿತು. ನಾನು 115 ಎಕರೆ ಬೆಳೆ ಕೊಯ್ದು ಹಗೇವಿನಲ್ಲಿ ತುಂಬಿಸಿದೆ, ನನಗೆ ದಕ್ಕಿದ್ದು ಒಂದು ಹಗೇವು ತುಂಬ ರಶಿಯನ್ ಮುಳ್ಳುಕಂಟಿ ಮಾತ್ರ. ಚಳಿಗಾಲದಲ್ಲಿ ಆಹಾರ ಸಾಲ ಪಡೆಯೋದಕ್ಕೆ ಪ್ರಯತ್ನಿಸಿದೆ, ಆದರೆ ಬ್ಯಾಂಕಿನ ಸಾಲವನ್ನಿನ್ನೂ ತೀರಿಸಿದ್ದಿಲ್ಲವಾದ್ದರಿಂದ ಅದೂ ಸಿಗಲಿಲ್ಲ. ಆಗ ನನ್ನಲ್ಲಿ ಐವತ್ತೇಳು ದನಕರುಗಳಿದ್ದವು, ನಾನು ಕೇಂದ್ರ ರಿಸರ್ವ್ ಬ್ಯಾಂಕಿನ ಅಧಿಕಾರಿಯನ್ನು ನನ್ನ ಮೇಲೆ ಕೇಸು ಮಾಡಬಾರದೆಂದು ಬೇಡಿಕೊಂಡೆ, ಆತನೂ ಒಪ್ಪಿದ. ನಾನೆಂದೆ, ನಾನೇನೂ ಯಾರನ್ನೂ ಹೊಡೆದು-ಬಡಿದಿಲ್ಲ. ಬ್ಯಾಂಕಿನ ಅಧಿಕಾರಿ ಹಾಗೂ ಸಾಲ ಕೊಟ್ಟವ ಇಬ್ಬರೂ ನನ್ನನ್ನು ಬಿಟ್ಟುಬಿಡುವೆವೆಂದರು.

ಈಗ ಆಕೆಗೆ ಇದೆಲ್ಲ ಹೆಚ್ಚು ಸರಿಯಾಗಿ ಅರ್ಥವಾಗತೊಡಗಿತ್ತು. ಇಷ್ಟೆಲ್ಲ ಹೇಳಲು ಆತನಿಗೆಷ್ಟು ಕಷ್ಟವಾಗುತ್ತಿದೆಯೆಂದು ಆಕೆಗೆ ತಿಳಿದಿತ್ತು. ಆಕೆಗೂ ಆತ ಇದನ್ನೆಲ್ಲ ಹೇಳಿರಲಿಲ್ಲ. ಏನಾಗುತ್ತಿತ್ತೆಂದು ಆಕೆಗೇ ಗೊತ್ತಿರಲಿಲ್ಲ. ಆಗುತ್ತಿದ್ದುದನ್ನು ಆಕೆ ನೋಡಿದ್ದಳಷ್ಟೆ.

ಆತ ನಿಧಾನವಾಗಿ ಮುಂದುವರಿಸಿದ: ಮುಂದೊಂದು ದಿನ ಶರೀಫನಿಂದ ನನಗೆ ನೋಟೀಸು ಬಂತು, ಇಪ್ಪತ್ತು ದಿನಗಳೊಳಗಾಗಿ ಕೋರ್ಟಿನೆದುರು ಹಾಜರಾಗಬೇಕಾಯಿತು, ನನ್ನ ಮೇಲೆ ಮೊಕದ್ದಮೆ ಹೂಡಿದ್ದರು. ಆಹಾರ ಸಾಲ ತೀರಿಸುವುದು ಬಂದಾಗ ಅದನ್ನು ಮುಂದೂಡೋದು ನನಗೆ ಸಾಧ್ಯವಾಗಲಿಲ್ಲ. ತಿಂಗಳಿಗೆ ಇಪ್ಪತ್ತೈದು ಡಾಲರುಗಳಲ್ಲಿ ನಾನು ದಿನ ದೂಡಬೇಕಾಯಿತು, ಹದಿಮೂರು ಹಂದಿಗಳನ್ನು ಕೊಲ್ಲಬೇಕಾಯಿತು, ಆ ಚಳಿಗಾಲದಲ್ಲಿ ಎಂಟು ದನಗಳೂ ಸತ್ತುಹೋದವು. ವಸಂತಕಾಲ-ಬೇಸಿಗೆಯಲ್ಲಿ ಆಲ್ಫಾಲ್ಫಾ ಬೆಳೆ ಬಂದಾಗ ನನ್ನ ಮೂರು ಕುದುರೆಗಳೂ ಹೋಗಿಬಿಟ್ಟವು. ಅವು ಸತ್ತ ನಂತರ ಅವುಗಳ ಹೊಟ್ಟೆ ಕೊಯ್ದಾಗ ಆಲ್ಫಾಲ್ಫಾದ ಗಂಟುಗಳಿದ್ದದ್ದು ಕಂಡಿತು. ಸದ್ಯಃ ನನ್ನ ಮಗಳೊಬ್ಬಳು ತೀವ್ರ ಅಸ್ವಸ್ಥತೆಯಿಂದ ಬಳಲುತ್ತಿದ್ದಾಳೆ.

ಮಗುವನ್ನು ತಾನು ಮರತೇಬಿಟ್ಟಿದ್ದಂತೆ ಮೇರಿಗೆ ಒಮ್ಮೆ ಮೈಯಿಡೀ ನಡುಕ ಬಂದಿತು.

ನಾವೀಗ ಏನಾದರೂ ಮಾಡಬೇಕು. ಹೇಗಾದರೂ ಮುಂದೆ ಹೋಗಬೇಕು. ಇದೆಲ್ಲ ಎಲ್ಲರಿಗೂ ಗೊತ್ತಾಗಬೇಕು.

ಆತ ಮಾತು ಮುಗಿಸಿ ಸುಮ್ಮನೆ ನಿಂತ. ಆಕೆ ಭಯಗೊಂಡು ಆತನಿಗೆ ಹತ್ತಿರ ಬಂದು ಕೂಡ್ರಲು ಸನ್ನೆ ಮಾಡಬೇಕೆಂದುಕೊಂಡಳು. ಆಗ ಚೇರ್ಮನ್ ಹೇಳಿದ: ಇದೆಲ್ಲ ನಿರ್ವಹಿಸಲು ಒಂದು ಸಮಿತಿ ಮಾಡಬೇಕು, ಅದರ ಕಾರ್ಯದರ್ಶಿ ಇದೆಲ್ಲವನ್ನೂ ಬರೆದು ಸಂಬಂಧಿಸಿದ ಅಧಿಕಾರಿಗಳಿಗೆ ಕಳಿಸಿ ತೀವ್ರ ಪರಿಹಾರ ಕಂಡುಹಿಡಿಯಲು ಸೂಚಿಸಿಬೇಕು. ಆತ ಮತ್ತೂ ಅಂದ: ನಾನು ಜಿಮ್‌ನ ಹೆಂಡತಿ ಮೇರಿಯನ್ನು ಈ ಸಮಿತಿಗೆ ನೇಮಿಸ್ತೇನೆ, ಯಾಕೆಂದರೆ ಸಮಿತಿಯಲ್ಲಿ ಒಬ್ಬ ಮಹಿಳೆ ಬೇಕು. ಆಗ ಎಲ್ಲರೂ ಮುಗುಳ್ನಗುತ್ತ ಆಕೆಯತ್ತ ನೋಡಿದರು, ಆಕೆಗೂ ತನ್ನಲ್ಲೇನೋ ಉತ್ಸಾಹ – ಶಕ್ತಿ ತುಂಬಿದೆಯೆನ್ನಿಸಿತು, ಜಗತ್ತಿನ ನಂಬಿಕೆ – ಬುದ್ಧಿ – ಬಲವೆಲ್ಲ ತನ್ನಲ್ಲಿದೆಯೆನ್ನಿಸಿತು. ಆಕೆ ಎದ್ದು ನಿಂತಳು. ಅವರೆಲ್ಲ ಆ ಚಿಕ್ಕ ಕಪ್ಪು ವೆಲ್ಟ್ ಹೆಂಗಸನ್ನು ನೋಡಿದರು: ಅವಳ ತಲೆಯ ಮೇಲೆ ಓರೆಯಾಗಿದ್ದ ಹ್ಯಾಟ್, ಮರಿಕೋಳಿಯಂತೆ ತೆಳ್ಳಗಿನ ಆಕಾರ, ಉತ್ಕಟವಾದ ಭಾವನೆಗಳು.

ನಾನೂ ಮಾತನಾಡಲು ಎದ್ದು ನಿಂತಿದ್ದೇನೆ, ಆಕೆಯೆಂದಳು, ಹೆಂಗಸರು ಇಲ್ಲಿರಬೇಕಾದದ್ದು ಅತಿ ಮುಖ್ಯವೆನಿಸುತ್ತಿದೆ ನನಗೆ. ನಮಗಿದೆಲ್ಲ ಗೊತ್ತು, ಈ ಕಾರಣಗಳಿಂದ ನಾವು ದಿನಾ

ದುಃಖ ಅನುಭವಿಸ್ತಿದ್ದೇವೆ. ನಾವು ಇದನ್ನೆಲ್ಲ ಅನುಭವಿಸಿದ್ದೇವೆ, ಪ್ರತಿವರ್ಷವೂ ವಸಂತಕಾಲದ ವರೆಗೆ ಬದುಕಿ ಉಳಿದಾಗ ನಮಗೆ ಆಶ್ಚರ್ಯವಾಗುತ್ತದೆ. ಇದೊಂದು ವರ್ಷ ನಾವು ಬದುಕಿದೆವೆಂದು ಅಂದುಕೊಳ್ತೇವೆ, ಬದುಕುಳಿದ ಮಕ್ಕಳನ್ನು ಎಣಿಸ್ತೇವೆ. ಇದರಿಂದಾಗಿ ಪ್ರತಿವರ್ಷ ನಾವು ಹಿಂದಿಗಿಂತ ಸ್ವಲ್ಪ ಬದಲಾಗಿರ್ತೇವೆ. ಬೈಬಲ್‌ನಲ್ಲಿ ವರ್ಣಿಸಿದ ಹಾಗೆ ಕಳೆದ ಏಳು ವರ್ಷಗಳಿಂದಲೂ ಇದೇ ಹಾಡು. ಇದು ಮುಗಿಯದ ಹಾಡು. ಎಂದಿಗೂ ಮುಗಿಯದ ಹಾಡು. ನೀವನ್ನಬಹುದು – ಮಕ್ಕಳು ಒಂದಿಂಚು ಬೆಳೆದಿದ್ದಾರೆ, ಇನ್ನೊಂದು ಮಗು ಹುಟ್ಟಿದೆ, ಅದಕ್ಕೆ ಮಾತ್ರ ಕೊರತೆಯಿಲ್ಲ; ಇನ್ನೂ ಬದುಕಿದ್ದೇವೆ, ಇಷ್ಟೆಲ್ಲ ಆಗಿಯೂ ಬದುಕಿದ್ದೇವೆ! ದೇವರ ದಯೆಯಿಂದಲೇ ಇರಬೇಕು. ನಾನು ಹೇಳಬೇಕಾಗಿದ್ದು ಇಷ್ಟೆ. ನಾನೆಂದೂ ಯಾವ ಸಮಿತಿಯಲ್ಲೂ ಇರಲಿಲ್ಲ. ಆದರೀಗ ಕೆಲಸ ಮಾಡ್ತೇನೆ.

ದೊಡ್ಡದಾಗಿ ಕರತಾಡನವಾಯಿತು. ಆಕೆ ಕುಳಿತಳು, ಆಕೆಗೆ ಅಚ್ಚರಿಯೂ ಸಂತಸವೂ ಆಗಿತ್ತು. ಓಲ್ ಹ್ಯಾನ್ಸನ್ ಎದ್ದು ನಿಂತು ಆಕೆಯ ಭಾಷಣ ಚೆನ್ನಾಗಿತ್ತೆಂದೂ, ಇಲ್ಲಿ ಇನ್ನಷ್ಟು ಮಹಿಳೆಯರು ಇರಬೇಕಿತ್ತೆಂದೂ, ಅವರೆಲ್ಲ ಒಟ್ಟಾಗಿರಲೆಂದೂ, ಇಲ್ಲಿಂದ ಹೋಗುವಾಗ ಮಹಿಳೆಯರು - ಮಹನೀಯರೆಲ್ಲ ಕೈ - ಕೈ ಹಿಡಿದು ಹೋಗುವಂತಾಗಲೆಂದೂ ಹೇಳಿದ.

ಇಡೀ ಫಾಯರ್ ಹಾಲ್ ನಗುವಿನಿಂದ ತುಂಬಿ ಪ್ರತಿಧ್ವನಿಸಿತು, ಮೀಟಿಂಗ್ ಮುಗಿಯಿತು, ಸುಂದರಿಯಾಗಿದ್ದ ಸ್ಟೆನೋಗ್ರಾಫರ್ ಓಡಿಬಂದು ಮೇರಿಯ ಹೆಗಲಮೇಲೆ ಕೈಹಾಕಿ ಆಕೆ ಯಾವಾಗ ಬರುವಳೆಂದೂ, ಕಾಗದ ಪತ್ರಗಳನ್ನು ಸರಿಪಡಿಸಿಕೊಳ್ಳಬಹುದೆಂದೂ ಕೇಳಿದಳು. ಜಿಮ್‌ನ ಕಡೆ ನೋಡಿ ಮೇರಿ ನಾಳೆ ಅಂದಳು. ಜಿಮ್ ತಲೆದೂಗಿದ, ಅವಳ ತೋಳು ಹಿಡಿದು ಅವಳನ್ನು ಬಳಿಗೆಳೆದುಕೊಂಡ, ಅವರಿಬ್ಬರೂ ನಗುತ್ತ ಮಾತಾಡುತ್ತ ಹೊರಗೆ ಹೋದರು, ಎಲ್ಲರೂ ಉತ್ಸಾಹಿತರಾಗಿದ್ದರು.

ಅವರು ಕಾರಿನಲ್ಲಿ ಕೂತು ಕಾಳಿನಂಗಡಿಗೆ ಹೋದರು. ಜಿಮ್‌ನ ತೋಳ ಮೇಲೆ ಕೈಯಿಟ್ಟು ಆಕೆಯೆಂದಳು, ಈ ಸಲ ನಾನೇ ಹೋಗ್ತೇನೆ. ಆಕೆ ಕೆಳಗಿಳಿದು ಮಿ. ದಹಲ್‌ನ ಆಫೀಸಿಗೆ ಹೋಗಿ ಅವನಿಗೆ ಹೇಳಿದಳು: ನನ್ನ ಬಳಿ ಕಾರಿನಲ್ಲಿ ಮೂರು ಗೋದಿಯ ಚೀಲಗಳಿವೆ, ನನ್ನ ಕುಟುಂಬದವರಿಗಾಗಿ ನನಗೆ ಏನಾದರೂ ಬೇಕು. ಆತನೆಂದ, ನಾನೇನು ಮಾಡಲಿ? ನೀನು ಗಿರಣಿಗೆ ಒಂದು ಚೀಲ ಕೊಡದೆ ಹಾಗೆ ಮಾರೋದಕ್ಕೆ ಬರೋದಿಲ್ಲ. ಒಳ್ಳೆಯದು, ಆಕೆಯೆಂದಳು, ನೀನು ಎರಡೇ ಚೀಲಕ್ಕೆ ಹಣ ಕೊಡು. ನೀನು ಹಾಗೇ ಮಾಡಲೇಬೇಕು, ನನಗದು ಅವಶ್ಯ ಬೇಕು, ನೀನು ಕೊಡದಿದ್ದರೆ ಸಮಿತಿ ಸುಮ್ಮನಿರೋದಿಲ್ಲ.

ಅದೆಂಥ ಸಮಿತಿ? ಮಿ. ದಹಲ್ ಕೇಳಿದ. ಬಿತ್ತನೆ ಸಾಲದ ಸಮಿತಿ, ದೊಡ್ಡ ಸಮಿತಿ, ಆಕೆಯೆಂದಳು. ಹಾಗೆ ಭಾವನಾವಶಳಾಗಬೇಡ ಮೇರಿ, ದಹಲ್ ಅಂದ. ಮೇರಿ ಅಂದಳು: ನಿನಗೆ ನಾಲ್ಕು ಜನರ ಹೊಟ್ಟೆ ತುಂಬಿಸಬೇಕಾಗಿದೆ ಅಂತಿಟ್ಟುಕೋ; ಕಪಾಟಿನಲ್ಲಿ ಏನಿಲ್ಲ, ಪಾತ್ರೆಗಳಲ್ಲಿ ಏನಿಲ್ಲ, ಚೀಲಗಳಲ್ಲಿ – ಮಾಡಿನಲ್ಲಿ ಮನೆಯಲ್ಲಿ ಎಲ್ಲೂ ಏನೂ ಇಲ್ಲ. ಸರಿ, ಆತನೆಂದ, ನೀನು ಹೇಳಿದ ಹಾಗೆ ಮಾಡ್ಬಹುದು ಅಂತ ಕಾಣ್ತದೆ. ಹಾಗೇ ಮಾಡು, ಆಕೆ ಅಂದಳು. ಆತ ಹಾಗೆ ಮಾಡಿದ.

ಅವರು ಅಂಗಡಿಗೆ ಹೋಗಿ ಒಂದು ಚೀಲ ಹಿಟ್ಟು ಕೊಂಡರು, ಆಕೆಯ ಗೋದಿ ಬಹಳ ಕಡಿಮೆ ಬೆಲೆಗೆ ಹೋಯಿತು. ಆಕೆಗೆ ವ್ಯಥೆಯೆನಿಸಿತು. ವಿಜಯೋತ್ಸಾಹವೂ ಅನಿಸಿತು. ಆಕೆ ಜಿಮ್‌ಗೆಂದಳು, ನಾನು ಒಂದಿಷ್ಟು ಹುಲ್ಲನ್ನೂ ಕೊಳ್ಳಬೇಕು, ಪರಿಹಾರ ಕೇಂದ್ರಕ್ಕೆ ನಡೆ. ಅತ

ಆಕೆಯ ಕಡೆ ನೋಡಿ ಪರಿಹಾರ ಕೇಂದ್ರದ ಕಡೆ ಕಾರು ಓಡಿಸಿದ. ಆಕೆ ಒಳಗೆ ಹೋಗಿ ಅಲ್ಲಿದ್ದ ಹುಡುಗಿಯೊಡನೆ ಕೇಳಿದಳು, ನಮ್ಮ ದನಗಳಿಗೆ ಹುಲ್ಲು ಹಾಸಿಗೆ ಬೇಕಾಗಿದೆ, ಕೊಡ್ತೀಯಾ? ಆ ಹುಡುಗಿಯೆಂದಳು, ಒಂದಿಷ್ಟು ಹುಲ್ಲು ಕಡ್ಡಿಯೂ ದೊರೆಯಲಾರದು. ಮೇರಿ ಕೇಳಿದಳು, ನೀನು ಯಾವತ್ತಾದರೂ ಆಕಳ ಹಾಲನ್ನು ಕರೆದಿದ್ದೀಯಾ? ಇಲ್ಲವಲ್ಲ, ಹುಡುಗಿಯೆಂದಳು. ಮೇರಿ ಅಂದಳು, ಹಾಗಿದ್ದರೆ, ಆಕಳ ಕೆಚ್ಚಲು ಎಲ್ಲಿರುತ್ತದೆಂದೂ ನಿನಗೆ ತಿಳಿದಿರಲಾರದು. ಕೆಲಸವಾದ ಮೇಲೆ ನಾವು ಕೈತೊಳೆದುಕೊಂಡು ಆಕಳನ್ನು ತೊಳೆದ ನೀರು ಇರ್ತದಲ್ಲ, ಅಂಥ ಹಾಲನ್ನು ನಾನು-ನೀನು ಇನ್ನು ಕುಡಿಯಬೇಕಾಗ್ತದೆ. ನಾನೀಗ ಸಮಿತಿಯ ಮೇಲಿದ್ದೇನೆ, ನನಗೀಗ ಹುಲ್ಲುಹಾಸಿಗೆಗಾಗಿ ರವದಿ ಬೇಕು, ಆಕೆ ಅಂದಳು. ಒಳ್ಳೆಯದು, ಹುಡುಗಿಯೆಂದಳು, ನನ್ನ ಕೈಲಾದದ್ದು ಮಾಡ್ತೇನೆ. ನಾನು ನಾಳೆ ಬರ್ತೇನೆ, ಮೇರಿ ಹೇಳಿದಳು, ಆಗ ನನಗದು ಬೇಕು. ನಾಳೆ ನಾನು ಬರಲೇಬೇಕು. ಸಮಿತಿಯ ಕೆಲಸ ಸುರುಮಾಡಬೇಕು.

ಹಾಗೆಂದು ಮೇರಿ ಹೊರಟು ಬಂದಳು.

ಹೆಪ್ಪುಗಟ್ಟುತ್ತಿದ್ದ ಬೆಟ್ಟಗಳ ಮಧ್ಯದಿಂದ ಅವರ ಗಾಡಿ ಓಡಿತು. ಊಟದ ಸಮಯ ವಾದ್ದರಿಂದ ಅವರು ಹಿಂದಿನ ಸೀಟಿನಲ್ಲಿ ಕೂತು ಊಟ ಮಾಡಿದರು. ಮೇರಿ ಒಂದೇ ಸಮನೆ ಮಾತಾಡುತ್ತಿದ್ದಳು. ತಣ್ಣಗೆ ಕೊರೆಯುವ ಬೆಟ್ಟಗಳ – ಕಪ್ಪು ಅರಣ್ಯಗಳ ಮಧ್ಯ ಅವರು ಏರಿಳಿಯುತ್ತ ಸಾಗಿದರು. ಆಕೆಗೆ ಶಕ್ತಿ-ಉತ್ಸಾಹ ತನ್ನಲ್ಲಿ ತುಂಬಿ ತುಳುಕುತ್ತಿರುವಂತೆನಿಸಿತು. ಆಕೆಗೆನಿಸುತ್ತಿತ್ತು, ಹಾಡಬೇಕು, ಕೂಗಬೇಕು, ಸಂಜೆಯಾಗುತ್ತಿರುವ ವಾತಾವರಣ ಹಿಡಿಸಲಾರದಷ್ಟು ಮಾತಾಡಬೇಕು. ಸುಮ್ಮನಿದ್ದೇನು ಪ್ರಯೋಜನ? ಆಮೆಯಂತೆ ಪ್ರತಿಯೊಬ್ಬನೂ ತನ್ನ ಹೊಲದಲ್ಲಿ ಸುಮ್ಮನೆ ಕೂತು ಏನು ಪ್ರಯೋಜನ? ಜಿಮ್‌ಗೆ ತೀರಾ ಹತ್ತಿ ಹೊಂದಿಕೊಂಡು ಕೂತು ಆಕೆಯೆಂದಳು, ಇಲ್ಲಿ ನೋಡು, ಇದು ಎಂದಿಗೂ ಮುಗಿಯದು. ಆಕೆಗೆ ಕಿರಿಚಿಕೊಳ್ಳ ಬೇಕೆನಿಸಿತು. ಜೀವಂತವಾಗಬೇಕು, ಇನ್ನಷ್ಟು ಜೀವಂತವಾಗಬೇಕು, ಸುತ್ತಲಿನ ಎಲ್ಲ ಸ್ಮಶಾನ ಮೌನವನ್ನು ಎಲ್ಲ ದುಃಖವನ್ನು ಭೇದಿಸಿ ಬಿಡಬೇಕು. ನಾವು ಶಕ್ತಿವಂತರಾಗಿದ್ದೇವೆಂದು ಕಿರಿಚಿ ಹೇಳಬೇಕೆನಿಸಿತು ಆಕೆಗೆ. ಆಕೆ ಆತನಿಗೆ ಇನ್ನೂ ಒತ್ತಿ ಕುಳಿತಳು. ನಾವು ಶಕ್ತಿವಂತರಾಗಿದ್ದೇವೆ. ಯಾವುದೂ ನಮ್ಮನ್ನು ಸರಿಗಟ್ಟಲಾರದು. ನಾವು ಗಟ್ಟಿಯಾಗಿದ್ದೇವೆ, ಶಕ್ತರಾಗಿದ್ದೇವೆ. ಆಕೆ ನಗತೊಡಗಿದಳು.

ಇದೇನು ಹುಚ್ಚಾಟ? ನಗಲಿಕ್ಕೇನಾಗಿದೆ? ನೀನೆಂತಹ ವಿಚಿತ್ರ ಹೆಂಗಸು.

ಈ ಚಳಿಗಾಲದಲ್ಲಿ ಸತ್ತವರು, ಸ್ಪೇನ್‌ದಲ್ಲಿ-ಚೀನದಲ್ಲಿ-ಇಡೀ ಜಗತ್ತಿನಲ್ಲಿ ಯುದ್ಧ ಮಾಡಿದವರು, ಕಷ್ಟಪಟ್ಟವರು... ನಾನೊಬ್ಬ ವಿಜ್ಞಾನಿಯ ಬಗ್ಗೆ ಓದಿದೆ – ಆತ ಒಂದು ಚಿಕ್ಕಾಡನ್ನು ಏಳು ವರ್ಷಗಳವರೆಗೆ ಜೀವಂತವಾಗಿಟ್ಟು ಒಂದು ನಾಯಿಯ ಮೇಲೆ ಬಿಟ್ಟನಂತೆ, ಅದು ಖುಷಿಯಾಗಿ ಜಿಗಿದಾಡಿದಂತೆ.

ಆತ ನಕ್ಕ, ನನ್ನಾಣೆ ನಿನ್ನಂಥ ಹುಚ್ಚು...

ಚಿಕ್ಕಾಡು ನಮಗೆ ಹೋಲಿಸಿದರೆ ಏನೂ ಅಲ್ಲ. ಏನೇನೂ ಅಲ್ಲ. ಏಳು ವರ್ಷಗಳ ಬರಗಾಲ, ಮಿಡತೆಗಳ ಹಾವಳಿ, ಅದು-ಇದು, ಏನೇನೋ. ಆ ಚಿಕ್ಕಾಡಿಗೂ ನಮಗೂ ಎಲ್ಲಿಂದೆಲ್ಲಿಯ ಹೋಲಿಕೆ?

ನಾನು ಕೆಟ್ಟೆ, ಆತ ನಕ್ಕ. ಆತನ ಎತ್ತರದ ಗಟ್ಟಿಮುಟ್ಟಾದ ದೇಹದಲ್ಲಿ ಗಾಳಿ ಸೇರಿಕೊಳ್ಳುತ್ತಿರುವಂತೆನಿಸಿತು ಆಕೆಗೆ. ನಾನು ಕೆಟ್ಟೆ, ಅದೇನು ಬೆಕ್ಕಿನ ಮೀಸೆಯೇ. ನೀನು

ಏನಾದರೂ ಅನ್ನುತ್ತೀ. ನೀನೆಷ್ಟು ಒಳ್ಳೆಯ-ವಿಚಿತ್ರ ಹೆಂಗಸು – ಆತ ಆಕೆಯ ತೊಡೆಯ ಮೇಲೊಂದು ಏಟುಹಾಕಿದ, ಆತನ ದೊಡ್ಡದಾದ ಕೈ ಆಕೆಯ ಎದೆಯ ಮೇಲಾಡಿತು.

ಜಿಮ್, ನೀನು ಮಹಾ ಮೂರ್ಖ, ಸಾಕು ನಿಲ್ಲಿಸು. ಇದೇನು ಹಾಡ ಹಗಲಲ್ಲಿ ದಾರಿಯ ಮೇಲೆ ಎಲ್ಲರಿಗೂ ಕಾಣೋ ಹಾಗೆ? ಕಾರನ್ನೆಲ್ಲಾದರೂ ಚರಂಡಿಗೆ ಓಡಿಸೀಯ ಮತ್ತೆ. ಜಿಮ್, ಇದೇನು ಹುಚ್ಚು ನಿನಗೆ? ನನ್ನಾಣೆ, ನನ್ನ ಈ ಮುದುಕಿಯಲ್ಲಿ ತುಂಬ ಮಸಾಲೆಯಿದೆ, ತುಂಬ ಏನೆಲ್ಲ ಇದೆ, ನಾನು ಕೆಟ್ಟೆ.

ಆಕೆ ಮುಗುಳ್ನಕ್ಕಳು. ಸಂಜೆ ತಿಳಿನೀಲಿ ಬಣ್ಣ ತಾಳಿತ್ತು. ಹಕ್ಕಿಗಳು ಹಾರಾಡುತ್ತಿದ್ದವು.

ಅವರು ಮುಖ್ಯರಸ್ತೆ ಬಿಟ್ಟು ಹೊರಳಿದಾಗ ಮನೆ ಕಾಣಿಸಿದ ತಕ್ಷಣ ಆಕೆಗೆ ಏನೋ ಆಗಬಾರದ್ದು ಆಗಿದೆ ಅನ್ನಿಸಿತು. ವೇಗ ಹೆಚ್ಚಿಸು, ಆಕೆ ಅಂದಳು, ಕಿಟಿಕಿಗಳೊಳಗಿಂದ ಮಕ್ಕಳ ಜೋಲುಮುಖಗಳು ಆಕೆಗೆ ಕಂಡವು, ಬಾಗಿಲಲ್ಲಿ ಕಾಯುತ್ತ ಕೂತ ಹುಡುಗಿಯೂ ಕಾಣಿಸಿದಳು. ಆಕೆಯ ಹೃದಯ ಒಮ್ಮೆಲೆ ಕುಸಿಯಿತು.

ಕಾರು ನಿಲ್ಲುವ ಮೊದಲೇ ಆಕೆ ಹೊರಜಿಗಿದಳು, ತೊಟ್ಟಿಲಲ್ಲಿ ಮಗು ನಿಶ್ಚಲವಾಗಿ ತಣ್ಣಗಾಗಿ ಮಲಗಿತ್ತು. ಅದನ್ನು ಒಮ್ಮೆಲೆ ಎತ್ತಿಕೊಂಡು ಕೈ-ಮೈ ಮೇಲೆ – ಬಾಯಿಯಲ್ಲಿ ಊದಿ ಅದನ್ನು ಬೆಚ್ಚಗೆ ಮಾಡಲು ಪ್ರಯತ್ನಿಸಿದಳು. ಜಿಮ್ ಒಳಬಂದು ಮಗುವನ್ನು ಇಸಿದುಕೊಂಡ. ರೋಗಿಷ್ಠ ಕೋಳಿಮರಿಯಂತೆ ಅದು ಹಗುರಾಗಿತ್ತು. ಕಣ್ಣುಗಳು ತೀರ ಒಳಸೇರಿಬಿಟ್ಟಿದ್ದವು. ಪ್ರಾಣಿಯೊಂದು ಸಾಯುತ್ತಿರುವಾಗ ಅದರ ಅನುಭವ ನೋಡುವವರಿಗೆ ಆಗುತ್ತದಲ್ಲವೆ? ಮಗುವನ್ನು ಮೇರಿಗೆ ಕೊಟ್ಟು ಆತ ಮಕ್ಕಳನ್ನು ಹೊರಗೆ ಕರೆದುಕೊಂಡು ಹೋದ. ಮಗು ಇನ್ನೇನು ಪೂರಾ ಇಲ್ಲದಂತಾಗಿಬಿಡುವುದೇನೋ ಅನ್ನುವಷ್ಟು ಹಗುರಾಗಿತ್ತು. ಕೊನೆಗೊಮ್ಮೆ ಉಸಿರು ನಿಂತೇ ಹೋಯಿತು. ಮಗುವನ್ನು ಮತ್ತೊಮ್ಮೆ ಹೆತ್ತಳೇನೋ ಅನ್ನುವಂತೆ ಮೇರಿ ಭಯಂಕರವಾಗಿ ಚೀರಿದಳು. ಆಕೆ ಬಾಗಿಲ ಹತ್ತಿರ – ಕಿಟಿಕಿಯ ಹತ್ತಿರ ಯಾರನ್ನೋ ಕೂಗಲೆಂಬಂತೆ ಹೋದಳು. ಅಡಿಗೆಮನೆಯಲ್ಲಿದ್ದ ಉಳಿದ ಮಕ್ಕಳು ಹಸಿದಿದ್ದವು. ಕತ್ತಲಾಗಿತ್ತು, ಚಳಿಯಿತ್ತು. ಮಗುವಿನ ದೇಹವನ್ನು ಕೆಳಗೆ ಮಲಗಿಸಿ ಆಕೆ ಅದರ ಕೈಕಾಲುಗಳನ್ನು ನೀವಿದಳು, ಅರೆತೆರೆದ ಕನಸುಗಣ್ಣುಗಳನ್ನು ಮುಚ್ಚಿದಳು. ತೀರಾ ಪುಟ್ಟದಾದ ಕೈಗಳಿಂದ ಶಿಲುಬೆಯ ನ್ಯಾಸ ಮಾಡಿಸಲು ಬರುತ್ತಿರಲಿಲ್ಲ.

ಆಕೆ ಅಡಿಗೆಮನೆಗೆ ಹೋಗಿ ರಾತ್ರಿಯ ಊಟ ತಯಾರಿಸಿದಳು, ಅವರೆಲ್ಲ ಉಂಡರು.

ಮಕ್ಕಳಿಗೆ ಹಾಸಿಗೆ ಹಾಸಿ ಆಕೆ ಅವರನ್ನು ಮಲಗಿಸಿದಳು. ಉಳಿದ ಕೆಲಸ ಮಾಡಲು ಜಿಮ್ ಹೊರಗೆ ಹೋದ. ಹಾಸಿಗೆಯಲ್ಲಿ ಬಿಡುಗಣ್ಣು ಬಿಟ್ಟು ಮಲಗಿದ್ದ ಮಕ್ಕಳ ಪಕ್ಕದಲ್ಲೇ ಆಕೆಯೂ ಮಲಗಿ ಅವರ ಹೆದರಿಕೆ ಓಡಿಸಲು ಪ್ರಯತ್ನಿಸಿದಳು. ಮೈತುಂಬ ಶಬ್ದಗಳ ಮಹಾಪೂರ ತುಂಬಿ ಹೊರಬರಲು ಹವಣಿಸುತ್ತಿದ್ದಂತೆ ಆಕೆಗೆ ಏನೋ ಹೇಳಬೇಕೆನಿಸುತ್ತಿತ್ತು. ದಟ್ಟವಾಗುತ್ತಿರುವ ಕತ್ತಲಲ್ಲಿ ಸ್ವಲ್ಪ-ಸ್ವಲ್ಪವೇ ಮರೆಯಾಗುತ್ತಿರುವ ತೊಟ್ಟಿಲಿನಲ್ಲಿಯ ಮಗುವಿನ ತಲೆ ಆಕೆಗೆ ಕಾಣುತ್ತಿತ್ತು. ಅದು ಈಗ ಶಾಂತವಾಗಿರುವಂತೆ ತೋರುತ್ತಿತ್ತು – ಸಂಕಟವಿಲ್ಲ, ಜ್ವರವಿಲ್ಲ, ಹಸಿವೆಯಿಲ್ಲ.

ಮಕ್ಕಳು ನಿಟ್ಟುಸಿರು ಬಿಟ್ಟು ಏನೋ ಅಂದುಕೊಳ್ಳುತ್ತ ಆಕೆಗೆ ಹೊಂದಿಕೊಂಡು ಮಲಗಿ ನಿದ್ರಿಸಿದವು. ಜಿಮ್ ಮರಳಿ ಬರಲೆಂದು ಆಕೆ ಕಾಯ್ದಳು. ಕೈಚಾಚಿ ಆಕೆ ತಂದೆಯಂತೆ ಹಟವಾದಿಯಾದ ಮೈಕೆಲ್‌ನ ಕಾಲುಗಳನ್ನೂ ರೂಥ್‌ಳ ಮೃದುವಾದ ಕೂದಲನ್ನೂ

ತಡವಿದಳು. ಇನ್ನು ವಸಂತ ಬರುವುದು, ಮಕ್ಕಳು ಕುಣಿದಾಡುವರು.

ಆಕೆಗೆ ನಿದ್ರೆ ಹತ್ತಿರಬೇಕು. ಮನೆಯೆಲ್ಲ ಮೌನವಾಗಿತ್ತು; ನಾಯಿ ಮೆಲ್ಲನೆ ಅಡಿಗೆಮನೆ ಪ್ರವೇಶಿಸಿತು. ಬಾತುಕೋಳಿಗಳ ಕೂಗು ಆಕಾಶದಲ್ಲಿ ಪ್ರತಿಧ್ವನಿಸುತ್ತಿತ್ತು. ಜಿಮ್ ಬರುತ್ತಿದ್ದದ್ದು, ಬಾಗಿಲಿಗೆ ಬಂದದ್ದು ಆಕೆಗೆ ಕೇಳಿಸಿತು. ಆತ ದೀಪ ಹೊತ್ತಿಸಿ, ಕಿರಿದು ಮಾಡಿ, ಸತ್ತ ಮಗುವಿನ ಕಡೆ ನೋಡಿದ್ದು ಆಕೆಗೆ ಕಾಣಿಸಿತು. ಹಳೆಯ ಕೋಟೊಂದರಿಂದ ಮಗುವಿನ ದೇಹವನ್ನು ಆತ ಮುಚ್ಚಿದ ಹಾಗೂ ದೀಪ ಆರಿತು ಹಾಗೂ ಆತ ಹಾಸಿಗೆ ಸೇರಿದ್ದು ಆಕೆಗೆ ಗೊತ್ತಾಯಿತು.

ಆಕೆ ಎದ್ದಳು. ತೊಟ್ಟಿಲಲ್ಲಿನ ಸತ್ತ ಮಗುವನ್ನು ದಾಟಿ ಮುಂದೆ ಹೋದಳು. ಮಗುವಿಗಿನ್ನೆಂದೂ ಹೊದ್ದು ಮಲಗಿಸುವ ಅವಶ್ಯಕತೆಯಿಲ್ಲ.

ಆಕೆ ಹಾಸಿಗೆಯಲ್ಲಿ ಆತನ ಪಕ್ಕಕ್ಕೆ ಮಲಗಿದಳು. ಆತ ಪಕ್ಕಕ್ಕೆ ಹೊರಳಿ ಬಲವಾದ ತನ್ನ ಕಾಲುಗಳಿಂದ – ಹರವಾದ ತನ್ನ ಎದೆಯಿಂದ ಆಕೆಯನ್ನು ಗಟ್ಟಿಯಾಗಿ ತಬ್ಬಿ ಹಿಡಿದುಕೊಂಡನು. ಆಕೆ ಅವನಲ್ಲಿ ಸೇರಿಹೋಗಲೆತ್ನಿಸುತ್ತ ಬಿಕ್ಕಿ-ಬಿಕ್ಕಿ ಅತ್ತಳು. ❍

○ ಥಿಯೊಡೊರ್ ಡ್ರೈಸರ್

ಕಣ್ಮರೆಯಾದ ಫೀಬೀ

ಅವರು ವಾಸವಾಗಿದ್ದದ್ದು ಒಂದು ಹಳ್ಳಿಯಲ್ಲಿ; ಹಿಂದೊಮ್ಮೆ ಅದು ಸಾಕಷ್ಟು ಊರ್ಜಿತಾವಸ್ಥೆಯಲ್ಲಿತ್ತು; ದಿನಗಳೆದಂತೆ ಜನಸಂಖ್ಯೆ ನಿಬಿಡವಾಗುವ ಬದಲು ವಿರಳವಾಗುತ್ತ ಹೊರಟ ಸಣ್ಣ ಪಟ್ಟಣವೊಂದರಿಂದ ಸುಮಾರು ಮೂರು ಮೈಲುಗಳಷ್ಟು ದೂರದಲ್ಲಿತ್ತು ಆ ಹಳ್ಳಿ. ಆ ಭಾಗದಲ್ಲಿ ಜನವಸತಿ ಅಷ್ಟಾಗಿ ಇರಲಿಲ್ಲ. ಮೈಲಿಗೊಂದು ಮನೆಯಂತೆ ಇದ್ದವು. ಸುತ್ತಲೂ ಗೋದಿಯ ಮತ್ತು ಜೋಳದ ಹೊಲಗಳು; ಬೇಸಾಯ ಮಾಡದ, ಹುಲ್ಲು ಇತ್ಯಾದಿ ಬೆಳೆದು ನಿಂತ ಭೂಮಿ. ಅವರ ಮನೆ ಅರ್ಧ ಕಟ್ಟಿಗೆಯದು, ಅರ್ಧ ಇಟ್ಟಿಗೆಯದಾಗಿತ್ತು. ಕಟ್ಟಿಗೆಯಿಂದ ಕಟ್ಟಿದ ಮನೆಯ ಭಾಗ ಹೆನ್ರಿಯ ಅಜ್ಜನಿಗೆ ಸೇರಿದ್ದ ಮೂಲ ಮನೆ. ಹೊಸ ಭಾಗ ಹೆನ್ರಿ ಇಪ್ಪತ್ತೊಂದು ವರ್ಷದವನಾಗಿದ್ದಾಗ, ಅದೇ ಹೊಸದಾಗಿ ಮದುವೆಯಾದಾಗ ಕಟ್ಟಿಸಿದ್ದು; ಆ ಹೊಸ ಭಾಗವೂ ಈಗ ಮಾಳಿಗೆಯೆಲ್ಲ ಮಳೆಯಲ್ಲಿ ನೆನೆದು ಹಳೆಯದಾಗಿ, ಚಳಿಗಾಳಿ ಒಳಗೆ ತೂರಿಬರುತ್ತಿತ್ತು. ಹೊರಗಡೆ ತುಂಬ ಹೂಗಿಡಗಳು – ಒಂದು ದೊಡ್ಡ ಮರ ಬೆಳೆದು ಮನೆಗೆ ಒಂದು ಥರಾ ಕಲಾತ್ಮಕವಾದ ಆದರೆ ದೀನವಾದ ರೂಪಕೊಟ್ಟಿತ್ತು, ಇಡಿಮನೆಯೇ ತೊಯ್ದು ನಿಂತ ಹಾಗಿತ್ತು.

ಅದಾದದ್ದು ನಲವತ್ತೆಂಟು ವರ್ಷಗಳ ಹಿಂದೆ. ಮನೆಯ ಹಾಗೆಯೆ ಮನೆಯೊಳಗಿನ ಪೀಠೋಪಕರಣಗಳು ಸಹ ಹಳೆಯವಾಗಿ ಬಣ್ಣಗೆಟ್ಟು ಹಿಂದಿನದನ್ನು ನೆನಪಿಸುತ್ತ ನಿಂತಂತಿದ್ದವು. ಉದ್ದನೆಯ ಕಾಲುಗಳ ಮೇಲೆ ನಕ್ಷೆಯ ಕೆಲಸ ಮಾಡಿದ ಚೆರಿ ಮರದ ಮೇಜನ್ನು ನೀವು ನೋಡಿರಬೇಕು. ಅಂಥದೊಂದು ಅಲ್ಲಿತ್ತು. ಹಳೆಯ ನಮೂನೆಯ ನಾಲ್ಕು ಮೂಲೆಯ ಮಂಚವೊಂದಿತ್ತು, ಅದಕ್ಕೆ ದುಂಡಗಿನ, ಆಳವಾಗಿ ಕೆತ್ತನೆಯ ಕೆಲಸ ಮಾಡಿದ ಬದಿಗಳಿದ್ದವು, ಜಾಕೋಬಿಯನ್ ಕಾಲದ ಪೂರ್ವಜನೊಬ್ಬನಿಗೆ ಸೇರಿದ್ದ ವ್ಯಥಿತ ರೂಪದ ಮಂಚವದು. ಚೆರಿ ಮರದ ದೊಡ್ಡ ಮೇಜು ಎತ್ತರವೂ ಅಗಲವೂ ಗಟ್ಟಿಮುಟ್ಟಾಗಿಯೂ ಇತ್ತು, ಆದರೆ ಹಳೆಯದಾಗಿ ಒಂದು ಥರಾ ವಾಸನೆಯಿಂದ ಕೂಡಿತ್ತು. ಈ ಎಲ್ಲ ಗಟ್ಟಿಮುಟ್ಟಾದ

ಉಪಕರಣಗಳ ಕೆಳಗೆ ಹಾಸಿದ್ದ ಹರಿದ ಜಮಖಾನೆ ಜೀರ್ಣವೂ ರೂಪಗೆಟ್ಟಿದ್ದೂ ಆಗಿತ್ತು. ಬೂದು ಗುಲಾಬಿ ಬಣ್ಣದ ಅದನ್ನು ಫೀಬೀ ಆ್ಯನ್‌ಳು ಸ್ವತಃ ತಾನು ಸಾಯುವ ಹದಿನೈದು ವರ್ಷಗಳ ಮೊದಲು ಹೆಣೆದಿದ್ದಳು. ಅದನ್ನು ಹೆಣೆದಿದ್ದ ಮರದ ಮಗ್ಗವು ಧೂಳುತುಂಬಿದ ಅಸ್ಥಿಪಂಜರದಂತೆ ನಿಂತಿತ್ತು. ಪಕ್ಕದಲ್ಲೊಂದು ಮುರಿದ ಆರಾಮಕುರ್ಚಿ, ಹುಳತಿಂದ ಬಟ್ಟೆಯ ಬೀರು, – ಎಷ್ಟು ಹಳೆಯದೋ ದೇವರಿಗೆ ಗೊತ್ತು – ಒಂದು ಕಾಲದಲ್ಲಿ ಹೊರಬಾಗಿಲಲ್ಲಿ ಹೂಗಳನ್ನಿಡಲು ಬಳಸುತ್ತಿದ್ದ ಸುಣ್ಣದ ಕಲೆಯಾದ ಬೆಂಚು, ಈ ಮುಖ್ಯಭಾಗದ ಆಚೆಗೆ ಪೂರ್ವಕ್ಕಿರುವ ಒಂದು ಕೋಣೆಯಲ್ಲಿ ಮನೆಗೆ ಉಪಯೋಗಿಸುವ ನೂರೆಂಟು ಹಾಳುಬಿದ್ದ ಸಾಮಾನುಗಳು. ಮುರಿದುಹೋದ ಉಳಿದ ಪೀಠೋಪಕರಣಗಳೆಲ್ಲಾ ಇಲ್ಲೇ ಇದ್ದವು: ಹಳೆಯದೊಂದು ಬಟ್ಟೆಗಳನ್ನು ಒಣಹಾಕುವ ಸ್ಟ್ಯಾಂಡು, ಅದರ ಎರಡೂ ಮೂಲೆಗಳು ಸೀಳಿದ್ದವು; ಅವರ ಕೊನೆಯ ಮಗ ಜೆರಿ ಸಾಯುವ ಮೂರು ದಿನಗಳ ಮೊದಲು ಗೋಡೆಯ ಮೇಲಿನ ಮೊಳೆಯಿಂದ ಬಿದ್ದು ಒಡೆದು ಹೋಗಿದ್ದ ಚೆರಿ ಮರದ ಚೌಕಟ್ಟಿನ ಕನ್ನಡಿ; ಒಂದು ಕಾಲಕ್ಕೆ ಬೆಲೆಬಾಳುವ ಪಿಂಗಾಣಿಯ ಹಿಡಿಕೆಗಳಿದ್ದ, ಹ್ಯಾಟುಗಳನ್ನು ತೂಗು ಹಾಕುವ ಬೀರು; ಹಾಗೂ ಹೊಸ ಮೆಶೀನುಗಳು ಬಂದಂತೆ ಹಳೆಯದಾಗಿ ಮುರಿದುಹೋಗಿ ಮೂಲೆ ಗುಂಪಾಗಿದ್ದ ಒಂದು ಹೊಲಿಗೆಯ ಯಂತ್ರ.

ಮನೆಯ ಪೂರ್ವಕ್ಕಿದ್ದ ತೋಟದಲ್ಲಿ ಹಳೆಯ ಸೇಬು ಗಿಡಗಳಿದ್ದವು. ಅವುಗಳ ಬೊಡ್ಡೆಗಳು–ಟೊಂಗೆಗಳಿಗೆಲ್ಲ ಹುಳ ಹತ್ತಿತ್ತು, ತುಂಬ ಬಿಳಿ–ಹಸಿರು ಬಣ್ಣದ ಪಾಚಿ ಹತ್ತಿತ್ತು. ಹೀಗಾಗಿ ಬೆಳುದಿಂಗಳಲ್ಲಿ ಅವು ಬೆಳ್ಳಿಯ ಹಾಗೆ ಮಿನುಗುತ್ತಿದ್ದವು. ಹಿಂದೊಮ್ಮೆ ಕೋಳಿಗಳು–ಕುದುರೆಗಳು–ಆಕಳು–ಹಂದಿಗಳನ್ನು ಸಾಕಿದ ತಗ್ಗಾದ ಹೊರ ಮನೆಗಳೀಗ ತುಂಬ ಕಾಡು–ಹುಲ್ಲು ಬೆಳೆದು, ಗೋಡೆಗಳೆಲ್ಲ ಬಣ್ಣಗೆಟ್ಟು ಒಂದು ನಮೂನೆ ಬೂದುಗಪ್ಪು ಬಣ್ಣ ತಳೆದು, ಜಿಗುಟಾಗಿದ್ದವು. ಮನೆಯೆದುರಿಗಿನ, ಕಟ್ಟಿಗೆಗಳನ್ನು ನೆಟ್ಟು ಮಾಡಿದ್ದ ಬೇಲಿಯೂ, ಅದಕ್ಕೆ ಜೋಡಿಸಿದ್ದ ವಾರೆಯಾಗಿದ್ದ ಕಿರಿಗುಟ್ಟುವ ಗೇಟೂ, ಬದಿಗೆ ಇದ್ದ ಕಟ್ಟಿಗೆಯ ಕಂಬ ಹಾಗೂ ತಂತಿಗಳ ಬೇಲಿಯೂ ಎಲ್ಲ ಜೀರ್ಣಾವಸ್ಥೆಯಲ್ಲಿದ್ದವು. ಆ ಮನೆಯಲ್ಲಿದ್ದ ಮುದುಕ ಹೆನ್ರಿ ರೈಫ್‌ಸ್ನೈಡರ್ ಹಾಗೂ ಆತನ ಹೆಂಡತಿ ಫೀಬೀ ಆ್ಯನ್‌ಳ ಜೊತೆಗೇ ಅವೆಲ್ಲ ಮುಪ್ಪಾಗಿದ್ದವು.

ಅವರಿಬ್ಬರೂ ತಮ್ಮ ಮದುವೆಯಾದ ಬಳಿಕ, ಕಳೆದ ನಲ್ವತ್ತೆಂಟು ವರ್ಷಗಳಿಂದಲೂ ಇಲ್ಲಿದ್ದರು. ಹೆನ್ರಿ ಅದಕ್ಕೂ ಮೊದಲು ತನ್ನ ಬಾಲ್ಯದಿಂದಲೂ ಇಲ್ಲೇ ಇದ್ದ. ಆತನಿನ್ನೂ ಚಿಕ್ಕವನಿದ್ದಾಗ ಆತ ಪ್ರೀತಿಸಿ ಮದುವೆಯಾಗಲು ನಿಶ್ಚಯಿಸಿದ್ದ ಹುಡುಗಿಯನ್ನು ಇಲ್ಲೇ ಕರೆತರಲು ಆತನ ಮುಪ್ಪಿನ ತಾಯಿ ತಂದೆಗಳು ಹೇಳಿದ್ದರು; ಆತ ಹಾಗೆಯೇ ಮಾಡಿದ್ದ. ಆತನ ಮದುವೆಯಾದ ಹತ್ತು ವರ್ಷಗಳವರೆಗೆ ಆತನ ತಾಯಿ-ತಂದೆಗಳು ಆತನಿಗೂ ಆತನ ಹೆಂಡತಿಗೂ ಒಳ್ಳೆಯ ಜೊತೆಗಾರರಾಗಿದ್ದರು; ಅನಂತರ ಅವರು ತೀರಿಕೊಂಡರು; ಆಗ ಉಳಿದವರು ಹೆನ್ರಿ ಹಾಗೂ ಫೀಬೀ ಹಾಗೂ ಬೆಳೆಯುತ್ತಲಿದ್ದ ಅವರ ಐವರು ಮಕ್ಕಳು. ಆ ಬಳಿಕ ಏನೇನೋ ಆಗಿಹೋಯಿತು. ಅವರಿಗೆ ಹುಟ್ಟಿದ ಒಟ್ಟು ಏಳು ಮಕ್ಕಳಲ್ಲಿ ಮೂವರು ಸತ್ತಿದ್ದರು; ಒಬ್ಬ ಮಗಳು ಕಾನ್ಸಾಸ್‌ಗೂ ಒಬ್ಬ ಮಗ ಸ್ಯೆಕ್ಸ್ ಫಾಲ್ಸ್‌ಗೂ ಹೋದವರು ತಿರುಗಿ ಪತ್ತೆಯಿಲ್ಲದಾಗಿದ್ದರು. ಒಬ್ಬಾತ ವಾಶಿಂಗ್ಟನ್‌ಗೆ ಹೋದನಂತೆ; ಕೊನೆಯ ಹುಡುಗಿ ಅದೇ ಪ್ರಾಂತದಲ್ಲೇ ಐದೂರುಗಳಾಚೆ ಇದ್ದಳಂತೆ, ಆದರೆ ತನ್ನ ತಾಪತ್ರಯಗಳಲ್ಲೇ ಮುಳುಗಿದ್ದ ಆಕೆ ಇವರ ಕಡೆ ತಿರುಗಿಯೂ ನೋಡಿರಲಿಲ್ಲ. ಕಾಲ ಕಳೆದಂತೆ ನೀರಸವಾದ ಆ ಮನೆಯಲ್ಲಿನ

ಜೀವನದಿಂದ ಬೇಸತ್ತು ಹೊರಟುಹೋಗಿದ್ದ ಮಕ್ಕಳು ಎಲ್ಲೆಲ್ಲೋ ಇದ್ದುಕೊಂಡಿದ್ದರು. ತಮ್ಮ ತಾಯಿ-ತಂದೆಯ ಬಗ್ಗೆ ಅವರೆಂದೂ ಯೋಚಿಸಲಿಲ್ಲ.

ಮುದುಕ ಹೆನ್ರಿ ರೈಫ್‌ಸ್ನೈಡರ್ ಹಾಗೂ ಆತನ ಹೆಂಡತಿ ಫೀಬೀ ತುಂಬ ಅನ್ಯೋನ್ಯವಾಗಿದ್ದರು. ಪರಿಸ್ಥಿತಿಯ ಕಠಿಣತೆಯಿಂದ ಕಂಗೆಟ್ಟು, ಜೀವನದಲ್ಲಿ ಬಂದದ್ದನ್ನೆಲ್ಲ ಮೂಕವಾಗಿ ಎದುರಿಸುವ ಸಿದ್ಧತೆಯಿಂದ ಬಿಗಿಯಾಗಿ ಕಲ್ಲಿಗೆ ಅಂಟಿಕೊಂಡ ಪಾಚಿಯಂತೆ ಅವರು ಪರಸ್ಪರ ಅಂಟಿಕೊಂಡಿದ್ದರು. ಜಗತ್ತು ವಿಶಾಲವೂ ಅದ್ಭುತವೂ ಆಗಿದೆ. ಆದರೆ ಅವರನ್ನು ಅದು ಕರೆಯುತ್ತಿರಲಿಲ್ಲ. ಅವರು ಪ್ರತಿಭಾವಂತರಾಗಿರಲಿಲ್ಲ. ಹಣ್ಣಿನ ತೋಟ, ಗದ್ದೆ, ಹೊಲ, ಹಂದಿಯ ದೊಡ್ಡಿ, ಕೋಳಿಗಳು - ಇಷ್ಟಕ್ಕೆ ಅವರ ಕಾರ್ಯಾಚರಣೆ ಸೀಮಿತವಾಗಿತ್ತು. ಗೋದಿ ಮಾಗಿದಾಗ ಅದನ್ನು ಕೊಯ್ದು ಹರವಲಾಗುತ್ತದೆ; ಕಾಳು ಒಣಗಿದಾಗ ಅದನ್ನು ರಾಶಿ ಮಾಡಿ ಕಣಜದಲ್ಲಿಡಲಾಗುತ್ತದೆ; ಹುಲ್ಲು ಒಣಗಿದಾಗ ಅದನ್ನು ಕೊಯ್ದು ಬಣವೆಯಲ್ಲಿ ಸೇರಿಸಲಾಗುತ್ತದೆ. ಅನಂತರ ಚಳಿಗಾಲ ಬರುತ್ತದೆ. ಆಗ ಕಾಳನ್ನು ಪೇಟೆಗೆ ಸಾಗಿಸಬೇಕು, ಕಟ್ಟಿಗೆ ಕಡಿದಿಡಬೇಕು, ಉರುವಲನ್ನು ಶೇಖರಿಸುವುದು-ಆಹಾರವನ್ನು ಕೂಡಿಡುವುದು-ಏನಾದರೂ ದುರಸ್ತಿ ಮಾಡುವುದು-ಒಮ್ಮೊಮ್ಮೆ ಪರಿಚಿತರನ್ನು ಭೆಟ್ಟಿಯಾಗುವುದು ಇತ್ಯಾದಿ ಮಾಡಬೇಕು. ಇದು ಬಿಟ್ಟರೆ, ಹಾಗೂ ಹಿಮ-ಮಳೆ-ಬಿಸಿಲು ಇತ್ಯಾದಿ ಋತುಗಳ ಬದಲಾವಣೆಗಳನ್ನು ಬಿಟ್ಟರೆ, ಮತ್ತೇನೂ ಹೇಳಿಕೊಳ್ಳುವಂಥದು ಇಲ್ಲವೇ ಇಲ್ಲ. ಉಳಿದ ಜೀವನವೆಲ್ಲ ಎಲ್ಲೋ ದಿಗಂತದಾಚೆ ಕಾಣುವ ಮಾಯಾಲೋಕದ ಭ್ರಮಿತ ಚಿತ್ರಗಳಿಂದ ತುಂಬಿಹೋಗಿರುತ್ತದೆ; ರಾತ್ರಿಯಲ್ಲಿ ದೂರದಿಂದ ಕಾಣುವ ಉತ್ತರದ ದೀಪಗಳಂತೆ ಮಿನುಗುತ್ತ, ದೂರದಲ್ಲಿ ಕೇಳಿಬರುವ ನದಿಗಳ ಕೊರಳ ಗಂಟೆಯಂತೆ ಶಬ್ದಹೀನ ಧ್ವನಿ ಹೊರಡಿಸುತ್ತ ಕಾಲ ಕಳೆದುಹೋಗುತ್ತದೆ.

ಮುದುಕ ದಂಪತಿ ಇಬ್ಬರಿಗೂ ಜಗತ್ತಿನಲ್ಲಿ ಬೇರೇನೂ ಇಲ್ಲದ್ದರಿಂದ ಒಬ್ಬರನ್ನೊಬ್ಬರು ಗಾಢವಾಗಿ ಪ್ರೀತಿಸುತ್ತಿದ್ದರು. ಆತ ತೆಳ್ಳಗಿನ ದೇಹದ, ವಿಚಿತ್ರ ಸ್ವಭಾವದ, ಬಿರುಸಾದ ಕಪ್ಪು-ಬಿಳಿ ಕೂದಲು ಹಾಗೂ ಗಡ್ಡದ, ಅಸ್ತವ್ಯಸ್ತ ಸ್ವರೂಪದ, ಎಪ್ಪತ್ತರ ಮುದುಕ. ನೀರಸವಾದ ಒದ್ದೆಯಾದ ಕಣ್ಣುಗಳಿಂದ ಆತ ನಿಮ್ಮತ್ತ ನೋಡುತ್ತಾನೆ. ಕಣ್ಣುಗಳ ಕೊನೆಗೆ ಕಂದುಬಣ್ಣದ ಕಾಗೆಯ ಕಾಲಿನಂಥ ಆಳವಾದ ಗೆರೆಗಳು. ಎಲ್ಲ ರೈತರ ಬಟ್ಟೆಗಳಂತೆ ಆತನ ಬಟ್ಟೆಗಳೂ ಹಳೆಯವಾಗಿ ಮುದುಡಿ ಮಾಸಿ, ಕಿಸೆಯೆಲ್ಲ ಹೊರಬಂದು, ಕುತ್ತಿಗೆಯ ಹತ್ತಿರ ನೇತುಬಿದ್ದು, ಮೊಳಕೈ-ಮೊಳಕಾಲುಗಳ ಹತ್ತಿರ ಉಬ್ಬಿ ಹರಿದುಹೋಗಿದ್ದವು. ಫೀಬೀ ಆ್ಯನ್‌ಳು ತೆಳ್ಳಗೆ ಆಕಾರಗೆಟ್ಟು, ಕಪ್ಪು ಬಣ್ಣದ ಹಳೆಯ ಬಟ್ಟೆ ತೊಟ್ಟು, ಆಗೀಗ ವಿಶೇಷ ಸಂದರ್ಭದಲ್ಲಿ ಹರಿದುಹೋದ ಕರಿಯ ಬಾನೆಟ್ ಧರಿಸುತ್ತಿದ್ದಳು. ದಿನಗಳೆದಂತೆ ಮನೆಯಲ್ಲಿ ಅವರಿಬ್ಬರೇ ಆಗಿದ್ದರಿಂದ ಅವರ ಚಲನೆ ನಿಧಾನವಾಗುತ್ತ, ಅವರ ಚಟುವಟಿಕೆಗಳು ಕಡಿಮೆಯಾಗುತ್ತ ನಡೆದಿತ್ತು. ಪ್ರತಿವರ್ಷ ಐದು ಹಂದಿಗಳನ್ನು ಸಾಕುತ್ತಿದ್ದುದು ಈಗ ಒಂದಕ್ಕೆ ಇಳಿದಿತ್ತು; ಹೆನ್ರಿಯ ಹತ್ತಿರ ಉಳಿದಿದ್ದ ಒಂದೇ ಕುದುರೆ ನಿದ್ರೆಯಲ್ಲಿದ್ದಂತೆ, ಬಡವಾಗಿ, ಹೊಲಸಾಗಿ ಕಾಣುತ್ತಿತ್ತು. ಒಂದು ಕಾಲಕ್ಕೆ ದೊಡ್ಡ ಸಂಖ್ಯೆಯಲ್ಲಿದ್ದ ಕೋಳಿ ಮರಿಗಳೀಗ ನರಿ-ಕಿರುಬಗಳ ಹಾವಳಿಯಿಂದಾಗಿ, ಸರಿಯಾದ ವ್ಯವಸ್ಥೆಯಿಲ್ಲದೆ ಉಂಟಾದ ರೋಗಗಳಿಂದಾಗಿ, ಪೂರಾ ಇಲ್ಲವಾಗಿದ್ದವು. ಒಮ್ಮೆ ನಳನಳಿಸುತ್ತಿದ್ದ ತೋಟವೀಗ ಸಾಕಷ್ಟು ಹಾಳುಬಿದ್ದಿತ್ತು, ಹಿಂದೆ ಕಿಟಕಿ-ಬಾಗಿಲು-ಅಂಗಳಗಳನ್ನಲಂಕರಿಸಿದ್ದ ಹೂಗಿಡಗಳೀಗ ಮುಳ್ಳುಕಂಟಿಗಳಾಗಿಬಿಟ್ಟಿದ್ದವು. ಕರ

ಕೊಟ್ಟು ಅಳಿದುಳಿದ ಆಸ್ತಿ, ಬದುಕಿ ಉಳಿದ ನಾಲ್ವರು ಮಕ್ಕಳಿಗೂ ಸಮನಾಗಿ ಸೇರಬೇಕೆಂದು ಉಯಿಲನ್ನು ಮಾಡಿಯಾಗಿತ್ತು, ಆದರೆ ಅವರ್‍ಯಾರಿಗೂ ಇದರಲ್ಲಿ ಆಸ್ಥೆಯಿರಲಿಲ್ಲ. ಇಷ್ಟಾಗಿಯೂ ಇವರಿಬ್ಬರೂ ಶಾಂತಿ-ಸಹಾನುಭೂತಿಯಿಂದ ಬದುಕಿದ್ದರು. ಇತ್ತೀಚೆಗೆ ಮಾತ್ರ ಹೆನ್ರಿ ಸದಾ ಕೋಪಿಸಿಕೊಳ್ಳುತ್ತಿದ್ದ, ತೀರಾ ಅಮುಖ್ಯವಾದ ಏನೋ ಒಂದನ್ನು ಸರಿಯಾಗಿಟ್ಟಿಲ್ಲವೆಂದೋ ಅಲಕ್ಷ್ಯವಾಗಿದೆಯೆಂದೋ ಗೊಣಗುತ್ತಿದ್ದ.

"ಫೀಬೀ, ನನ್ನ ಕುಡುಗೋಲೆಲ್ಲಿ ? ನನ್ನ ಸಾಮಾನೆಲ್ಲಾ ಸಿಕ್ಕಲ್ಲಿ ಚೆಲ್ಲಿ ಬಿಡ್ತೀಯಾ."

ಆತನ ಹೆಂಡತಿ ಕಿರುಚಲು ಧ್ವನಿಯಲ್ಲಿ ಎಚ್ಚರಿಸುತ್ತಿದ್ದಳು:

"ಸುಮ್ಮನಾಗು ಹೆನ್ರಿ, ಇಲ್ಲವಾದರೆ ನಾನು ನಿನ್ನನ್ನು ಬಿಟ್ಟು ಹೋಗ್ತೇನೆ. ಒಂದು ದಿನ ಇಲ್ಲಿಂದ ನಾನು ಹೊರಟೆದ್ದು ಹೋಗ್ತೇನೆ. ಆಗೇನು ಮಾಡ್ತೀ ನೀನು? ನನ್ನನ್ನು ಬಿಟ್ಟರೆ ನಿನಗೆ ಯಾರೂ ಇಲ್ಲ. ಸರಿಯಾಗಿ ನಡೆದುಕೋ. ನಿನ್ನ ಕಡುಗೋಲು ಯಾವಾಗಲೂ ಇರೋ ಆ ಕಪಾಟಿನ ಮೇಲಿನ ತನ್ನ ಜಾಗದಲ್ಲೇ ಇದೆ; ನೀನೇ ಎಲ್ಲಾದರೂ ಒಯ್ದು ಎತ್ತಿ ಹಾಕಿದ್ದರೆ ನನಗ್ಗೊತ್ತಿಲ್ಲ."

ತನ್ನ ಹೆಂಡತಿ ಎಂದೂ ತನ್ನನ್ನು ಬಿಟ್ಟುಹೋಗುವುದಿಲ್ಲೆಂದು ತಿಳಿದಿದ್ದ ಹೆನ್ರಿ ಒಂದೊಂದು ಸಲ ಆಕೆ ಸತ್ತರೆ ತಾನೇನು ಮಾಡಬಹುದೆಂದು ಯೋಚಿಸುತ್ತಿದ್ದ. ಆ ಯೋಚನೆಯಿಂದ ಆತನಿಗೆ ನಿಜವಾಗಿ ಭಯವಾಗುತ್ತಿತ್ತು. ಗೋಡೆಯ ಮೇಲಿನ ಹಳೆಯದಾದ ಗಡಿಯಾರಕ್ಕೆ ಕೀಲಿ ಕೊಡಲೆಂದು ರಾತ್ರಿ ಕುರ್ಚಿಯೇರುವಾಗ, ಹಿಂದಿನ-ಮುಂದಿನ ಬಾಗಿಲುಗಳು ಭದ್ರವಾಗಿವೆಯೇ ಅಂತ ಮಲಗುವ ಮುನ್ನ ಕೊನೆಯ ಸಲ ನೋಡುವಾಗ, ಫೀಬೀ ಇದ್ದಾಳೆನ್ನುವ ಸಮಾಧಾನವಿರುತ್ತಿತ್ತು ಆತನಿಗೆ; ಆಕೆ ಹಾಸಿಗೆಯ ಮೇಲೆ ತನ್ನ ಸ್ಥಳದಲ್ಲಿ ಮಲಗಿರುತ್ತಿದ್ದಳು; ರಾತ್ರಿ ಆತ ನಿದ್ರೆ ಬರದೆ ಹೊರಳಾಡಿದಾಗ ಏನು ಬೇಕೆಂದು ಕೇಳುತ್ತಿದ್ದಳು.

"ಸುಮ್ಮನೆ ಮಲಗಬಾರದೆ ಹೆನ್ರಿ ? ಕೋಳಿಮರಿಯಂತೆ ಹೀಗೇಕೆ ಒದ್ದಾಡ್ತಿ?"

"ಯಾಕೋ ನಿದ್ರೆ ಬರಲೊಲ್ಲದು ಫೀಬೀ."

"ಹಾಗಿದ್ದರೆ ಹಾಗೆ ಹೊರಳಾಡಬೇಡ. ನಾನಾದರೂ ನಿದ್ರೆ ಮಾಡಲು ಬಿಡು."

ಆಕೆ ಹಾಗೆಂದಾಗಲೇ ಆತನಿಗೆ ಹಾಯೆನಿಸುತ್ತಿತ್ತು. ರಾತ್ರಿ ಆಕೆಗೆ ನೀರು ಬೇಕಾದರೆ ಆತ ಗೊಣಗಿದರೂ ಸಂತೋಷದಿಂದಲೇ ಎದ್ದು ನೀರು ತಂದು ಕೊಡುತ್ತಿದ್ದ; ಬೆಳಿಗ್ಗೆ ಎದ್ದು ಆಕೆ ಬೇಗ ಒಲೆಗೆ ಉರಿ ಹಾಕುವುದಿದ್ದಾಗ ಆತ ಕಟ್ಟಿಗೆ ಕಡಿದು ಆಕೆಗೆ ಸಿಗುವಂತೆ ಹತ್ತಿರದಲ್ಲೇ ಇಟ್ಟಿರುತ್ತಿದ್ದ. ತಾವಿಬ್ಬರೂ ಪಾಲುಗೊಂಡ ಸರಳ ಜೀವನದ ಕೆಲಸಗಳನ್ನು ಅವರಿಬ್ಬರೂ ಸಮಾನವಾಗಿ ಹಂಚಿಕೊಂಡಿದ್ದರು.

ವರ್ಷಗಳು ಕಳೆದಂತೆ ಅವರ ಕಡೆ ಹೊರಗಿನವರು ಯಾರಾದರೂ ಬರುವುದು ತೀರಾ ಕಡಿಮೆಯಾಯಿತು. ಸುತ್ತಲಿನ ಹತ್ತು ಮೈಲಿಗಳಲ್ಲಿ ಅವರು ಮುದುಕ ಶ್ರೀ ಹಾಗೂ ಶ್ರೀಮತಿ ರೈಫ್‌ಸ್ನೈಡರ್ ಎಂದೂ, ಪ್ರಾಮಾಣಿಕರು-ಧಾರ್ಮಿಕರು ಎಂದೂ, ಆದರೆ ತೀರಾ ಮುದುಕರಾಗಿದ್ದರಿಂದ ಅಲಕ್ಷ್ಯರೆಂದೂ, ಗೊತ್ತಿತ್ತು. ಪತ್ರ ಬರೆಯುವುದು ಅಥವಾ ಬರೆಯಿಸುವುದು ಅವರಿಗೆ ಅನವಶ್ಯಕವೂ-ಅಕಾರಣವೂ-ಅಸಾಧ್ಯವೂ ಆಗಿತ್ತು; ತೀರಾ ಕ್ವಚಿತ್ತಾಗಿ ಪೆಂಬರ್‌ಟನ್ ಜಿಲ್ಲೆಯಲ್ಲಿನ ಮಗಳಿಂದ ಒಂದೊಂದು ಪತ್ರ ಬರುವುದಿತ್ತು. ಎಂದಾದರೊಮ್ಮೆ ಯಾರೋ ಹಳೆಯ ಸ್ನೇಹಿತರು ಸಿಹಿತಿಂಡಿ ಅಥವಾ ಕೇಕ್ ಅಥವಾ ಹುರಿದ ಕೋಳಿ ಅಥವಾ ಬಾತುಕೋಳಿಯೊಂದಿಗೆ ಅವರಲ್ಲಿಗೆ ಬರುತ್ತಿದ್ದರು: ಅಥವಾ ಅವರು ಹೇಗಿದ್ದಾರೆಂದು

ನೋಡಲು ಬರುತ್ತಿದ್ದರು; ಆದರೆ ಇಂಥ ಭೇಟಿಗಳೂ ಈಗ ತೀರಾ ಅಪರೂಪವಾಗಿಬಿಟ್ಟಿದ್ದವು.

ಶ್ರೀಮತಿ ರೈಫ್‌ಸ್ನೈಡರ್‌ಳಿಗೆ ಅರವತ್ನಾಲ್ಕು ವರ್ಷ ವಯಸ್ಸಾಗಿದ್ದಾಗ ವಸಂತಮಾಸದ ಮೊದಲ ದಿನಗಳಲ್ಲಿ ಆಕೆ ಬೇನೆ ಬಿದ್ದಳು. ಸಣ್ಣಗೆ ಜ್ವರ ಸುರುವಾದದ್ದು ವರ್ಣನಾತೀತ ನೋವಾಗಿ ಪರಿಣಮಿಸಿ ವಯಸ್ಸಾದ ಕಾರಣದಿಂದ ಗುಣವಾಗುವುದು ಅಸಾಧ್ಯವಾಯಿತು. ಮುದುಕ ಹೆನ್ರಿ ಪಕ್ಕದ ನಗರವಾದ ಸ್ವಿನರ್‌ಟನ್‌ಗೆ ಹೋಗಿ ಡಾಕ್ಟರನ್ನು ಕರೆತಂದ. ಕೆಲವು ಸ್ನೇಹಿತರೂ ಬಂದರು, ಆಕೆಯ ಆರೈಕೆ ಆತನ ಕೈತಪ್ಪಿ ಅವರಿಗೇ ಸೇರಿತು. ಅನಂತರ ತಣ್ಣಗಿನ ಒಂದು ರಾತ್ರಿ ಆಕೆ ಸತ್ತುಹೋದಳು, ಹಾಗೂ ದುಃಖ-ಕಾತರ-ಅನಿಶ್ಚಿತತೆಯಿಂದ ದಿಕ್ಕುತಪ್ಪಿದ ಮುದುಕ ಹೆನ್ರಿ ಸಮೀಪದಲ್ಲಿದ್ದ ಪೈನ್ ಮರಗಳು ಬೆಳೆದಿದ್ದ ಸ್ಮಶಾನಕ್ಕೆ ಆಕೆಯ ಹೆಣವನ್ನು ಕೊಂಡೊಯ್ದ. ಪೆಂಬರ್ ಟನ್‌ನಲ್ಲಿದ್ದ ಮಗಳ ಕಡೆ ಹೋಗುವುದು – ಅಥವಾ ಆಕೆಗೇ ಬರಹೇಳುವುದು ಏನೂ ಬೇಡವಾಗಿ ಆತ ದಣಿದು ಸೋತು ಹೋದಂತೆ ಸುಮ್ಮನೇ ಇದ್ದುಬಿಟ್ಟ. ಒಂದಿಬ್ಬರು ಸ್ನೇಹಿತರು ತಮ್ಮೊಡನೆ ಬಂದು ಕೆಲಕಾಲ ಇರಲು ಸೂಚಿಸಿದರೂ ಆತನಿಗದು ಸರಿಕಾಣಲಿಲ್ಲ, ಮುದುಕನೂ ದೃಢಮನಸ್ಕನೂ ಆಗಿದ್ದ ಆತ ತನ್ನ ಸುತ್ತಲಿನ ಹಳೆಯ ಪರಿಸರದೊಂದಿಗೆ ಗಾಢ ಸಂಬಂಧ ಹೊಂದಿದ್ದರಿಂದ ಅದನ್ನು ಬಿಟ್ಟು ಹೋಗುವ ವಿಚಾರವೇ ಆತನಿಗೆ ಅಶಕ್ಯವಾಗಿತ್ತು. ತನ್ನ ಫೀಬೀಯನ್ನು ಮಣ್ಣು ಮಾಡಿದ ಸ್ಥಳದ ಸಮೀಪವೇ ಇರಲು ಆತ ಬಯಸಿದ; ತಾನಿನ್ನು ಒಬ್ಬನೇ ಇರಬೇಕೆಂಬ ಚಿಂತೆಯೂ ಆತನನ್ನು ಕಾಡಲಿಲ್ಲ. ಬದುಕಿ ಉಳಿದ ಮಕ್ಕಳಿಗೆಲ್ಲ ಸುದ್ದಿ ತಿಳಿಸಲಾಯಿತು, ಅವರು ಆತನನ್ನು ಕರೆದರು, ಆದರೆ ಆತ ಎಲ್ಲಿಗೂ ಹೋಗಲಿಲ್ಲ. ತನ್ನ ಹೆಂಡತಿಯನ್ನು ನೋಡಲು ಬಂದಿದ್ದ ಡಾಕ್ಟರ್ ಮೋರೋಗೆ ಆತ ಹೇಳುತ್ತಲೇ ಇದ್ದ:

"ನಾನು ಹೇಗಾದರೂ ನಿಭಾಯಿಸಿಕೊಳ್ಳಬಲ್ಲೆ; ನಾನು ಅಡಿಗೆ ಮಾಡಿಕೊಳ್ಳಬಲ್ಲೆ, ಅಲ್ಲದೆ ಮುಂಜಾನೆಯ ಹೊತ್ತು ನನಗೆ ಒಂದಿಷ್ಟು ಬ್ರೆಡ್ ಹಾಗೂ ಕಾಫಿ ಆದರೂ ಸಾಕು. ನಾನು ಚೆನ್ನಾಗಿಯೇ ಇರ್ತೇನೆ. ನನ್ನನ್ನು ಹೀಗೇ ಇರಗೊಡಿ."

ಹೀಗೆ ಬಹಳ ಹೇಳಿಕೇಳಿಯಾದ ನಂತರ, ಉಪದೇಶದೊಂದಿಗೆ ಸಾಕಷ್ಟು ಕಾಫಿ-ಮಾಂಸ-ಬ್ರೆಡ್ ಇತ್ಯಾದಿ ಕೂಡ ತೆಗೆದುಕೊಳ್ಳುವುದು ಮುಗಿದನಂತರ, ಅವರೆಲ್ಲ ಆತನೊಬ್ಬನನ್ನೇ ಬಿಟ್ಟು ಹೊರಟುಹೋದರು. ಹಗಲಿನ ಬಿಸಿಲಲ್ಲಿ ಆತನೊಬ್ಬನೇ ಕೆಲಹೊತ್ತು ಬಾಗಿಲ ಹೊರಗೆ ಕೂತಿದ್ದ. ಹೊಲಗದ್ದೆ ಮಾಡುವುದರಲ್ಲಿ ಆತ ಮತ್ತೆ ಆಸಕ್ತಿ ಹುಟ್ಟಿಸಿಕೊಳ್ಳಲು ಪ್ರಯತ್ನಿಸಿದ, ಇತ್ತೀಚೆ ಅಲಕ್ಷಿಸಲಾಗಿದ್ದ ಹೊಲಗಳಲ್ಲಿ ಕೆಲಸಮಾಡಿ ಅಪ್ರಿಯವಾದುದನ್ನು ಮರೆಯಲು ಹೆಣಗಿದ, ಆದರೆ ಸಾಯಂಕಾಲವೋ ಮಧ್ಯಾಹ್ನವೋ ಮನೆಗೆ ಬಂದಾಗ ಫೀಬೀ ಜೊತೆ ಸಂಬಂಧ ಹೊಂದಿದ್ದ ಪ್ರತಿಯೊಂದು ವಸ್ತುವೂ ಇರುವ ಆದರೆ ಅವಳೇ ಇಲ್ಲದ ಸತ್ಯ ಮನಸ್ಸನ್ನು ಚುಚ್ಚುತ್ತಿತ್ತು. ಒಂದೊಂದಾಗಿ ಆತ ಅವಳ ವಸ್ತುಗಳನ್ನೆಲ್ಲಾ ಆಚೆಗೆ ಎತ್ತಿಟ್ಟ. ರಾತ್ರಿ ಆತ ದೀಪದ ಬಳಿ ಕೂತು ಆಗೀಗ ಯಾರೋ ತಂದುಕೊಟ್ಟ ಪತ್ರಿಕೆಗಳನ್ನೋ ಬಹಳ ವರ್ಷ ಅಲಕ್ಷಿಸಿದ್ದ ಬೈಬಲನ್ನೋ ಓದುತ್ತಿದ್ದ. ಆದರೆ ಇವುಗಳಿಂದ ಆತನಿಗೆ ಸಮಾಧಾನವೇನೂ ಸಿಗುತ್ತಿರಲಿಲ್ಲ. ಹೆಚ್ಚಾಗಿ ಬಾಯಿಯ ಮೇಲೆ ಕೈಯಿಟ್ಟುಕೊಂಡು ನೆಲವನ್ನೇ ನೋಡುತ್ತ ಆಕೆಗೆ ಏನಾಯಿತೆಂದು ಆತ ಯೋಚಿಸುತ್ತ ಕೂಡುತ್ತಿದ್ದ. ತಾನೂ ಬೇಗನೆ ಸಾಯಬೇಕಲ್ಲ ಅಂದುಕೊಳ್ಳುತ್ತಿದ್ದ. ಬೆಳಿಗ್ಗೆ ಕಾಫಿ ಮಾಡಿಕೊಳ್ಳುವುದು, ರಾತ್ರಿ ಒಂದಿಷ್ಟು ಮಾಂಸ ಹುರಿದು ಕೊಳ್ಳುವುದು ಎರಡನ್ನೂ ಆತ ಲಕ್ಷ್ಯಗೊಟ್ಟು ನಿರ್ವಹಿಸುತ್ತಿದ್ದ; ಆದರೀಗ ಆತನ ಹಸಿವೆಯೇ

ಇಂಗಿಹೋಗಿತ್ತು. ಇಷ್ಟು ದಿನ ವಾಸಿಸಿದ್ದ ಗೂಡು ಈಗ ಬರಿದೋಬರಿದು ಎನಿಸುತ್ತಿತ್ತು. ಅದರ ತುಂಬ ದುಃಖದ ಕರಿನೆರಳುಗಳು ತುಂಬಿದಂತೆನಿಸುತ್ತಿತ್ತು. ಹೀಗಾಗಿ ಆತ ಐದು ತಿಂಗಳುಗಳನ್ನು ಹೇಗೋ ತೀರಾ ಕಷ್ಟದಲ್ಲಿ ಕಳೆದ, ಆಮೇಲೆ ಮಾತ್ರ ಬದಲಾವಣೆ ಸುರುವಾಯಿತು.

ಒಂದು ರಾತ್ರಿ ಆತ ಹಿಂದಿನ–ಮುಂದಿನ ಬಾಗಿಲುಗಳನ್ನು ಹಾಕಿ, ಗಡಿಯಾರಕ್ಕೆ ಕೀಲಿಕೊಟ್ಟು, ದೀಪ ಆರಿಸಿ, ಎಷ್ಟೋ ವರ್ಷಗಳಿಂದ ಅಭ್ಯಾಸವಾಗಿದ್ದ ಆ ಎಲ್ಲ ಕ್ರಿಯೆಗಳನ್ನು ಮುಗಿಸಿ, ಮಲಗುವ ಉದ್ದೇಶಕ್ಕಿಂತ ಹೆಚ್ಚಾಗಿ ವಿಚಾರ ಮಾಡುವ ಉದ್ದೇಶದಿಂದ ಹಾಸಿಗೆ ಸೇರಿದ. ಹೊರಗೆ ಬೆಳದಿಂಗಳಿತ್ತು. ಆತನ ಹಾಸಿಗೆಯಿಂದ ಕಾಣುತ್ತಿದ್ದ ಪಾಚಿಗಟ್ಟಿದ ಹೊರಗಿನ ತೋಟ ಬೆಳ್ಳಿಯ ಬೆಳಕಿನಲ್ಲಿ ರಮಣೀಯವಾಗಿತ್ತು. ಪೂರ್ವದ ಕಿಟಕಿಯಿಂದ ತೂರಿ ಬರುತ್ತಿದ್ದ ಬೆಳದಿಂಗಳಿಂದಾಗಿ ಕಿಟಕಿಯ ಸಲಾಕೆಗಳ ನೆರಳು ನೆಲದ ಮೇಲೆ ಬಿದ್ದಿತ್ತು; ಆತನಿಗೆ ಚಿರಪರಿಚಿತವಾಗಿದ್ದ ಪೀಠೋಪಕರಣಗಳ ಮೇಲೆಲ್ಲ ಮಸಕು ಬೆಳಕು ಬಿದ್ದಿತ್ತು, ಎಂದಿನಂತೆ ಆತ ಫೀಬೀಯ ಬಗ್ಗೆ, ಯೌವನದಲ್ಲಿ ತಾವಿಬ್ಬರೂ ಜೊತೆಯಾಗಿ ಕಳೆದ ದಿನಗಳ ಬಗ್ಗೆ, ಹೊರಟು ಹೋದ ಮಕ್ಕಳ ಬಗ್ಗೆ, ತನ್ನ ದಾರುಣ ವರ್ತಮಾನದ ಬಗ್ಗೆ ಯೋಚಿಸುತ್ತಿದ್ದ. ಮನೆಯ ಸ್ಥಿತಿ ತೀರಾ ಹದಗೆಟ್ಟಿತ್ತು. ಹಾಸಿಗೆ–ಹೊದಿಕೆಗಳೆಲ್ಲ ಹೊಲಸಾಗಿ ಚೆಲ್ಲಾಪಿಲ್ಲಿಯಾಗಿದ್ದವು, ಆತನಿಗೆ ಬಟ್ಟೆ ಒಗೆಯಲು ಬರುತ್ತಿರಲೇ ಇಲ್ಲ. ಅದೊಂದು ಭಯಂಕರ ಅನುಭವ ಆತನ ಪಾಲಿಗೆ. ಛಾವಣಿ ಸೋರುತ್ತಿತ್ತು, ಹಲವಾರು ವಸ್ತುಗಳು ವಾರಗಟ್ಟಲೆ ಹಸಿಹಸಿಯಾಗಿರುತ್ತಿದ್ದವು. ಆದರೆ ಏನೂ ಕೆಲಸ ಮಾಡಲೂ ಸಾಧ್ಯವಾಗದಂಥ ನಿಷ್ಕ್ರಿಯ ವೇದನೆಯೊಂದು ಆತನನ್ನಾವರಿಸಿದ್ದರಿಂದ ಆತ ಎಲ್ಲವನ್ನು ಸುಮ್ಮನೇ ಎದುರಿಸುತ್ತಿದ್ದ. ಮೌನವಾಗಿ ಆಚೀಚೆ ಶತಪಥ ಹಾಕುವುದು ಹಾಗೂ ಕೂತು ವಿಚಾರ ಮಾಡುವುದು–ಇಷ್ಟೇ ಆತನಿಗೆ ಪ್ರಿಯವಾಗಿತ್ತು.

ಆ ರಾತ್ರಿ ಹನ್ನೆರಡರ ಸುಮಾರಿಗೆ ನಿದ್ದೆ ಹೋಗಿ ಮತ್ತೆ ಎರಡು ಗಂಟೆಗೆಲ್ಲ ಆತ ಎಚ್ಚರಗೊಂಡಿದ್ದ. ಚಂದ್ರನೀಗ ಪಶ್ಚಿಮಕ್ಕೆ ಹೋಗಿದ್ದರಿಂದ ಕೂಡ್ರುವ ಕೋಣೆ ಹಾಗೂ ಅದರಾಚೆಯ ಅಡಿಗೆಮನೆಗೆ ಬೆಳದಿಂಗಳು ಬಂದಿತ್ತು. ಅಲ್ಲಿಂದ ಕಾಣುವ ಒಂದು ಬಗೆಯ ದೃಶ್ಯ – ಮೇಜಿನ ಹತ್ತಿರದ ಆ ಕುರ್ಚಿ, ಕುರ್ಚಿಯ ಮೇಲಿನ ಆತನ ಕೋಟು, ಅರೆತೆರೆದ ಅಡಿಗೆಮನೆಯ ಬಾಗಿಲು, ಪತ್ರಿಕೆಯೊಂದರ ಹತ್ತಿರವಿದ್ದ ಲಾಟೀನು – ಎಲ್ಲ ಸೇರಿ ಒಮ್ಮೆಲೆ ಅವನಿಗೆ ಫೀಬೀ–ಬದುಕಿದ್ದಾಗ ಆಕೆ ಯಾವಾಗಲೂ ಕೂತಿರುತ್ತಿದ್ದಂತೆ – ಆ ಮೇಜಿನ ಬಳಿ ಕೂತಂತೆ ಅನಿಸಿತು. ಆತನಿಗೆ ಒಂದುಕ್ಷಣ ಆಘಾತವಾಯಿತು. ಇದು ಅವಳೇನೇ – ಅಥವಾ ಅವಳ ದೆವ್ವವೇ? ಆತನಿಗೆ ದೆವ್ವಗಳಲ್ಲಿ ನಂಬಿಗೆಯಿರಲಿಲ್ಲ; ಆದರೂ ಆತ ಕೂತಲ್ಲಿಂದಲೇ ನೆಟ್ಟ ನೋಟದಿಂದ ಮಸುಕು ಬೆಳಕಿನಲ್ಲಿ ಆಕೆಯ ಕಡೆ ನೋಡಿದ. ಆತನ ಕೂದಲು ನಿಮಿರಿ ನಿಂತಿದ್ದವು. ಆತ ಎದ್ದುಕೂತ. ಆ ಆಕೃತಿ ಅಲ್ಲಿಂದ ಕದಲಲಿಲ್ಲ. ಕಾಲುಗಳನ್ನು ಹಾಸಿಗೆಯಿಂದ ಕೆಳಗೆ ಇಳಿಬಿಟ್ಟು, ಇದು ನಿಜವಾಗಿಯೂ ಫೀಬೀ ಇರಬಹುದೇ ಎಂದು ಯೋಚಿಸುತ್ತ ಆತ ಕೂತ. ಹಿಂದೆ ಅನೇಕ ಸಲ ಅವರಿಬ್ಬರೂ ದೆವ್ವಗಳ–ಪ್ರೇತಗಳ–ಶಕುನಗಳ ಬಗ್ಗೆ ಚರ್ಚಿಸಿದ್ದರು; ಅವುಗಳ ಅಸ್ತಿತ್ವದಲ್ಲಿ ಅವರಿಗೆ ನಂಬಿಗೆಯೇ ಇರಲಿಲ್ಲ. ಸತ್ತ ಬಳಿಕ ಪ್ರೇತಾತ್ಮವಾಗಿ ಭೂಮಿಯ ಮೇಲೆ ತಿರುಗಿ ಬರಬೇಕೆಂಬ ಆಸೆ ಆತನ ಹೆಂಡತಿಗೆ ಎಂದೂ ಇರಲಿಲ್ಲ. ಸಾವಿನ ನಂತರದ ಜೀವನದ ಬಗ್ಗೆ ಅವಳಿಗಿದ್ದ ಕಲ್ಪನೆಯೇ ಬೇರೆಯಾಗಿತ್ತು – ಅಸ್ಪಷ್ಟವಾದ ಒಂದು ಸ್ವರ್ಗ, ಒಳ್ಳೆಯವರು ಅಲ್ಲಿಗೆ ಒಮ್ಮೆ ಹೋದರೆ ತಿರುಗಿ ಬರಬೇಕಾದುದಿರಲಿಲ್ಲ.

ಆದರೂ ಆಕೆ ಈಗ ಹೀಗೆ ಬಂದಿದ್ದಳು. ಅದೇ ಕಪ್ಪು ಸ್ಕರ್ಟು ಹಾಗೂ ಬೂದು ಬಣ್ಣದ ಶಾಲು, ಬೆಳದಿಂಗಳಲ್ಲಿ ಕೊರೆದಂತೆ ಕಾಣುವ ಮುಖಭಾಗ. ದೇಹವಿಡೀ ಕಂಪಿಸುತ್ತ, ತೆಳ್ಳನ್ನ ಕೈಯನ್ನು ಮುಂದೆ ಬಾಚಿ ಆತ ಕೂಗಿದ:

"ಫೀಬೀ, ನೀನು, ವಾಪಸು ಬಂದು ಬಿಟ್ಟೆಯಾ?"

ಆ ಆಕೃತಿ ಕದಲಲಿಲ್ಲ. ಆತ ಎದ್ದು ಅದರತ್ತಲೇ ನೋಡುತ್ತ ಸಂಶಯದಿಂದ ಬಾಗಿಲ ಕಡೆ ಹೆಜ್ಜೆ ಹಾಕಿದ. ಆತ ತೀರಾ ಸಮೀಪ ಹೋದಾಗ ಆ ಆಕೃತಿ ಕರಗಿ ಅಲ್ಲಿ ಬರೀ ಆತನ ಕೋಟು, ಆ ಕುರ್ಚಿ, ದೀಪ, ಬಾಗಿಲು ಇಷ್ಟೇ ಆಗಿ ಉಳಿದಿತ್ತು. ಆತ ಬಾಯಿ ತೆರೆದು ಅಂದುಕೊಂಡ, 'ಓಹ್, ನಾನು ಖಂಡಿತ ಆಕೆಯನ್ನು ನೋಡಿದೆ.' ಆತ ತನ್ನ ತಲೆಗೂದಲ ಮೇಲೆ ಕೈಯಾಡಿಸಿಕೊಂಡ, ಆತನ ಉದ್ವಿಗ್ನತೆ ಕಡಿಮೆಯಾಯಿತು. ಅದು ಕಾಣದಂತಾಗಿದ್ದರಿಂದ ಆಕೆ ಮರಳಿ ಬಂದರೂ ಬರಬಹುದೆಂದು ಆತನಿಗೆ ಆಸೆ ಹುಟ್ಟಿತು.

ಮತ್ತೊಂದು ರಾತ್ರಿ, ಈ ಮೊದಲ ಅನುಭವದ ಭ್ರಮೆಯಿಂದಾಗಿ, ಆತನ ವೃದ್ಧಾಪ್ಯದಿಂದಾಗಿ, ಆತ ಆಕೆಯ ಬಗೆಗೇ ಸದಾ ಯೋಚಿಸುತ್ತಿದ್ದರಿಂದಾಗಿ, ಆತ ಹಾಸಿಗೆಯ ಬಳಿಯ ಕಿಟಿಕಿಯಿಂದ ಹೊರ ನೋಡಿದಾಗ ಕೋಳಿಯ ಮನೆ-ಹಂದಿಯ ದೊಡ್ಡಿ-ಬಂಡಿಯ ಶೆಡ್ ಇವುಗಳಾಚೆಗೆ, ನೆಲದಿಂದೇಳುತ್ತಿರುವ ವಿಚಿತ್ರವಾದ ಮಂಜಿನ ಹೊಗೆಯ ಮಧ್ಯೆ, ಆಕೆ ಮತ್ತೆ ಕಾಣಿಸಿದಳೆಂದು ಆತನಿಗನಿಸಿತು. ಹೆಚ್ಚು ಉಷ್ಣತಾಮಾನದಿಂದೊಡಗೂಡಿದ ಹಗಲಿನ ಅನಂತರದ ತಣ್ಣಗಿನ ರಾತ್ರಿಯಾಗಿತ್ತು ಅದು; ನೆಲದಿಂದೆದ್ದು ಆಕಾಶದಲ್ಲಿ ಮರೆಯಾಗುವ ಮಂಜಿನ ಹೊಗೆಯ ತೆರೆಗಳು ಅವು. ಆಕೆ ಬದುಕಿದ್ದಾಗ ಯಾವಾಗಲೂ ಅಡಿಗೆಮನೆಯ ಬಾಗಿಲಿಂದ ಈ ಸ್ಥಳಕ್ಕೆ ಬಂದು ಹಂದಿಗಳಿಗೆ ಅಳಿದುಳಿದ ಆಹಾರವನ್ನೆಸೆಯುತ್ತಿದ್ದಳು. ಈಗ ಆಕೆ ಮತ್ತೆ ಇಲ್ಲಿಗೆ ಬಂದಿದ್ದಳು. ಆತ ಎದ್ದು ಕೂತು ಆ ಕಡೆ ವಿಚಿತ್ರವಾಗಿ ನೋಡಿದ; ಹಿಂದಿನ ಅನುಭವದಿಂದಾಗಿ ಸ್ವಲ್ಪ ಸಂಶಯವೆನಿಸಿದರೂ ದೇಹವಿಡೀ ಹರಡಿಕೊಂಡು ಅವ್ಯಕ್ತ ಕಂಪನದಿಂದಾಗಿ ಸತ್ತವರ ಆತ್ಮಗಳು ನಿಜವಾಗಿಯೂ ತಿರುಗಿ ಬರುತ್ತವೆಂದು ಆತನಿಗೆ ನಂಬಿಗೆಯೆನಿಸುತ್ತಿತ್ತು! ತನ್ನ ಏಕಾಕಿತನದ ಬಗ್ಗೆ ಚಿಂತೆಯಾಗಿ ತನ್ನ ಬಗ್ಗೆ ಬಹಳ ಕಾಳಜಿಯಿದ್ದ ಫೀಬೀ ಹೀಗೆ ತಿರುಗಿ ಬಂದಿರಲೂಬಹುದೆಂದು ಅನಿಸುತ್ತಿತ್ತು. ಅವಳಿಗೆ ಬೇರೇನು ದಾರಿಯಿತ್ತು? ತನ್ನ ಭಾವನೆಗಳನ್ನು ಅವಳು ಇನ್ನು ಹೇಗೆ ತೋರಿಸಿಕೊಳ್ಳಬೇಕಿತ್ತು? ದಯಾಳುವೂ ಪ್ರೇಮಲಳೂ ಆದ ಆಕೆ ಹೀಗೆ ಬರುವುದು ಸಹಜವೇ ಆಗಿತ್ತು. ಆತ ಒಮ್ಮೆ ಸಣ್ಣಗೆ ನಡುಗಿ ಆತುರದಿಂದ ಆ ಕಡೆ ನೋಡಿದ; ಆದರೆ ಮೆಲ್ಲಗೆ ಬೀಸುತ್ತಿದ್ದ ಗಾಳಿಗುಂಟ ಅದು ಬೇಲಿಯ ಕಡೆ ಸರಿದುಹೋಗಿ ಕಾಣದಂತಾಯಿತು.

ಮೂರನೆಯ ಸಲ, ಸುಮಾರು ಹತ್ತು ದಿನಗಳ ಅನಂತರ, ಆತ ಮಲಗಿ ನಿದ್ರಿಸಿ ಕನಸು ಕಾಣುತ್ತಿದ್ದಾಗ ಆಕೆ ಬಂದು ಆತನ ಪಕ್ಕದಲ್ಲಿ ಕೂತು ಆತನ ತಲೆಯ ಮೇಲೆ ಕೈಯಿಟ್ಟಳು.

"ಪಾಪ ಹೆನ್ರಿ, ನಿನಗೆಷ್ಟು ಕಷ್ಟ!" ಅಂದಳು.

ಆತ ತಟ್ಟನೆ ನಿದ್ದೆಯಿಂದೆದ್ದ, ಮಲಗುವ ಕೋಣೆಯಿಂದ ಕೂಡ್ರುವ ಕೋಣೆಯ ಕಡೆ ಹೋದಂತೆನಿಸಿದ ಆಕೆಯ ಕಪ್ಪುನೆರಳನ್ನು ನೋಡಿದ. ಮಬ್ಬಾಗತೊಡಗಿದ್ದ ಅವಳ ಆಕೃತಿಯ ಬಾಹ್ಯರೇಖೆಗಳ ಗುಂಟ ಬೆಳಕಿನ ಕಿರಣಗಳು ಮಿಂಚುತ್ತಿರುವಂತೆ ಕಾಣಿಸಿತು. ಆತ ಎದ್ದು ಆ ತಣ್ಣಗಿನ ಕೋಣೆಯಲ್ಲಿ ಫೀಬೀ ಮರಳಿ ತನ್ನೆಡೆಗೆ ಬರುತ್ತಿದ್ದಾಳೆಂದು ನಂಬಿ ತಿರುಗಾಡ ತೊಡಗಿದ. ತಾನು ಆಳವಾಗಿ ಯೋಚಿಸಿದರೆ, ಆಕೆ ತನಗೆ ಅತ್ಯವಶ್ಯಳೆಂದು ನಿಜವಾಗಿ ಬಲವಾಗಿ ನಂಬಿದರೆ, ಈ ಕರುಣಾಮಯೀ ಹೆಂಡತಿ ನಿಜವಾಗಿಯೂ ತಿರುಗಿ ಬಂದು

ಮುಂದೇನು ಮಾಡಬೇಕೆಂದು ತನಗೆ ಹೇಳಬಹುದು ಎಂದು ಆತ ಭಾವಿಸಿದ. ಆಕೆ ತನ್ನ ಜೊತೆಗೆ ಬಹಳಷ್ಟು ಹೊತ್ತು, ಬಹುಶಃ ರಾತ್ರೆಯೆಲ್ಲ, ಇರಬಹುದು; ಹಾಗಾದರೆ ಈ ಕಿತ್ತು ತಿನ್ನುವ ಏಕಾಕಿತನದ ನೋವು ಎಷ್ಟೋ ಸಹ್ಯವಾಗಬಹುದು.

ವಯಸ್ಸಾಗಿ ಅಶಕ್ತನಾದ ಮನುಷ್ಯನ ಮಟ್ಟಿಗೆ ಕಲ್ಪನೆಯ ಸೂಕ್ಷ್ಮತೆ ಹಾಗೂ ಶುದ್ಧ ಭ್ರಮೆ ಇವೆರಡರಲ್ಲಿ ಬಹಳೇನೂ ಅಂತರವಿರುವುದಿಲ್ಲ. ಹೀಗಾಗಿ ಬಹಳ ಬೇಗನೆ ಹೆನ್ರಿಯ ಮನಃಸ್ಥಿತಿ ಒಂದು ಸ್ತರದಿಂದ ಮತ್ತೊಂದು ಸ್ತರಕ್ಕೆ ಸ್ಥಳಾಂತರ ಮಾಡಿತು. ಪ್ರತಿ ರಾತ್ರಿ ಆತ ಅವಳ ಬರವಿಗಾಗಿ ಕಾಯ್ದ. ಒಮ್ಮೆ ರಾತ್ರಿ ವಿಕ್ಷಿಪ್ತ ಮನಃಸ್ಥಿತಿಯಲ್ಲಿದ್ದಾಗ ಆತನಿಗೆ ಕೋಣೆಯಲ್ಲಿ ಮಸುಕಾದ ಬೆಳಕೊಂದು ಹರಿದಾಡಿದಂತೆನಿಸಿತು. ಮತ್ತೊಮ್ಮೆ ಕತ್ತಲಾದ ಅನಂತರ ಹೊರಗಿನ ತೋಟದಲ್ಲಿ ಆಕೆ ತಿರುಗಾಡುತ್ತಿದ್ದುದು ಕಾಣಿಸಿದಂತಾಯಿತು. ಕೊನೆಗೊಂದು ಮುಂಜಾನೆ ಈ ಸ್ಥಿತಿ ತೀರಾ ಅಸಹ್ಯವಾದಾಗ ಆತ ಆಕೆ ಸತ್ತೇ ಇಲ್ಲವೆಂಬ ನಂಬಿಕೆಯೊಂದಿಗೆ ನಿದ್ದೆಯಿಂದ ಎಚ್ಚೆತ್ತ. ಆತ ಹೇಗೆ ಈ ನಿರ್ಧಾರಕ್ಕೆ ಬಂದನೋ ಹೇಳುವುದು ಕಠಿಣ. ಆತನಿಗೆ ಬುದ್ಧಿ ಪೂರ್ಣ ವಿಕಲ್ಪವಾಗಿಬಿಟ್ಟಿತ್ತು. ಅವನ ಮನಸ್ಸಿನಲ್ಲಿ ಒಂದು ನಿಶ್ಚಿತ ಭ್ರಮೆ ಮೂಡಿತ್ತು: ಆತನಿಗೂ ಫೀಬೀಗೂ ವ್ಯರ್ಥಕಾರಣವೊಂದಕ್ಕಾಗಿ ಜಗಳವಾಗಿತ್ತು. ತನ್ನ ಪೈಪ್‌ಅನ್ನು ಎಂದಿನ ಜಾಗದಲ್ಲಿಟ್ಟಿಲ್ಲವೆಂದು ಆತ ಅವಳನ್ನು ಬೈದಿದ್ದರಿಂದ ಆಕೆ ಮನೆಬಿಟ್ಟು ಹೊರಟುಹೋಗಿದ್ದಳು. ಆತ ಸರಿಯಾಗಿ ವರ್ತಿಸದಿದ್ದರೆ, ಆತನನ್ನು ಬಿಟ್ಟು ಹೋಗುವೆನೆಂದು ಹಿಂದೆಲ್ಲ ಆಕೆ ಸದಾ ಬೆದರಿಕೆ ಹಾಕುತ್ತಿದ್ದುದು ಇಂದು ನಿಜವಾಗಿಬಿಟ್ಟಿತ್ತು.

"ನೀನು ಎಲ್ಲಿದ್ದರೂ ನಾನು ಹುಡುಕಿಹಿಡಿಯಬಲ್ಲೆ," ಆತ ಯಾವಾಗಲೂ ಅನ್ನುತ್ತಿದ್ದ. ಆಗೆಲ್ಲ ಆಕೆ ಮರುಬೆದರಿಕೆ ಹಾಕುತ್ತಿದ್ದಳು:

"ಎಂದಾದರೂ ನಾನು ನಿನ್ನನ್ನು ಬಿಟ್ಟು ಹೋದರೆ ನೀನು ನನ್ನನ್ನು ಹುಡುಕಲಾರೆ. ನಿನಗೆ ಸಿಗಲಾರದ ಸ್ಥಳವೊಂದು ಎಲ್ಲಾದರೂ ನನಗೆ ಸಿಕ್ಕೇ ಸಿಗ್ತದೆ."

ಆ ಮುಂಜಾನೆ ಎದ್ದೊಡನೆ ಆತ ವಾಡಿಕೆಯಂತೆ ಒಲೆಗೆ ಉರಿ ಹಾಕಲಿಲ್ಲ, ಎಂದಿನಂತೆ ಕಾಫಿ ತಯಾರಿಸಲು, ಬ್ರೆಡ್ ಅಣಿ ಮಾಡಲು ಹೋಗಲಿಲ್ಲ. ಆದರೆ ಆಕೆಯನ್ನು ಎಲ್ಲಿ ಹುಡುಕುವುದೆಂದು, ಮರಳಿ ಬರಲು ಹೇಗೆ ಆಕೆಯ ಮನವೊಲಿಸುವುದೆಂದು ವಿಚಾರಿಸತೊಡಗಿದ. ಇದ್ದ ಒಂದು ಕುದುರೆ ಅನವಶ್ಯಕ ತೊಂದರೆಯಾಗಿ ಭಾರವಾಗಿ ತೋರಿದ್ದರಿಂದ ಅದನ್ನಾತ ಮಾರಿಬಿಟ್ಟಿದ್ದ. ಬಟ್ಟೆ ತೊಟ್ಟು, ಮೃದುವಾದ ಹ್ಯಾಟ್ ಧರಿಸಿ, ಆಸಕ್ತಿ–ನಿರ್ಧಾರದೊಂದಿಗೆ ಬಾಗಿಲ ಹಿಂದಿನ ಕಪ್ಪು ಹಿಡಿಯ ಕೈಗೋಲನ್ನು ತೆಗೆದುಕೊಂಡು ಆತ ಅಕ್ಕಪಕ್ಕದ ಮನೆಯವರಲ್ಲಿ ಆಕೆಯ ಬಗ್ಗೆ ವಿಚಾರಿಸಲೆಂದು ಹೊರಹೊರಟ, ಆತ ನಡೆಯುತ್ತಿದ್ದಂತೆ ಹಳೆಯದಾದ ಆತನ ಬೂಟುಗಳು ಧೂಳಿನಲ್ಲಿ ಸಪ್ಪಳ ಮಾಡುತ್ತಿದ್ದವು, ಆತನ ಹ್ಯಾಟಿನ ಅಡಿಯಿಂದ ಈಗ ಸಾಕಷ್ಟು ಉದ್ದ ಬೆಳೆದಿದ್ದ ಕಪ್ಪು – ಬಿಳಿ ಬಣ್ಣದ ಕೂದಲು ಹೊರಬಂದು ಮನಬಂದಂತೆ ಹಾರಾಡುತ್ತಿದ್ದವು. ಆತನ ಚಿಕ್ಕ ಕೋಟು ಭರದಿಂದ ಅಲ್ಲಾಡುತ್ತಿತ್ತು. ಆತನ ಮುಖವೂ ಕೈಗಳೂ ತಣ್ಣಗಾಗಿ ನಿಸ್ಸತ್ವವಾಗಿದ್ದವು.

"ಓಹ್ ಹೆನ್ರಿ! ಬೆಳಗಾಗುತ್ತಲೇ ಇದೆಲ್ಲಿಗೆ ಹೊರಟೆ?" – ದಾರಿಯ ಮೇಲೆ ಸಿಕ್ಕಿದ ರೈತ ಡಾಜ್, ಗೋದಿಯನ್ನು ಪೇಟೆಗೆ ಸಾಗಿಸುತ್ತಿದ್ದಾತ, ಹೆನ್ರಿಯ ಎದುರಿಗೆ ಸಿಕ್ಕು ಕೇಳಿದ. ಹೆಂಡತಿ ಸತ್ತು ಹಲವಾರು ತಿಂಗಳಾದರೂ ಹೊರಬರದ ಮುದುಕ ಈಗ ಎಷ್ಟು ಚಟುವಟಿಕೆಯಾಗಿ ಹೊರಟಿದ್ದಾನಲ್ಲ ಅಂತ ಡಾಜ್‌ಗೆ ಆಶ್ಚರ್ಯ.

"ನೀನೇನಾದರೂ ಫೀಬೀಯನ್ನು ನೋಡಿದೆಯಾ?" ಮುದುಕ ಕಾತರದಿಂದ ಮುಖವೆತ್ತಿ ಪ್ರಶ್ನಿಸಿದ.

"ಯಾರು ಫೀಬೀ?" ರೈತ ಡಾಜ್ ಕೇಳಿದ. ಅದು ಈ ಮುದುಕನ ಸತ್ತುಹೋದ ಹೆಂಡತಿಯ ಹೆಸರೆಂದು ಆ ಕ್ಷಣ ಅವನಿಗೆ ಹೊಳೆಯಲಿಲ್ಲ.

"ಯಾರೆಂದರೆ? ನನ್ನ ಹೆಂಡತಿ ಫೀಬೀ. ಮತ್ತಾರೆಂದು ತಿಳಿದಿ?" – ಮುದುಡಿದ ನರೆತುಹೋದ ಹುಬ್ಬುಗಳ ಕೆಳಗಿನ ಆತನ ಕಣ್ಣುಗಳಲ್ಲಿ ದಯನೀಯವಾದ ತೀಕ್ಷ್ಣತೆಯೊಂದು ಮೂಡಿದಂತಿತ್ತು.

ಕೆಂಪಾದ ಗಡಸು ಮುಖದ ಕಟ್ಟುಮಸ್ತಾಗಿದ್ದ ಡಾಜ್ ಕೇಳಿದ:

"ಹೆನ್ರಿ ನೀನೇನು ತಮಾಷೆ ಮಾಡ್ತಿದ್ದೀಯಾ? ನಿನ್ನ ಹೆಂಡತಿಯ ಬಗ್ಗೆ ಮಾತಾಡ್ತಿದ್ದೀಯಾ ಹೇಗೆ? ಆಕೆ ಸತ್ತುಹೋಗಿದ್ದಾಳಲ್ಲ?"

ಅದಕ್ಕೆ ರೈಫ್‌ಸ್ನೈಡರ್ ಸಿಟ್ಟಿನಿಂದ ಪ್ರತಿಭಟಿಸಿದ:

"ಸತ್ತುಹೋಗಿದ್ದಾಳೆಯೇ? ನಿನ್ನ ತಲೆ. ಇವತ್ತು ನಾನಿನ್ನೂ ಮಲಗಿದ್ದಾಗಲೇ ಆಕೆ ಎದ್ದು ಹೋದಳು. ಅವಳಿನ್ನೂ ಒಲೆಗೆ ಉರಿ ಹಾಕಬೇಕು. ಆದರೆ ಹೋಗಿಯೇ ಬಿಟ್ಟಿದ್ದಾಳೆ. ನಿನ್ನೆ ರಾತ್ರಿ ಸ್ವಲ್ಪ ಜಗಳವಾಯಿತು. ಅದಕ್ಕೇ ಹೋಗಿರ್ಬೇಕು. ಆದರೆ ನಾನಾಕೆಯನ್ನು ಹುಡುಕಿ ಹಿಡೀತೇನೆ. ಬಹುಶಃ ಆಕೆ ಮ್ಯಾಟಿಲ್ಡಾ ರೇಸ್ ಮನೆಗೆ ಹೋಗಿರ್ಬಹುದು."

ಆತ ವೇಗವಾಗಿ ತನ್ನ ದಾರಿ ಹಿಡಿದು ಮುನ್ನಡೆದ. ಡಾಜ್ ಅಚ್ಚರಿಯಿಂದ ಆತನತ್ತಲೇ ನೋಡುತ್ತ ನಿಂತ.

ಡಾಜ್ ತನ್ನಷ್ಟಕ್ಕೆ ಅಂದುಕೊಂಡ, 'ಇದು ಸರಿ, ಈತನಿಗೆ ಹುಚ್ಚೇ ಹಿಡಿದುಬಿಟ್ಟಿದೆ. ಇದನ್ನು ಅಧಿಕಾರಿಗಳಿಗೆ ತಿಳಿಸಬೇಕು.' ಹೀಗಂದು ಆತ ಉತ್ಸಾಹದಿಂದ ಬಾರುಕೋಲು ಬೀಸಿ ಮುನ್ನಡೆದ.

ಜನವಸತಿ ವಿರಳವಾಗಿದ್ದ ಆ ಭಾಗದಲ್ಲಿ, ಮೂರು ಮೈಲಿ ದೂರದಲ್ಲಿ ಮ್ಯಾಟಿಲ್ಡಾ ರೇಸ್ ಹಾಗೂ ಆಕೆಯ ಗಂಡ ವಾಸವಾಗಿದ್ದ ಸುಣ್ಣ ಬಳಿದ ಬೀದಿ ಗೋಡೆಯ ಮನೆ ತಲಪುವವರೆಗೂ ರೈಫ್‌ಸ್ನೈಡರ್‌ಗೆ ಬೇರಾರೂ ಭೆಟ್ಟಿಯಾಗಲಿಲ್ಲ. ದಾರಿಯಲ್ಲಿ ಹಲವಾರು ಮನೆಗಳಿದ್ದರೂ ಆತನ ಕಣ್ಣಿಗೆ ಯಾವವೂ ಕಾಣಿಸಲಿಲ್ಲ. ಮ್ಯಾಟಿಲ್ಡಾಳ ಪರಿಚಯ ಚೆನ್ನಾಗಿರುವ ಆತನ ಹೆಂಡತಿ ಇಲ್ಲಿರಲೇಬೇಕು. ಆತ ಹೊರಗಿನ ಬೇಲಿಯ ಚಿಕ್ಕ ಗೇಟು ತೆರೆದು ವೇಗವಾಗಿ ಬಾಗಿಲನ್ನು ಸಮೀಪಿಸಿದ.

ಬಾಗಿಲಲ್ಲಿಂದ ಆತನನ್ನು ನೋಡಿದ ಧಡೂತಿ ಗಾತ್ರದ ಮುದುಕಿ ಮ್ಯಾಟಿಲ್ಡಾ ತುಸು ಅಚ್ಚರಿಯಿಂದಲೇ ಕೇಳಿದಳು:

"ಇದೇನು ಮಿ. ರೈಫ್‌ಸ್ನೈಡರ್, ಇಷ್ಟು ಬೆಳಗಿನಲ್ಲಿ ಅದೇನು ಇಷ್ಟು ದೂರ ಬಂದಿದ್ದೀ?"

"ಫೀಬೀ ಇಲ್ಲಿದ್ದಾಳೆಯೇ ?" ಆತ ಆತುರದಿಂದ ಪ್ರಶ್ನಿಸಿದ.

ಆತನ ಈ ಆಕಸ್ಮಿಕ ಅವಸರದ ಕಾರಣ ತಿಳಿಯದೆ ಶ್ರೀಮತಿ ರೇಸ್ ಕೇಳಿದಳು:

"ಯಾವ ಫೀಬೀ? ಯಾರು ಫೀಬೀ?"

"ನನ್ನ ಫೀಬೀ, ನನ್ನ ಹೆಂಡತಿ ಫೀಬೀ. ಮತ್ತಾರೆಂದು ತಿಳಿದಿ? ಆಕೆ ಈಗ ಇಲ್ಲಿ ಬಂದಿಲ್ಲವೇ?"

ಶ್ರೀಮತಿ ರೇಸ್ ಬಾಯಿತೆರೆದು ಉದ್ಗರಿಸಿದಳು:

"ದೇವರೆ! ಪಾಪ! ನಿನಗೀಗ ಪೂರಾ ಬುದ್ಧಿ ವಿಕಲ್ಪವಾಗಿದೆಯೆಂದಾಯಿತು. ನೀನು ಮೊದಲು

ಒಳಗೆ ಬಾ, ಕೂಡ್ರು, ನಿನಗೊಂದು ಕಪ್ ಕಾಫಿ ಕೊಡ್ತೇನೆ. ನಿನ್ನ ಹೆಂಡತಿ ಇಲ್ಲಿಗೆ ಬಂದಿಲ್ಲ. ಆದರೂ ನೀನು ಒಳಗೆ ಬಂದು ಕೂಡ್ರು. ನಾನು ತುಸು ಹೊತ್ತಿನಲ್ಲೆ ಆಕೆಯನ್ನು ಹುಡುಕ್ತೇನೆ. ಆಕೆ ಎಲ್ಲಿದ್ದಾಳೆ ಅಂತ ನನಗೆ ಗೊತ್ತು."

ಮುದುಕ ರೈತನ ಕಣ್ಣುಗಳೀಗ ಮೃದುವಾದವು, ಆತ ಒಳಬಂದ. ಆತ ಹ್ಯಾಟು ತೆಗೆದು ನಯವಾಗಿ ಅದನ್ನು ತನ್ನ ಮೊಳಕಾಲುಗಳ ಮೇಲಿರಿಸಿಕೊಂಡು ಕೂಡ್ರುತ್ತಿದ್ದಂತೆ ಆತನ ತೀರಾ ತೆಳುವಾದ, ನಿಶ್ಶಕ್ತವಾದ, ಆಕಾರಗೆಟ್ಟ, ಅಲಕ್ಷಿಸಲ್ಪಟ್ಟ ಶರೀರವನ್ನು ನೋಡಿ ಶ್ರೀಮತಿ ರೇಸ್‌ಗೆ ಅನುಕಂಪವಾಯಿತು.

"ರಾತ್ರಿ ನಮಗೆ ಜಗಳವಾಯಿತು, ಹೀಗಾಗಿ ಆಕೆ ನನ್ನನ್ನು ಬಿಟ್ಟೇ ಹೋದಳು," ಆತ ತಾನಾಗಿ ಹೇಳಿದ.

"ದೇವರೇ! ದೇವರೇ!" – ಮನೆಯಲ್ಲಿ ಬೇರಾರೂ ಇರದಿದ್ದರಿಂದ ಈ ಆಶ್ಚರ್ಯವನ್ನು ಯಾರಿಗೆ ಹೇಳಬೇಕೆಂದು ತಿಳಿಯದೆ ಆಕೆ ಅಡಿಗೆಮನೆಗೆ ಹೋದಳು. "ಪಾಪ! ಈಗ ಈತನನ್ನು ನೋಡಿಕೊಳ್ಳೋದಕ್ಕೆ ಯಾರಾದರೂ ಬೇಕೇಬೇಕು. ಈತ ಹೀಗೆ ಸುತ್ತುಹೋದ ಹೆಂಡತಿಗಾಗಿ ಅಂಡಲೆಯೋದಕ್ಕೆ ಬಿಡಬಾರದು. ಎಷ್ಟು ಭಯಂಕರ!"

ಆಕೆ ಆತನಿಗಾಗಿ ಒಂದು ಪಾತ್ರೆ ತುಂಬ ಕಾಫಿ, ಹೊಸದಾಗಿ ಬೇಯಿಸಿದ ಬ್ರೆಡ್, ತಾಜಾ ಬೆಣ್ಣೆ ಸಿದ್ಧಪಡಿಸಿದಳು. ತನ್ನಲ್ಲಿದ್ದ ಒಳ್ಳೆಯ ಜಾಮ್ ತೆಗೆದಿಟ್ಟಳು. ಒಂದಿಷ್ಟು ತತ್ತಿಗಳನ್ನು ಕುದಿಯಲು ಇಟ್ಟಳು.

"ಹೆನ್ರಿ ಕಕ್ಕ, ಇನ್ನು ಜೇಕ್ ಬರುವವರೆಗೂ ಇಲ್ಲೇ ಇರು. ಫೀಬೀಯನ್ನು ನೋಡಿಕೊಂಡು ಬರೋದಕ್ಕೆ ಆತನನ್ನು ಕಳಿಸ್ತೇನೆ. ಆಕೆ ಸ್ನೇಹಿತರೊಂದಿಗೆ ಸ್ವಿನರ್‌ಟನ್‌ಗೆ ಹೋಗಿರ್ಬೇಕು. ಏನಾದರಾಗಲಿ, ನಾವು ಹುಡುಕೋಣವಂತೆ, ನೀನೀಗ ಬ್ರೆಡ್ ತಿಂದು ಕಾಫಿ ಕುಡಿ. ನಿನಗೆ ದಣಿವಾಗಿರ್ಬೇಕು. ಎಷ್ಟು ದೂರ ನಡಕೊಂಡು ಬಂದಿದ್ದಿ."

ತನ್ನ ಗಂಡ ಜೇಕ್‌ನೊಂದಿಗೆ ಈ ವಿಷಯವನ್ನು ಚರ್ಚಿಸಿ ಅಧಿಕಾರಿಗಳಿಗೆ ಸುದ್ದಿ ಕಳುಹಿಸಬೇಕೆಂದು ಆಕೆ ಯೋಚಿಸಿದಳು.

ಜೀವನದ ನಶ್ವರತೆಯ ಬಗ್ಗೆ ಯೋಚಿಸುತ್ತ ಆಕೆ ಅತ್ತಿತ್ತ ತಿರುಗಾಡುತ್ತಿದ್ದಾಗ ಮುದುಕ ರೈಫ್‌ಸ್ನೈಡರ್ ತನ್ನ ನಿಶ್ಶಕ್ತ ಬೆರಳುಗಳಿಂದ ಹ್ಯಾಟಿನ ಮೇಲೆ ತಾಳಹಾಕುತ್ತ ಆಕೆ ಕೊಟ್ಟಿದ್ದನ್ನು ವಿಮನಸ್ಕನಾಗಿ ತಿಂದ. ಆತನ ಮನಸ್ಸೆಲ್ಲ ಹೆಂಡತಿಯಲ್ಲೇ ನೆಟ್ಟಿದ್ದು ಆಕೆ ಇಲ್ಲಿ ಕಾಣಬರದ್ದರಿಂದ ಮತ್ತೊಂದು ದಿಕ್ಕಿನಲ್ಲಿ ಹಲವಾರು ಮೈಲು ದೂರದಲ್ಲಿರುವ ಮರೇ ಕುಟುಂಬಕ್ಕೆ ಆಕೆ ಹೋಗಿರಬಹುದೆಂದು ಆತ ಲೆಕ್ಕ ಹಾಕತೊಡಗಿದ್ದ. ಕೆಲಸಮಯದ ಅನಂತರ ಆತ ತನ್ನ ಹೆಂಡತಿಯನ್ನು ಹುಡುಕುವ ಕೆಲಸ ಜೇಕ್ ರೇಸ್‌ಗೆ ಏಕೆ, ತಾನೇ ಅದನ್ನು ಮಾಡಬೇಕೆಂದು ನಿರ್ಧರಿಸಿದ. ತಾನು ಕೂಡಲೇ ಹೋಗಿ, ತಿರುಗಿ ಬರುವಂತೆ ಆಕೆಯ ಮನವೊಲಿಸಬೇಕು ಎಂದು ತೀರ್ಮಾನಿಸಿದ. ಬಳಿಕ ಎದ್ದು ನಿಂತು ಸುತ್ತಲೂ ವಿಚಿತ್ರವಾಗಿ ನೋಡುತ್ತ ಹೇಳಿದ:

"ಒಳ್ಳೆಯದು, ನಾನು ಹೊರಡ್ತೇನೆ. ಆಕೆ ಇಲ್ಲಿ ಬರಲೇ ಇಲ್ಲ ಅಂತ ಕಾಣ್ತದೆ. ಆಕೆ ಮರೇ ಅವರ ಮನೆಗೆ ಹೋಗಿರ್ಬೇಕು. ನಾನಿನ್ನು ಇಲ್ಲಿ ಕಾಯೋದಿಲ್ಲ ಶ್ರೀಮತಿ ರೇಸ್. ಮನೆಯಲ್ಲಿ ಬಹಳ ಕೆಲಸವಿದೆ."

ಹೀಗಂದು ಆಕೆ ವಿರೋಧಿಸಿದರೂ ಲೆಕ್ಕಿಸದೆ ಮತ್ತೆ ಆ ಧೂಳು ತುಂಬಿದ ದಾರಿಗುಂಟ ತನ್ನ ಕೈಗೋಲಿನಿಂದ ರಸ್ತೆಯನ್ನು ಕುಟ್ಟುತ್ತ ಆತ ಹೊರಟೇಬಿಟ್ಟ.

ಸುಮಾರು ಎರಡು ತಾಸುಗಳ ಅನಂತರ ಧೂಳು ಮುಸುಕಿ ಬೆವರಿಡುತ್ತಿದ್ದ ಆತನ ನಿಶ್ಶಕ್ತ ಶರೀರ ಆತುರದಿಂದ ಮರೇ ಅವರ ಮನೆಯೆದುರು ಪ್ರತ್ಯಕ್ಷವಾಯಿತು. ಆತನ ಮಾತು ಕೇಳಿ ಅರವತ್ತರಲ್ಲಿದ್ದ ಮುದುಕ ಗಂಡಹೆಂಡತಿಯರಿಬ್ಬರೂ ಚಕಿತರಾಗಿ ಆತನಿಗೆ ತಲೆಕೆಟ್ಟಿದೆ ಅಂದುಕೊಂಡರು. ಊಟಕ್ಕಾಗಿ ನಿಲ್ಲಲು ಆತನಿಗೆ ಕೇಳಿಕೊಂಡರು. ಅನಂತರ ಅಧಿಕಾರಿಗಳಿಗೆ ತಿಳಿಸಿ ಏನಾದರೂ ಮಾಡೋಣವೆಂದುಕೊಂಡರು. ಆತ ಸ್ವಲ್ಪ ಹೊತ್ತು ಅಲ್ಲಿದ್ದು ಒಂದಿಷ್ಟು ಏನನ್ನೋ ತಿಂದನಾದರೂ ಬಹಳ ಹೊತ್ತು ನಿಲ್ಲಲಿಲ್ಲ. ಮನೆಯಲ್ಲಿ ಮಾಡಬೇಕಾಗಿರುವ ನೂರು ಕೆಲಸಗಳು ಹಾಗೂ ಅದಕ್ಕಾಗಿ ಫೀಬೀಯ ಅವಶ್ಯಕತೆ – ಇದೊಂದೇ ವಿಚಾರದಿಂದ ಪ್ರೇರಿತನಾಗಿ ಆತ ದೂರದಲ್ಲಿನ ಮತ್ತೊಬ್ಬ ಪರಿಚಿತರ ಮನೆಯ ಕಡೆ ಹೆಜ್ಜೆ ಹಾಕತೊಡಗಿದ. ಆ ದಿನ, ಮರುದಿನ, ಅದರ ಮರುದಿನ ಹೀಗೆಯೇ ಬರಬರುತ್ತ ಆತನ ಶೋಧದ ವ್ಯಾಪ್ತಿ ವಿಸ್ತಾರವಾಗುತ್ತ ನಡೆಯಿತು.

ಈ ತೆರನ ಜೀವನದಲ್ಲಿ ಒಬ್ಬನ ವ್ಯಕ್ತಿತ್ವವು ಹೀಗೆ ನಿರುಪದ್ರವಿಯೂ ಆದರೆ ವಿಚಿತ್ರವೂ ವಿಕ್ಷಿಪ್ತವೂ ಆಗಿ ಮಾರ್ಪಡುವ ಬಗೆ ನಿಜಕ್ಕೂ ದುಃಖದಾಯಕ, ತಾಪದಾಯಕ. ರೈಫ್‌ಸ್ನೈಡರ್ ಹೀಗೇ ದಿನಾ ಬೇರೆ ಬೇರೆಯವರ ಮನೆಗಳಿಗೆ ಹೋಗಿ ಅದೇ ವಿಚಿತ್ರ ಅಸ್ವಾಭಾವಿಕ ಪ್ರಶ್ನೆ ಕೇಳುತ್ತಿದ್ದನಂತೆ. ಜನರಿಗೆ ಏಕಕಾಲಕ್ಕೆ ಆಶ್ಚರ್ಯ-ಅನುಕಂಪ-ಕರುಣೆ ಅನಿಸುತ್ತಿದ್ದವಂತೆ. ಆ ವಿಭಾಗದ ಮುಖ್ಯ ಅಧಿಕಾರಿಯಾದ ಶರೀಫನಿಗೆ ಇದು ತಿಳಿದರೂ ಈ ಮುದುಕನನ್ನು ಬಂಧಿಸುವುದು ಅವನಿಗೆ ಸರಿಯೆನಿಸಲಿಲ್ಲ; ಯಾಕೆಂದರೆ ಆ ಭಾಗದಲ್ಲಿದ್ದ ಹುಚ್ಚರಾಸ್ಪತ್ರೆಯು ಆ ಜಿಲ್ಲೆಯ ಬಡತನದಿಂದಾಗಿ ತೀರಾ ಕೀಳುಮಟ್ಟದಲ್ಲಿದ್ದು ದುರ್ಧರ ಪರಿಸ್ಥಿತಿಯಲ್ಲಿದ್ದದ್ದರಿಂದ ಮುದುಕ ಹೆನ್ರಿಯನ್ನು ಮೊದಲಿನಿಂದ ಬಲ್ಲವರು ಆತನನ್ನು ಅಲ್ಲಿಗೆ ಸೇರಿಸುವುದು ಬೇಡವೆಂದೇ ನಿರ್ಧರಿಸಿದರು; ಯಾಕೆಂದರೆ ಹಗಲೆಲ್ಲ ಅತ್ತಿತ್ತ ತಿರುಗಾಡಿದ ಹೆನ್ರಿ ರಾತ್ರಿ ಮಾತ್ರ ಶಾಂತವಾಗಿ ತನ್ನ ಪುಟ್ಟ ಮನೆಗೆ ತಿರುಗಿ ಬರುತ್ತಿದ್ದ, ತನ್ನ ಹೆಂಡತಿ ಬಂದಾಳೇನೋ ಅಂತ ಬೆಳಗಿನವರೆಗೆ ತಪಿಸುತ್ತಿದ್ದ. ತೆಳು ದೇಹದ, ಕಾತರ ತುಂಬಿದ ಮುಗ್ಧ-ಕಾರುಣ್ಯದಿಂದ ಎಲ್ಲರನ್ನೂ ವಿಚಾರಿಸುವ, ನರೆತ ಕೂದಲಿನ, ಈವರೆಗೆ ನೇರವಾದ ಪ್ರಾಮಾಣಿಕ ಬಾಳನ್ನೇ ಬಾಳಿದ ಮುದುಕನನ್ನು ಹಿಡಿದು ಬಂಧಿಸಿಡುವುದಾದರೂ ಏಕೆ? ಆತನ ಪರಿಚಯದವರೆಲ್ಲ ಆತ ಹೀಗೇ ತಿರುಗಾಡಿಕೊಂಡಿರಲಿ ಎಂದು ಅಭಿಪ್ರಾಯಪಟ್ಟರು. ಆತನಿಂದ ಹಾನಿಯೇನೂ ಇರಲಿಲ್ಲ. ಮೊದಮೊದಲಲ್ಲಿ ಅನೇಕರು ಆತನಿಗೆ ಆಹಾರ–ಹಳೆಯ ಬಟ್ಟೆ–ಅದು–ಇದು ಕೊಡುತ್ತಿದ್ದರು. ಬರಬರುತ್ತ ಆತನ ಬಗ್ಗೆ ಎಲ್ಲರಿಗೂ ತಿಳಿದು ಎಲ್ಲರೂ ಆತನ ಪರಿಸ್ಥಿತಿಗೆ ಹೊಂದಿಕೊಂಡು, "ಇಲ್ಲವಲ್ಲ, ನಾನಾಕೆಯನ್ನು ನೋಡಲಿಲ್ಲ" ಎಂದೋ, "ಇಲ್ಲ ಹೆನ್ರಿ, ಇವತ್ತು ಆಕೆ ಇಲ್ಲಿಗೆ ಬರಲಿಲ್ಲ" ಎಂದೋ ಆತನಿಗೆ ಹೇಳುವುದು ವಾಡಿಕೆಯಾಗಿಹೋಯಿತು.

ಅನಂತರ ಅನೇಕ ವರ್ಷ ಆತ ಧೂಳಿನಲ್ಲಿ, ಮಳೆಯಲ್ಲಿ, ಬಿಸಿಲಲ್ಲಿ, ಕೆಸರಲ್ಲಿ, ಕೆಲವು ಸಲ ಅನಪೇಕ್ಷಿತ ಸ್ಥಳಗಳಲ್ಲಿ ಸಹ ಹೀಗೆಯೇ ತನ್ನ ಶೋಧವನ್ನು ಮುಂದುವರಿಸಿದ. ನೆರೆಯವರು–ಪರಿಚಯದವರು ಏನನ್ನಾದರೂ ಕೊಡುತ್ತಲೇ ಇದ್ದರೂ ಆತ ತುಂಬ ಕಡಿಮೆ ತಿಂದು ಬಹಳಷ್ಟು ತಿರುಗಾಡುತ್ತಿದ್ದುದರಿಂದ ಆತನ ಆರೋಗ್ಯ ವಿಷಮಿಸಿತು. ಆತ ಮುಖ್ಯ ರಸ್ತೆಗಳ ಗುಂಟ ದೂರ-ದೂರ ಹೋದಂತೆಲ್ಲ ಆತನ ಭ್ರಮೆ ಹೆಚ್ಚುತ್ತಲೇ ಹೋಯಿತು; ಕೆಲವು ಸಲ ದೂರದಿಂದ ತಿರುಗಿ ಮನೆಗೆ ಬಂದು ತಲಪುವುದು ಕಷ್ಟವಾಗಿ ತೋರಿ ಆತ ತಿರುಗಿ ಬರುವ ತೊಂದರೆ ತಪ್ಪಿಸಲು, ಹೊರಡುವಾಗಲೇ ಒಂದಿಷ್ಟು ಪಾತ್ರೆಗಳನ್ನು ಕಟ್ಟಿಕೊಂಡು

ಹೋಗಲಾರಂಭಿಸಿದ. ಒಂದು ಹಳೆಯ ತಗಡಿನ ಕಾಫಿ ಪಾತ್ರೆಯಲ್ಲಿ ಒಂದು ಸಣ್ಣ ಕಪ್, ಚಿಕ್ಕ ಚಾಕು, ಫೋರ್ಕ್ ಹಾಗೂ ಚಮಚೆ, ಉಪ್ಪು ಮೆಣಸು ಇಷ್ಟನ್ನು ಹಾಕಿ, ಅದೇ ಪಾತ್ರೆಗೆ ತೂತು ಕೊರೆದು ತಂತಿ ಜೋಡಿಸಿ ಒಂದು ದೊಡ್ಡ ತಟ್ಟೆಯನ್ನು ಕಟ್ಟುತ್ತಿದ್ದ. ಅಡವಿಯಲ್ಲಿ ಅದೇ ಊಟದ ಮೇಜಾಗುತ್ತಿತ್ತು. ತನಗೆ ಬೇಕಾದ ಒಂದಿಷ್ಟು ಆಹಾರ ದೊರಕಿಸಿ ಕೊಳ್ಳುವುದು ಆತನಿಗೇನೂ ಕಠಿಣವಾಗಿರಲಿಲ್ಲ. ವಿಚಿತ್ರವಾದ ಒಂದು ಬಗೆಯ ಧಾರ್ಮಿಕ ಆಢ್ಯತೆಯಿಂದ ಅಷ್ಟನ್ನು ಬೇಡಲು ಆತನಿಗೆ ಸಂಕೋಚವೂ ಅನಿಸುತ್ತಿರಲಿಲ್ಲ. ನಿಧಾನವಾಗಿ ಆತನ ಕೂದಲು ಉದ್ದ ಬೆಳೆದು, ಆತನ ಕರಿ ಹ್ಯಾಟು ಮಣ್ಣಿನ ಬಣ್ಣಕ್ಕೆ ತಿರುಗಿ, ಆತನ ಬಟ್ಟೆಗಳು ಧೂಳುಮಯವಾಗಿ ಚಿಂದಿಯಾದವು.

ಆತ ಮೂರು ವರ್ಷ ಸತತ ಹೀಗೆ ತಿರುಗಾಡಿದ; ಎಷ್ಟು ದಾರಿ ಕ್ರಮಿಸಿದನೋ ಚಳಿ-ಗಾಳಿಗಳನ್ನು ಹೇಗೆ ತಡೆದುಕೊಂಡನೋ ಯಾರಿಗೂ ಗೊತ್ತಿಲ್ಲ. ಹುಲ್ಲು ಬಣವೆಗಳಲ್ಲಿ, ದನಗಳ ಹಿಂಡಿನ ಮಧ್ಯೆ ಆತ ಚಳಿಯಿಂದ ಆಶ್ರಯ ಪಡೆದದ್ದು, ಮೂಕಪ್ರಾಣಿಗಳ ಬುದ್ಧಿಗೂ ಆತನ ಇರುವಿಕೆ ನಿರುಪದ್ರವಿಯಾಗಿ ತೋರಿದ್ದು – ಯಾರಿಗೂ ತಿಳಿಯಲಿಲ್ಲ. ಎತ್ತರಕ್ಕೆ ಬಾಗಿದ ಬಂಡೆಗಳು – ಗಿಡಗಳು ಆತನಿಗೆ ಮಳೆಯಿಂದ ರಕ್ಷಣೆ ನೀಡಿದವು; ಅನೇಕ ಸಲ ಹುಲ್ಲಿನ ಕಣಜ – ಕಾಳಿನ ಬಂಡಿಗಳ ಅಡಿಯಲ್ಲೂ ಆತ ಆಶ್ರಯ ಪಡೆದ.

ತಾನಾಗಿ ಸೃಷ್ಟಿಸಿಕೊಂಡ ಭ್ರಮೆಯ ವಿಕಾಸವು ವಿಚಿತ್ರ ರೀತಿಯದು. ಸದಾ ಬೇರೆಯವರ ಬಾಗಿಲುಗಳಿಗೆ ಅಲೆದು ಕೇಳಿ ಇಲ್ಲವೆನಿಸಿಕೊಂಡು ಬೇಸತ್ತ ಆತ ಕೊನೆಗೆ ಫೀಬೀ ಈ ಯಾರದೇ ಮನೆಗೆ ಹೋಗಿರದಿದ್ದರೂ ತಾನು ಕೂಗಿದರೆ ಕೇಳಿಸುವಷ್ಟು ಸಮೀಪದಲ್ಲಿ ಇರಲೇಬೇಕೆಂದು ನಿರ್ಧರಿಸಿದ. ಹೀಗಾಗಿ ತಾಳ್ಮೆಯಿಂದ ವಿಚಾರಿಸುವುದು ಬಿಟ್ಟು ಈಗ ಆತ ಹೃದಯವಿದ್ರಾವಕವಾಗಿ ಆಕೆಯನ್ನು ಕೂಗಿ ಕರೆಯತೊಡಗಿದ. ಆತನ ಧ್ವನಿ ಮೌನವಾಗಿ ನಿದ್ರಿಸುತ್ತಿದ್ದ ಹೊಲಗಳಲ್ಲಿ ಗುಡ್ಡಗಳಲ್ಲಿ "ಓ ಫೀಬೀ! ಓ ಫೀಬೀ..." ಎಂದು ಪ್ರತಿಧ್ವನಿತವಾಗ ತೊಡಗಿತು. ಆ ಧ್ವನಿಯಲ್ಲಿನ ದಯನೀಯ ಹುಚ್ಚು ಕಾತರತೆಯನ್ನು ಗುರುತಿಸಿದ ದೂರದಲ್ಲಿನ ರೈತರು – ಕುರಿಗಾಹಿಗಳು "ಅದೋ, ಮುದುಕ ರೈಫ್‌ಸ್ನೈಡರ್ ಹೋಗ್ತಿದ್ದಾನೆ," ಅನ್ನುತ್ತಿದ್ದರು.

ನೂರಾರು ಸಲ ಕೇಳಿ-ಕೇಳಿ ಕಂಗಾಲಾದ ಆತನಿಗೆ ಇನ್ನಾವ ಮನೆಯೂ ಉಳಿಯದೆ, ಇನ್ನಾರು ಪರಿಚಿತರೂ ಉಳಿಯದೆ, ಇನ್ನೆಲ್ಲಿ ಹೋಗುವುದೆಂದು ವಿಭ್ರಮೆಯಾಗುತ್ತಿತ್ತು. ನಾಲ್ಕು ದಾರಿಗಳು, ಕೆಲವೊಮ್ಮೆ ಆರು ದಾರಿಗಳು ಕೂಡುವ ಕತ್ತರಿಯಲ್ಲಿ ಆತನಿಗೆ ದಿಕ್ಕು ತೋಚದಂತಾಗುತ್ತಿತ್ತು. ದಿನದಿನಕ್ಕೆ ಜಟಿಲವಾಗುತ್ತ ಹೊರಟ ಈ ಸಮಸ್ಯೆಯನ್ನು ಬಿಡಿಸಲು ಆತನಿಗೆ ಸಹಾಯವಾಗಲೆಂದು ಮತ್ತೊಂದು ಭ್ರಮೆ ಹುಟ್ಟಿಕೊಂಡಿತು. ಫೀಬೀಯ ಆತ್ಮ ಅಥವಾ ವಾತಾವರಣದಲ್ಲಿನ ಯಾವುದೋ ಶಕ್ತಿ ತನಗೆ ದಾರಿ ತೋರಿಸುತ್ತದೆ ಎಂಬ ಭ್ರಮೆ. ದಾರಿಗಳು ಕೂಡುವ ಸ್ಥಳದ ಮಧ್ಯದಲ್ಲಿ ನಿಂತು ಕಣ್ಣು ಮುಚ್ಚಿ ಎರಡು–ಮೂರು ಸಲ ಸುತ್ತ ತಿರುಗಿ "ಫೀಬೀ..." ಎಂದು ಎರಡು ಸಲ ಕೂಗಿ ತನ್ನ ಕೈಗೋಲನ್ನು ಸೀದಾ ಬೀಸಿ ಒಗೆದಾಗ ಅದರ ದಿಕ್ಕನ್ನು ನಿಯಂತ್ರಿಸುವ ಯಾವುದೋ ಶಕ್ತಿ ಆತನಿಗೆ ಮುಂದೆಲ್ಲಿಗೆ ಹೋಗಬೇಕೆಂದು ಹೇಳುತ್ತದೆ ಎಂಬ ನಂಬಿಕೆ. ಅನೇಕ ವೇಳೆ ಅದು ಆತ ಬಂದ ದಾರಿಯನ್ನೇ ತಿರುಗಿ ತೋರುತ್ತಿತ್ತು, ಅಥವಾ ಹೊಲಗಳ ಮಧ್ಯೆ ಹೋಗಿ ಬೀಳುತ್ತಿತ್ತು. ಆಗೆಲ್ಲ ಆತ ಯೋಚಿಸಿ ಮತ್ತೆ ಕೂಗಿ ಕರೆಯುತ್ತಿದ್ದ. ಒಂದಿಲ್ಲೊಂದು ಸಲ ಆಕೆ ಖಂಡಿತ ಸಿಗುತ್ತಾಳೆಂಬ ಅವನ ಭ್ರಮೆ ಬಲವಾಗುತ್ತಾ ಹೋಯಿತು. ಕೆಲವೊಮ್ಮೆ ಆತನ ಪಾದಗಳು ಬಾತುಕೊಂಡು ಮೈಯೆಲ್ಲ

ನೋವಾಗಿ ಬಿಸಿಲಲ್ಲಿ ಬೆವರೊರೆಸಿಕೊಳ್ಳುತ್ತಲೋ ಚಳಿಯಲ್ಲಿ ಮೈತಿಕ್ಕಿಕೊಂಡು ಬೆಚ್ಚಗಾಗಲೋ ಆತ ನಿಲ್ಲುತ್ತಿದ್ದ. ಕೆಲವು ಸಲ ಆತನ ಕೈಗೋಲು ಬಂದ ದಾರಿಯನ್ನೇ ತೋರಿಸಿದಾಗ ಆತ ದಣಿವಿನಿಂದ ತತ್ತ್ವಜ್ಞಾನಿಯಂತೆ ತಲೆಯಾಡಿಸಿ ವೇಗವಾಗಿ ಆ ದಾರಿಗುಂಟ ಸಾಗುತ್ತಿದ್ದ. ಸುತ್ತಲಿನ ಮೂರು-ನಾಲ್ಕು ಜಿಲ್ಲೆಗಳಲ್ಲೆಲ್ಲಾ ಆತನ ವಿಷಯ ಹಬ್ಬಿ ಆತನ ಕೀರ್ತಿ ಎಲ್ಲರಿಗೂ ಗೊತ್ತಾಗಿ ಎಲ್ಲರೂ 'ಪಾಪ! ಮುದುಕ ರೈಫ್‌ಸ್ನೈಡರ್!' ಎನ್ನುವಂತಾಯಿತು.

ಗ್ರೀನ್ ಜಿಲ್ಲೆಯಲ್ಲಿನ ವಾಟರ್ಸ್‌ವಿಲ್ ನಗರದಿಂದ ಸುಮಾರು ನಾಲ್ಕು ಮೈಲು ಅಂತರದ ನಿರ್ಜನ ಪ್ರದೇಶದಲ್ಲಿ ಕೆಂಪು ಬೆಟ್ಟವೆಂದು ಪ್ರಸಿದ್ಧವಾದ ಬೆಟ್ಟವೊಂದಿತ್ತು; ಸುಮಾರು ನೂರು ಅಡಿ ಎತ್ತರದ, ಕೆಳಗೆಲ್ಲ ಹೊಲ ತೋಟಗಳೂ ಮೇಲೆ ದಟ್ಟವಾಗಿ ಬೆಳೆದ ಹಸಿರು ಮರಗಳೂ ಇದ್ದ ಕೆಂಪು ಬಣ್ಣದ ಕಲ್ಲಿನ ಬೆಟ್ಟದ ಶಿಖರವದು. ಎದುರಿಗಿನ ದಿಕ್ಕಿನ ಇಳಿಜಾರಿನಲ್ಲಿ ಹಲವಾರು ಕಾಡುಕಂಟಿಗಳು ಬೆಳೆದಿದ್ದು ಅವುಗಳ ಮಧ್ಯದಲ್ಲಿ ವಾಹನಗಳಿಗಾಗಿ ದಾರಿಯಿತ್ತು. ಬಯಲು-ಬೆಳಕು ಎರಡೂ ಬೇಡವಾಗಿದ್ದ ಮುದುಕ ರೈಫ್‌ಸ್ನೈಡರ್ ಹವೆ ಚೆನ್ನಾಗಿದ್ದಾಗ ರಾತ್ರಿ ಮಲಗುವ ಮುನ್ನ ಇಂಥ ದಟ್ಟಡವಿಯ ಯಾವುದಾದರೊಂದು ಗಿಡದ ಕೆಳಗೆ ಮಾಂಸ ಹುರಿದುಕೊಳ್ಳುತ್ತಿದ್ದ ಅಥವಾ ತತ್ತಿ ಬೇಯಿಸಿಕೊಳ್ಳುತ್ತಿದ್ದ. ಆತನ ನಿದ್ರೆಯೂ ಬಹಳ ಹಗುರವಾಗಿ ಅಪರೂಪವಾಗಿದ್ದರಿಂದ ಆತ ರಾತ್ರಿಯಲ್ಲೇ ಎದ್ದು ನಡೆಯುತ್ತಿದ್ದ. ಹಲವಾರು ಬಾರಿ ಬೆಳದಿಂಗಳನ್ನೋ ಗಾಳಿಯನ್ನೋ ಯಾವುದಾದರೊಂದು ಪ್ರಾಣಿಯನ್ನೋ ಕಂಡು ಆತ ಎದ್ದು ಕೂತು ವಿಚಾರ ಮಾಡುತ್ತಿದ್ದ; ಅಥವಾ ಬೆಳದಿಂಗಳಲ್ಲಿ, ಕತ್ತಲ ರಾತ್ರಿಗಳಲ್ಲಿ ಎದ್ದು ತನ್ನ ಹುಡುಕಾಟ ಮುಂದುವರಿಸುತ್ತಿದ್ದ – ವಿಚಿತ್ರವಾಗಿ ತೀರಾ ಅಸ್ವಾಭಾವಿಕವಾಗಿ, ಒಂದು ಕಾಡುಪ್ರಾಣಿಯ ಥರ, ಆದರೆ ನಿರುಪದ್ರವಿಯಾಗಿ, ಕೂಡುಹಾದಿಗಳಲ್ಲಿ ಏಕಾಕಿಯಾಗಿ ಕೂಗುತ್ತ, ಕತ್ತಲನ್ನು-ಪಾಳು ಬಿದ್ದ ಮನೆಗಳನ್ನು ನೋಡುತ್ತ, ಫೀಬೀ ನಿಜವಾಗಿ ಎಲ್ಲಿರಬಹುದೆಂದು ಯೋಚಿಸುತ್ತ.

ಮಧ್ಯರಾತ್ರಿ ದಾಟಿದ ನಂತರ ಸುಮಾರು ಎರಡು ಗಂಟೆಯ ಹೊತ್ತಿಗೆ ಪೃಥ್ವಿಯನ್ನಾವರಿಸುವ ಒಂದು ಬಗೆಯ ನೀರವ ಮಂಜು ಹೊಗೆಯ ಮೋಡಿಯಿಂದ ಆತ ಯಾವಾಗಲೂ ಎಚ್ಚರಾಗುತ್ತಿದ್ದ, ಎದ್ದು ಹೋಗದಿದ್ದರೂ ಕೂತಲ್ಲೇ ಕೂತು ಕತ್ತಲನ್ನು ನಕ್ಷತ್ರಗಳನ್ನು ನೋಡುತ್ತ ವಿಚಾರಮಗ್ನನಾಗುತ್ತಿದ್ದ. ಕೆಲವು ಸಲ ಮನಸ್ಸು ತೀರಾ ಪ್ರಕ್ಷುಬ್ಧವಾದಾಗ ಗಿಡಗಳ ಮಧ್ಯ ಆತನ ಹೆಂಡತಿಯ ಆಕೃತಿ ಕಂಡಂತಾಗಿ ಕೂಡಲೇ ಆತ ಎದ್ದು ತನ್ನ ಪಾತ್ರೆಗಳನ್ನೂ ಕೈಗೋಲನ್ನೂ ತೆಗೆದುಕೊಂಡು ಅದನ್ನು ಹಿಂಬಾಲಿಸುತ್ತಿದ್ದ. ಆಕೆ ತಪ್ಪಿಸಿಕೊಳ್ಳುತ್ತಿದ್ದಾಳೆ ಅನಿಸಿದರೆ ಓಡುತ್ತಿದ್ದ, ಅಥವಾ ಬೇಡಿಕೊಳ್ಳುತ್ತಿದ್ದ, ಅಥವಾ ಒಮ್ಮೆಲೆ ಅದು ಕಣ್ಮರೆಯಾದಾಗ ದುಃಖದಿಂದ, ನಿರಾಶೆಯಿಂದ ತನ್ನ ಹುಡುಕಾಟದಲ್ಲಿನ ಈ ಅಸಂಖ್ಯ ತೊಂದರೆಗಳ ಬಗ್ಗೆ ಪರಿತಪಿಸುತ್ತ ನಿಂತುಬಿಡುತ್ತಿದ್ದ.

ಹೀಗೆಯೇ ಹುಚ್ಚು ಭ್ರಮಿತ ಹುಡುಕಾಟದಲ್ಲಿ ಏಳುವರ್ಷಗಳು ಕಳೆದ ತರುವಾಯ, ಆತನ ಹೆಂಡತಿ ತೀರಿಕೊಂಡಂತಹದೇ ವಸಂತಮಾಸದಲ್ಲಿ ಆತ ಕೆಂಪು ಬೆಟ್ಟದ ಕಡೆಗೆ ಹೋಗುವ ದಾರಿಗೆ ಬಂದ. ಕೊನೆಯ ಬಾರಿ ಆತ ದಾರಿ ತಿಳಿಯಲು ಕೋಲು ಬೀಸಿದಾಗ ಅದು ಆತನಿಗೆ ಈ ದಾರಿ ತೋರಿಸಿತ್ತು. ಆತ ಬಹಳಷ್ಟು ಮೈಲು ದಾರಿ ಕ್ರಮಿಸಿದ್ದ. ರಾತ್ರಿ ಹತ್ತು ಗಂಟೆ ದಾಟಿ ಹೋಗಿತ್ತು, ಆತ ತುಂಬ ದಣಿದಿದ್ದ. ದೂರ – ದೂರ ನಡೆಯುವುದರಿಂದ ಹಾಗೂ ಕಡಿಮೆ ತಿನ್ನುವುದರಿಂದ ಆತ ತನ್ನ ಮೊದಲಿನ ವ್ಯಕ್ತಿತ್ವದ ನೆರಳು ಮಾತ್ರವಾಗಿದ್ದ.

ದೈಹಿಕ ಶಕ್ತಿಗಿಂತ ಹೆಚ್ಚಾಗಿ ಮಾನಸಿಕ ಬಲದಿಂದ ಆತ ಬದುಕಿ ಉಳಿದಿದ್ದ. ಈ ದಿನವಂತೂ ಆತ ಏನೂ ತಿಂದಿರಲಿಲ್ಲ, ಈಗ ತೀರಾ ದಣಿದು ಕತ್ತಲಲ್ಲಿ ಒಂದಿಷ್ಟು ವಿಶ್ರಾಂತಿಗಾಗಿ, ನಿದ್ದೆಗಾಗಿ ಆತ ಅಲ್ಲೇ ಕುಳಿತ.

ಈ ಸಂದರ್ಭದಲ್ಲಿ ಯಾಕೋ ತನ್ನ ಹೆಂಡತಿ ಸನಿಹದಲ್ಲೇ ಇದ್ದಾಳೆಂಬ ಅನಿಸಿಕೆ ಆತನಲ್ಲೂ ಬಲವಾಯಿತು. ದೀರ್ಘಕಾಲದ ಹುಡುಕಾಟದಿಂದ ಏನೂ ಪ್ರಯೋಜನವಾಗಿರದಿದ್ದರೂ ಇನ್ನೇನು ಆಕೆಯನ್ನು ನೋಡುವ, ಆಕೆಯೊಂದಿಗೆ ಮಾತಾಡುವ ಕಾಲ ದೂರವಿಲ್ಲವೆನಿಸಿತು. ಮೊಣಕಾಲುಗಳ ಮೇಲೆ ತಲೆಯಿರಿಸಿ ಆತ ಹಾಗೆಯೇ ನಿದ್ದೆಹೋದ. ಮಧ್ಯರಾತ್ರಿ ಚಂದ್ರ ಆಕಾಶದಲ್ಲಿ ಮೇಲೇರತೊಡಗಿದ; ಆತ ಎಚ್ಚರಾಗುವ ಸಮಯ, ಎರಡು ಗಂಟೆ, ಪೂರ್ವ ದಿಕ್ಕಿನಿಂದ ಗಿಡಗಳ ಗುಂಟ ಬೆಳ್ಳಿಯ ಬೆಳಕು ತೂರಿ ಬರತೊಡಗಿತು. ಚಂದ್ರನ ಬೆಳಕು ತೀಕ್ಷ್ಣವಾಗಿ ಸುತ್ತಲಿನ ಮರ-ಗಿಡ-ಬೆಟ್ಟ-ಕೊಳ್ಳಗಳ ಮೇಲೆಲ್ಲಾ ಹರಡಿ ವಿಚಿತ್ರ ಆಕಾರದ ನೆರಳುಗಳನ್ನು ಸೃಷ್ಟಿಸುತ್ತಿದ್ದಾಗ ಆತ ಕಣ್ದೆರೆದ. ಎಂದಿನಂತೆ ಹೆಂಡತಿ ಸನಿಹದಲ್ಲೇ ಇರಬಹುದೆಂಬ ನಂಬಿಕೆಯಿಂದ ಆತ ಕಣ್ದೆರೆದೊಡನೆ ಕಾತರದಿಂದ, ಆಸಕ್ತಿಯಿಂದ ಅತ್ತಿತ್ತ ನೋಡಿದ. ದೂರದ ಆ ದಾರಿಯಲ್ಲಿ ನೆರಳುಗಳ ಮಧ್ಯೆ ಚಲಿಸುತ್ತಿದ್ದುದೇನು? ಗಿಡಗಳ ಮಧ್ಯೆ ಬಳಕುತ್ತ ನುಸುಳಿ ಆತನೊಂದಿಗೆ ಕಣ್ಣುಮುಚ್ಚಾಲೆಯಾಡುತ್ತಿದ್ದ ಆ ಅಸ್ಪಷ್ಟ ಬೆಳಕು–ನೆರಳಿನಾಕೃತಿ ಯಾವುದು? ಬೆಳದಿಂಗಳು–ಕರಿನೆರಳು ಎರಡೂ ಸೇರಿ ಆ ಆಕೃತಿಗೆ ವಿಚಿತ್ರ ಸತ್ಯಸ್ವರೂಪ ವನ್ನಿತ್ತಿದ್ದಂತೆ ತೋರಿತು. ಅದೇನು ಕಾಡ್ಗಿಚ್ಚಿನ ಜ್ವಾಲೆಯೋ? ಮಿಂಚುಹುಳುಗಳ ಕುಣಿತವೋ ನಿಜವಾಗಿಯೂ ಅದು ಕಳೆದುಹೋದ ಆತನ ಫೀಬೀಯೇ? ಸುತ್ತಲಿನ ದಾರಿ ಬಳಸಿ ಅದು ಅವನತ್ತ ಬಂದ ಹಾಗೆ, ಜ್ವರಗ್ರಸ್ತವಾದ ಆತನ ಮನಸ್ಸಿಗೆ ಆಕೆಯ ಕಣ್ಣುಗಳೇ ಕಂಡಂತಾಯಿತು; ಕಳೆದ ಸಲ ನೋಡಿದಂತೆ ಕಪ್ಪು ಸ್ಕರ್ಟು – ಶಾಲಿನಲ್ಲಲ್ಲ, ಉತ್ಸಾಹದ ಚಿಲುಮೆಯಂತಿದ್ದ, ಸುಂದರಿಯಾದ, ತರುಣಿಯಾದ, ಎಷ್ಟೋ ವರ್ಷಗಳ ಹಿಂದೆ ಆತ ಕಂಡಿದ್ದ ಹುಡುಗಿಯಾದ ಫೀಬೀ. ಮುದುಕ ರೈಫ್‌ಸ್ನೈಡರ್ ಎದ್ದ. ಇಷ್ಟು ವರ್ಷ ಆತ ಈ ಕ್ಷಣಕ್ಕಾಗಿ ಕಾಯ್ದಿದ್ದ, ಪರಿತಪಿಸಿದ್ದ, ಈಗ ಆ ಮಸುಕು ಬೆಳಕು ಆತನೆದುರು ತೂಗುಯ್ಯಾಲೆಯಾಡುತ್ತಿದ್ದಂತೆ, ತಲೆಕೂದಲಲ್ಲಿ ಬೆರಳಾಡಿಸಿಕೊಳ್ಳುತ್ತ ಆತ ಅದರತ್ತಲೇ ನಿಟ್ಟಿಸಿದ.

ಒಮ್ಮೆಲೆ ಆತನೆದುರು ಈಗ ಬಹಳ ಕಾಲದ ಹಿಂದೆ ಆತ ಕಂಡು ಅನುಭವಿಸಿದ್ದ ಆ ಸುಂದರ ರೂಪ ಪ್ರಕಟವಾಗಿತ್ತು – ಆ ಮನೋಹರ ಸಹಾನುಭೂತಿಯುತ ಮುಗುಳ್ನಗು, ಕಂದುಗೂದಲು, ಒಂದು ಸಲ ವಿಹಾರಕ್ಕೆ ಹೋಗಿದ್ದಾಗ ಆಕೆ ಟೊಂಕದ ಸುತ್ತ ಸುತ್ತಿಕೊಂಡಿದ್ದ ನೀಲವಸ್ತ್ರ, ಆಕೆಯ ಉತ್ಸಾಹೀ ಮಾದಕ ಚಲನೆ. ಆತ ಗಿಡದಡಿಯಲ್ಲಿ ಕಣ್ಣುಗಳನ್ನು ಕಿರಿದುಗೊಳಿಸಿ ನೋಡಲೆತ್ನಿಸುತ್ತ ತಿರುಗಾಡಿದ, ಮೊದಲಬಾರಿಗೆ ತನ್ನ ಪಾತ್ರೆ–ಕೋಲನ್ನು ಮರೆತು ಆತುರವಾಗಿ ಹಿಂಬಾಲಿಸಿದ. ವಸಂತಮಾಸದ ಗಾಳಿಯಲ್ಲಿನ ನಸುಬೆಳಕಾಗಿ ಆಕೆ ಮುಂದೆ–ಮುಂದೆ ಹೋದಳು. ಅವಳ ತಲೆಯ ಮೇಲ್ಗಡೆ ಏನೋ ಬೆಳಕು. ಸುತ್ತಲಿನ ಮುಳ್ಳುಕಂಟಿಗಳು, ಗಿಡಮರಗಳು, ಕತ್ತಲು ಬೆಳಕಿನ ಮಧ್ಯದಿಂದ ಆಕೆ ತೀರಾ ಚಿಕ್ಕ ಹುಡುಗಿಯಂತೆ ಆತನನ್ನು ಕೈಮಾಡಿ ಕರೆಯುವಂತೆನಿಸಿತು.

ಆತ ಕೂಗಿ ಕರೆದ:

"ಓ ಫೀಬೀ ! ಫೀಬೀ ! ನೀನು ನಿಜವಾಗಿಯೂ ಬಂದೆಯಾ? ನಿಜವಾಗಿಯೂ ಓಗೊಟ್ಟೆಯಾ ?"

ಹೀಗೆಂದು ಓಡಲು ಹೋಗಿ, ಒಮ್ಮೆ ಬಿದ್ದು ಮತ್ತೆ ಎದ್ದು, ಕುಂಟುತ್ತ ಮುಂದೆ ನಡೆದು, ಆತ ಎದುರಿನ ಆ ಬೆಳಕು ಹಾಗೇ ಕುಣಿಯುತ್ತ ಸಾಗಿದ್ದನ್ನು ಕಂಡ. ಕೊನೆಕೊನೆಗೆ ಆತ ಗಿಡಮರಗಳಿಗೆ ತನ್ನ ಮುದಿ ಕೈಗಳನ್ನು ತಾಗಿಸಿಕೊಳ್ಳುತ್ತ ಎದುರುಬಂದ ಕಂಟಿಗಳಿಗೆ ಹಾಯುತ್ತ ಓಡತೊಡಗಿದ. ಆತನ ಹ್ಯಾಟು ಎಲ್ಲೋ ಬಿದ್ದು ಆತನಿಗೆ ತೇಕು ಹತ್ತಿ ಆತನ ವಿಚಾರಶಕ್ತಿ ಕುಂದಿ ಹೋಗಿ ಆತ ಬೆಟ್ಟದ ಶಿಖರದ ತುಟ್ಟತುದಿಗೆ ಬಂದಾಗ ಆಕೆ ಬೆಳದಿಂಗಳಿನಲ್ಲಿ ಹೊಳೆಯುತ್ತಿದ್ದ ಕೆಳಗಿನ ಆಳವಾದ ಕಣಿವೆಯಲ್ಲಿನ ಸೇಬುಗಿಡಗಳ ಮಧ್ಯೆ ಕಾಣಿಸಿಕೊಂಡಳು.

"ಓ ಫೀಬೀ, ಬೇಡ, ನನ್ನನ್ನು ಬಿಟ್ಟು ಹೋಗಬೇಡ," ಆತ ಕೂಗಿಕೊಂಡ. ಫೀಬೀ ಹಾಗೂ ತಾನು ಚಿಕ್ಕವರಿದ್ದಾಗಿನ ಆ ಪ್ರೇಮ–ಮಾದಕತೆ ತುಂಬಿದ್ದ ಬೇರೆಯೇ ಜಗತ್ತಿನ ಆಕರ್ಷಣೆ ಅತ್ಯಂತ ತೀವ್ರವಾಗಿ ಆತ ಮತ್ತೊಮ್ಮೆ "ನಿಲ್ಲು ಫೀಬೀ" ಎಂದು ಕೂಗುತ್ತ ಆ ಎತ್ತರದಿಂದ ಕೆಳಗೆ ಹಾರಿದ.

ಕೆಲದಿನಗಳ ಅನಂತರ ಆ ಕಡೆ ಸುತ್ತಾಡುತ್ತ ಬಂದ ರೈತಮಕ್ಕಳಿಗೆ ಆತ ಗಿಡದ ಕೆಳಗೆ ಬಿಟ್ಟುಹೋಗಿದ್ದ ಪಾತ್ರೆಗಳು ಕಂಡವು. ಮುಂದೆ ಬೆಟ್ಟದ ಕೆಳಗಿನ ಕಂದಕದಲ್ಲಿ ಆತನ ದೇಹ ಕಾಣಿಸಿತು. ನಿಶ್ಚಲವಾಗಿದ್ದ ಮುರಿದುಹೋದ ದೇಹ; ಆದರೂ ಉತ್ಸಾಹಿಯಾಗಿ ಕಾಣುತ್ತಿದ್ದ ಮುಖದ ಮೇಲೆ ಶಾಂತಿ–ಸಮಾಧಾನದ ಮುಗುಳ್ನಗೆ. ಆತನ ಹ್ಯಾಟು ಅಲ್ಲೇ ಅಷ್ಟೇನೂ ಎತ್ತರವಲ್ಲದ ಕಂಟಿಗಳಿಗೆ ಸಿಕ್ಕಿಹಾಕಿಕೊಂಡಿತ್ತು. ಅಲ್ಲಿನ ಸರಳ ಜನರಿಗೆ ಆತ ಎಷ್ಟು ಆತುರದಿಂದ ಎಷ್ಟು ಸಂತೋಷದಿಂದ ತನ್ನ ಕಣ್ಮರೆಯಾಗಿದ್ದ ಸಂಗಾತಿಯನ್ನು ಸೇರಿದ್ದನೆಂದು ತಿಳಿಯಲೇ ಇಲ್ಲ.

○ ರಿಚರ್ಡ್ ರೈಟ್

ಇನ್ನೇನು ಗಂಡಸಾಗಲಿದ್ದ ಒಬ್ಬ ಗಂಡಸು

ಮಸುಕಾಗುತ್ತಿದ್ದ ಬೆಳಕಿನಲ್ಲಿ ಮನೆಯ ದಾರಿ ಹಿಡಿದು ಹೊಲಗಳ ಗುಂಟ ಡೇವ್ ಮುನ್ನಡೆದ. ಹೊಲದಲ್ಲಿನ ಆ ಬದ್ಮಾಷರೊಂದಿಗೆ ಮಾತಾಡಿ ಏನು ಪ್ರಯೋಜನ? ಆತನ ತಾಯಿಯಂತೂ ಮೇಜಿನ ಮೇಲೆ ಊಟವನ್ನಿಟ್ಟಿರುತ್ತಾಳೆ. ಆ ದುಷ್ಟರಿಗೆ ಏನೂ ತಿಳಿವಳಿಕೆಯಿಲ್ಲ. ಒಂದು ದಿನ ಬಂದೂಕು ತೆಗೆದುಕೊಂಡು ಗುರಿಯಿಡುವುದನ್ನು ಕಲಿಯಬೇಕು, ಅನಂತರ ಅವರು ತನ್ನೊಂದಿಗೆ ಹೀಗೆ ತಾನಿನ್ನೂ ಮಗುವೆಂಬಂತೆ ವರ್ತಿಸಲಾರರು. ಆತ ನಡಿಗೆಯನ್ನು ನಿಧಾನಗೊಳಿಸಿ ನೆಲದ ಕಡೆ ನೋಡಿದ: ಅವರು ತನಗಿಂತ ದೊಡ್ಡವರಾದರೂ ತಾನವರಿಗೆ ಹೆದರುವ ಮಗನಲ್ಲ. ಏನು ಮಾಡಬೇಕೆಂದು ತನಗೆ ಗೊತ್ತು. ಜೋನ ಅಂಗಡಿಗೆ ಹೋಗಿ ಸೇರ್ಸ್ ರೋಬಕ್ ಕಂಪೆನಿಯ ಬಂದೂಕುಗಳ ಯಾದಿಯನ್ನು ನೋಡಬೇಕು. ಮುದುಕ ಹಾಕಿನ್ಸ್‌ನಿಂದ ಸಂಬಳದ ಹಣ ಬಂದಾಗ ಅಮ್ಮ ಒಂದನ್ನು ಕೊಳ್ಳಲು ತನಗೆ ಹಣ ಕೊಟ್ಟಾಳು, ಹಣ ಕೊಡೆಂದು ಅವಳನ್ನು ಬೇಡಿಕೊಳ್ಳಬೇಕು. ಬಂದೂಕು ಇಟ್ಟುಕೊಳ್ಳುವಷ್ಟು ತಾನೀಗ ದೊಡ್ಡವನಾಗಿದ್ದೇನೆ, ತನಗೀಗ ಹದಿನೇಳು. ತಾನೀಗ ಗಂಡಸು, ತನ್ನ ನೀಳವಾದ ನೇತುಬಿದ್ದ ಕೈಕಾಲುಗಳನ್ನು ಮುಟ್ಟಿ ನೋಡಿಕೊಳ್ಳುತ್ತ ಆತ ಮುನ್ನಡೆದ. ಇಡೀ ದಿನ ಮೈಮುರಿದು ಕೆಲಸ ಮಾಡುವ ಗಂಡಸಿಗೆ ಒಂದು ಬಂದೂಕು ಬೇಕೇ ಬೇಕು.

ಆತ ಜೋನ ಅಂಗಡಿಯ ಸಮೀಪ ಬಂದ. ಎದುರಿನ ಅಂಗಳದಲ್ಲಿ ಹಳದಿಬಣ್ಣದ ಲಾಟೀನು ತೂಗಾಡುತ್ತಿತ್ತು. ಆತ ಮೆಟ್ಟಲುಗಳನ್ನೇರಿ ತೂಗಾಡುವ ಬಾಗಿಲನ್ನು ಸರಿಸಿ ಒಳಗೆ ಹೋದ. ಅಲ್ಲಿ ಕಲ್ಲೆಣ್ಣೆ ಹಾಗೂ ಮ್ಯಾಕ್‌ರೆಲ್ ಮೀನಿನ ದಟ್ಟ ವಾಸನೆಯಿತ್ತು. ಅಷ್ಟರವರೆಗೂ ಇದ್ದ ಆತನ ಧೈರ್ಯವು ಹಿಂದಿನ ಬಾಗಿಲಿಂದ ದಪ್ಪಗಿನ ದೇಹದ ಜೋ ಮುಂದೆ ಬಂದೊಡನೆ ಉಡುಗತೊಡಗಿತು.

"ಹೇಗಿದ್ದೀ ಡೇವ್? ಏನು ಬೇಕು?"

"ಹೇಗಿದ್ದೀರಿ ಜೋ? ನನಗೆ – ನನಗೆ ಏನೂ ಕೊಳ್ಳ ಬೇಕಾಗಿಲ್ಲ. ನಿಮ್ಮ ಬಳಿಯಿರುವ ಆಯುಧಗಳ ಯಾದಿಯನ್ನು

ಒಮ್ಮೆ ನೋಡೋದಕ್ಕೆ ಕೊಡ್ತೀರಾ?"

"ಓಹೋ. ಇಲ್ಲೇ ನೋಡ್ತೀಯಾ?"

"ಇಲ್ಲ ಸರ್, ನಾನದನ್ನು ಮನೆಗೊಯ್ದು ನೋಡಬೇಕು ಅಂತಿದ್ದೇನೆ, ನಾಳೆ ಹೊಲದಿಂದ ತಿರುಗಿ ಬರುವಾಗ ತಂದುಕೊಡ್ತೇನೆ."

"ಏನಾದರೂ ಕೊಳ್ಳುವ ವಿಚಾರವಿದೆಯೆ?"

"ಹೌದು ಸರ್."

"ನಿನ್ನ ತಾಯಿ ನಿನಗೆ ಬೇರೆ ದುಡ್ಡು ಕೊಡ್ತಿದ್ದಾಳೆಯೆ?"

"ಅಲ್ಲದೇ ಏನು? ಎಲ್ಲರಂತೆ ನಾನೂ ಗಂಡಸಲ್ಲವೆ ಈಗ?"

ಜೋ ನಕ್ಕು ತನ್ನ ಜಿಡ್ಡಾದ ಬಿಳಿ ಮುಖವನ್ನು ಕೆಂಪು ವಸ್ತ್ರದಿಂದ ಒರೆಸಿಕೊಂಡ.

"ನೀನು ಏನು ಕೊಳ್ಳಬೇಕು ಅಂತಿದ್ದಿ?"

ಡೇವ್ ನೆಲ ನೋಡಿದ, ತಲೆ ಕೆರೆದುಕೊಂಡ, ತೊಡೆ ತುರಿಸಿಕೊಂಡ, ಮುಗುಳ್ನಕ್ಕ. ಅನಂತರ ಸಂಕೋಚದಿಂದ ಮುಖವೆತ್ತಿದ:

"ನೀವು ಯಾರಿಗೂ ಹೇಳೋದಿಲ್ಲ ಅಂತ ಮಾತು ಕೊಟ್ರೆ ಮಾತ್ರ ಹೇಳ್ತೇನೆ."

"ಮಾತು ಕೊಡ್ತೇನೆ."

"ಸರಿ, ನಾನೊಂದು ಬಂದೂಕು ಕೊಳ್ಬೇಕು."

"ಬಂದೂಕು? ಅದನ್ನೇನು ಮಾಡ್ತೀ?"

"ನನ್ನ ಹತ್ತರ ಇಟ್ಟುಕೊಳ್ತೇನೆ."

"ನೀನಿನ್ನೂ ಚಿಕ್ಕ ಹುಡುಗ. ನಿನಗದರ ಅವಶ್ಯಕತೆಯಿಲ್ಲ."

"ಓಹ್, ನನಗೆ ಆ ಯಾದಿ ಕೊಡಬಾರದೆ ಮಿ. ಜೋ? ನಾನದನ್ನು ತಿರುಗಿ ತಂದು ಕೊಡ್ತೇನೆ."

ಜೋ ಹಿಂದಿನ ಬಾಗಿಲಲ್ಲಿ ಮರೆಯಾದ. ಡೇವ್‌ಗೆ ಉತ್ಸಾಹ ಹೆಚ್ಚಿತು. ಆತ ಸುತ್ತಲಿನ ಸಕ್ಕರೆ – ಹಿಟ್ಟು ತುಂಬಿದ ಪೀಪಾಯಿಗಳನ್ನು ನೋಡಿದ. ಜೋನ ಹೆಜ್ಜೆಸದ್ದು ಕೇಳಿಸಿತು. ಆತ ಪುಸ್ತಕವನ್ನು ತರುತ್ತಿದ್ದಾನೇನೋ ಎಂದು ಡೇವ್ ಕತ್ತೆತ್ತಿ ನೋಡಿದ. ಹೌದು, ಆತ ತರುತ್ತಿದ್ದಾನೆ, ಇವರಪ್ಪನ! ಖರೇನೇ ತರುತ್ತಿದ್ದಾನೆ.

"ತಗೋ. ಆದರೆ ಮರೆಯದೆ ತಿರುಗಿ ತಗೊಂಡು ಬಾ. ನನ್ನ ಹತ್ತಿರ ಇರೋದು ಇದೊಂದೇ."

"ಖಂಡಿತ ತರ್ತೇನೆ ಜೋ."

"ನೀನು ನಿಜವಾಗಿ ಬಂದೂಕು ಕೊಳ್ಳೋದಿದ್ದರೆ ನನ್ನಿಂದಲೇ ಕೊಳ್ಳಬಹುದಲ್ಲ, ನನ್ನ ಬಳಿ ಒಂದು ಮಾರೋದಕ್ಕಿದೆ."

"ಅದರಿಂದ ಗುಂಡು ಹಾರಿಸ್ಬಹುದೆ?"

"ಓಹೋ, ಹಾರಿಸ್ಬಹುದು."

"ಅದು ಯಾವ ನಮೂನೆಯದು?"

"ಅದಾ ? ಅದು ಹಳೆಯ ನಮೂನೆಯದು... ಎಡಕ್ಕೆ ಕುದುರೆಯಿರೋ ಪಿಸ್ತೂಲು. ದೊಡ್ಡದಿದೆ."

"ಅದರಲ್ಲಿ ಗುಂಡುಗಳಿವೆಯೆ ?"

"ಅದು ಗುಂಡು ತುಂಬಿಯೇ ಇರುವ ಬಂದೂಕು."

"ನಾನದನ್ನು ನೋಡಬಹುದೆ ?"

"ನಿನ್ನ ಹಣವೆಲ್ಲಿದೆ?"

"ಅದಕ್ಕೆಷ್ಟು ಕೊಡಬೇಕು?"

"ನಿನಗದನ್ನು ಎರಡು ಡಾಲರ್‌ಗಳಿಗೆ ಕೊಡಬಲ್ಲೆ."

"ಅಷ್ಟೇನೆ? ಸಂಬಳ ಬಂದೊಡನೆ ನಾನದನ್ನು ಕೊಳ್ತೇನೆ."

"ನಿನಗೆ ಬೇಕಾದಾಗ ಕೊಡ್ತೇನೆ."

"ಸರಿ ಸರ್, ನಾನು ಮತ್ತೆ ಬರ್ತೇನೆ."

ಆತ ಮತ್ತೆ ಅದೇ ಬಾಗಿಲು ಸರಿಸಿ ಹೊರಬಂದ. ಅಮ್ಮನಿಂದ ಹೇಗಾದರೂ ಹಣ ದೊರಕಿಸಿ ಅದನ್ನು ಕೊಳ್ಳಬೇಕು, ಕೇವಲ ಎರಡು ಡಾಲರ್ ಬೆಲೆ! ದಪ್ಪನ್ನ ಯಾದಿಯ ಪುಸ್ತಕವನ್ನು ಕಂಕುಳಲ್ಲಿರಿಸಿಕೊಂಡು ಆತ ವೇಗವಾಗಿ ಮುನ್ನಡೆದ.

"ಎಲ್ಲಿಗೆ ಹೋಗಿದ್ದೆ ಮಗಾ?" – ಹೊಗೆಯಾಡುವ ಬೇಯಿಸಿದ ಕಪ್ಪು ಬಟಾಣಿ ಕಾಳುಗಳ ತಟ್ಟೆಯನ್ನು ಆತನ ಮುಂದಿಡುತ್ತ ಆತನ ತಾಯಿ ಕೇಳಿದಳು.

"ದಾರಿಯಲ್ಲಿ ಗೆಳೆಯರ ಕೂಡ ಮಾತಾಡ್ತ ನಿಂತಿದ್ದೆ."

"ಊಟಕ್ಕೆ ಎಷ್ಟು ಹೊತ್ತು ಮಾಡಿದೆಯಲ್ಲ."

ಪುಸ್ತಕವನ್ನು ಟೇಬಲಿನ ತುದಿಗಿಟ್ಟು ಆತ ಕೂತುಕೊಂಡ.

"ಮೊದಲು ಅಲ್ಲಿಂದೆದ್ದು ಬಾವಿಗೆ ಹೋಗಿ ಕೈಕಾಲು ಮುಖ ತೊಳಕೊಂಡು ಬಾ, ಹಂದಿಗಳಿಗೆ ನನ್ನ ಮನೆಯಲ್ಲಿ ಊಟ ಹಾಕೋದಿಲ್ಲ."

ಆಕೆ ಆತನ ಭುಜ ಹಿಡಿದು ನೂಕಿದಳು. ಆತ ಮುಂದೆ ಮುಗ್ಗರಿಸಿದ, ಆದರೆ ಮತ್ತೆ ಆ ಪುಸ್ತಕ ಕೊಂಡೊಯ್ಯಲು ಹಿಂದಿರುಗಿ ಬಂದ.

"ಇದೇನು?"

"ಏನಿಲ್ಲಮ್ಮ, ಒಂದು ಯಾದಿಯ ಪುಸ್ತಕ."

"ಅದನ್ನ ಯಾರಿಂದ ತಂದೆ?"

"ಕೆಳಗಿನಂಗಡಿಯ ಜೋನಿಂದ."

"ಒಳ್ಳೇದಾಯ್ತು, ಹೊರ ಮನೆಯಲ್ಲಿ ಅದರ ಉಪಯೋಗವಾದೀತು (ಒಲೆ ಹೊತ್ತಿಸಲು)."

"ಇಲ್ಲ ಇಲ್ಲ" ಆತ ಅದಕ್ಕಾಗಿ ಕೊಸರಾಡಿದ, "ಅದನ್ನು ಕೊಟ್ಟು ಬಿಡಮ್ಮ."

ಆಕೆ ಅದನ್ನು ಗಟ್ಟಿಯಾಗಿ ಹಿಡಿದುಕೊಂಡು ಅವನತ್ತ ನೋಡಿದಳು.

"ಹೀಗೇಕೆ ಮುಗಿಬೀಳ್ತಿದ್ದೀ? ಏನಾಗಿದೆ ನಿನಗೆ? ತಲೆಸರಿಯಾಗಿದೆಯೋ ಇಲ್ಲವೋ?"

"ಅಮ್ಮ, ದಯವಿಟ್ಟು ಕೊಡು. ಅದು ನನ್ನದಲ್ಲ. ಜೋನದು. ನಾಳೆ ಅವನಿಗದನ್ನು ಹಿಂದಿರುಗಿಸ್ಬೇಕು."

ಆಕೆ ಪುಸ್ತಕವನ್ನು ಕೊಟ್ಟಳು. ದಪ್ಪನಾದ ಪುಸ್ತಕವನ್ನು ಎತ್ತಿಕೊಳ್ಳುತ್ತಿದ್ದಂತೆ ಆತ ಮತ್ತೆ ಮೆಟ್ಟಿಲುಗಳ ಮೇಲೆ ಮುಗ್ಗರಿಸಿದ. ಮುಖ ಕೈಕಾಲು ತೊಳೆದಾದ ಅನಂತರ ಒರೆಸಿಕೊಳ್ಳಲು ಟವೆಲು ಹುಡುಕುತ್ತ ಅಡಿಗೆಮನೆಗೆ ಬಂದ. ಕುರ್ಚಿಯಲ್ಲಿ ಕುಕ್ಕರಿಸಿದ; ಅದು ನೆಲಕ್ಕೇ ಬಿತ್ತು. ಪುಸ್ತಕ ಆತನ ಕಾಲಡಿಗೆ ಹೋಗಿ ಬಿತ್ತು. ಆತ ಕಣ್ಣೊರೆಸಿಕೊಂಡು ಮತ್ತೆ ಪುಸ್ತಕವನ್ನೆತ್ತಿ ಕಂಕುಳಲ್ಲಿರಿಸಿಕೊಂಡ. ಆತನ ಅಮ್ಮ ಅವನತ್ತ ನೋಡುತ್ತಲೇ ಇದ್ದಳು.

"ಆ ಪುಸ್ತಕಕ್ಕಾಗಿ ನೀನು ಈ ಥರ ಹುಚ್ಚನ ಹಾಗೆ ಆಡಿದರೆ ನಾನದನ್ನು ಸುಟ್ಟು ಹಾಕಿಬಿಡ್ತೇನೆ."

"ದಯವಿಟ್ಟು ಹಾಗೆ ಮಾಡಬೇಡಮ್ಮ."

"ಹಾಗಿದ್ದರೆ ಸುಮ್ಮನೆ ಕೂಡಬಾರದೆ !"

ಆತ ಕೆಳಗೆ ಕೂತು ಎಣ್ಣೆಯ ದೀಪವನ್ನು ಬಳಿಗೆಳೆದುಕೊಂಡ. ಮೇಜಿನ ಮೇಲಿರಿಸಿದ್ದ ಊಟವನ್ನು ಮರೆತು ಪುಟಗಳನ್ನು ತಿರುವಿ ಹಾಕತೊಡಗಿದ. ಆತನ ತಂದೆ ಬಂದ, ಅನಂತರ ಆತನ ತಮ್ಮನೂ ಬಂದ.

"ನಿನ್ನ ಬಳಿ ಇರೋದೇನು ಡೇವ್?" ತಂದೆ ಕೇಳಿದ.

"ಒಂದು ಯಾದಿ ಪುಸ್ತಕ," ತಲೆಯೆತ್ತದೆ ಆತ ಹೇಳಿದ.

"ಆಹ್, ಅದು ಇಲ್ಲಿದೆ!" ನೀಲಿ ಕಪ್ಪು ಬಣ್ಣದ ರಿವಾಲ್ವರ್‌ಗಳನ್ನು ನೋಡಿ ಆತನ ಕಣ್ಣುಗಳು ಅರಳಿದವು. ಒಮ್ಮೆಲೆ ತಪ್ಪಿತಸ್ಥನಂತೆ ಆತ ತಲೆಯೆತ್ತಿ ನೋಡಿದ. ತಂದೆ ಆತನನ್ನೇ ನೋಡುತ್ತಿದ್ದ. ಆತ ಟೇಬಲಿನ ಕೆಳಗೆ ತನ್ನ ಮೊಣಕಾಲುಗಳನ್ನು ಸರಿಸಿ ಪುಸ್ತಕವನ್ನು ಮರೆಮಾಡಲೆತ್ನಿಸಿದ. ಪ್ರಾರ್ಥನೆಯ ಅನಂತರ ಆತ ಊಟ ಮಾಡಿದ. ಕಾಳುಗಳನ್ನು ಇಡಿಯಾಗಿ ಹೀರಿ ಮಾಂಸವನ್ನು ಅಗಿಯದೆ ನುಂಗಿಬಿಟ್ಟ. ಮಜ್ಜಿಗೆಯ ಸಹಾಯದಿಂದ ಅವೆಲ್ಲ ಹೊಟ್ಟೆಯ ಒಳಸೇರಿದವು. ತಂದೆಯೆದುರು ಹಣದ ಬಗ್ಗೆ ಮಾತಾಡುವ ಮನಸ್ಸಿರಲಿಲ್ಲ ಆತನಿಗೆ. ಅಮ್ಮ ಒಬ್ಬಳೇ ಇದ್ದಾಗ ಕೇಳುವುದೇ ಒಳ್ಳೆಯದು. ಕಣ್ಣ ಕೊನೆಯಿಂದ ಆತ ತಂದೆಯೆಡೆ ಅಸ್ವಸ್ಥ ದೃಷ್ಟಿಯಿಂದ ನೋಡಿದ.

ಆ ಪುಸ್ತಕದ ಜೊತೆ ಚೆಲ್ಲಾಟ ಬಿಟ್ಟು ಊಟ ಮಾಡಬಾರದೆ ಮಗಾ?"

"ಆಗಲಿ ಅಪ್ಪಾ."

"ಮುದುಕ ಹಾಕಿನ್ಸ್‌ನೊಂದಿಗೆ ನಿನ್ನದು ಹೇಗೆ ನಡೆದಿದೆ?"

"ಏನಂದಿ ಅಪ್ಪಾ?"

"ನಿನಗೇನು ಕಿವುಡೆ? ಮಾತಾಡಿದ್ದು ಕೇಳಿಸಿಕೊಳ್ಳೋದಿಲ್ಲ ಯಾಕೆ? ಮುದುಕ ಹಾಕಿನ್ಸ್‌ನೊಂದಿಗೆ ನಿನ್ನ ಕೆಲಸ ಹ್ಯಾಗೆ ಸಾಗಿದೆ ಅಂತ ಕೇಳಿದೆ."

"ಸರಿಯಾಗೇ ಸಾಗಿದೆ ಅಪ್ಪಾ. ಅಲ್ಲಿರೋ ಎಲ್ಲರಿಗಿಂತ ಹೆಚ್ಚು ನೆಲವನ್ನ ನಾನು ಉಳ್ತೇನೆ."

"ಕೆಲಸದ ಮೇಲೆ ನಿಗಾ ಇಡಬೇಕು, ತಿಳೀತ?"

"ಆಗಲಿ ಅಪ್ಪಾ."

ಆತ ತಟ್ಟೆಯ ತುಂಬ ಸಕ್ಕರೆಯ ಪಾಕವನ್ನು ಸುರಿದುಕೊಂಡು, ಅದರಲ್ಲಿ ಬ್ರೆಡ್ಡಿನ ತುಂಡುಗಳನ್ನು ನೆನೆಸಿ ತಿನ್ನತೊಡಗಿದ. ತಂದೆ-ತಮ್ಮ ಇಬ್ಬರೂ ಅಡಿಗೆಮನೆಯಿಂದ ಎದ್ದು ಹೋದರೂ ಆತ ಅಲ್ಲೇ ಕೂತು ತಾಯಿಯೊಂದಿಗೆ ತನ್ನ ಆಸೆ ತೋಡಿಕೊಳ್ಳಲು ಧೈರ್ಯ ತಂದುಕೊಳ್ಳುತ್ತ ಆ ಪುಸ್ತಕವನ್ನು ಮತ್ತೆ ನೋಡತೊಡಗಿದ. ದೇವರೆ ಆ ಸುಂದರವಾದ ವಸ್ತು ತನಗೊಮ್ಮೆ ಸಿಕ್ಕರೆ! ಆತನ ಬೆರಳುಗಳಿಗೆ ಅದರ ಸ್ಪರ್ಶದ ಅನುಭವವಾಗತೊಡಗಿತು. ಅಂಥದೊಂದು ಬಂದೂಕು ತನಗೆ ಸಿಕ್ಕರೆ ಅದನ್ನು ತಿಕ್ಕಿ, ತೀಡಿ ಎಂದೂ ತುಕ್ಕು ಹಿಡಿಯದಂತೆ ಇಟ್ಟುಕೊಳ್ಳುವೆ. ಅದನ್ನು ಸದಾ ಗುಂಡು ತುಂಬಿಯೇ ಇಡುವೆ ಎಂದು ಆತ ಯೋಚಿಸಿದ.

"ಅಮ್ಮ..." ಆತ ಸಂಕೋಚದಿಂದ ಕರೆದ.

"ಹ್ಞು? ಏನು?"

“ಮುದುಕ ಹಾಕಿನ್ಸ್ ನಿನಗೆ ನನ್ನ ಸಂಬಳದ ಹಣ ಕೊಟ್ಟನೇ?”

“ಹೌದು, ಆದರದನ್ನು ಪೋಲು ಮಾಡಲು ನಿನಗೆ ಕೊಡೋದಿಲ್ಲ. ಈ ಚಳಿಗಾಲದಲ್ಲಿ ಆ ಹಣದಿಂದ ನಿನಗೆ ಬಟ್ಟೆ ಕೊಂಡರೆ ನೀನು ಸ್ಕೂಲಿಗೆ ಹೋಗ್ಬಹುದು.”

ಆತ ಪುಸ್ತಕವನ್ನು ತೆರೆದು ಹಿಡಿದುಕೊಂಡಿದ್ದಂತೆಯೇ ಎದ್ದು ಆಕೆಯ ಬಳಿ ಹೋದ. ಆಕೆ ತಲೆ ತಗ್ಗಿಸಿ ಪಾತ್ರೆ ತೊಳೆಯುತ್ತಿದ್ದಳು. ಆತ ಸಂಕೋಚದಿಂದ ಪುಸ್ತಕವನ್ನೆತ್ತಿ ಹಿಡಿದು ತೀರಾ ಕೆಳಗಿನ ಧ್ವನಿಯಲ್ಲಿ ಕೇಳಿದ :

“ಅಮ್ಮ, ನನಗೆ ಇಂಥದೊಂದು ಬೇಕು.”

“ಎಂಥದು? ಏನು?” ಆಕೆ ಕಣ್ಣೆತ್ತದೆ ಕೇಳಿದಳು.

“ಇಂಥದು, ಇದು...” ಆತ ಮತ್ತೆ ಹೇಳಿದ, ಕೈಮಾಡಿ ತೋರಿಸುವ ಧೈರ್ಯವಿಲ್ಲದೆ. ಆಕೆ ಪುಸ್ತಕ ನೋಡಿ ಕಣ್ಣರಳಿಸಿ ಆತನತ್ತ ನೋಡಿದಳು.

“ಕತ್ತೆ, ನಿನಗೇನು ತಲೆ ಕೆಟ್ಟಿದೆಯೆ?”

“ಅಲ್ಲ. ಅಮ್ಮ...”

“ಹೊರಟುಹೋಗು ಇಲ್ಲಿಂದ. ಮೂರ್ಖ, ಇನ್ನೊಮ್ಮೆ ಬಂದೂಕಿನ ಸುದ್ದಿ ಮಾತಾಡಬೇಡ.”

“ಅಮ್ಮ, ಕೇವಲ ಎರಡೇ ಡಾಲರ್‌ಗೆ ಒಂದನ್ನು ಕೊಳ್ಳಬಹುದು...”

“ಇಲ್ಲ, ನಾನದಕ್ಕೆ ಒಪ್ಪೋದಿಲ್ಲ.”

“ಆದರೆ ನೀನು ಮಾತುಕೊಟ್ಟಿದ್ದಿ...”

“ಮಾತುಕೊಟ್ಟರೇನಂತೆ? ನೀನಿನ್ನೂ ಚಿಕ್ಕ ಹುಡುಗ.”

“ಅಮ್ಮ, ಇದೊಂದನ್ನು ಕೊಡಿಸಿಬಿಟ್ಟರೆ ನಾನೆಂದೂ ನಿನ್ನೊಡನೆ ಬೇರೆ ಏನೂ ಕೇಳೋದಿಲ್ಲ.”

“ಹೊರಟುಹೋಗು ಅಂತ ಹೇಳಲಿಲ್ಲವೆ? ಈ ಬಂದೂಕಿಗಾಗಿ ಆ ಹಣದಲ್ಲಿನ ಚಿಕ್ಕಾಸನ್ನೂ ನಿನಗೆ ಮುಟ್ಟಗೊಡೋದಿಲ್ಲ. ಅದಕ್ಕೇ ನಿನ್ನ ಸಂಬಳದ ಹಣವನ್ನು ನನಗೇ ಕೊಡು ಅಂತ ನಾನು ಹಾಕಿನ್ಸ್‌ಗೆ ಹೇಳಿದ್ದು. ನಿನಗೆ ಬುದ್ಧಿಯಿಲ್ಲ ಅಂತ ನನಗ್ಗೊತ್ತು.”

“ಆದರೆ ಅಮ್ಮ, ನಮಗೊಂದು ಬಂದೂಕಿನ ಅವಶ್ಯಕತೆ ಇದೆ. ಮನೆಯೊಳಗೆ ಅದಿರಲೇಬೇಕು. ಯಾವಾಗ ಏನಾಗ್ತದೆ ಅಂತ ಯಾರು ಹೇಳಬಲ್ಲರು?”

“ನನ್ನನ್ನೇ ಮೂರ್ಖಳನ್ನಾಗಿ ಮಾಡಬೇಡ ಮಗಾ! ನಾವು ಬಂದೂಕು ತಗೊಂಡರೂ ನಾನದನ್ನು ನಿನಗೆ ಕೊಡೋದು ಸಾಧ್ಯವಿಲ್ಲ.”

ಆತ ಪುಸ್ತಕವನ್ನು ಕೆಳಗಿಟ್ಟು ಆಕೆಯ ಸೊಂಟದ ಸುತ್ತ ತನ್ನ ಕೈಗಳನ್ನು ಬಳಸಿದ:

“ಅಮ್ಮ, ಬೇಸಿಗೆಯಿಡೀ ನಾನು ಎಷ್ಟು ಕಷ್ಟಪಟ್ಟು ದುಡಿದೆ, ಆದರೂ ಏನನ್ನೂ ಕೇಳಲಿಲ್ಲ. ಕೇಳಿದೆನೆ? ಹೇಳು.”

“ನೀನು ಹಾಗೇ ಇರೋದು ನ್ಯಾಯ!”

“ಆದರೆ ಅಮ್ಮ, ನನಗೊಂದು ಬಂದೂಕು ಬೇಕು. ನನ್ನ ಹಣದಿಂದ ಎರಡು ಡಾಲರ್ ಕೊಡು. ದಯವಿಟ್ಟು ಕೊಡು ಅಮ್ಮ, ಅದನ್ನು ತಂದು ಅಪ್ಪನಿಗೆ ಕೊಡ್ತೇನೆ. ಅಮ್ಮ ನಾನು ನಿನ್ನನ್ನೆಷ್ಟು ಪ್ರೀತಿಸ್ತೇನೆ ಗೊತ್ತಲ್ಲ...”

ಈಗ ಆಕೆಯ ಧ್ವನಿ ಮೃದುವಾಯಿತು.

“ಬಂದೂಕು ತಗೊಂಡು ಏನು ಮಾಡ್ತೀ ಡೇವ್? ಏನಾದರೂ ಇಲ್ಲದ ತೊಂದರೆ

ತಂದುಕೊಂಡೀಯ. ನಿನಗೆ ಬಂದೂಕು ತಗೊಳ್ಳಲು ಹಣ ಕೊಟ್ಟಿದ್ದೇನೆ ಅಂತ ನಿಮ್ಮಪ್ಪನಿಗೆ ಗೊತ್ತಾದರೆ ಮುಗೀತು."

"ನಾನು ಹೇಳೋದಿಲ್ಲಮ್ಮ, ಎರಡೇ ಡಾಲರು!"

"ಹೀಗೇಕೆ ಹಟ ಮಾಡ್ತೀ ಮಗು?"

"ಹಟ ಎಲ್ಲಮ್ಮ? ನಾನೀನ ಗಂಡಸಾಗಿದ್ದೇನೆ. ನನಗೊಂದು ಬಂದೂಕು ಬೇಕು."

"ನಿನಗದನ್ನು ಕೊಡೋರ್‍ಯಾರು?"

"ಅಂಗಡಿ ಮನೆಯ ಮುದುಕ ಜೋ."

"ಅದಕ್ಕೆ ಎರಡೇ ಡಾಲರು ಬೆಲೆಯೇ?"

"ಹೌದಮ್ಮ, ಎರಡೇ ಡಾಲರು. ದಯವಿಟ್ಟು ಕೊಡು."

ಪಾತ್ರೆ-ತಟ್ಟೆಗಳನ್ನು ನಿಧಾನವಾಗಿ ಎತ್ತಿಡುತ್ತಿರುವಂತೆ ಆಕೆ ಯೋಚಿಸಿದಳು. ಡೇವ್ ಕಾತರದಿಂದ ಮೌನವಾಗಿದ್ದ. ಕೊನೆಗೆ ಆಕೆ ಆತನೆಡೆ ಹೊರಳಿ ಕೇಳಿದಳು :

"ನೀನೊಂದು ಮಾತು ನಡೆಸೋದಾದರೆ ಆ ಬಂದೂಕು ಕೊಡಿಸ್ತೇನೆ."

"ಅದೇನಮ್ಮ?"

"ಅದನ್ನು ಸೀದಾ ನನ್ನ ಹತ್ತಿರ ತಗೊಂಡು ಬಾ. ಅದು ನಿಮ್ಮ ಅಪ್ಪನಿಗೆ ಇರಲಿ."

"ಆಗಲಮ್ಮ, ಈಗ ನಾನು ಹೋಗಲೆ?"

ಆಕೆ ಬಗ್ಗಿ ತನ್ನ ನಿಲುವಂಗಿಯನ್ನು ತುಸು ಮೇಲೆತ್ತಿ ತನ್ನ ಕಾಲು ಚೀಲವನ್ನು ಕೆಳಗೆ ಸರಿಸಿ, ಅದರಲ್ಲಿಂದ ಕೆಲವು ಹಳೆಯ ನೋಟುಗಳನ್ನು ಹೊರದೆಗೆದಳು.

"ತಗೋ, ನಿನಗೇನೂ ಬಂದೂಕಿನ ಅವಶ್ಯಕತೆಯಿಲ್ಲ. ಆದರೆ ನಿಮ್ಮಪ್ಪನಿಗೆ ಇದೆ. ಅದನ್ನು ಸೀದಾ ನನ್ನ ಕಡೆ ತಗೊಂಡು ಬಾ, ಕೇಳಿಸಿತಲ್ಲ? ಇದನ್ನು ಎತ್ತಿಟ್ಟುಕೋ. ನನ್ನ ಮಾತು ಕೇಳದಿದ್ದರೆ ನೀನೆಂದೂ ಮರೆಯದ ಹಾಗೆ ಅಪ್ಪನಿಂದ ಏಟು ಹಾಕಿಸ್ತೇನೆ."

"ಆಗಲಮ್ಮ."

ಆತ ಹಣ ತೆಗೆದುಕೊಂಡು ವೇಗವಾಗಿ ಮೆಟ್ಟಲಿಳಿದು ಅಂಗಳದಲ್ಲಿ ಓಡಿದ.

"ಡೇವ್! ಏ ಡೇವ್!"

ಆತನಿಗೆ ಕೇಳಿಸಿತು, ಆದರೆ ಆತ ನಿಲ್ಲಲಿಲ್ಲ. 'ಒಲ್ಲೆ', ಅಂದುಕೊಳ್ಳುತ್ತ ಓಡಿದ.

* * *

ಮರುದಿನ ಮುಂಜಾನೆ ಎದ್ದ ತಕ್ಷಣ ಆತ ಮೊದಲು ತನ್ನ ಬಂದೂಕಿಗಾಗಿ ದಿಂಬಿನಡಿ ಕೈ ಹಾಕಿದ. ಮುಂಜಾವಿನ ನಸುಬೆಳಕಿನಲ್ಲಿ ಅದನ್ನು ಮುಟ್ಟುತ್ತಿದ್ದಂತೆ ಆತನಲ್ಲಿ ಎಂಥದೋ ಶಕ್ತಿ ಸಂಚಾರವಾದಂತೆನಿಸಿತು. ಇದರಿಂದ ಒಬ್ಬ ಮನುಷ್ಯನನ್ನು ಕೊಲ್ಲಬಹುದು. ಯಾರನ್ನೂ ಏನನ್ನೂ ಕೊಲ್ಲಬಹುದು. ಇದನ್ನು ಕೈಯಲ್ಲಿ ಹಿಡಿದು ಹೊರಟರೆ ಯಾರೂ ಗೇಲಿ ಮಾಡಲಾರರು, ಎಲ್ಲರೂ ಗೌರವಿಸುವರು. ಉದ್ದನೆಯ ಕೊಳವೆಯ ದಪ್ಪಗಿನ ಹಿಡಿಯ ದೊಡ್ಡ ಬಂದೂಕು ಅದು. ಅದರ ಭಾರಕ್ಕಾಗಿ ಆಶ್ಚರ್ಯಪಡುತ್ತ ಆತ ಅದನ್ನು ಮೇಲೆ - ಕೆಳಗೆ ಮಾಡಿನೋಡಿದ.

ತಾಯಿ ಹೇಳಿದಂತೆ ಆತ ಅದನ್ನು ಸೀದಾ ಮನೆಗೆ ತಂದಿರಲಿಲ್ಲ; ಹೊಲಗಳ ಮಧ್ಯೆ ಅದನ್ನು ಕೊಂಡೊಯ್ದು ಹಲವಾರು ಸಲ ಇಲ್ಲದ ವೈರಿಯ ಕಡೆ ಗುರಿಯಿಟ್ಟಿದ್ದ. ಆದರೆ ಗುಂಡು ಹಾರಿಸಿರಲಿಲ್ಲ; ಅಪ್ಪನಿಗೆ ಕೇಳಿಸೀತೆಂದು ಹೆದರಿದ್ದ. ಹೇಗೆ ಹಾರಿಸಬೇಕೆಂದೂ ಆತನಿಗೆ ಸರಿಯಾಗಿ ಗೊತ್ತಿರಲಿಲ್ಲ.

ಬಂದೂಕನ್ನು ತಾಯಿಗೊಪ್ಪಿಸುವುದನ್ನು ತಪ್ಪಿಸಲು ಆತ ಅವರೆಲ್ಲ ಮಲಗುವವರೆಗೆ ಮನೆಗೆ ಬಂದಿರಲೇ ಇಲ್ಲ. ರಾತ್ರಿ ಬಹಳ ಹೊತ್ತಿನಲ್ಲಿ ತಾಯಿ ಆತನ ಹಾಸಿಗೆಯ ಬಳಿ ಬಂದು ಬಂದೂಕು ಎಲ್ಲೆಂದು ಕೇಳಿದಾಗ ಮೊದಲು ಆತ ಸುಮ್ಮನಿದ್ದ; ಅನಂತರ ಅದನ್ನು ಹೊರಗೆ ಅಡಗಿಸಿಟ್ಟಿರುವುದಾಗಿಯೂ ಬೆಳಿಗ್ಗೆ ತರುವುದಾಗಿಯೂ ಹೇಳಿದ್ದ. ಈಗದನ್ನು ನಿಧಾನವಾಗಿ ಕೈಯಲ್ಲಿ ತಿರುಗಿಸುತ್ತಾ ಇದ್ದ. ಅನಂತರ ಅದನ್ನು ಬಿಚ್ಚಿ ಗುಂಡುಗಳನ್ನು ಹೊರತೆಗೆದು ಮುಟ್ಟಿ ನೋಡಿ ಮತ್ತೆ ಹಾಕಿ ಇಟ್ಟ.

ಆತ ಹಾಸಿಗೆಯಿಂದ ಹೊರನುಸುಳಿ ಪೆಟ್ಟಿಗೆಯೊಳಗಿನಿಂದ ಒಂದು ಉದ್ದನ್ನ ಹಳೆಯ ಬಟ್ಟೆ ಹೊರತೆಗೆದು ಪಿಸ್ತೂಲನ್ನು ಅದರಲ್ಲಿ ಸುತ್ತಿ ಗುಂಡು ತುಂಬಿದ್ದಂತೆಯೇ ಅದನ್ನು ತನ್ನ ತೊಡೆಗೆ ಕಟ್ಟಿಕೊಂಡ. ಬೆಳಗಿನ ಉಪಾಹಾರಕ್ಕಾಗಿ ಆತ ಒಳಹೋಗಲಿಲ್ಲ. ಇನ್ನೂ ಪೂರಾ ಬೆಳಗಾಗಿರದಿದ್ದರೂ ಜಿಮ್ ಹಾಕಿನ್ಸ್‌ರ ಹೊಲದ ಕಡೆ ನಡೆದ. ಸೂರ್ಯ ಮೂಡುವಷ್ಟರಲ್ಲಿ ಆತ ನೇಗಿಲು ಹಾಗೂ ಹೇಸರಗತ್ತೆ ಇಟ್ಟ ಹೊಲದ ಮನೆಯನ್ನು ತಲಪಿದ.

"ಏಯ್, ಯಾರು ಡೇವ್‌ನೇ?"

ಆತ ತಿರುಗಿ ನೋಡಿದ. ಜಿಮ್ ಹಾಕಿನ್ಸ್ ಸಂಶಯದಿಂದ ಆತನನ್ನು ನೋಡುತ್ತ ನಿಂತಿದ್ದ.

"ಇದೇನು ಇಷ್ಟು ಬೇಗ ಬಂದು ಏನು ನಡೆಸಿದ್ದೀ?"

"ಇನ್ನೂ ಹೊತ್ತಾಗಿಲ್ಲ ಅಂತ ತಿಳೀಲಿಲ್ಲ ಮಿ. ಹಾಕಿನ್ಸ್. ಜೆನ್ನಿಯನ್ನು ಎಬ್ಬಿಸಿ ಹೊಲಕ್ಕೆ ಕರೆದುಕೊಂಡು ಹೋಗೋಣ ಅಂತಿದ್ದೆ."

"ಒಳ್ಳೆಯದು. ಹ್ಯಾಗೂ ಬೇಗ ಬಂದಿದ್ದೀಯ. ಆ ಗುಡ್ಡದ ಕೆಳಗಿನ ಜಾಗವನ್ನೆಲ್ಲ ಉಳ್ತೀಯಾ?"

"ಓಹೋ, ಯಾಕಿಲ್ಲ?"

"ಸರಿ ಹಾಗಾದರೆ, ಅಲ್ಲಿಗೇ ಹೋಗು."

ಆತ ಜೆನ್ನಿಯನ್ನು ನೇಗಿಲಿಗೆ ಹೂಡಿ ಹೊಲಗಳ ಮಧ್ಯದಿಂದ ನಡೆದ. ಎಷ್ಟು ಮೋಜು ! ಅವನಿಗೆ ಇದೇ ಬೇಕಾಗಿತ್ತು. ಗುಡ್ಡದ ಕೆಳಗಿಳಿದು ನಿಂತು ಪಿಸ್ತೂಲು ಹಾರಿಸಿದರೆ ಯಾರಿಗೂ ಕೇಳಿಸಲಾರದು. ನೇಗಿಲಿನ ಕೀಲುಗಳು ಕಿರುಗುಡುವ ಸದ್ದು ಕೇಳುತ್ತ ತೊಡೆಗಂಟಿಕೊಂಡಿದ್ದ ಪಿಸ್ತೂಲಿನ ಸ್ಪರ್ಶಸುಖ ಅನುಭವಿಸುತ್ತ ಆತ ನಿಧಾನವಾಗಿ ನಡೆದ.

ಗುಡ್ಡವನ್ನು ತಲಪಿದ ತರುವಾಯ ಪಿಸ್ತೂಲು ಹೊರದೆಗೆಯುವ ಮುನ್ನ ಆತ ಪೂರಾ ಎರಡು ಸಾಲು ನೆಲ ಉತ್ತ. ಕೊನೆಗೆ ನಿಂತು ಒಮ್ಮೆ ಎಲ್ಲ ಕಡೆ ನೋಡಿ ಪಿಸ್ತೂಲು ತೆಗೆದು ಕೈಯಲ್ಲಿ ಹಿಡಿದುಕೊಂಡ, ಹೇಸರಗತ್ತೆಯ ಕಡೆ ತಿರುಗಿ ಮುಗುಳ್ನಕ್ಕ.

"ಜೆನ್ನಿ, ಇದೇನೆಂದು ನಿನಗೆ ಗೊತ್ತೆ? ಇಲ್ಲ, ನಿನಗೆ ಗೊತ್ತಿಲ್ಲ, ನೀನೊಂದು ಮುದಿ ಹೇಸರಗತ್ತೆ. ಇದೊಂದು ಪಿಸ್ತೂಲು, ಇದರಿಂದ ಗುಂಡು ಹಾರಿಸ್ಬಹುದು."

ಆತ ಪಿಸ್ತೂಲನ್ನು ತನ್ನಿಂದ ತುಸು ಅಂತರದಲ್ಲಿ ಹಿಡಿದ. ಓಹ್, ಇದರಿಂದ ಗುಂಡು ಹಾರಿಸಬಹುದು! ಆತ ಮತ್ತೆ ಜೆನ್ನಿಯತ್ತ ನೋಡಿದ.

"ಕೇಳು ಜೆನ್ನಿ, ನಾನು ಇದರ ಕುದುರೆಯನ್ನೊತ್ತಿದ್ದ ಕೂಡಲೆ ನೀನು ಮೂರ್ಖಳಂತೆ ಓಡಿ ಹೋಗಬೇಡ ಮತ್ತೆ."

ಜೆನ್ನಿ ತನ್ನ ಕಿವಿ ನಿಮಿರಿಸಿ ಮುಖ ಕೆಳಗೆ ಹಾಕಿ ನಿಂತಿತ್ತು. ಡೇವ್ ಸುಮಾರು ಇಪ್ಪತ್ತು ಅಡಿ ದೂರ ಹೋಗಿ ಹಿಂದಿರುಗಿ ನೋಡಿದ. ಇಲ್ಲ, ನನಗೇನೂ ಹೆದರಿಕೆಯಾಗಿಲ್ಲ

ಅಂದುಕೊಂಡ. ಬಂದೂಕು ಬೆರಳುಗಳಲ್ಲಿ ಜಾರುತ್ತಿರುವಂತೆನಿಸಿತು; ಒಂದು ಕ್ಷಣ ಕೈಯನ್ನು ಜೋರಾಗಿ ತಿರುಗಿಸಿದ. ಅನಂತರ ಕಣ್ಣು ಮುಚ್ಚಿ ತೋರುಬೆರಳನ್ನು ಬಿಗಿಯಾಗಿ ಒತ್ತಿದ. ಢಂ! ಆ ಸದ್ದಿಗೆ ಕಿವಿಗಡಚಿಕ್ಕಿ ಒಂದು ಕ್ಷಣ ಆತನ ಬಲ ಮುಂಗೈ ತೋಳಿನಿಂದ ಕಳಚಿ ಬಿದ್ದಂತೆನಿಸಿತು. ಜೆನ್ನಿ ವಿಕಾರವಾಗಿ ಕಿರಿಚುತ್ತ ಹೊಲದ ತುಂಬ ಜಿಗಿಯುತ್ತಿದ್ದದ್ದು ಕಾಣಿಸಿತು. ಆತ ಸ್ವತಃ ಮೊಣಕಾಲೂರಿ ಕೂತು ಕೈಬೆರಳುಗಳನ್ನು ಕಾಲುಗಳ ಮಧ್ಯ ಬಿಗಿಯಾಗಿ ಹಿಡಿದಿದ್ದ. ಆತನ ಕೈ ನಿರ್ಜೀವವಾದಂತಾಗಿತ್ತು; ಅದನ್ನು ಬೆಚ್ಚಗೆ ಮಾಡಲೆಂದು, ನೋವು ಕಡಿಮೆಯಾಗಲೆಂದು ಆತ ಕೈಯನ್ನು ಬಾಯೊಳಗೆ ತುರುಕಿಕೊಂಡ. ಬಂದೂಕು ಕಾಲಬಳಿ ಬಿದ್ದಿತ್ತು. ಏನಾಯಿತೆಂದು ಆತನಿಗೆ ಸರಿಯಾಗಿ ತಿಳಿಯಲಿಲ್ಲ. ಎದ್ದು ನಿಂತು ಬಂದೂಕಿಗೂ ಜೀವವಿದೆಯೇನೋ ಎಂಬಂತೆ ಅದರ ಕಡೆ ನೋಡಿದ. ಹಲ್ಲುಕಡಿದು ಅದನ್ನು ಝಾಡಿಸಿ ಒದ್ದ. ನನ್ನ ಕೈಯನ್ನೇ ಮುರಿದೆಯಲ್ಲ! ಆತ ಜೆನ್ನಿಯ ಕಡೆ ನೋಡಿದ. ಆ ಪ್ರಾಣಿ ದೂರಹೋಗಿ ಜೋರಾಗಿ ತಲೆಯಲ್ಲಾಡಿಸುತ್ತ ಕಾಲು ಝಾಡಿಸುತ್ತ ನಿಂತಿತ್ತು.

"ಅಲ್ಲೇ ನಿಲ್ಲು, ಮುದಿ ಹೇಸರಗತ್ತೆ !"

ಆತ ಸಮೀಪ ಹೋದಾಗ ಅದು ತನ್ನ ಬಿಳಿ ಕಣ್ಣುಗಳನ್ನು ಆತನತ್ತ ಹೊರಳಿಸಿ ನೋಡುತ್ತ ನಡುಗುತ್ತ ನಿಂತಿತ್ತು. ನೇಗಿಲು ದೂರ ಹೋಗಿ ಬಿದ್ದಿತ್ತು. ಹಗ್ಗಗಳು ಕಳಚಿಬಿಟ್ಟಿದ್ದವು. ಡೇವ್ ಒಮ್ಮೆಲೆ ತನ್ನ ಕಣ್ಣನ್ನು ನಂಬಲಾಗದಂತೆ ನಿಂತ. ಜೆನ್ನಿಯ ಎಡಭಾಗವೆಲ್ಲ ರಕ್ತದಿಂದ ತೊಯ್ದು ಕೆಂಪಾಗಿ ಹೋಗಿತ್ತು. ಆತ ಸನಿಹಕ್ಕೆ ಹೋದ. ದೇವರೆ, ಇದೇನು? ನಾನೇ ಈ ಹೇಸರಗತ್ತೆಗೆ ಗುಂಡುಹಾಕಿದೆನೆ? ಆತ ಜೆನ್ನಿಯ ಕೇಸರವನ್ನು ಹಿಡಿಯಬಯಸಿದ. ಅದು ಕೊಸರಾಡಿ ಹೊರಳಾಡಿ ಒದ್ದಾಡಿ ತಲೆ ಅಲ್ಲಾಡಿಸುತ್ತಿತ್ತು.

"ಸುಮ್ಮನಿರು, ಒಂದಿಷ್ಟು ಸುಮ್ಮನಿರು."

ಅನಂತರ ಆತನಿಗೆ ಜೆನ್ನಿಯ ಪಕ್ಕೆಗಳ ನಡುವೆ ಆಗಿದ್ದ ತೂತು ಕಾಣಿಸಿತು – ದುಂಡಗೆ, ಕೆಂಪಗೆ, ಹಸಿಹಸಿಯಾಗಿ. ಕೆಂಪು ರಕ್ತ ವೇಗವಾಗಿ ಎಡಗಾಲಿನಗುಂಟ ಹರಿಯುತ್ತಿತ್ತು. ದೇವರೆ! ತಾನೇನೂ ಈ ಪ್ರಾಣಿಗೆ ಗುರಿ ಇಟ್ಟಿರಲಿಲ್ಲವಲ್ಲ. ಆತನಿಗೆ ವಿಪರೀತ ಭಯವಾಯಿತು. ಕೂಡಲೇ ರಕ್ತ ಬಸಿಯುವುದನ್ನು ನಿಲ್ಲಿಸದಿದ್ದರೆ ಜೆನ್ನಿಯ ಪ್ರಾಣಕ್ಕೆ ಗಂಡಾಂತರವೆಂದು ಆತನಿಗೆ ತಿಳಿದಿತ್ತು. ಜೀವನದಲ್ಲೇ ಎಂದೂ ಅಷ್ಟು ರಕ್ತವನ್ನು ಆತ ನೋಡಿರಲಿಲ್ಲ. ಹೇಸರಗತ್ತೆಯನ್ನು ಹಿಡಿಯಲೆತ್ನಿಸುತ್ತ ಆತ ಅರ್ಧಮೈಲು ಅದನ್ನು ಹಿಂಬಾಲಿಸಿ ಓಡಿದ. ಕೊನೆಗೆ ಅದು ಬಾಲವನ್ನು ತಿರುಚಿಕೊಂಡು ಏದುಸಿರು ಬಿಡುತ್ತ ನಿಂತಿತು. ಆತ ಅದರ ಕುತ್ತಿಗೆ ಹಿಡಿದು ನೇಗಿಲು – ಬಂದೂಕು ಬಿದ್ದಲ್ಲಿಗೆ ಅದನ್ನು ಸಾಗಿಸಿಕೊಂಡು ಬಂದ. ಆತ ಕೆಳಗೆ ಬಗ್ಗಿ ಒಂದಿಷ್ಟು ಹಸಿಮಣ್ಣು ತೆಗೆದುಕೊಂಡು ಗುಂಡಿನಿಂದಾದ ತೂತುಮುಚ್ಚಲು ಪ್ರಯತ್ನಿಸಿದ. ಜೆನ್ನಿ ಕಿರಿಚುತ್ತಾ ಆತನಿಂದ ದೂರ ಹೋಯಿತು.

"ಸ್ವಲ್ಪ ನಿಲ್ಲು... ಸ್ವಲ್ಪ ನಿಲ್ಲಬಾರದೆ..."

ಆತ ಮತ್ತೆ ಪ್ರಯತ್ನ ಮಾಡಿದ, ಆದರೂ ರಕ್ತ ಒಸರುತ್ತಲೇ ಇತ್ತು. ಆತನ ಬೆರಳುಗಳು ಬೆಚ್ಚಗೆ ಜಿಡ್ಡು–ಜಿಡ್ಡಾದವು. ಕೈಗಳನ್ನು ಒಣಗಿಸಲು ಆತ ಒಣ ಮಣ್ಣು ತೆಗೆದುಕೊಂಡು ಉಜ್ಜಿಕೊಂಡ. ಮತ್ತೆ ಗುಂಡಿನಿಂದಾದ ತೂತು ಮುಚ್ಚಲು ಪ್ರಯತ್ನಿಸಿದ, ಆದರೆ ಜೆನ್ನಿ ಜೋರಾಗಿ ಕಾಲು ಝಾಡಿಸುತ್ತ ದೂರ ಹೋಯಿತು. ಆತ ಅಸಹಾಯನಾಗಿ ನಿಂತ. ಆತ ಏನಾದರೂ ಮಾಡಬೇಕಿತ್ತು. ಆತ ಮತ್ತೆ ಜೆನ್ನಿಯ ಹತ್ತಿರ ಹೋದ. ಅದು ಮತ್ತೆ ತಪ್ಪಿಸಿಕೊಂಡಿತು.

ಜೆನ್ನಿಯ ಕಾಲುಗುಂಟ ಗೆರೆಯಾಗಿ ಹರಿದ ಕೆಂಪು ರಕ್ತ ಅದರ ಕಾಲ ಬಳಿ ಮಡುಗಟ್ಟಿದ್ದನ್ನು ಆತ ನೋಡಿದ.

"ಜೆನ್ನಿ...ಜೆನ್ನಿ..." ಆತ ಸೋತ ಧ್ವನಿಯಲ್ಲಿ ಅಂದ.

ಆತನ ತುಟಿಗಳು ಅದುರಿದವು. ಜೆನ್ನಿ ಸಾಯುತ್ತಿದೆ! ತಿರುಗಿ ಹೋಗಿ ಯಾರನ್ನಾದರೂ ಸಹಾಯಕ್ಕೆ ಕರೆಯೋಣವೇ ಎಂದು ಆತ ಮನೆಯ ಕಡೆ ನೋಡಿದ. ಆದರೆ ಆ ಪಿಸ್ತೂಲು ಕಪ್ಪು ಮಣ್ಣಿನಲ್ಲಿ ಹಾಗೇ ಬಿದ್ದಿತ್ತು. ಆತನಿಗೊಂದು ವಿಚಿತ್ರ ಕಲ್ಪನೆ ಬಂದಿತು, ತಾನು ಏನಾದರೂ ಮಾಡಬೇಕು; ಹಾಗೆ ಮಾಡಿದರೆ ಇದು ಹೀಗಾಗುವುದಿಲ್ಲ, ಜೆನ್ನಿ ಸಾಯುವವರೆಗೆ ರಕ್ತ ಸುರಿಸುತ್ತ ನಿಲ್ಲಬೇಕಾಗಿಲ್ಲ.

ಈ ಸಲ ಆತ ಹತ್ತಿರ ಹೋದಾಗ ಅದು ಮಿಸುಕಾಡಲಿಲ್ಲ. ಅದರ ಕಣ್ಣುಗಳು ನಿದ್ರೆಯಲ್ಲಿದ್ದಂತೆ ಅರೆಮುಚ್ಚಿದ್ದವು, ಆತ ಅದನ್ನು ಸ್ಪರ್ಶಿಸಿದಾಗ ಅದು ಸಣ್ಣದಾಗಿ ಒಮ್ಮೆ ಕಿರಿಚಿ ಮೊಣಕಾಲುಗಳೆರಡೂ ರಕ್ತಮಯವಾಗಿದ್ದಂತೆ ಧೊಪ್ಪನೆ ಕೆಳಗೆ ಬಿದ್ದಿತು.

"ಜೆನ್ನಿ...ಜೆನ್ನಿ..." ಆತ ಪಿಸು ನುಡಿದ.

ಎಷ್ಟೋ ಹೊತ್ತು ಅದು ಕುತ್ತಿಗೆಯನ್ನೆತ್ತಿ ಹಿಡಿದಿತ್ತು; ಅನಂತರ ನಿಧಾನವಾಗಿ ಅದರ ಕುತ್ತಿಗೆ ವಾಲಿತು. ಅದು ಕೊನೆಯ ಬಾರಿಗೆ ಎಳೆದ ದೀರ್ಘ ಶ್ವಾಸಕ್ಕೆ ಅದರ ಪಕ್ಕೆಗಳು ಒಮ್ಮೆ ಜೋರಾಗಿ ಉಬ್ಬಿಕೊಂಡವು. ಬಳಿಕ ಅದರ ಜೀವ ಹಾರಿಹೋಯಿತು.

ಡೇವ್‌ನಿಗೆ ಒಮ್ಮೆಲೆ ಹೊಟ್ಟೆ ಬರಿದಾದಂತೆನಿಸಿತು. ಆತ ಪಿಸ್ತೂಲನ್ನೆತ್ತಿ ಕೈಯಲ್ಲಿ ಹಿಡಿದುಕೊಂಡ, ಅದನ್ನೊಂದು ಗಿಡದ ಕೆಳಗೆ ಹುಗಿದಿಟ್ಟ. ಒಂದು ಬಡಿಗೆ ತೆಗೆದುಕೊಂಡು ಮಡುಗಟ್ಟಿದ್ದ ರಕ್ತವನ್ನು ಕಸ–ಮಣ್ಣು ಹಾಕಿ ಮುಚ್ಚಲೆತ್ನಿಸಿದ. ಆದರೇನು ಬಂತು? ಜೆನ್ನಿ ಬಾಯ್ದೆರೆದು ಬಿದ್ದಿತ್ತು. ಅದರ ಕಣ್ಣುಗಳು ಗಾಜಿನಂತಾಗಿದ್ದುವು, ಜಿಮ್ ಹಾಕಿನ್ಸ್‌ನಿಗೆ ಆತನ ಹೇಸರಗತ್ತೆಯನ್ನು ಕೊಂದೆನೆಂದು ಹೇಗೆ ಹೇಳುವುದು? ಆದರೆ ಏನನ್ನಾದರೂ ಹೇಳಲೇ ಬೇಕಿತ್ತು. ಹೌದು, ಜೆನ್ನಿ ಸಿಟ್ಟಿನಿಂದ ಕೊಸರಾಡಿ ನೇಗಿಲಿನ ಕೊಂಡಿಯ ಮೇಲೆ ಬಿತ್ತೆಂದು ಹೇಳಬಹುದು... ಆದರೆ ಹೇಸರಗತ್ತೆ ಹಾಗೆ ಮಾಡುವುದು ಕಡಿಮೆ. ಆತ ತಲೆತಗ್ಗಿಸಿ ನಿಧಾನವಾಗಿ ಹೊಲದಲ್ಲಿ ನಡೆದ.

* * *

ಸಾಯಂಕಾಲವಾಗಿತ್ತು. ಜಿಮ್ ಹಾಕಿನ್ಸ್‌ನ ಆಳುಗಳಿಬ್ಬರು ಗುಡ್ಡದ ತುದಿಯಲ್ಲಿ ಜೆನ್ನಿಯನ್ನು ಹೂಳಲೆಂದು ತಗ್ಗು ತೋಡುತ್ತಿದ್ದರು. ಡೇವ್‌ನ ಸುತ್ತ ನಿಂತಿದ್ದ ಹಲವಾರು ಜನರು ಸತ್ತು ಬಿದ್ದಿದ್ದ ಹೇಸರಗತ್ತೆಯನ್ನೆ ನೋಡುತ್ತಿದ್ದರು.

"ಇದು ಹ್ಯಾಗಾಯಿತೆಂದು ನನಗಿನ್ನೂ ತಿಳಿಯಲೊಲ್ಲದು," ಜಿಮ್ ಹಾಕಿನ್ಸ್ ಹತ್ತನೆಯ ಸಲ ಅಂದ.

ಡೇವ್‌ನ ತಾಯಿ–ತಂದೆ–ತಮ್ಮ ಮುಂದೆ ಬರುತ್ತಿದ್ದಂತೆ ಜನ ಪಕ್ಕಕ್ಕೆ ಸರಿದು ದಾರಿ ಮಾಡಿಕೊಟ್ಟರು.

"ಡೇವ್ ಎಲ್ಲಿದ್ದೀ?" ಆತನ ತಾಯಿ ಕೂಗಿದಳು.

"ಅಲ್ಲಿದ್ದಾನೆ," ಜಿಮ್ ಹಾಕಿನ್ಸ್ ಹೇಳಿದ.

ತಾಯಿ ಆತನನ್ನು ಹಿಡಿದಲ್ಲಾಡಿಸಿದಳು, "ಏನಾಯಿತು ಡೇವ್? ಏನು ಮಾಡಿದಿ?"

"ನಾನೇನೂ ಮಾಡಿಲ್ಲ."

"ಹೇಳು ಮಗಾ, ಮಾತಾಡು," ಆತನ ತಂದೆಯೆಂದ.

ಡೇವ್ ಉಸಿರು ಬಿಗಿಹಿಡಿದು ಯಾರೂ ನಂಬುವುದಿಲ್ಲೆಂದು ಗೊತ್ತಿದ್ದ ಆ ಕತೆ ಹೇಳಿದ :

"ಅದು ಹೀಗಾಯಿತು. ನನ್ನ ಪಾಲಿನ ಉಳುವ ಕೆಲಸ ಮಾಡಲೆಂದು ಜೆನ್ನಿಯನ್ನು ಇಲ್ಲಿಗೆ ಕರೆದುಕೊಂಡು ಬಂದೆ. ಎರಡು ಸಾಲು ನೇಗಿಲು ಹೊಡೆದೆ, ಬೇಕಾದರೆ ನೋಡಿರಿ."

ಆತ ತಡೆದು ನೇಗಿಲು ಹೊಡೆದ ಸ್ಥಳ ತೋರಿಸಿ ಬಳಿಕ ಮುಂದುವರಿಸಿದ :

"ಅನಂತರ ಜೆನ್ನಿಗೆ ಏನೋ ಆಗಿರ್ಬೇಕು. ಅದು ಹೇಗೆ ಹೇಗೋ ಮಾಡತೊಡಗಿತು. ಒಂದೇ ಸಮನೆ ಹೊರಳಾಡುತ್ತ ಒದೆಯತೊಡಗಿತು. ನಾನು ಹಿಡಿಯೋದಕ್ಕೆ ಹೋದರೂ ಸಿಗದೆ ಓಡಾಡತೊಡಗಿತು. ನೇಗಿಲಿನ ತುದಿ ಮೇಲೆ ಬಂದಾಗ ಒಮ್ಮೆ ಸುತ್ತ ತಿರುಗಿ ಅದರ ಮೇಲೆ ಹೋಗಿ ಬಿದ್ದುಬಿಟ್ಟಿತು... ಪೆಟ್ಟಾಗಿ ರಕ್ತ ಸುರಿಯತೊಡಗಿತು. ನಾನು ಏನಾದರೂ ಮಾಡೋ ಮೊದಲೇ ಅದು ಸತ್ತೇಹೋಯಿತು.

"ಇಂಥ ಕತೆ ಎಂದಾದರೂ ಕೇಳಿದ್ದೀರಾ?" ಜಿಮ್ ಹಾಕಿನ್ಸ್ ನೆರೆದವರಿಗೆ ಪ್ರಶ್ನಿಸಿದ.

ನೆರೆದವರಲ್ಲಿ ಬಿಳಿಯರೂ ಕರಿಯರೂ ಇದ್ದರು. ಗುಸು-ಗುಸು ಪ್ರಾರಂಭವಾಯಿತು. ಡೇವ್‌ನ ತಾಯಿ ಮುಂದೆ ಬಂದು ನೆಟ್ಟ ನೋಟದಿಂದ ಆತನನ್ನೇ ನೋಡುತ್ತ ಹೇಳಿದಳು :

"ನಿಜ ಹೇಳು ಡೇವ್."

"ಗುಂಡಿನಿಂದಾದ ತೂತಿನ ಹಾಗೆ ಕಾಣ್ತದೆ," ಒಬ್ಬನೆಂದ.

"ಡೇವ್, ಪಿಸ್ತೂಲನ್ನೇನು ಮಾಡಿದಿ ?" ತಾಯಿ ಕೇಳಿದಳು.

ಗುಂಪು ಆಸಕ್ತಿಯಿಂದ ಆತನನ್ನು ನೋಡತೊಡಗಿತು.

ಆತ ಕೈಗಳನ್ನು ಕಿಸೆಯಲ್ಲಿ ಬಿಗಿಯಾಗಿ ಒತ್ತಿಹಿಡಿದು ಆಚೀಚೆ ತಲೆಯಲ್ಲಾಡಿಸಿ ಹಿಂದೆ ಸರಿದ. ಆತನ ಕಣ್ಣುಗಳು ಅಗಲವಾಗಿ ತೆರೆದುಕೊಂಡಿದ್ದು ಅಲ್ಲಿ ನೋವು ತುಂಬಿತ್ತು.

"ಆತನ ಹತ್ತಿರ ಪಿಸ್ತೂಲು ಇತ್ತೇ?" ಹಾಕಿನ್ಸ್ ಕೇಳಿದ.

"ಖಂಡಿತ, ಅದು ಗುಂಡಿನಿಂದಾದ ಗಾಯ ಅಂತ ನಾನು ಹೇಳಲಿಲ್ಲವೆ?" ಒಬ್ಬಾತ ತೊಡೆ ತಟ್ಟಿಕೊಳ್ಳುತ್ತ ಅಂದ.

ಡೇವ್‌ನ ತಂದೆ ಆತನನ್ನು ಹಿಡಿದು ಆತನ ಹಲ್ಲುಗಳು ಅದುರುವಂತೆ ಅಲ್ಲಾಡಿಸುತ್ತ ಕೇಳಿದ :

"ಕತ್ತೆ ಮಗನೆ, ಏನಾಯಿತೆಂದು ಬೊಗಳು... ಬೊಗಳು."

ಡೇವ್ ಜೆನ್ನಿಯ ಸೆಟೆದುಕೊಂಡಿದ್ದ ಕಾಲುಗಳತ್ತ ನೋಡಿ ಅಳಲಾರಂಭಿಸಿದ.

"ಆ ಪಿಸ್ತೂಲನ್ನೇನು ಮಾಡಿದೆ?" ತಾಯಿ ಕೇಳಿದಳು.

"ಪಿಸ್ತೂಲು ತಗೊಂಡು ಇವನೇನು ಮಾಡುತ್ತಿದ್ದ?" ತಂದೆ ಕೇಳಿದ.

ಹಾಕಿನ್ಸ್ ಅಂದ :

"ಈಗಲಾದರೂ ಆದದ್ದನ್ನು ಹೇಳು, ನಿನಗೆ ಯಾರೂ ಏನೂ ಮಾಡೋದಿಲ್ಲ."

ಆತನ ತಾಯಿ ಹತ್ತಿರ ಬಂದು ಕೇಳಿದಳು :

"ಡೇವ್, ನೀನು ಆ ಹೇಸರಗತ್ತೆಗೆ ಗುಂಡು ಹೊಡೆದೆಯಾ?"

ಡೇವ್ ಅಳುತ್ತಿದ್ದ. ಎದುರಿಗಿನ ಕರಿ-ಬಿಳಿ ಮುಖಗಳು ಆತನಿಗೀಗ ಮಸುಕಾಗಿ ಕಾಣುತ್ತಿದ್ದವು.

"ನಾನು ಜೆನ್ನಿಗೆ ಗುಂಡು ಹಾಕೋದಕ್ಕೆ ಹೋಗಿರ್ಲಿಲ್ಲ... ದೇವರಾಣೆಗೂ ಇಲ್ಲ. ಆ ಹಳೇ ಪಿಸ್ತೂಲಿನಿಂದ ಗುಂಡು ಹಾರ್ತದೋ ಇಲ್ಲವೋ ಅಂತ ನೋಡೋಣ ಅಂತಿದ್ದೆ..."

"ನಿನ್ನ ಹತ್ತಿರ ಪಿಸ್ತೂಲೆಲ್ಲಿಂದ ಬಂತು?" ತಂದೆ ಕೇಳಿದ.

"ಜೋನ ಅಂಗಡಿಯಿಂದ ಕೊಂಡೆ."

"ಅದಕ್ಕೆ ಹಣವೆಲ್ಲಿಂದ ಬಂತು?"

"ಅಮ್ಮ ಕೊಟ್ಟಳು."

"ಆತ ಒಂದೇ ಸಮನೆ ನನ್ನ ಕಾಡ್ತಿದ್ದ ಬಾಬ್, ಕೊಡಲೇಬೇಕಾಯಿತು. ಅದನ್ನ ಸೀದಾ ಮನೆಗೆ ತಗೊಂಡು ಬಾ ಅಂತ ಹೇಳಿದ್ದೆ, ಅದನ್ನು ಕೊಂಡದ್ದು ನಿನಗಾಗಿಯೇ."

"ಆದರೆ ಆ ಹೇಸರಗತ್ತೆಗೆ ಹೇಗೆ ಗುಂಡು ತಾಕಿತು?" ಜಿಮ್ ಹಾಕಿನ್ಸ್ ಕೇಳಿದ.

"ನಾನು ಹೇಸರಗತ್ತೆಯ ಕಡೆ ಗುರಿ ಇಟ್ಟಿರ್ಲಿಲ್ಲ ಮಿ. ಹಾಕಿನ್ಸ್, ನಾನು ಕುದುರೆಯನ್ನೊತ್ತಿದಾಗ ಪಿಸ್ತೂಲು ಮೇಲೆ ಹಾರಿತು... ಏನಾಯಿತೂಂತ ನನಗೆ ಗೊತ್ತಾಗೋ ಮೊದಲೇ ಜೆನ್ನಿಯಿಂದ ರಕ್ತ ಹರೀತಿತ್ತು."

ಗುಂಪಿನಲ್ಲಿ ಯಾರೋ ನಕ್ಕರು. ಜಿಮ್ ಹಾಕಿನ್ಸ್ ಡೇವ್‌ನ ಸಮೀಪ ಬಂದು ಆತನನ್ನೇ ದಿಟ್ಟಿಸಿದ :

"ಸರಿ, ಡೇವ್, ಈಗ ನೀನೊಂದು ಹೇಸರಗತ್ತೆಯನ್ನು ಕೊಂಡುಕೊಂಡ ಹಾಗೆ ಕಾಣ್ತದೆ."

"ದೇವರಾಣೆ ಮಿ. ಹಾಕಿನ್ಸ್, ನಾನದನ್ನ ಕೊಲ್ಲಬೇಕು ಅಂತಿರ್ಲಿಲ್ಲ."

"ಆದರೆ ನೀನದನ್ನ ಕೊಂದಿದ್ದೀಯ !"

ನೆರೆದವರೆಲ್ಲ ಈಗ ನಗುತ್ತಿದ್ದರು. ತುದಿಗಾಲ ಮೇಲೆ ನಿಂತು ಒಬ್ಬರೊಬ್ಬರ ಹೆಗಲ ಮೇಲಿಂದ ಮುಖ ತೋರಿಸಿ ತಮಾಷೆ ನೋಡುತ್ತ ನಿಂತಿದ್ದರು.

"ಏ ಹುಡುಗಾ, ಸತ್ತ ಹೇಸರಗತ್ತೆಯನ್ನು ನೀನೀಗ ಕೊಂಡುಕೊಂಡಿರೋ ಹಾಗೆ ತೋರ್ತದೆ. ಹಹ್ಹಹ್ಹಾ..."

"ಛೇ, ಎಂಥ ನಾಚಿಕೆಗೇಡು."

"ಹೊಹ್ಹೊಹ್ಹೊಹ್ಹೋ..."

ಡೇವ್ ತಲೆ ಕೆಳಗೆ ಹಾಕಿ ಕಾಲಿನಿಂದ ಮಣ್ಣು ಕೆರೆಯುತ್ತ ನಿಂತಿದ್ದ.

ಜಿಮ್ ಹಾಕಿನ್ಸ್ ಡೇವ್‌ನ ತಂದೆಯತ್ತ ತಿರುಗಿ ಹೇಳಿದ :

"ಇರಲಿ, ನೀನೇನೂ ಆ ಬಗ್ಗೆ ಚಿಂತಿಸಬೇಡ ಬಾಬ್. ಹುಡುಗ ಕೆಲಸ ಮಾಡುತ್ತಿರಲಿ, ತಿಂಗಳಿಗೆ ಎರಡು ಡಾಲರು ಮುಟ್ಟಿಸಲಿ."

"ನಿನ್ನ ಹೇಸರಗತ್ತೆಗೆ ಎಷ್ಟಾಗಬೇಕು ಮಿ. ಹಾಕಿನ್ಸ್?"

ಜಿಮ್ ಹಾಕಿನ್ಸ್ ಕಣ್ಣು ಕಿರಿದುಗೊಳಿಸಿ ಹೇಳಿದ :

"ಐವತ್ತು ಡಾಲರು."

"ಆ ಪಿಸ್ತೂಲನ್ನೇನು ಮಾಡಿದಿ?" ಡೇವ್‌ನ ತಂದೆ ಕೇಳಿದ.

ಡೇವ್ ಏನೂ ಹೇಳಲಿಲ್ಲ.

"ಒಂದು ಗಿಡದ ಝುಬರಿ ತೆಗೆದುಕೊಂಡು ನಿನ್ನ ಬಾಯಿ ಬಿಡಿಸೋ ತನಕ ಏಟು ಹಾಕಬೇಕೋ ಹೇಗೆ?"

"ಬೇಡ ಅಪ್ಪಾ."

"ಪಿಸ್ತೂಲನ್ನೇನು ಮಾಡಿದಿ?"

"ಬೀಸಾಕಿ ಬಿಟ್ಟೆ."

"ಎಲ್ಲಿ?"

"ಅದನ್ನ... ಅದನ್ನ ಹಳ್ಳದಲ್ಲಿ ಬೀಸಾಕಿ ಬಿಟ್ಟೆ."

"ಸರಿ, ಈಗ ಮನೆಗೆ ನಡೆ. ಬೆಳಿಗ್ಗೆ ಎದ್ದೊಡನೆ ಹಳ್ಳಕ್ಕೆ ಹೋಗಿ ಪಿಸ್ತೂಲನ್ನು ಹುಡುಕಿಕೊಂಡು ಬಾ."

"ಆಗಲಿ ಅಪ್ಪಾ."

"ಅದಕ್ಕೆಷ್ಟು ಕೊಟ್ಟಿದ್ದಿ?"

"ಎರಡು ಡಾಲರು."

"ಆ ಪಿಸ್ತೂಲು ತಿರುಗಿ ಕೊಟ್ಟು ಎರಡು ಡಾಲರು ಇಸಿದುಕೊಂಡು ಮಿ. ಹಾಕಿನ್ಸ್‌ಗೆ ಆ ಹಣ ತಂದುಕೊಡು, ಕೇಳಿಸಿತೆ? ತಪ್ಪಿಸಿದರೆ ಬರೆ ಏಳೋ ಹಾಗೆ ಏಟು ಬಿದ್ದಾವು, ಜೋಕೆ. ನಡೆ ಈಗ ಮನೆಗೆ."

ಡೇವ್ ನಿಧಾನವಾಗಿ ಹೆಜ್ಜೆಹಾಕತೊಡಗಿದ. ಜನ ನಗುತ್ತಿದ್ದುದು ಆತನಿಗೆ ಕೇಳಿಸುತ್ತಿತ್ತು. ತುಂಬಿ ಬಂದ ಕಣ್ಣುಗಳಿಂದ ಆತ ನೋಡುತ್ತಿದ್ದ. ಆತನಲ್ಲಿ ಸಿಟ್ಟು ಕುದಿಯುತ್ತಿತ್ತು, ಹೇಗೋ ನುಂಗಿಕೊಂಡು ನಡೆದಿದ್ದ.

ಆ ರಾತ್ರಿ ಡೇವ್ ಕಣ್ಣಿಗೆ ಕಣ್ಣು ಹಚ್ಚಲಿಲ್ಲ. ಹೇಸರಗತ್ತೆಯನ್ನು ಕೊಂದ ತಪ್ಪಿನಿಂದ ಪಾರಾದುದಕ್ಕಾಗಿ ಸಮಾಧಾನವಿದ್ದರೂ ಆತನಿಗೆ ನೋವಾಗಿತ್ತು, ಜನ ನಕ್ಕದ್ದು ನೆನೆದಾಗೆಲ್ಲ ಹೊಟ್ಟೆಯಲ್ಲಿ ಬೆಂಕಿ ಬಿದ್ದಂತಾಗುತ್ತಿತ್ತು. ಬಿರುಸಾದ ತಲೆದಿಂಬಿನ ಮೇಲೆ ತಲೆಯಿಟ್ಟು ಆತ ಎಷ್ಟೋ ಹೊತ್ತು ಹಾಸಿಗೆಯ ಮೇಲೆ ಹೊರಳಾಡಿದ. ಅಪ್ಪ ಹೊಡೆಯುತ್ತಾನಂತೆ... ಹಿಂದಿನ ಹೊಡೆತಗಳು ನೆನಪಾಗಿ ಆತನಿಗೆ ಮೈನಡುಗಿತು. ಇಲ್ಲ, ಆ ರೀತಿ ಇನ್ನೊಮ್ಮೆ ಹೊಡೆಸಿ ಕೊಳ್ಳುವುದು ಅವನಿಗೆ ಬೇಕಿರಲಿಲ್ಲ. ಇವರೆಲ್ಲ ಹಾಳಾಗಲಿ ! ಯಾರೂ ಆತನಿಗೆ ಎಂದೂ ಏನೂ ಕೊಟ್ಟಿರಲಿಲ್ಲ. ಆತ ಬರೇ ದುಡಿಯುತ್ತಿದ್ದ. ಇವರೆಲ್ಲ ನನ್ನನ್ನು ಹೇಸರಗತ್ತೆಯ ಹಾಗೇ ನಡೆಸಿಕೊಳ್ಳುತ್ತಾರೆ. ನನ್ನನ್ನು ಹೊಡೆಯುತ್ತಾರೆ. ಆತ ಹಲ್ಲು ಕಡಿದ. ಸಾಲದ್ದಕ್ಕೆ ಅಮ್ಮ ನನ್ನ ಗುಟ್ಟನ್ನು ಹೊರಗೆಡವಿಬಿಟ್ಟಳಲ್ಲ.

ಸರಿ, ಕೊಡಲೇಬೇಕೆಂದಿದ್ದರೆ ಹಾಕಿನ್ಸ್‌ಗೆ ಎರಡು ಡಾಲರು ಕೊಡಬಹುದು. ಅಂದರೆ ಪಿಸ್ತೂಲನ್ನು ಮಾರಬೇಕು. ಆದರೆ ಅದಾತನಿಗೆ ಇಷ್ಟವಿರಲಿಲ್ಲ. ಸತ್ತ ಕತ್ತೆಗೆ ಐವತ್ತು ಡಾಲರುಗಳೆ!

ಹೇಗೆ ಗುಂಡು ಹಾರಿತೆಂದು ನೆನಪಿಸಿಕೊಳ್ಳುತ್ತ ಆತ ಮಗ್ಗುಲಾದ. ಮತ್ತೊಮ್ಮೆ ಗುಂಡು ಹಾರಿಸಬೇಕೆನಿಸಿತು. ಬೇರೆ ಗಂಡಸರಿಗೆ ಗುಂಡು ಹಾರಿಸಲು ಬರುವುದೆಂದ ಬಳಿಕ ತನಗೂ ಬರಲೇಬೇಕು! ಆತ ನಿಶ್ಶಬ್ದವಾಗಿ ಆಲಿಸಿದ. ಅವರೆಲ್ಲ ಮಲಗಿದ್ದಾರೆ. ಮನೆ ಶಾಂತವಾಗಿತ್ತು. ತಮ್ಮನ ಉಸಿರಾಟ ಕೇಳುತ್ತಿತ್ತು. ಹೌದು, ಈಗಲೇ ಹೋಗಿ ಆ ಪಿಸ್ತೂಲು ಹೊರದೆಗೆದು ಗುಂಡು ಹಾರಿಸಲು ತನಗೆ ಬರುವುದೋ ನೋಡಬೇಕು. ಆತ ಹಾಸಿಗೆಯಿಂದ ಎದ್ದು ನಿಲುವಂಗಿ ತೊಟ್ಟು ಹೊರಬಂದ.

ಚಂದ್ರನ ಬೆಳಕು ದಿವಿನಾಗಿತ್ತು. ಗುಡ್ಡದ ಅಂಚಿನವರೆಗೆ ಆತ ಓಡುತ್ತಲೇ ಹೋದ. ಪಿಸ್ತೂಲು ಹುಗಿದಿಟ್ಟ ಜಾಗಕ್ಕಾಗಿ ನೆಲದಲ್ಲಿ ತಡಕಾಡಿದ. ಹ್ಞಾ, ಇಲ್ಲಿದೆ. ಎಲುಬಿನ ಚೂರಿಗಾಗಿ ಹಪಾಪಿಸಿದ ಹಸಿದ ನಾಯಿಯಂತೆ ಅದನ್ನಾತ ಗಬಕ್ಕನೆ ಹೆಕ್ಕಿಕೊಂಡ. ಗಲ್ಲ ಉಬ್ಬಿಸಿ ಕೊಳವೆ ಯೊಳಗೆ ಸೇರಿದ್ದ ಮಣ್ಣನ್ನು ಊದಿ ಹಾರಿಸಿದ. ಅದನ್ನು ಬಿಚ್ಚಿ ಇನ್ನು ನಾಲ್ಕು ಗುಂಡುಗಳಿರು ವುದನ್ನು ನೋಡಿದ. ಸುತ್ತಲೂ ನೋಡಿದ, ಹೊಲಗಳು ಬೆಳದಿಂಗಳಲ್ಲಿ ಮೌನವಾಗಿ ನಿಂತಿದ್ದವು. ಆತ ಪಿಸ್ತೂಲನ್ನು ಕೈಯಲ್ಲಿ ಬಿಗಿಯಾಗಿ ಒತ್ತಿಹಿಡಿದ. ಆದರೆ ಕುದುರೆಯನ್ನು

ಎಳೆಯುವ ಕ್ಷಣದಲ್ಲಿ ಮಾತ್ರ ಕಣ್ಣು ಮುಚ್ಚಿ ಮುಖ ಬೇರೆಡೆ ಹೊರಳಿಸಿದ. ಇಲ್ಲ, ಕಣ್ಣು ಮುಚ್ಚಿ ಮುಖ ಬೇರೆಡೆ ಹೊರಳಿಸಿ ಗುಂಡು ಹಾರಿಸುವುದೆಂತು ? ಪ್ರಯತ್ನಿಸಿ ಆತ ಕಣ್ತೆರೆದ ; ಅನಂತರ ಕುದುರೆಯನ್ನೆಳೆದ, ಢಂ ! ಆತ ಉಸಿರು ಬಿಗಿಹಿಡಿದು ಸೆಟೆದು ನಿಂತಿದ್ದ. ಪಿಸ್ತೂಲು ಇನ್ನೂ ಆತನ ಕೈಯಲ್ಲಿತ್ತು. ಇದರ ! ಕೊನೆಗೂ ಆತ ಯಶಸ್ವಿಯಾಗಿದ್ದ. ಆತ ಮತ್ತೆ ಗುಂಡು ಹಾರಿಸಿದ. ಢಂ ! ಆತ ಮುಗುಳ್ನಕ್ಕ ಢಂ! ಢಂ! ಕ್ಲಿಕ್.... ಕ್ಲಿಕ್.... ಓಹ್! ಪಿಸ್ತೂಲು ಖಾಲಿಯಾಗಿತ್ತು. ಆತನಿಗೆ ಗುಂಡು ಹಾರಿಸಲಂತೂ ಬಂದಂತಾಯಿತಲ್ಲ. ಆತ ಪಿಸ್ತೂಲನ್ನು ಹಿಂದಿನ ಜೇಬಿನಲ್ಲಿಟ್ಟುಕೊಂಡು ಹೊಲಗಳ ಮಧ್ಯದಿಂದ ನಡೆದ.

ದಿನ್ನೆಯೊಂದರ ತುದಿಗೆ ಬಂದಾಗ ಬೆಳದಿಂಗಳಲ್ಲಿ ಆತ ಅಭಿಮಾನದಿಂದ ಸೆಟೆದು ನಿಂತು ಪಿಸ್ತೂಲನ್ನು ಜೇಬಿನಲ್ಲಿಟ್ಟುಕೊಂಡು ಖುಶಿಯಿಂದ ಜಿಮ್ ಹಾಕಿನ್ಸ್‌ನ ದೊಡ್ಡದಾದ ಬಿಳಿ ಬಣ್ಣದ ಮನೆಯ ಕಡೆ ನೋಡಿದ. ದೇವರೆ, ಇನ್ನೊಂದು ಗುಂಡು ಇದ್ದಿದ್ದರೆ ಆ ಮನೆಗೇ ಗುರಿ ಇಟ್ಟು ಹೊಡೆದು ಬಿಡುತ್ತಿದ್ದೆ. ಮುದುಕ ಹಾಕಿನ್ಸ್‌ನನ್ನು ಸ್ವಲ್ಪ ಅಂಜಿಸಬೇಕು... ಡೇವ್ ಸಾಂಡರ್ಸ್‌ನೂ ಒಬ್ಬ ಗಂಡಸೆಂದು ಆತನಿಗೆ ತಿಳಿಯಬೇಕು.

ಆತನ ಎಡಕ್ಕೆ ದಾರಿ ತಿರುಗಿಕೊಂಡಿತ್ತು, ಅಲ್ಲಿಂದ ಮುಂದೆ ಅದು ಇಲಿನೊಯ್ಸ್ ಸೆಂಟ್ರಲ್‌ದ ರೈಲ್ವೆ ಹಳಿಗಳ ಕಡೆ ಹೋಗುತ್ತಿತ್ತು. ಆತ ಆಲಿಸುತ್ತ ನಿಂತ. ದೂರದಿಂದ ಹೂಫ್-ಹೂಫ್-ಹೂಫ್ ಎಂದು ಮಂದವಾದ ಸದ್ದು ಕೇಳಿಬರುತ್ತಿತ್ತು... ಆತ ಸುಮ್ಮನೆ ನಿಂತ. ತಿಂಗಳಿಗೆ ಎರಡು ಡಾಲರು. ಅಂದರೆಷ್ಟಾಯಿತು... ಪೂರಾ ಎರಡು ವರ್ಷ ಹಿಡಿಯುತ್ತವೆ. ಓಹ್, ನಾನು ಹಾಳಾದೆ !

ಆತ ದಿನ್ನೆ ಇಳಿದು ರಸ್ತೆಯ ಕಡೆ ನಡೆಯತೊಡಗಿದ. ಹೌದು, ಇಲ್ಲಿದೆ-ಸುತ್ತು ಹಾಕಿ ಬರುತ್ತಿದೆ... ಬೇಗ ನಡೆ, ಎಷ್ಟು ನಿಧಾನಿಸುತ್ತಿದ್ದೀಯ, ಬೇಗ ನಡೆ! ಆತ ಪಿಸ್ತೂಲಿನ ಮೇಲೆ ಕೈಯಿಟ್ಟಿದ್ದ ; ಹೊಟ್ಟೆಯಲ್ಲೇನೋ ಅಲುಕಿದಂತಾಯಿತು. ಮರುಕ್ಷಣದಲ್ಲಿ ಕಿವಿಗಡಚಿಕ್ಕುವ ಸಪ್ಪಳ ಮಾಡುತ್ತ ಬೂದಿ-ಕಂದು ಬಣ್ಣದ ಗೂಡ್ಸ್ ಡಬ್ಬಿಗಳು ಕಿರುಗುಡುತ್ತಿರುವಂತೆ ರೈಲು ರಭಸವಾಗಿ ಹಾಯ್ದು ಹೋಗತೊಡಗಿತು. ಆತ ಪಿಸ್ತೂಲನ್ನು ಬಿಗಿಯಾಗಿ ಹಿಡಿದಿದ್ದ ; ಅನಂತರ ಕಿಸೆಯಿಂದ ಕೈ ಹೊರದೆಗೆದ. ಇಲ್ಲ, ನಾನು ಹಾಗೆ ಮಾಡುವುದಿಲ್ಲ... ರೈಲಿನ ಗಾಲಿಗಳು ಹಳಿಗಳ ಮೇಲೆ ಘರ್ಷಣೆ ಮಾಡುತ್ತ ಹಾಯ್ದು ಹೋಗತೊಡಗಿದವು. ನಾನಿವತ್ತು ಇದರ ಮೇಲೆ ಸವಾರಿ ಮಾಡುತ್ತೇನೆ, ದೇವರೇ, ನನಗೆ ಸಹಾಯ ಮಾಡು. ಆತನ ಮೈಯಿಡೀ ಬಿಸಿಯಾಗಿತ್ತು. ಒಂದೇ ಕ್ಷಣ ಆತ ಹಿಂಜರಿದ, ಮರುಕ್ಷಣ ಒಂದು ಡಬ್ಬಿಯ ಮೇಲೆ ನೆಗೆದು ಅಂಗಾತ ಮಲಗಿದ. ಜೇಬು ಮುಟ್ಟಿ ನೋಡಿಕೊಂಡ. ಪಿಸ್ತೂಲು ಭದ್ರವಾಗಿತ್ತು. ಎದುರಿಗೆ ಹಳಿಗಳು ಬೆಳದಿಂಗಳಲ್ಲಿ ಉದ್ದಕ್ಕೆ ಚಾಚಿದ್ದವು... ದೂರಕ್ಕೆ... ದೂರ ದೂರಕ್ಕೆ... ಆತನೂ ಒಬ್ಬ ಗಂಡಸಾಗಬಹುದಾದ ಯಾವುದೋ ದೂರ ಪ್ರದೇಶಕ್ಕೆ... ❍

○ ಡೊನಾಲ್ಡ್ ಬಾರ್ಥೆಲ್ಮೆ

ವರದಿ

ನಮ್ಮ ತಂಡ ಯುದ್ಧವನ್ನು ವಿರೋಧಿಸುತ್ತದೆ. ಆದರೂ ಯುದ್ಧ ಮುಂದುವರಿಯುತ್ತಲೇ ಇದೆ. ಆದಕಾರಣ ಕ್ಲೀವ್‌ಲಂಡಿಗೆ ಹೋಗಿ ಈ ವಿಷಯವನ್ನು ಕುರಿತು ಎಂಜಿನಿಯರರ ಜೊತೆ ಮಾತಾಡಲು ನನ್ನನ್ನು ಕಳಿಸಿದರು. ಕ್ಲೀವ್‌ಲಂಡಿನಲ್ಲಿ ಎಂಜಿನಿಯರರ ಸಭೆ ನಡೆಯುತ್ತಿತ್ತು. ಅವರೇನು ಮಾಡುವವರಿದ್ದರೋ ಅದನ್ನು ಮಾಡದಂತೆ ಅವರ ಮನವೊಲಿಸಬೇಕಾದದ್ದು ನನ್ನ ಕಾರ್ಯ ವಾಗಿತ್ತು. ನಾನು ಲಾಗಾರ್ಡಿಯ ವಿಮಾನ ನಿಲ್ದಾಣದಿಂದ 4:45ಕ್ಕೆ ಹೊರಡುವ ಯುನೈಟೆಡ್ ಕಂಪೆನಿಯ ವಿಮಾನವನ್ನೇರಿ ಕ್ಲೀವ್‌ಲಂಡಿಗೆ ಸರಿಯಾಗಿ 6:13ಕ್ಕೆ ಬಂದೆ. ಆ ಹೊತ್ತಿನಲ್ಲಿ ಇಡೀ ಕ್ಲೀವ್‌ಲಂಡ್ ಕಡು ನೀಲವರ್ಣದ್ದು ಆಗಿರುತ್ತದೆ. ಎಂಜಿನಿಯರರ ಅಧಿವೇಶನವಿದ್ದ ಮೋಟೆಲ್‌ಗೆ ಸೀದಾ ಹೋದೆ. ಅಲ್ಲಿ ನೂರಾರು ಎಂಜಿನಿಯರರು ನೆರೆದಿದ್ದರು. ಅವರಲ್ಲನೇಕರ ದೇಹದ ವಿವಿಧ ಭಾಗಗಳ ಎಲುವುಗಳು ಮುರಿದಿದ್ದವು. ಎಲ್ಲಿ ನೋಡಿದರೂ ಬ್ಯಾಂಡೇಜುಗಳು ಮತ್ತು ಸೆಳೆಗಟ್ಟುಗಳು ಕಾಣುತ್ತಿದ್ದವು. ನನಗೆ ಕಂಡಂತೆ ಆರು ಜನರ ಮಣಿಕಟ್ಟಿನ ಮೂಳೆಗಳು ತುಂಡಾಗಿದ್ದವು. ಹಲವರ ಮೇಲ್ದೋಳಿನ ಎಲುಬು ಮುರಿದಿತ್ತು. ಕೆಲವರ ಸೊಂಟದ ಎಲುಬುಪಟ್ಟಿ ಪುಡಿಯಾಗಿತ್ತು, ಇನ್ನೂ ಕೆಲವರ ಕುತ್ತಿಗೆಯ ಕೆಳ ಭಾಗದ ಮೂಳೆ ಒಡೆದಿತ್ತು. ಇವುಗಳ ಪೈಕಿ ಹೆಚ್ಚಿನ ಪ್ರಕರಣಗಳಲ್ಲಿ ಸಂಬಂಧ ಪಟ್ಟ ಮೂಳೆ ಒಂದಕ್ಕಿಂತ ಹೆಚ್ಚು ಕಡೆ ತುಂಡಾಗಿ ಚೂರು ಚೂರಾಗಿತ್ತು. ಈ ಅಸ್ಥಿಭಂಗ ಗಳಿಗೆ ಕಾರಣವೇನಿದ್ದಿರಬಹುದೆಂದು ಮಾತ್ರ ನನಗೆ ತಿಳಿಯಲಿಲ್ಲ. ಎಂಜಿನಿಯರರು ಲೆಕ್ಕ ಹಾಕುವುದು, ಅಳತೆ ತೆಗೆದುಕೊಳ್ಳುವುದು, ಕರಿಹಲಗೆಯ ಮೇಲೆ ನಕ್ಷೆ ತೆಗೆಯುವುದು, ಇತ್ಯಾದಿ ಮಾಡುತ್ತ, ಬೀರ್ ಕುಡಿಯುತ್ತ, ಬ್ರೆಡ್ ಚೆಲ್ಲಾಡುತ್ತ, ಅಧಿಕಾರಿಗಳನ್ನು ಟೀಕಿಸುತ್ತ, ಗ್ಲಾಸುಗಳನ್ನು ಒಲೆಗೆ ಎಸೆಯುತ್ತ, ಒಟ್ಟಾರೆ ಖುಶಿಯಿಂದಿದ್ದರು.

ಅವರು ನನ್ನೊಡನೆ ಸ್ನೇಹದಿಂದ ವರ್ತಿಸಿದರು. ಪ್ರೀತಿಯಿಂದ ಸಾಕಷ್ಟು ಮಾಹಿತಿ ಒದಗಿಸಿದರು. ಮುಖ್ಯ ಎಂಜಿನಿಯರ್ ಕಪ್ಪು ಕನ್ನಡಕ ಧರಿಸಿದ್ದ. ಅವನ ಕಾಲಿನ ಮೊಣಗಂಟು ಮುರಿದು ಹೋಗಿ ಸೆಳೆಗಟ್ಟಿನಿಂದ ಬಿಗಿಯಲ್ಪಟ್ಟಿತ್ತು. ಆತ ಬೀರ್ ಬಾಟಲುಗಳ

ರಾಶಿಯಲ್ಲಿ ಮೈಕ್ರೊಫೋನ್ ಹತ್ತಿರ ನಿಂತಿದ್ದ. "ದೊಡ್ಡ ಎಂಜಿನಿಯರ್ ಇಸಂಬರ್ಡ್ ಕಿಂಗ್ಡಮ್ ಬ್ರುನೆಲ್‌ನ ಶೈಲಿಯ ಈ ಕೋಳಿಮಾಂಸ ಒಂದಿಷ್ಟು ತಿನ್ನು," ಆತ ಅಂದ. ಬಳಿಕ "ನೀನಾರೆಂದು ಹೇಳು, ಅಪರೂಪದ ಅತಿಥಿಯೇ, ನಿನ್ನದ್ಯಾವ ತರದ ಕೆಲಸ ?" ಎಂದೂ ಆತ ಕೇಳಿದ.

ಅದಕ್ಕೆ ನಾನೆಂದೆ :

"ಮೃದು ವಸ್ತುಗಳಿಗೆ ಸಂಬಂಧಿಸಿದ ಕೆಲಸ – ಪ್ರತಿಯೊಂದು ಅರ್ಥದಲ್ಲಿ. ಕೆಲವು ಆಸಕ್ತ ತಂಡಗಳ ಪರವಾಗಿ ನಾನಿಲ್ಲಿಗೆ ಬಂದಿದ್ದೇನೆ. ನಿಮ್ಮ ಸರಕಿನ ಬಗ್ಗೆ ನಮಗೆ ಆಸಕ್ತಿಯಿದೆ, ಯಾಕೆಂದರೆ ಅದು ಕೆಲಸ ಮಾಡ್ತಿದೆ. ಇಷ್ಟೆಲ್ಲಾ ನಿಷ್ಕ್ರಿಯೆಯ ಮಧ್ಯೆಯೂ ಕ್ರಿಯೆ ಸ್ವಾರಸ್ಯಕರ. ಬೇರೆಯವರ ಸರಕುಗಳು ಕೆಲಸ ಮಾಡ್ತಿರೋ ಹಾಗಿಲ್ಲ. ವಿದೇಶಾಂಗ ಖಾತೆಯ ಸರಕೂ ಕೆಲಸ ಮಾಡ್ತಿಲ್ಲ. ಪ್ರಜಾಪ್ರಭುತ್ವವಾದೀ ಎಡ ಶಕ್ತಿಗಳ ಸರಕೂ ಕೆಲಸ ಮಾಡ್ತಿಲ್ಲ. ಬುದ್ಧನ...

ಅಷ್ಟರಲ್ಲಿ ಮುಖ್ಯ ಎಂಜಿನಿಯರ್ ಹೇಳಿದ :

"ನಮ್ಮ ಸರಕಿನ ಬಗ್ಗೆ ಬೇಕಾದ್ದನ್ನು ಕೇಳು. ಮೃದು ವಸ್ತುಗಳಿಗೆ ಸಂಬಂಧಿಸಿದ ಮನುಷ್ಯನೆ, ನಾವು ಮನಸಾ-ಹೃದಯಾ ನಿನಗೆ ಸಹಾಯ ಮಾಡ್ತೇವೆ. ಜನರು ನಮ್ಮನ್ನು ತಿಳಿದುಕೊಳ್ಳಲಿ ಹಾಗೂ ಪ್ರೀತಿಸಲಿ ಅಂತ ನಮ್ಮ ಆಸೆ. ನಮ್ಮನ್ನು ಯಾರೂ ಹಾಡಿ ಹೊಗಳದಿದ್ದರೂ ಅವರಿಗಾಗಿ ನಾವು ಪ್ರತಿದಿನ ಹೆಚ್ಚು ಹೆಚ್ಚು ಉತ್ಕೃಷ್ಟವಾದ ಚಮತ್ಕಾರಿಕ ವಸ್ತುಗಳನ್ನು ಉತ್ಪಾದಿಸ್ತೇವೆ. ಬೇಕಾದದ್ದನ್ನು ಕೇಳು. ನಿನಗೆ ಆವಿಯಾಗುವ ಸೂಕ್ಷ್ಮ ಛಾಯೆಯ ಧಾತು ಶಾಸ್ತ್ರದ ಬಗ್ಗೆ ಮಾಹಿತಿ ಬೇಕೆ? ಅಖಂಡವಾದ ಅಥವಾ ಬೆರಕೆಯ ಸಮಗ್ರೀಕೃತ – ವಿದ್ಯುನ್ಮಂಡಲದ ಕ್ರಿಯಾಸರಣಿಗಳ ಬಗ್ಗೆ ತಿಳಿಯಬಯಸುವೆಯಾ? ಅಸಮಾನತೆಗಳ ಬೀಜಗಣಿತದ ಬಗ್ಗೆ? ಕನಿಷ್ಠ ವ್ಯಯದಿಂದ ಗರಿಷ್ಠ ಫಲ ದೊರಕಿಸುವ ಸಿದ್ಧಾಂತದ ಬಗ್ಗೆ? ಸಂಕೀರ್ಣವೂ ಶೀಘ್ರಗಾಮಿಯೂ ಸೂಕ್ಷ್ಮತಮವೂ ಆದ ಸ್ವಯಂ-ಪೋಷಿತ ವಿಸರಣ ಯಂತ್ರಣಾ ವ್ಯವಸ್ಥೆಗಳ ಬಗ್ಗೆ? ಸ್ಥಿರ, ಚರ ವ್ಯಯ ಶೋಧೆಗಳ ಗಣಿತದ ಬಗ್ಗೆ? ಸ್ಫಟಿಕೀಕರಣದ ಮೂಲಕ ಮಂದವಾಹಕ ವಸ್ತುಗಳ ಉತ್ಪನ್ನದ ಬಗ್ಗೆ? ಇವುಗಳಲ್ಲದೆ ನಮ್ಮಲ್ಲಿ ಕೋಯಲಪುಷ್ಪ, ವೈದ್ಯಮೀನು, ಡಮ್ ಡಮ್ ಗುಂಡು ಇತ್ಯಾದಿಗಳ ಬಗೆಗಿನ ತಜ್ಞರೂ ಇದ್ದಾರೆ. ಯಾಕೆಂದರೆ ಇವೆಲ್ಲ ಆಧುನಿಕ ತಂತ್ರ ವಿಜ್ಞಾನ ಶಾಸ್ತ್ರದ ಬೆಳೆಯುತ್ತಿರುವ ಹಲವು ಮುಖಗಳು."

ಅನಂತರ ಅವನೊಂದಿಗೆ ಯುದ್ಧದ ಬಗ್ಗೆ ನಾನು ಮಾತಾಡಿದೆ. ಯುದ್ಧದ ವಿರುದ್ಧವಾಗಿ ಸಾಮಾನ್ಯವಾಗಿ ಜನರು ಹೇಳುವುದನ್ನೆ ಹೇಳಿದೆ. ಯುದ್ಧವು ಅಪರಾಧವೆಂದೆ, ದೊಡ್ಡ ದೇಶಗಳು ಸಣ್ಣ ದೇಶಗಳನ್ನು ಹಾಳುಮಾಡಬಾರದೆಂದೆ. ಸರಕಾರವು ಬಹಳ ತಪ್ಪು ಮಾಡಿದೆಯೆಂದೆ. ಹಿಂದೆ ಸ್ವಲ್ಪವೇ ಇದ್ದು ಕ್ಷಮಾರ್ಹವಾಗಿದ್ದ ಈ ತಪ್ಪುಗಳೀಗ ಅಸಂಖ್ಯವಾಗಿ ಕ್ಷಮಿಸಲನರ್ಹ ವಾಗಿವೆಯೆಂದೆ. ಮೊದಲಿನ ತಪ್ಪುಗಳನ್ನು ಸರಕಾರವು ಹೊಸ – ಹೊಸ ತಪ್ಪುಗಳಡಿಯಲ್ಲಿ ಮುಚ್ಚಿಕೊಳ್ಳಲೆತ್ನಿಸುತ್ತಿದೆ ಅಂದೆ. ಸರ್ಕಾರವು ಈ ತಪ್ಪುಗಳಿಂದ ತುಂಬಿ ಅಶಕ್ತವಾಗಿದೆಯೆಂದೆ. ಸರಕಾರದ ತಪ್ಪಿಗಾಗಿ ನಮ್ಮ ಹತ್ತು ಸಾವಿರದಷ್ಟು ಸೈನಿಕರು ಸತ್ತುಹೋಗಿದ್ದಾರೆಂದೆ. ನಮ್ಮ ಹಾಗೂ ವೈರಿಗಳ ತಪ್ಪಿನಿಂದಾಗಿ ಅವರ ಕಡೆಯವರೂ ಹತ್ತಾರು ಸಾವಿರ ಸೈನಿಕರು, ನಾಗರಿಕರು ಸತ್ತಿದ್ದಾರೆ ಅಂದೆ. ನಮ್ಮ ಹೆಸರಿನಲ್ಲಿ ಎಸಗಲಾದ ಅಪರಾಧಗಳಿಗೆ ನಾವೇ ಹೊಣೆ ಅಂದೆ. ಸರ್ಕಾರವು ಇನ್ನೂ ಹೆಚ್ಚು ಅಪರಾಧಗಳನ್ನೆಸಗಲು ನಾವು ಬಿಡಬಾರದು ಅಂದೆ.

ನನ್ನ ಮಾತು ಕೇಳಿ ಮುಖ್ಯ ಎಂಜಿನಿಯರ್ ಹೇಳಿದ :

"ಹೌದು, ಹೌದು; ನೀನು ಹೇಳಿದ್ದರಲ್ಲಿ ಬಹಳ ಸತ್ಯಾಂಶ ಇದೆ. ಆದರೆ ನಾವು ಯುದ್ಧದಲ್ಲಿ

ಸೋಲೋದಕ್ಕೆ ಸಾಧ್ಯವೇ ಇಲ್ಲ, ಅಲ್ಲವೆ? ಯುದ್ಧ ನಿಲ್ಲಿಸಿದರೆ ಸೋತ ಹಾಗೆಯೇ, ಅಲ್ಲವೆ? ಯುದ್ಧವೊಂದು ಕಾರ್ಯಗತಿ, ಅದನ್ನ ಮಧ್ಯದಲ್ಲೆ ನಿಲ್ಲಿಸಿದರೆ ಗರ್ಭಪಾತವಾದ ಹಾಗೆ, ಅಲ್ಲವೆ? ಯುದ್ಧದಲ್ಲಿ ಹೇಗೆ ಸೋಲೋದು ಅಂತ ನಮಗೆ ಗೊತ್ತಿಲ್ಲ. ಆ ಕಲೆ ನಮ್ಮ ಕಲೆಗಳಲ್ಲಿಲ್ಲ. ನಮ್ಮ ಯುದ್ಧ ತಂತ್ರ ಅವರದನ್ನು ನುಚ್ಚುನೂರು ಮಾಡ್ತದೆ, ನಮಗಿಷ್ಟೆ ಗೊತ್ತು. ಯುದ್ಧದ ಕಾರ್ಯಗತಿ ಅಂದರೆ ಅದೇ.

"ಆದರಿನ್ನು ಈ ತರದ ಅಧೈರ್ಯದ, ಉತ್ಸಾಹ ಕುಗ್ಗಿಸುವ, ನಿಷ್ಪ್ರಯೋಜಕ ಮಾತುಕತೆ ಸಾಕು. ನನ್ನಲ್ಲೀಗ ಕೆಲವು ಹೊಸ ಚಮತ್ಕಾರಿಕ ಸಾಮಾನುಗಳಿವೆ, ಅವುಗಳ ಬಗ್ಗೆ ನಿನಗೆ ಸ್ವಲ್ಪದರಲ್ಲಿ ಹೇಳ್ತೇನೆ. ಸಾಮಾನ್ಯ ಜನರು ನೋಡಿ ಆಶ್ಚರ್ಯದಿಂದ ಬಾಯ್ಬಿಡಲಿರುವ ಹೊಸ ಅದ್ಭುತಗಳಿವು, ಉದಾಹರಣೆಗಾಗಿ, ಕಂಪ್ಯೂಟರ್‌ನಿಂದ ನಿಯಂತ್ರಿತವಾದ ಮನಸ್ಸಿನಲ್ಲಿ ಆಸೆಗಳೇ ಇಲ್ಲದಂತೆ ಮಾಡಬಹುದು. ಈ ಬಗ್ಗೆ ಯೋಚಿಸು. ಜಗತ್ತಿನ ಜನರ ಬೆಳೆಯುತ್ತಿರುವ ಆಸೆ-ಆಕಾಂಕ್ಷೆಗಳನ್ನು ಇದಿರಿಸೋದಕ್ಕೆ ಇದೊಂದು ಮುಖ್ಯ ಹೆಜ್ಜೆ; ಅವೆಷ್ಟು ವೇಗವಾಗಿ ಬೆಳೆಯುತ್ತಿವೆ ಅಂತ ನಿನಗೆ ಗೊತ್ತಿಲ್ಲ."

ಆಗ ಕೋಣೆಯಲ್ಲಿದ್ದ ಅನೇಕರ ಮುಂಗೈ ಮೂಳೆಗಳು ಮುರಿದು ವ್ಯತ್ಯಸ್ತವಾಗಿದ್ದ ವೆಂಬುದನ್ನು ನಾನು ಗಮನಿಸಿದೆ. ಇತ್ತ ಮುಖ್ಯ ಎಂಜಿನಿಯರ್ ಮುಂದುವರಿಸಿದ :

"ಅಭಿವೃದ್ಧಿ ಹೊಂದದ ರಾಷ್ಟ್ರಗಳ ಜನರಿಗಾಗಿ ತಯಾರಿಸಲ್ಪಡುವ ಆಧುನಿಕ ರೀತಿಯ ಕೃತಕ ಹೊಟ್ಟೆಯು ನೀನು ಆಸಕ್ತಿ ತೋರಬೇಕಾದ ಸ್ವಾರಸ್ಯಪೂರ್ಣ ವಿಷಯಗಳಲ್ಲೊಂದು. ಈ ಹೊಟ್ಟೆಯನ್ನು ಅಳವಡಿಸಿದರೆ ಅವರು ಹುಲ್ಲು-ಮೇವನ್ನು ತಿನ್ನಬಹುದು. ಜಗತ್ತಿನಾದ್ಯಂತ ನೀಲಿ ಬಣ್ಣವು ಪ್ರಸಿದ್ಧವೂ ಜನಪ್ರಿಯವೂ ಆದ ಬಣ್ಣವಾದುದರಿಂದ ನಾವೀಗ 'ಕೆಂಟುಕಿ ಪೊವಾ ಪ್ರ್ಯಾಟೆನ್ಸಿಸ್' ಎಂಬ ನೀಲವರ್ಣದ ಹುಲ್ಲು ತೆಗೆದುಕೊಂಡು ಪ್ರಯೋಗ ಮಾಡ್ತಿದ್ದೇವೆ. ಕೃತಕ ಹೊಟ್ಟೆ ಅಳವಡಿಸಿದ ಜನಕ್ಕೆ ಇದನ್ನೇ ಆಹಾರವಾಗಿ ಕೊಡ್ತಿದ್ದೇವೆ. ಅಭಾವವನ್ನು ತೋರಿರುವ ನಮ್ಮ ವಿದೇಶಿ ವ್ಯಾಪಾರಕ್ಕೆ ಇದೊಂದು ದೊಡ್ಡ ವರವಾಗಿ ಪರಿಣಮಿಸಲಿದೆ ಅಂತ ಬೇರೆ ಹೇಳ್ಬೇಕಾಗಿಲ್ಲವಲ್ಲ..."

ಈಗ ನನ್ನ ಸುತ್ತಮುತ್ತ ಇದ್ದವರಲ್ಲಿ ಹಲವರ ಪಾದದ ಮೂಳೆಗಳು ಮುರಿದು ಹೋಗಿದ್ದು, ಅವನ್ನು ಅಟ್ಟೆಗಳಿಂದ ಬಿಗಿಹಿಡಿಯಲಾಗಿತ್ತೆಂಬುದು ನನ್ನ ಗಮನಕ್ಕೆ ಬಂತು.

ಮುಖ್ಯ ಎಂಜಿನಿಯರ್ ಇನ್ನೂ ಹೇಳುತ್ತಲೇ ಇದ್ದ :

"...ಇದು ಕಾಂಗರೂ ಉಪಕ್ರಮ... ಕಳೆದ ವರ್ಷವೆ ಎಂಟ್ನೂನೂರು ಸಾವಿರದಷ್ಟು ಫಸಲು ಬಂತು. ಈವರೆಗೆ ಅಭ್ಯಸಿಸಿದ ಎಲ್ಲ ಸಸ್ಯಾಹಾರಿಗಳಲ್ಲಿ ಇದು ಅತ್ಯಂತ ಹೆಚ್ಚಿನ ಪ್ರೋಟೀನ್ ಉಳ್ಳದ್ದು..."

"ಹೊಸ ಕಾಂಗರೂಗಳನ್ನು ನೆಟ್ಟಿದ್ದೀರ?"

ಎಂಜಿನಿಯರ್ ತುಸು ಹೊತ್ತು ನನ್ನ ಕಡೆ ನೋಡಿದ. ಮತ್ತೆ ಹೇಳಿದ:

ನಮ್ಮ ಸರಕಿನ ಬಗ್ಗೆ ನಿನಗೆ ದ್ವೇಷ-ಅಸೂಯೆಗಳಿರೋದು ನನಗೆ ತಿಳೀತದೆ. ಕೈಲಾಗದವರು ಯಾವಾಗಲೂ ನಮ್ಮ ಈ ಕೆಲಸವನ್ನು ಅಮಾನವೀಯ ಅಂತ ಜರೀತಾರೆ. ಇದು ನಮ್ಮ ಕೆಲಸಕ್ಕೆ ಅನ್ಯಾಯ ಮಾಡಿದ ಹಾಗೆ. ತಾಂತ್ರಿಕವಾದುದು ಯಾವುದೂ ನನಗೆ ಪಠಕೀಯವಲ್ಲ."

ಹೀಗೆನ್ನುವಾಗ ಆತನ ಕಪ್ಪು ಗಾಜಿನ ಕನ್ನಡಕದಲ್ಲಿ ಹಸಿರು ಬೆಳಕು ಕುಣಿಯುತ್ತಿತ್ತು. ಬಳಿಕ ಆತ ಮುಂದುವರಿಸಿದ :

"ಯಾಕೆಂದರೆ ನಾನು ಒಬ್ಬ 'ಮಾನವ'ನಾದುದರಿಂದ ನನ್ನ ಯೋಚನೆಯಿಂದ ಸೃಷ್ಟಿಯಾಗ್ತಿರೋದೆಲ್ಲಾ – ಅದೇನೇ ಇದ್ದರು ಸಹ – ಒಂದರ್ಥದಲ್ಲಿ 'ಮಾನವೀಯ'ವೇ. ಮೃದು ವಸ್ತುಗಳಿಗೆ ಸಂಬಂಧಿಸಿದ ಮನುಷ್ಯನೆ, ಇಷ್ಟು ತಿಳಿದುಕೋ, ನಿನಗೆ ಆಸಕ್ತಿಯಿದೆ ಅಂತ ನೀನು ಹೇಳ್ತಿರೋ ಈ ಚಿಕ್ಕ ಯುದ್ಧದ ವಿಷಯದಲ್ಲಿ ನಾವು ಅತ್ಯಂತ ಸ್ವೈರಣೆಯಿಂಧ್ದ ವರ್ತಿಸಿದ್ದೇವೆ. ಯಾವುದು ಕೆಲಸ ಮಾಡ್ತದೋ ಅದು ಮುಖ್ಯ; ನಮ್ಮ ಸರಕಂತೂ ಹುಚ್ಚು ಹಿಡಿದ ಹಾಗೆ ಕೆಲಸ ಮಾಡ್ತದೆ. ನಾವಿನ್ನೂ ಮಾಡಬಹುದಾದದ್ದು – ಆದರೆ ಮಾಡದೆ ಇರೋದು ಬಹಳ ಇದೆ. ಕೈಗೊಳ್ಳಬಹುದಾದ – ಆದರೆ ಕೈಗೊಳ್ಳದಿರುವಂಥ ಅನೇಕ ಕ್ರಮಗಳಿವೆ. ಒಂದು ದೃಷ್ಟಿಯಿಂದ, ಅಂದರೆ ಸುಬುದ್ಧಿಯಿಂದ ಪ್ರೇರಿತವಾದ ನಮ್ಮ ಸ್ವಯಂ–ಹಿತಾಸಕ್ತಿಯ ದೃಷ್ಟಿಯಿಂದ ನೋಡಿದರೆ, ಈ ಕ್ರಮಗಳು ಸಮರ್ಥನೀಯವೂ ಆಗಿವೆ. ಆದರೆ ನಡುವೆ ನಮಗೆ ಬೇಸರವಾಗಬಹುದು. ನಾವು ತಾಳ್ಮೆಗೆಡಲೂಬಹುದು.

"ನಾವು ಸಾವಿರಗಟ್ಟಲೆಯಾಗಿ ಸ್ವಯಂ ಚಾಲಕ ಶಕ್ತಿಯುಳ್ಳ, ನೆಲದ ಮೇಲೆ ಹರಿದಾಡುವ, ಹದಿನೆಂಟು ಅಂಗುಲ ಉದ್ದದ, .0005 ಸೆಂಟಿಮೀಟರ್ ವ್ಯಾಸದ (ಅಂದರೆ ಬರಿಗಣ್ಣಿಗೆ ಕಾಣಲಾರದ) ಟಿಟೇನಿಯಮ್ ಸರಿಗೆಗಳನ್ನು ಹೊರಬಿಡಬಹುದು; ಅವು ವೈರಿಯ ವಾಸನೆ ಹಿಡಿದು ಆತನ ಪ್ಯಾಂಟಿನಗುಂಟ ಏರಿಹೋಗಿ ಆತನ ಕುತ್ತಿಗೆಯನ್ನಾವರಿಸಿಬಿಡ್ತವೆ. ಅಂಥವನ್ನೂ ನಾವಿಲ್ಲಿ ಬೆಳೆಸಿದ್ದೇವೆ. ಅವೆಲ್ಲ ನಮ್ಮ ಶಕ್ತಿಯ ಅಳತೆಯಲ್ಲೇ ಇವೆ. ವಾಯುಮಂಡಲದ ಮೇಲ್ಪಾತಳಿಯಲ್ಲಿ ನಾವು ಸಮ್ಮ ಹೊಸದಾಗಿ ಪರಿಷ್ಕರಿಸಿದ ಊದುಮೀನಿನ ವಿಷಾಣುಗಳನ್ನು ಬಿಟ್ಟರೆ ಯಾರಿಗೂ ಯಾರ ಗುರುತೂ ಹತ್ತಲಾರದಷ್ಟು ಪರಿಸ್ಥಿತಿ ವಿಕೋಪಕ್ಕೆ ಹೋಗಬಹುದು. ಅದರಲ್ಲಾವ ತಾಂತ್ರಿಕ ಸಮಸ್ಯೆಗಳೂ ಇಲ್ಲ. ಎಲ್ಲ ತೀರಾ ಸುಲಭ, ಬೇಕಾದರೆ ನಾವು ಇಪ್ಪತ್ನಾಲ್ಕು ಗಂಟೆಗಳಲ್ಲಿ ಅವರು ತಿನ್ನುವ ಅಕ್ಕಿಯಲ್ಲಿ ಎರಡು ಕೋಟಿಗಳಷ್ಟು ಕೀಟಗಳನ್ನು ಸೇರಿಸಬಹುದು. ಅಲಬಾಮಾದಲ್ಲಿ ಹೀಗೆ ರಹಸ್ಯವಾಗಿ ಶೇಖರಿಸಿಟ್ಟ ಕೀಟಗಳ ದೊಡ್ಡ ಸಂಗ್ರಹವಿದೆ. ವೈರಿಗಳ ಮೈಬಣ್ಣವನ್ನು ಅರ್ಧ ಕಪ್ಪು ಅರ್ಧ ಬಿಳಿಯಾಗಿ ಪರಿವರ್ತಿಸಬಲ್ಲ ಅಸ್ತ್ರಗಳಿವೆ. ವೈರಿಯ ಅಕ್ಷರಮಾಲೆಯನ್ನು ಕೊಳೆಯಿಸುವ, ಪಾಚಿಗಟ್ಟಿಸುವ, ತುಕ್ಕು ಹಿಡಿಸುವ, ಸಾಧನಗಳಿವೆ. ಇವು ಬಹಳ ಸೊಗಸಾದ ಆಯುಧಗಳು. ನಮ್ಮಲ್ಲಿರುವ ಇನ್ನೊಂದು ರಾಸಾಯನಿಕ ದ್ರವ್ಯವು ಮನೆಗಳನ್ನು ಕಿರಿದುಗೊಳಿಸುತ್ತದೆ. ಮನೆಯನ್ನು ಕಟ್ಟಲು ಉಪಯೋಗಿಸಿದ ಬಿದಿರುಗಳ ಅಣು–ಅಣುವಿನಲ್ಲೂ ಇದು ಪ್ರವೇಶಿಸಿ ಮನೆಯನ್ನು ಹೆಚ್ಚು ಹೆಚ್ಚು ಸಂಕುಚಿತಗೊಳಿಸಿ, ಕೊನೆಗೆ ಆ ಮನೆಯೇ ಅದರ ಒಳಗಿದ್ದವರ ಕತ್ತು ಹಿಸುಕುವಂತೆ ಮಾಡುತ್ತದೆ. ರಾತ್ರಿ ಹತ್ತು ಗಂಟೆಗೆ ಜನರೆಲ್ಲ ಮಲಗಿದ ತರುವಾಯ ಇದು ಕಾರ್ಯಾಚರಣೆ ಪ್ರಾರಂಭಿಸುತ್ತದೆ. ಅವರ ಗಣಿತ ವಿಜ್ಞಾನವೆಲ್ಲ ನಾವು ಸಂಶೋಧಿಸಿದ ಒಂದು ಕೀವು ತುಂಬಿದ ಅಭಿನ್ನಾಂಕದ ಕೃಪೆಯ ಮೇಲೆ ಅವಲಂಬಿಸಿದೆ. ನಾವು ತರಬೇತಿಗೊಳಿಸಿದ ಮೀನುಗಳು ಅವರ ಮೀನುಗಳ ಮೇಲೆ ದಾಳಿ ಮಾಡಬಲ್ಲವು. ಪುರುಷರ ಅಂಡಗಳನ್ನು ನಾಶಮಾಡುವ ಒಂದು ಮಾರಕ ತಂತಿ ಸಂದೇಶ ನಮ್ಮಲ್ಲಿದೆ. ಈ ವಿಷಯದಲ್ಲಿ ತಂತಿ ಕಂಪೆನಿಗಳು ನಮ್ಮೊಂದಿಗೆ ಸಹಕರಿಸುತ್ತಿವೆ. ನಮ್ಮಲ್ಲೊಂದು ಹಸಿರು ವಸ್ತುವಿದೆ. ಅದು – ಬೇಡ, ಆ ಬಗ್ಗೆ ಮಾತಾಡದಿರೋದೇ ಒಳ್ಳೆಯದು. ಅಲ್ಲದೆ ನಮ್ಮ ಬಳಿ ಒಂದು ರಹಸ್ಯ ಶಬ್ದವಿದೆ. ಅದನ್ನು ಉಚ್ಚರಿಸಿದರೆ ಕಾಲ್ಚೆಂಡು ಆಟದ ನಾಲ್ಕು ಮೈದಾನುಗಳಷ್ಟು ವಿಸ್ತಾರವಾದ ಪ್ರದೇಶದಲ್ಲಿರುವ ಜೀವಿಗಳ ಮೈಯಲ್ಲಿನ ಎಲುಬುಗಳೆಲ್ಲ ಮುರಿದುಹೋಗ್ತವೆ."

"ಓಹೋ, ಹಾಗಾದರೆ ಅದರಿಂದಾಗಿಯೇ..."

"ಹೌದು. ಯಾವನೋ ಮೂರ್ಖನಿಗೆ ಬಾಯಿಮುಚ್ಚಿಕೊಂಡಿರಲಾಗಲಿಲ್ಲ. ಇರಲಿ, ಮುಖ್ಯ ವಿಷಯವೆಂದರೆ ಈಗ ಶತ್ರುಗಳ ಇಡೀ ಜೀವರಾಶಿಯನ್ನು ಸೀಳುವ, ವಿಷಮಗೊಳಿಸುವ, ನುಂಗುವ ಮತ್ತು ಪುಡಿಪುಡಿ ಮಾಡುವ ಶಕ್ತಿ ನಮ್ಮಲ್ಲಿದೆ. ಆದರೆ ಅದೇನೂ ಮಹತ್ವದ ಸಂಗತಿಯಲ್ಲ."

"ಈ ಎಲ್ಲ ಸಾಧ್ಯತೆ–ಸಾಮರ್ಥ್ಯಗಳ ಬಗ್ಗೆ ನಿನಗೆ ಅತೀವ ತೃಪ್ತಿಯಿದ್ದ ಹಾಗಿದೆ."

"ಹೌದು, ಇದು ಅತೀ ತೃಪ್ತಿ ತರುವಂಥ ವಿಷಯವೇ. ಆದರೆ ನೀನು ಇಷ್ಟನ್ನಾದರೂ ತಿಳಿದುಕೋ – ಇದೆಲ್ಲವನ್ನು ಸಾಧ್ಯವಾಗಿಸೋದಕ್ಕೆ ನಮ್ಮ ಹುಡುಗರು ಸಾವಿರಗಟ್ಟಲೆ ಗಂಟೆಗಳನ್ನೂ ಅಸಾಮಾನ್ಯ ಬುದ್ಧಿಯನ್ನೂ ವ್ಯಯಿಸಿದ್ದಾರೆ. ಪರಿಶ್ರಮಪಟ್ಟಿದ್ದಾರೆ ; ಅನೇಕಾನೇಕ ಜಟಿಲವಾದ ತಾಂತ್ರಿಕ ಹಾಗೂ ಇತರ ಸಮಸ್ಯೆಗಳನ್ನೂ ವಿಘ್ನಗಳನ್ನೂ ಪರಿಹರಿಸಬಲ್ಲ ಅವರ ಶಕ್ತಿಯ ಪ್ರತೀಕವೇ ಈ ಎಲ್ಲ ಸಾಧನೆಗಳು. ಇದಕ್ಕೆ ಬಲಿಯಾಗುವ ಬೇಜವಾಬ್ದಾರಿ ಜನರಿಂದ ಇದರ ಪರಿಣಾಮಗಳ ಬಗ್ಗೆ ಬಹಳ ಉತ್ಪ್ರೇಕ್ಷಿತ ಸುದ್ದಿಗಳು ಹುಟ್ಟಿಕೊಂಡಿವೆ ಅಷ್ಟೆ. ಅನೇಕ ಉದ್ದೇಶಗಳನ್ನೂ ಧ್ಯೇಯಗಳನ್ನೂ ಹೊಂದಿದ, ಸಮಸ್ಯಾ ಪರಿಹಾರಕವಾದ, ಗುಂಪುಗೂಡಿ ಕೆಲಸ ಮಾಡಬೇಕೆನ್ನುವ ತತ್ತ್ವದ ಪ್ರಚಂಡ ವಿಜಯದ ಸಂಕೇತಗಳೇ ಈ ಸಾಧನೆಗಳು."

"ಅದನ್ನು ನಾನೂ ಶ್ಲಾಘಿಸ್ತೇನೆ."

"ಈ ತಾಂತ್ರಿಕ ಜ್ಞಾನವನ್ನೆಲ್ಲಾ ನಾವು ಒಮ್ಮೆಲೇ ವೈರಿಗಳ ಮೇಲೆ ಪ್ರಯೋಗಿಸಬಲ್ಲೆವು. ಹಾಗಾದರೆ ಏನಾದೀತೆಂದು ಕಲ್ಪಿಸು. ಆದರೆ ಅದೇನೂ ಮಹತ್ವದ ಸಂಗತಿಯಲ್ಲ."

"ಹಾಗಿದ್ದರೆ ಮಹತ್ವದ ಸಂಗತಿ ಯಾವುದು?"

"ಮಹತ್ವದ ಸಂಗತಿಯೆಂದರೆ, ನಮಗೆ ನೈತಿಕ ಪರಿಜ್ಞಾನವಿದೆ. ಅದು ಗುರುತಿನ ಕಾರ್ಡುಗಳ ಮೇಲಿದೆ, ಅದು ಬಹುಶಃ ಈ ಜಗತ್ತಿನ ಎಲ್ಲಕ್ಕಿಂತ ಹೆಚ್ಚು ಸಂವೇದನಾಶೀಲವೂ ಮುಂದುವರಿದದ್ದೂ ಆದ ನೈತಿಕ ಪರಿಜ್ಞಾನ."

"ಅದು ಕಾರ್ಡುಗಳ ಮೇಲಿರೋದರಿಂದಲೆ?"

"ಅದು ಅನಂತವಾಗಿ ಅತಿಸೂಕ್ಷ್ಮವಾಗಿ ವಿವೇಚಿಸುತ್ತದೆ. ಅದು ವಾದಿಸಬಲ್ಲದು ಕೂಡ. ಈ ಮಹತ್ ನೈತಿಕ ಉಪಕರಣವಿರುವಾಗ ನಾವು ಹೇಗೆ ತಪ್ಪು ಹೆಜ್ಜೆ ಇಡೋದಕ್ಕೆ ಸಾಧ್ಯ? ನಾನು ವಿಶ್ವಾಸದಿಂದ ಹೇಳ್ತೇನೆ, ನಿನಗೆ ವಿವರಿಸಿದ ಈ ಎಲ್ಲಾ ಹೊಸ ಮಾದರಿಯ ಅದ್ಭುತ ಯುದ್ಧ ಸಾಧನಗಳನ್ನು ನಾವು ಬಳಸಹುದಾದರೂ ನಾವು ಖಂಡಿತ ಹಾಗೆ ಮಾಡೋದಿಲ್ಲ?"

"ನಾವು ಹಾಗೆ ಮಾಡೋದಿಲ್ಲವೆ?"

ಕ್ಲೀವ್‌ಲಂಡಿನಿಂದ 5:44ರ ಯುನೈಟೆಡ್ ವಿಮಾನ ಹಿಡಿದು 7:19ಕ್ಕೆ ನಾನು ನೆವಾರ್ಕ್‌ಗೆ ಬಂದೆ. ಆ ಹೊತ್ತಿನಲ್ಲಿ ನ್ಯೂಜರ್ಸಿಯೆಲ್ಲಾ ಗುಲಾಬಿ ಬಣ್ಣದಿಂದ ಹೊಳೆಯುತ್ತಿರುತ್ತದೆ. ಜೀವಿಗಳೆಲ್ಲಾ ಕೇವಲ ಸಾಂಪ್ರದಾಯಿಕ ರೀತಿಗಳಲ್ಲಿ ಒಂದನ್ನೊಂದು ಪೀಡಿಸುತ್ತ ಓಡಾಡುತ್ತಿರುತ್ತವೆ. ನಾನು ಹೋಗಿ ನಮ್ಮ ತಂಡಕ್ಕೆ ವರದಿಯೊಪ್ಪಿಸಿದೆ. ಎಂಜಿನಿಯರರು ಸ್ನೇಹಪರರಾಗಿದ್ದರೆಂದು ಒತ್ತಿ ಹೇಳಿದೆ. ಎಲ್ಲ ಸರಿಯಾಗಿದೆ ಎಂದು ನಾನಂದೆ. ನಮಗೆ ನೈತಿಕ ಪರಿಜ್ಞಾನವಿದೆ ಎಂದು ನಾನು ನುಡಿದೆ. ನಾವು ಹಾಗೆ ಮಾಡುವುದಿಲ್ಲ ಎಂದು ನಾನು ಘೋಷಿಸಿದೆ.

ಆದರೆ ಅವರು ನನ್ನ ಮಾತನ್ನು ನಂಬಲಿಲ್ಲ.

ಕೆನಡ

○ ಹೆನ್ರಿಕ್ರೇಸೆಲ್

ಮುರಿದುಹೋದ ಭೂಮಂಡಲ

ಕೆನಡಾದ ಆಲ್ಬರ್ಟಾ ವಿಶ್ವವಿದ್ಯಾಲಯದಲ್ಲಿ ನನ್ನ ವಿಷಯದ ಬಗ್ಗೆ ಹೊಸ ವಿಭಾಗವೊಂದನ್ನು ತೆರೆದ ಸಂಗತಿಯನ್ನು ಮೊಟ್ಟ ಮೊದಲಿಗೆ ನನಗೆ ಹೇಳಿದ್ದು ನಿಕ್ ಸೋಲ್ಬಕ್. ಆದುದರಿಂದ ನನಗೆ ಕೆಲಸ ಸಿಕ್ಕಿದ್ದು ತಿಳಿದೊಡನೆ ಮೊದಲು ನಾನು ಅವನನ್ನು ಕಾಣಲು ಹೋದೆ. ಪಿಮ್ಲಿಕೋದಲ್ಲಿನ ಒಂದು ಹಳೆಯ ಸೌಧದಲ್ಲಿ ಆತ ವಾಸವಾಗಿದ್ದ. ಒಂದು ಕಾಲಕ್ಕೆ ಶ್ರೀಮಂತ ವ್ಯಾಪಾರಿಗಳೂ ದೊಡ್ಡ ಮನುಷ್ಯರೂ ಇರುತ್ತಿದ್ದ ಆ ವಸತಿಗಳಲ್ಲೀಗ ಕೇವಲ ಸ್ಟೆನೋಗ್ರಾಫರರು, ವಿದ್ಯಾರ್ಥಿಗಳು ಹಾಗೂ ಹಲವಾರು ಬುದ್ಧಿಜೀವಿಗಳು ಇರುತ್ತಿದ್ದರು. ಆತ ಕೇಂಬ್ರಿಜ್‌ನಲ್ಲಿ ಓದಿ ಅಲ್ಲೇ ಡಾಕ್ಟರೇಟ್ ಪಡೆದು ಈಗ ಇಂಪೀರಿಯಲ್ ಕಾಲೇಜಿನಲ್ಲಿ ಸಂಶೋಧನೆ ಮಾಡುತ್ತಿದ್ದು, ಭೂಮಿಯ ಅಂಕುಡೊಂಕುಗಳ ಬಗೆಗಿನ ಸಮಸ್ಯೆಗಳಿಗೆ ಸಂಬಂಧಿಸಿದ ಕೆಲಸದಿಂದಾಗಿ ಯುವವರ್ಗದಲ್ಲಿ ಸಾಕಷ್ಟು ಪ್ರಸಿದ್ಧಿ ಪಡೆದಿದ್ದ.

ಆತನ ಕೋಣೆ ಮೂರನೇ ಮಹಡಿಯಲ್ಲಿತ್ತು. ಅದು ಬಹಳ ಚಿಕ್ಕದಾಗಿದ್ದು, ಅಲ್ಲಿ ಸಾಕಷ್ಟು ಸ್ಥಳಾವಕಾಶವಿರಲಿಲ್ಲ. ಆದರೆ ಆ ಕೋಣೆಯ ಕಿಟಕಿಯಿಂದ ಕೆಳಗೆ ಕಾಣುತ್ತಿದ್ದ ಥೇಮ್ಸ್ ನದಿ ಹಾಗೂ ಅದರಲ್ಲಿ ಚಲಿಸುತ್ತಿದ್ದ ನೌಕೆಗಳು ಆತನಿಗೆ ಒಂದು ರೀತಿಯ ದೂರತ್ವದ ಹಾಗೂ ವಿಶಾಲತೆಯ ಭಾವನೆ ಕೊಡುತ್ತಿದ್ದುದರಿಂದ ಆತ ಆ ಕೋಣೆಯನ್ನು ಬಿಡುವ ಮನಸ್ಸು ಮಾಡಿರಲಿಲ್ಲ. ಜನ ನಿಬಿಡವಾದ ನಗರದಲ್ಲಿ ತನಗೆ ಅಲಭ್ಯವಾಗಿದ್ದದ್ದು ವಿಶಾಲತೆಯ ವಾತಾವರಣ ಎಂದು ಆತ ಅನ್ನುತ್ತಿದ್ದ. ಒಂದು ಬಗೆಯ ಹಂಬಲದಲ್ಲಿ ಆತ ತನ್ನನ್ನು ಬಯಲುಸೀಮೆಯ ಮನುಷ್ಯನೆಂದು ಕರೆದುಕೊಳ್ಳುತ್ತಿದ್ದ. ವಿಶಾಲತೆಯ ಅರ್ಥವೇನೆಂದು ಕೇಳಿದರೆ, ಒಬ್ಬ ಮನುಷ್ಯನು ತೆರೆದ ಬಯಲು ನಾಡಿನಲ್ಲಿ ನಿಂತು ದೂರದತ್ತ ನೋಡಿದರೆ ಭೂಮಿ ಚಪ್ಪಟೆಯಾಗಿದೆ ಎಂದು ಉಂಟಾಗುವ ಭಾವನೆ ಅನ್ನುತ್ತಿದ್ದ.

ನಾನು ನನ್ನ ಸುದ್ದಿಯನ್ನು ಹೇಳಿದ ಬಳಿಕ ಆತನೆಂದ :

"ಹಾಗಿದ್ದರೆ ಬಯಲುಸೀಮೆಯ ಹುಡುಗ-ಹುಡುಗಿಯರಿಗೆ ಫ್ರೆಂಚ್ ಕಲಿಸೋದಕ್ಕೆ ನೀನು ಹೋಗ್ತಿ. ನಿನಗೆ ನನ್ನ ಅಭಿನಂದನೆಗಳು."

ಅನಂತರ ಒಂದು ಪಕ್ಕಕ್ಕೆ ತನ್ನ ತಲೆ ಹೊರಳಿಸಿ ಆತ ಕೇಳಿದ:

"ನಿನ್ನ ಕಿವಿಗಳು ಹೇಗಿವೆ?"

"ನನ್ನ ಕಿವಿಗಳೇ? ಅವು ನೆಟ್ಟಗಿವೆ, ಯಾಕೆ?"

ಅದಕ್ಕೆ ಅವನೆಂದ :

"ನೀನು ಸಿದ್ಧವಾಗಿರು. ಕೆನಡಾದ ಬಯಲುಸೀಮೆಯವರು ಫ್ರೆಂಚ್ ಮಾತಾಡಲು ಪ್ರಯತ್ನಿಸೋದನ್ನು ಕೇಳೋದು ನಿನಗೊಂದು ಅದ್ಭುತ ಅನುಭವವಾಗಲಿದೆ. ನಾನು ಸ್ವಂತ ಅನುಭವದಿಂದ ಹೇಳ್ತಿದ್ದೇನೆ. ಬಯಲುಸೀಮೆಯ ಒಂದು ಹಳ್ಳಿಯಲ್ಲಿನ ಒಂದೇ ಕೋಣೆಯ ಶಾಲೆಯಲ್ಲಿ ನಾನು ಫ್ರೆಂಚ್ ಕಲಿತೆ, ನನ್ನ ಶಿಕ್ಷಕಿ ಒಬ್ಬ ಅಸಾಮಾನ್ಯ ಹುಡುಗಿಯಾಗಿದ್ದಳು, ಆದರೆ ಆಕೆಗೆ ಸದಾ ವಿಜ್ಞಾನದ ಧ್ಯಾನ. ಆಕೆಯ ಹೆಸರು ಜೋನ್ ಮ್ಯಾಕೆಂಝಿ. ತೆಳ್ಳಗಿನ, ನೇರವಾದ ಮೂಗಿನ, ಸದಾ ಕಂದು ಬಟ್ಟೆ ತೊಡುವ ಹುಡುಗಿ. ಭೂಕಂಪಗಳ ಬಗೆಗೆ ಆಕೆಗೆ ವಿಶೇಷ ಆಸಕ್ತಿ. 'ಪೋರ್ಚುಗಲ್‌ದ ಲಿಸ್ಬನ್ ಪಟ್ಟಣ 1755ರಲ್ಲಿ ಉಧ್ವಸ್ತವಾಗಿಹೋಗಿತ್ತು. ಅರವತ್ತು ಸಾವಿರ ಜನ ಸತ್ತರು; ದಕ್ಷಿಣದ ಫ್ರಾನ್ಸ್ ಹಾಗೂ ಉತ್ತರ ಆಫ್ರಿಕಗಳಿಗೂ ಅದರ ಶಕೆ ತಟ್ಟಿತ್ತು; ಇಂಗ್ಲೆಂಡ್ ಹಾಗೂ ಸ್ಕ್ಯಾಂಡಿನೇವಿಯದ ಬಳಿಯ ಸಮುದ್ರಗಳು ಉಕ್ಕೇರಿದ್ದವು.' ನನಗಿನ್ನೂ ಆಕೆಯ ಧ್ವನಿ – ಆಕೆ ಹೇಳಿದ್ದು ಎಲ್ಲ ನೆನಪಿದೆ ನೋಡು. ಕೇಳು ಬೇಕಾದರೆ: 'ಸೌರವ್ಯೂಹದೊಳಗೆ ಬರುವ ಉಳಿದೆಲ್ಲ ಗ್ರಹಗಳಂತೆ ಭೂಮಿಯು ಪ್ರತಿ ತಾಸಿಗೆ ಸುಮಾರು 45,000 ಮೈಲು ವೇಗದಿಂದ ಅಂತರಿಕ್ಷದಲ್ಲಿ ಚಲಿಸುತ್ತಿದೆ. ಅದು ಗುರು ಗ್ರಹದ ಬಳಿಯ ಹರ್ಕ್ಯುಲೀಸ್ ನಕ್ಷತ್ರ ಪುಂಜದ ಕಡೆಗೆ ಹೋಗುತ್ತಿದೆ. ಆ ಬಗ್ಗೆ ವಿಚಾರ ಮಾಡಿಯಾದರೂ ನೋಡಿರಿ ಹುಡುಗರೇ.' ಹೌದು, ನಾನು ವಿಚಾರ ಮಾಡಿದೆ, ವಿಚಾರ ಮಾಡಲು ಎಷ್ಟೊಂದಿತ್ತು! ಅದಕ್ಕೆಂದೇ ಇರಬೇಕು ನಾನು ಭೂ–ಭೌತ ವಿಜ್ಞಾನಿ ಆದದ್ದು. ಆಕೆಯ ಉತ್ಸಾಹ ಸಾಂಸರ್ಗಿಕವಾಗಿತ್ತು. ಅದು ತುಟ್ಟತುದಿಗೆ ಹೋದದ್ದನ್ನು ನಾನು ಕಂಡಿದ್ದೆ. ಕೆಲ ಸಮಯದ ಅನಂತರ ಇದಕ್ಕೆಲ್ಲ ಬೇಸತ್ತು ಒಬ್ಬ ಗಟ್ಟಿಮುಟ್ಟಾದ ರೈತನನ್ನು ಲಗ್ನವಾಗಿ ಆಕೆ ಎಂಟು ಮಕ್ಕಳನ್ನು ಹಡೆದಳು.

"ಆದರೆ ಆಕೆಯ ಫ್ರೆಂಚ್ ಅಷ್ಟು ಚೆನ್ನಾಗಿರಲಿಲ್ಲ ಅಂತ ಕಾಣ್ತದೆ."

ನಾನೆಂದೆ:

"ಇಲ್ಲ; ಭಾಷೆಯಲ್ಲಿ ಆಕೆಯ ಕಲ್ಪನೆಗೆ ಆಸ್ಪದವಿರಲಿಲ್ಲ. ನಾನು ಫ್ರೆಂಚ್‌ಅನ್ನು ಗಂಭೀರ ವಾಗಿಯೇ ಅಭ್ಯಸಿಸಿದೆ, ನಾನು ಪ್ರಾಮಾಣಿಕ ವಿದ್ಯಾರ್ಥಿಯಾಗಿದ್ದೆ. ಕೆಲವು ಸಲ ಮನೆಯಲ್ಲೂ ಫ್ರೆಂಚ್ ಉಚ್ಚಾರಣೆಯನ್ನು ಅಭ್ಯಸಿಸುತ್ತಿದ್ದೆ. ಆದರೆ ಅದರಿಂದ ನನ್ನ ತಂದೆಗೆ ತೊಂದರೆ ಯಾಗತೊಡಗಿತೆಂದು ನಿಲ್ಲಿಸಿಬಿಟ್ಟೆ. ನಿಲ್ಲಿಸಲು ತಾಯಿ ನನ್ನನ್ನು ಬೇಡಿಕೊಂಡಳು. ಮನೆಯಲ್ಲಿ ಸ್ವಲ್ಪವಾದರೂ ಶಾಂತಿ ಇರಲಿ ಅಂತ."

"ನಿಮ್ಮ ತಂದೆಯ ಕಿವಿಗಳಿಗೆ ತೊಂದರೆಯಾಯಿತೆ?"

"ಇಲ್ಲ, ಇಲ್ಲ, ಕಿವಿಗಳಿಗಲ್ಲ, ಆತನ ಆತ್ಮಕ್ಕೆ. ನಾನು ಫ್ರೆಂಚ್ ಕಲಿತು ಫ್ರೆಂಚ್ ಹುಡುಗಿಯನ್ನು ಲಗ್ನವಾಗಿ ಓಡಿ ಹೋಗಬಹುದು ಅಂತ ಆತನಿಗೆ ಹೆದರಿಕೆಯಾಗಿತ್ತು... ನಗಬೇಡ. ನಿಜ ಹೇಳ್ತಿದ್ದೇನೆ. ನನ್ನ ತಂದೆ ಒಮ್ಮೆ ಏನನ್ನಾದರೂ ನಂಬಿದರೆ ಅದನ್ನು ಬದಲಿಸೋದು ಕಠಿಣವಿತ್ತು."

"ಆದರೆ ನೀನು ಫ್ರೆಂಚ್ ಹುಡುಗಿಯನ್ನು ಲಗ್ನವಾಗೋದನ್ನು ಆತನೇಕೆ ವಿರೋಧಿಸಬೇಕಿತ್ತು?"

ನಿಕ್ ನೇರವಾಗಿ ನನ್ನ ಕಡೆ ಬೆರಳು ಮಾಡಿ ತೋರಿಸಿ ಹೇಳಿದ:

"ಯಾಕೆಂದರೆ ಆತ ಕೆನಡಕ್ಕೆ ಬರುವಾಗ ಯಾವುದೋ ಫ್ರೆಂಚ್ ಬಂದರಿನಿಂದ ಹೊರಟನಂತೆ, ಆತ ಮಲಗಿದ್ದಾಗ ಯಾರೋ ಆತನ ಹಣವನ್ನೆಲ್ಲಾ ದೋಚಿದರಂತೆ. ಎಲ್ಲಾ ಫ್ರೆಂಚರೂ ಕಳ್ಳರೂಂತ ಆತನ ಅಭಿಪ್ರಾಯ. ಆ ಘಟನೆಯನ್ನು ಆತ ಎಂದೂ ಮರೆಯಲಿಲ್ಲ, ಅದಕ್ಕೆ ಕಾರಣರಾದವರನ್ನು ಎಂದೂ ಮರೆಯಲಿಲ್ಲ. ದೇವರಾಣೆಯಾಗಿ ಆ ಶಾಪಗ್ರಸ್ತ ಭಾಷೆಯನ್ನು ತನ್ನ ಮನೆಯಲ್ಲಿ ಯಾರೂ ಆಡಕೂಡದೆಂದು ಆತ ವಿಧಿಸಿದ. ಹಾಗೆಯೇ ವಿಜ್ಞಾನದ ಬಗೆಗಿನ ಹುಚ್ಚುಚ್ಚಾದ ಮಾತನ್ನೂ ಯಾರೂ ಆಡಬಾರದೆಂದು ಆತನ ಅಪ್ಪಣೆಯಿತ್ತು."

ಒಂದು ಕ್ಷಣ ನಿಕ್ ಸುಮ್ಮನಿದ್ದ. ಅನಂತರ ನಿಧಾನವಾಗಿ ಮುಂದುವರಿಸಿದ :

"ನನ್ನ ತಂದೆ ವಿಚಿತ್ರ ಮನುಷ್ಯ. ಆತನ ವಿಚಾರಗಳು, ಕಲ್ಪನೆಗಳು ಎಲ್ಲ ವಿಚಿತ್ರ. ಸ್ಕೂಲಿಗೆ, ವಿಶ್ವವಿದ್ಯಾಲಯಕ್ಕೆ ಹೋಗುತ್ತಿದ್ದ ದಿನಗಳಲ್ಲಿ ನಾನು ಆತನನ್ನು ಅರ್ಥಮಾಡಿಕೊಂಡಿರಲಿಲ್ಲ. ಆದರೆ ಈಗ ಒಂದೆರಡು ವರ್ಷಗಳ ಹಿಂದೆ ನನಗೆ ಒಮ್ಮೆಲೆ ತಿಳಿದುಬಂದಿತು – ಆತ ಹುಟ್ಟಿದ ಸಣ್ಣ ಯುಕ್ರೇನಿಯನ್ ಹಳ್ಳಿಯೊಂದರಲ್ಲಿನ ಮಧ್ಯಕಾಲೀನ ವಿಚಾರಗಳ ಪಾದ್ರಿಯೊಬ್ಬ ಆತ ಸಣ್ಣ ಹುಡುಗನಿದ್ದಾಗಲೇ ಆತನಿಗೆ ಈ ಜಗತ್ತಿನ ಸ್ವರೂಪದ ಬಗ್ಗೆ ಒಂದು ತರದ ನಿಶ್ಚಿತ ಅಭಿಪ್ರಾಯವನ್ನು ಕೊಟ್ಟಿದ್ದ. ಹೀಗಾಗಿ, ನನ್ನ ತಂದೆ ಹುಚ್ಚನಲ್ಲ, ಆದರೆ ಆತನಿನ್ನೂ ಮಧ್ಯಕಾಲೀನ ಧಾರ್ಮಿಕ ಜಗತ್ತಿನಲ್ಲಿ ಜೀವಿಸುತ್ತಿದ್ದ ಎನ್ನುವುದು ನನಗೆ ಆ ಕ್ಷಣ ಗೊತ್ತಾಯಿತು. ಆತನ ಅಭಿಪ್ರಾಯದಂತೆ ಈ ಪೃಥ್ವಿಯೇ ವಿಶ್ವದ ಕೇಂದ್ರ ಬಿಂದು, ಹಾಗೂ ಅದು ಸ್ಥಿರವಾಗಿದೆ. ಅದು ತಿರುಗುತ್ತಿಲ್ಲ. ಸೂರ್ಯ ಪೂರ್ವದಲ್ಲಿ ಉದಯಿಸಿ ಪಶ್ಚಿಮದಲ್ಲಿ ಮುಳುಗುತ್ತಾನೆ. ಸ್ಥಿರವಾಗಿರುವ ಪೃಥ್ವಿಯ ಸುತ್ತಲೂ ಸೂರ್ಯ ತಿರುಗುತ್ತಾನೆ. ದೇವರು ಈ ಪೃಥ್ವಿಯನ್ನು ಮಾನವನಿಗಾಗಿಯೇ ನಿರ್ಮಿಸಿದ, ಇದನ್ನು ಸತತ ಸ್ಮರಿಸುತ್ತ ದೇವರನ್ನು ಆರಾಧಿಸುವುದೇ ಮಾನವನ ಕರ್ತವ್ಯ. ಇದನ್ನೆಲ್ಲ ಇಷ್ಟೆಲ್ಲ ಶಬ್ದಗಳಲ್ಲಿ ನನ್ನ ತಂದೆ ಹೇಳದಿದ್ದರೂ ಇದೇ ಆತನ ನಂಬಿಕೆಯಾಗಿತ್ತು. ಉಳಿದದ್ದೆಲ್ಲ ಆತನ ಪಾಲಿಗೆ ಕೇವಲ ಅಸತ್ಯವೂ ಭ್ರಮೆಯೂ ಆಗಿತ್ತು."

ಆತ ಸುಮ್ಮನಾದ.

"ಎಷ್ಟು ಅಸಾಮಾನ್ಯ !" ಎಂದೆ, ನಾನು.

ಸ್ವಲ್ಪ ಹೊತ್ತು ಆತ ಉತ್ತರಿಸಲಿಲ್ಲ. ಅನಂತರ ಈ ಬಗ್ಗೆ ಮಾತು ಮುಂದುವರಿಸುವುದು ತನಗಿಷ್ಟವಿಲ್ಲವೆನ್ನುವ ಧಾಟಿಯಲ್ಲಿ ಹೇಳಿದ :

"ನೀನು ಪಶ್ಚಿಮ ಕೆನಡದಲ್ಲಿರುವಾಗ ನಾನು ರೋಮ್‌ನಲ್ಲಿರ್ತೇನೆ. ಅಕ್ಟೋಬರ್ ತಿಂಗಳಲ್ಲಿ ಅಲ್ಲಿ ಸೇರಲಿರುವ ಅಂತರರಾಷ್ಟ್ರೀಯ ಭೂ-ಭೌತವಿಜ್ಞಾನಿಗಳ ಶೃಂಗಸಭೆಯಲ್ಲಿ ನಾನೊಂದು ಪ್ರಬಂಧವನ್ನು ಮಂಡಿಸಬೇಕು."

ಆಗ ನಾನೆಂದೆ :

"ನಾನೂ ಈ ಬಗ್ಗೆ ಕೇಳಿದ್ದೇನೆ, ವಿಲ್‌ಕಾಕ್ಸ್ ಮೊನ್ನೆ ನನಗೆ ಹೇಳಿದ. ಅದು ಮಹತ್ವದ ಪ್ರಬಂಧವೆಂದೂ ಆತ ಹೇಳಿದ. ಅದೊಂದು ಕ್ರಾಂತಿಯನ್ನೇ ಉಂಟುಮಾಡಲಿದೆ ಅಂತ ತಿಳಿಸಿದ."

"ವಿಲ್‌ಕಾಕ್ಸ್ ನಿಜವಾಗಿ ಹಾಗಂದನೇ?" ಆತ ಉತ್ಸುಕನಾಗಿ ಕೇಳಿದ. ಆತನ ಮುಖ ಕೆಂಪಾಗಿತ್ತು. ಆತನಿಗೆ ಸಂತೋಷವಾಗಿತ್ತು. ನಾವು ಇನ್ನೂ ಸ್ವಲ್ಪ ಹೊತ್ತು ಮಾತನಾಡುತ್ತಿದ್ದೆವು. ಅನಂತರ ನಾನು ಹೊರಡಲೆಂದು ಎದ್ದೆ.

ಆತ ಬಾಗಿಲವರೆಗೂ ನನ್ನನ್ನು ಕಳಿಸಲು ಬಂದ, ತರುವಾಯ ನನಗಾಗಿ ಬಾಗಿಲು

ತೆರೆಯಲು ಹೊರಟವನು ಒಮ್ಮೆಲೆ ಏನೋ ಹೊಳೆದಂತಾಗಿ ಕೇಳಿದ:

"ನೀನು ನನಗಾಗಿ ಒಂದು ಕೆಲಸ ಮಾಡಬಲ್ಲೆಯಾ ಹೇಳು?"

"ಖಂಡಿತ ನನಗೆ ಶಕ್ಯವಿದ್ದರೆ."

ಆತ ತಿರುಗಿ ನನ್ನ ಕುರ್ಚಿಯ ಕಡೆ ಕೈತೋರಿಸಿದ, ನಾನು ಮತ್ತೆ ಅಲ್ಲೇ ಹೋಗಿ ಕೂತೆ. ಆತ ಕೇಳಿದ:

"ನೀನು ಆಲ್ಬರ್ಟಾಗೆ ಹೋದ ಬಳಿಕ, ನಿನಗೆ ಅನುಕೂಲವಾದರೆ ನನ್ನ ತಂದೆಯನ್ನು ಭೆಟ್ಟಿ ಮಾಡ್ತೀಯಾ?"

ನಾನು ಸ್ವಲ್ಪ ತಡವರಿಸಿ ನುಡಿದೆ:

"ಯಾಕಿಲ್ಲ? ಖಂಡಿತ ಮಾಡ್ತೇನೆ. ನನಗೆ ಗೊತ್ತಿರಲಿಲ್ಲ ಆತನಿನ್ನೂ..."

"ಹೌದು, ಆತನಿನ್ನೂ ಜೀವಿಸಿದ್ದಾನೆ. ಇನ್ನೂ ಕೆಲಸ ಮಾಡ್ತಾನೆ. ಎಡ್ಮಂಟನ್‌ದಿಂದ 60–70 ಮೈಲು ದೂರದ ಮೂರು ಕರಡಿಗಳ ಬೆಟ್ಟ ಎಂಬಲ್ಲಿರುವ ತನ್ನ ತೋಟದ ಮನೆಯಲ್ಲಿ ಆತ ವಾಸಿಸ್ತಿದ್ದಾನೆ. ಆತನೀಗ ಏಕಾಕಿ. ನನ್ನ ತಾಯಿ ಸತ್ತುಹೋಗಿದ್ದಾಳೆ. ನನಗಿರುವ ಒಬ್ಬಳೇ ಸೋದರಿ ಮದುವೆಯಾಗಿ ಕ್ಯಾಲ್‌ಗರಿಯಲ್ಲಿದ್ದಾಳೆ. ನಾವಿಬ್ಬರೇ ಮಕ್ಕಳು. ತಾಯಿಗೆ ಬೇರೆ ಮಕ್ಕಳಾಗಲಿಲ್ಲ. ಅವರಿಗದರಿಂದ ಬಹಳ ದುಃಖವಾಗ್ತಿತ್ತು. ಕೆಲವು ಸಲ ನನ್ನ ಸೋದರಿ ಆತನನ್ನು ಕಾಣಲು ಹೋಗ್ತಾಳೆ, ಅನಂತರ ನನಗೆ ಬರೆದು ತಿಳಿಸ್ತಾಳೆ. ಆತನೆಂದೂ ನನಗೆ ಬರೆಯೋದಿಲ್ಲ, ನಮ್ಮಿಬ್ಬರಲ್ಲಿ–ಅದೇನೋ ಅಂತಾರಲ್ಲ, ಭಿನ್ನಾಭಿಪ್ರಾಯಗಳಿದ್ದವು. ನೀನು ಆತನನ್ನು ಭೆಟ್ಟಿಯಾಗೋದಕ್ಕೆ ಹೋದಾಗ ನಾನು ಸೈತಾನನ ಕಡೆ ಹೋಗಿಲ್ಲ ಅಂತ ಹೇಳಿದರೆ ಬಹುಶಃ..."

ಆತ ಒಮ್ಮೆಲೆ ತುಂಬ ತೊಂದರೆಯಾದಂತೆ ನಿಲ್ಲಿಸಿದ. ಅನಂತರ ಕಿಟಕಿಯವರೆಗೂ ನಡೆದು ಹೋಗಿ ಹೊರಗೆ ನೋಡುತ್ತ ಹೇಳಿದ:

"ನೀನು ಹಾಗೆ ಹೇಳಬೇಡ, ನಾನು ನಿನಗೆ ಒತ್ತಾಯ ಮಾಡೋದಿಲ್ಲ."

ಇದೇನೂ ಒತ್ತಾಯವಲ್ಲವೆಂದೂ ಆತನ ತಂದೆಯ ಭೆಟ್ಟಿಯಾಗಿ ಆತನಿಗೆ ಬರೆಯುವೆನೆಂದೂ ನಾನು ವಚನವಿತ್ತೆ.

ಆಮೇಲೆ ನಾನಾತನನ್ನು ಅನೇಕ ಸಲ ಕಂಡರೂ ಆತ ಈ ವಿಷಯ ಮಾತಾಡಲಿಲ್ಲ.

ಆಗಸ್ಟ್ ಮಧ್ಯದಲ್ಲಿ ನಾನು ಇಂಗ್ಲೆಂಡ್‌ನಿಂದ ಹಡಗದಲ್ಲಿ ಹೊರಟು ಒಂದು ವಾರದ ಬಳಿಕ ಮಾಂಟ್ರಿಯಲ್ ತಲಪಿದೆ. ಪಶ್ಚಿಮದ ಆ ದೀರ್ಘ ಪ್ರವಾಸ ನನ್ನ ಅತ್ಯಂತ ಸಂಸ್ಮರಣೀಯ ಅನುಭವಗಳಲ್ಲೊಂದು. ಹೊರಗಿನ ದೃಶ್ಯ ಒಂದೇ ರೀತಿಯದಾಗಿದ್ದು ಅದನ್ನು ನೋಡಿ ನೋಡಿ ಒಮ್ಮೊಮ್ಮೆ ದಣಿವು, ಬೇಸರ ಉಂಟಾಗುತ್ತಿತ್ತು. ಆದರೆ ಆ ಏಕತಾನತೆ ಎಷ್ಟೊಂದು ಪ್ರಭಾವಶಾಲಿಯಾಗಿತ್ತು! ಅದರ ಅಗಾಧತೆಯೇ ಅದಕ್ಕೊಂದು ಭವ್ಯತೆಯನ್ನು ನೀಡಿತ್ತು. ಅನೇಕ ಸಲ ದೂರಕ್ಕೆ ಚಾಚಿದ್ದ ಆ ಭೂದೃಶ್ಯವನ್ನು ನೋಡಿ ಬೇಸರವಾದಾಗ ನಾನು ಮರಳಿ ಇಂಗ್ಲೆಂಡ್ ಹಾಗೂ ಫ್ರಾನ್ಸಿನ ಹೊಲಗಳ ಬಗ್ಗೆ, ಹೊಲದಲ್ಲಿ ದುಡಿಯುವ ಗಂಡಸರು–ಹೆಂಗಸರ ಬಗ್ಗೆ, ಸಾಲು ಸಾಲಾಗಿ ಹಬ್ಬಿರುವ ಹಳ್ಳಿಗಳು–ನಗರಗಳ ಬಗ್ಗೆ, ಎಲ್ಲೆಡೆ ಪ್ರಕೃತಿಯೊಂದಿಗೆ ಒಂದಾಗಿ ಬೆರೆತ ಮಾನವರ ಬಗ್ಗೆ, ಯೋಚಿಸುತ್ತಿದ್ದೆ. ಆದರೆ ಅದೇ ವೇಳೆಗೆ ನನಗೆ ನಿಕ್ ಸೋಲ್ಜಕ್ ಯಾಕೆ ಯಾವಾಗಲೂ ಹೆಚ್ಚು ಗಾಳಿ–ಬೆಳಕಿಗಾಗಿ ಹಂಬಲಿಸುತ್ತಿದ್ದ ನೆಂಬುದು ಅರಿವಾಗತೊಡಗಿತ್ತು; ವಿಶೇಷವಾಗಿ ನಾವು ಬಯಲುಸೀಮೆಗೆ ಹೋದಾಗ,

ಒಂದೂ ಗುಡ್ಡ-ಗಿಡ-ಕಂಟಿಗಳಿಲ್ಲದೆ ಉದ್ದಕ್ಕೂ ಬಯಲು ಹರವಾಗಿ ಚಾಚಿದಾಗ, ದೂರದ ತುದಿಯಲ್ಲಿ ಬಯಲು ಆಕಾಶದೊಂದಿಗೆ ಒಂದಾದಂತೆ ಕಾಣುತ್ತಿದ್ದಾಗ, ನಿಕ್ ತೋರುತ್ತಿದ್ದ ಹಂಬಲವನ್ನು ಅರ್ಥಮಾಡಿಕೊಳ್ಳಲು ನನಗೆ ಸಾಧ್ಯವಾಯಿತು. ಇಷ್ಟೆಲ್ಲ ಇದ್ದೂ ಇಲ್ಲೊಂದು ವಿಚಿತ್ರ ಮೌನವಿತ್ತು. ಎಲ್ಲ ಕ್ರಿಯೆಗಳೂ ನಿಶ್ಚಲವಾದಂತೆ, ಕೇವಲ ಸೂರ್ಯನೊಬ್ಬ ಮಾತ್ರ ಏನೂ ವಿಘ್ನವಿಲ್ಲದೆ ಪಶ್ಚಿಮದ ಕಡೆ ನಿಧಾನವಾಗಿ ಸಾಗುತ್ತಿರುವಂತೆ, ಕೊನೆಗೆ ಕೆಂಪಾದ ಉರಿಯುವ ಬೆಂಕಿಯುಂಡೆಯಾಗಿ ಸುತ್ತೆಲ್ಲ ಅಪ್ರತಿಮವಾದೊಂದು ಸಂಜೆ ಬೆಳಕನ್ನು ಚೆಲ್ಲಿ ಪಶ್ಚಿಮದ ಕ್ಷಿತಿಜದಲ್ಲಿ ಮರೆಯಾಗುತ್ತಿರುವಂತೆ ತೋರುತ್ತಿತ್ತು.

ನಾನಿತ್ತ ವಚನದ ಬಗ್ಗೆ ನನಗೆ ನೆನಪಿದ್ದರೂ ಎಡ್ಮಂಟನ್‌ಗೆ ಹೋದೊಡನೆ ಅಲ್ಲಿ ನೆಲೆಗೊಳ್ಳುವ ಕೆಲಸದಲ್ಲಿ ಮಗ್ನನಾದ ನನಗೆ ಆ ಬಗ್ಗೆ ಏನೂ ಮಾಡಲಾಗಲಿಲ್ಲ. ಅಕ್ಟೋಬರ್ ಮಧ್ಯದಲ್ಲಿ ಹಿಂದಿನ ದಿನ ರೋಮ್‌ನಲ್ಲಿ ಸುರುವಾಗಿದ್ದ ಭೂ-ಭೌತವಿಜ್ಞಾನಿಗಳ ಸಮ್ಮೇಳನದ ವರದಿಯೊಂದನ್ನು ವೃತ್ತಪತ್ರಿಕೆಯಲ್ಲಿ ಓದಿದೆ. ಆಗ ಮತ್ತೆ ನಾನಿತ್ತ ವಚನದ ನೆನಪಾಯಿತು. ಅದು ಮತ್ತೆ ಮರೆವಿನಾಳದಲ್ಲಿ ಹೂತುಹೋಗುವ ಮೊದಲೆ, ನಿಕ್‌ನ ತಂದೆಗೆ ಆತನನ್ನು ಎಂದು ಕಾಣಬಹುದೆಂದು ತಿಳಿಸಲು ಕೇಳಿ ಪತ್ರವೊಂದನ್ನು ಬರೆದೆ. ಎರಡು ವಾರಗಳು ಕಳೆದರೂ ಉತ್ತರ ಬರಲಿಲ್ಲ. ಇನ್ನು ಶಿಷ್ಟಾಚಾರಕ್ಕೆ ಕಾಯದೆ ಬರುವ ಶನಿವಾರ ನಾನೇ ಹೋಗಿ ಆತನನ್ನು ಕಾಣುವುದೆಂದು ನಿರ್ಧರಿಸಿದೆ.

ಆ ದಿನ ಸ್ವಚ್ಛವೂ ಸುಂದರವೂ ಆಗಿತ್ತು. ಶುಭ್ರವಾದ ಚಳಿಗಾಲದ ಆಕಾಶದಲ್ಲಿ ಕೆಲವೇ ಬಿಳಿಮೋಡಗಳಿದ್ದವು, ಸೂರ್ಯನ ಬೆಳಕು ಬಹುದೂರದಿಂದಲೋ ಎಂಬಂತೆ ಭೂಮಿಯ ಕಡೆ ಬರುತ್ತಿತ್ತು. ವೆಟಾಸ್ಕಿವಿನ್‌ವರೆಗೂ ದಕ್ಷಿಣಕ್ಕೆ ಹೋಗಿ ಅನಂತರ ಪೂರ್ವಕ್ಕೆ ತಿರುಗಿದೆ. ಬರಬರುತ್ತ ನೇರವಾದ ರಾಜಮಾರ್ಗವು ಮಣ್ಣಿನ ರಸ್ತೆಯಾಗಿ ಮಾರ್ಪಟ್ಟು ಹೆಚ್ಚು-ಹೆಚ್ಚು ದುರ್ಗಮವಾಗುತ್ತ ಸಾಗಿತು. ನಾನು ಸರಿಯಾದ ದಾರಿ ಹಿಡಿದಿರುವೆನೇ ಎಂದು ಯೋಚಿಸಿದೆ. ಒಂದು ಸುತ್ತು ತಿರುಗಿದಾಗ ಎದುರಿಗೆ ಮಾರ್ಗಸೂಚಿಯಂತೆ ಕಾಳುಗಳನ್ನು ಸಾಗಿಸುವ ಒಂದು ಬಂಡಿ ಕಂಡುಬಂದಿತು. ಈಗ ಮೂರು ಗಂಟೆಯಾಗಿತ್ತು. ನಾನು ಮೂರು ಕರಡಿಗಳ ಬೆಟ್ಟಕ್ಕೆ ಬಂದಿದ್ದೆ. ಆದರೆ ನಿಕ್ ಮೊದಲೇ ಹೇಳಿದ್ದಂತೆ, ಅಲ್ಲಿ ಕರಡಿಗಳೂ ಇರಲಿಲ್ಲ, ಬೆಟ್ಟಗಳೂ ಇರಲಿಲ್ಲ. ಬರೀ ಬಯಲಿತ್ತು; ತೀರ ಹಾಳಾದ ಒಂದು ರಸ್ತೆಯ ಎರಡೂ ಬದಿಗೂ ಕೆಲವು ಮನೆಗಳಿದ್ದವು – ವಿಶಾಲ ಸಮುದ್ರದಲ್ಲಿನ ಒಂದು ಚಿಕ್ಕ ನಡುಗಡ್ಡೆಯಂತೆ. ಆಮೇಲೆ ಪುನಃ ಬರಿ ಬಯಲು.

ನಾನು ಒಂದು ಅಂಗಡಿಯೆದುರು ಕಾರುನಿಲ್ಲಿಸಿ ವಿವರಣೆ ಕೇಳಲು ಒಳಗೆ ಹೋದೆ. ಅಂಗಡಿಯವನೊಂದಿಗೆ ಮೂವರು ರೈತರು ಮಾತಾಡುತ್ತ ಕೂತಿದ್ದರು. ಬೊಕ್ಕತಲೆಯ ಕನ್ನಡಕ ಧರಿಸಿದ, ಕೊಳೆಯಾದ ಉದ್ದನೆಯ ನಿಲುವಂಗಿ ತೊಟ್ಟ, ಅಂಗಡಿಯ ಕಟ್ಟೆಗೆ ಆತು ನಿಂತಿದ್ದ ಆ ಕುಳ್ಳ ಮನುಷ್ಯ ಅಂಗಡಿಯ ಮಾಲಿಕನಾಗಿದ್ದ. ಅವರು ಮಾತು ನಿಲ್ಲಿಸಿ ನನ್ನ ಕಡೆ ನೋಡಿದರು. ಸೋಲ್ಚಕ್ ಫಾರ್ಮ್ ಎಲ್ಲಿದೆಯೆಂದು ನಾನವರಿಗೆ ಕೇಳಿದೆ.

ನನ್ನನ್ನು ಸೂಕ್ಷ್ಮವಾಗಿ ಪರಿಶೀಲಿಸುತ್ತ ಅಂಗಡಿಯಾತ ಕೇಳಿದ :

"ನೀನಿಲ್ಲಿಗೆ ಹೊಸಬನೆ?"

"ಹೌದು" ನಾನೆಂದೆ.

"ಹಳೆಯ ದೇಶದಿಂದ ಬಂದಿದ್ದೀಯಾ?"

"ಹೌದು."

"ಏನಾದರೂ ಮಾರಲು ತಂದಿದ್ದೀಯಾ?"

"ಇಲ್ಲ, ಇಲ್ಲ, ನಾನು-ನಾನು ವಿಶ್ವವಿದ್ಯಾಲಯದಲ್ಲಿ ಕಲಿಸ್ತೇನೆ."

ಆತ ಉಳಿದವರ ಕಡೆ ತಿರುಗಿ ಅಂದ :

"ಹೌದಾ? ಈ ಕಡೆಯಿಂದ ವಿಶ್ವವಿದ್ಯಾಲಯಕ್ಕೆ ಹೋದ ಒಬ್ಬನೇ ಒಬ್ಬ ಹುಡುಗನೆಂದರೆ ಸೋಲ್ಚಕ್‌ನ ಮಗ ನಿಕ್. ನಿಜವಾಗಿ ಜಾಣ ಹುಡುಗ ನಿಕ್. ಅವರಿಬ್ಬರಿಗೂ ಎಂದೂ ಸರಿಹೊಂದಲಿಲ್ಲ. ಇಬ್ಬರೂ ತೀರಾ ಬೇರೆ ಬೇರೆ. ಗೊತ್ತಾ?"

ಅವರೆಲ್ಲ ತಲೆದೂಗಿದರು. ಅವನು ಮತ್ತೂ ಅಂದ :

"ಆತನ ಮಗ ಇವತ್ತು ದೊಡ್ಡ ವಿಜ್ಞಾನಿಯಾಗಿದ್ದಾನೆ. ಆಟಂ ಬಾಂಬು ಹೈಡ್ರೋಜನ್ ಬಾಂಬು ನಿಮಗೆ ಗೊತ್ತಲ್ಲ, ಅವನ್ನ ತಯಾರಿಸಲು ಆತ ಸಹಾಯ ಮಾಡ್ತಾನೆ."

ನಾನು ನಡುವೆಯೆ ಬಾಯಿ ಹಾಕಿ ಹೇಳಿದೆ :

"ಇಲ್ಲ ಹಾಗಲ್ಲ; ಆತನ ಕೆಲಸ ಅದಲ್ಲ, ಆತನೊಬ್ಬ ಭೂ-ಭೌತವಿಜ್ಞಾನಿ."

"ಹಾಗಂದರೇನು?" ಅವರಲ್ಲೊಬ್ಬಾತ ಕೇಳಿದ.

ನಾನು ಉತ್ತರಿಸುವ ಮೊದಲೇ ಅಂಗಡಿಯಾತ ಆತುರದಿಂದ ಕೇಳಿದ :

"ನಿನಗೆ ನಿಕ್ ಗೊತ್ತೇ?"

"ಹೌದು, ನಾವಿಬ್ಬರೂ ಗೆಳೆಯರು. ನಾನು ಅತನ ತಂದೆಯನ್ನು ಕಾಣಲು ಬಂದಿದ್ದೇನೆ."

"ಆತನೀಗ ಎಲ್ಲಿದ್ದಾನೆ? ಅಂದರೆ ನಿಕ್ ಎಲ್ಲಿದ್ದಾನೆ?"

"ಸದ್ಯಕ್ಕೆ ಆತ ರೋಮ್‌ನಲ್ಲಿದ್ದಾನೆ. ಆದರೆ ಆತ ವಾಸವಾಗಿರೋದು ಲಂಡನ್‌ನಲ್ಲಿ. ಅಲ್ಲಿ ಆತ ಸಂಶೋಧನೆ ಮಾಡ್ತಾನೆ."

"ದೊಡ್ಡ ಮನುಷ್ಯ." ಅವರಲ್ಲೊಬ್ಬಾತ ಅರ್ಧ ವ್ಯಂಗ್ಯದಿಂದ ಅರ್ಧ ಪ್ರಶಂಸೆಯಿಂದ ಹೇಳಿದ.

"ನಾನು ಹೇಳಿದ ಹಾಗೆ ಆತನೊಬ್ಬ ದೊಡ್ಡ ವಿಜ್ಞಾನಿ ಸಹ, ಅಲ್ಲವೆ?" ಅಂಗಡಿಯಾತ ನಡುವೆಯೆ ಕೇಳಿದ.

"ಆತನೊಬ್ಬ ಬಹಳ ಮಹತ್ವದ ವಿಜ್ಞಾನಿಯಾಗುವುದಂತೂ ನಿಜ," ನಾನು ಗಂಭೀರವಾಗಿ ಹೇಳಿದೆ.

ಆತ ವಿಜಯೋತ್ಸಾಹದಿಂದ ಅಂದ :

"ನಾನಂದಂತೆಯೇ. ಈ ಮೂರು ಕರಡಿಗಳ ಬೆಟ್ಟದ ಹುಡುಗ ಆತ. ಆತ ಇನ್ನೂ ದೊಡ್ಡವನಾಗಲಿ!"

ಆತನ ಅಭಿಮಾನ ತೀರಾ ಸ್ಪಷ್ಟವಿತ್ತು. ಬಳಿಕ ಸ್ವರ ತಗ್ಗಿಸಿ ಆತ ಮುಂದುವರಿಸಿದ :

"ಮಿಸ್ಟರ್, ಹೇಳು, ಆತ ಈ ಊರನ್ನು ನೆನಪಿಸಿಕೊಳ್ತಾನೆಯೆ? ಅಥವಾ ನಮ್ಮ ನೆನಪು ಆತನಿಗೆ ಬೇಕಿಲ್ಲವೊ?"

ನಾನು ಅವರಸರದಿಂದ ಹೇಳಿದೆ:

"ಆತ ಈ ಊರ ಬಗ್ಗೆ, ಆಲ್ಬರ್ಟಾ ಹಾಗೂ ಕೆನಡ ಬಗ್ಗೆ ಸದಾ ಮಾತಾಡ್ತಿರ್ತಾನೆ. ಒಂದಿಲ್ಲೊಂದು ದಿನ ಇಲ್ಲಿಗೆ ಬರುವ ವಿಚಾರವಿದೆ ಆತನಿಗೆ."

ಅಂಗಡಿಯಾತ ಸಮಾಧಾನದಿಂದ ಅಂದ :

"ಹಾಗಿದ್ದರೆ ಒಳ್ಳೆಯದು."

ಅನಂತರ ನೇರವಾಗಿ ಎದ್ದುನಿಂತು ಮೇಜಿನ ಮೇಲೆ ಗುದ್ದಿ ಆತ ಹೇಳಿದ :

"ನನಗೆ ಆ ಹುಡುಗನ ಬಗ್ಗೆ ತುಂಬ ಅಭಿಮಾನ. ಮುದುಕ ಸೋಲ್ಜಕ್‌ನಿಗೆ ಆತನ ಬಗ್ಗೆ ಏನೂ ಅನಿಸುತ್ತಿರಲಿಕ್ಕಿಲ್ಲ, ಆದರೆ ಮುದುಕ ಮಾರ್ಶಲ್‌ನಿಗೆ ಆತನ ಬಗ್ಗೆ ಬಹಳ ಅಭಿಮಾನ ಅಂತ ನೀನಾತನಿಗೆ ಹೇಳು." ಆತ ಕೌಂಟರಿನಿಂದ ಹೊರಬಂದು ಮರ್ಯಾದೆಪೂರ್ವಕವಾಗಿ ನನ್ನನ್ನು ಕಾರಿನವರೆಗೆ ಕಳಿಸಿ ಸೋಲ್ಜಕ್ ಫಾರ್ಮಿನ ದಾರಿ ತೋರಿಸಿದ.

ನಾನು ಇನ್ನೂ ಐದು ಮೈಲಿನಷ್ಟು ಹೋಗಬೇಕಾಗಿತ್ತು. ಈ ದಾರಿ ಗಿಡಗಂಟೆಗಳ ಮಧ್ಯದಲ್ಲಿ ಎರಡು ಕಪ್ಪು ಬಣ್ಣದ ಗೆರೆ ಎಳೆದಂತೆ ಕಾಣುತ್ತಿದ್ದು ಡೊಂಕಾಗಿಯೂ ತಗ್ಗು-ತಗ್ಗಾಗಿಯೂ ಇತ್ತು. ಕೊನೆಗೊಮ್ಮೆ ನಾನು ಒಂದು ಬದಿಗೆ ಜೋತುಬಿದ್ದಿದ್ದ ಒಂದು ಮರದ ಗೇಟಿನ ಹತ್ತಿರ ಬಂದೆ. ಅಲ್ಲಿಂದ ಮುಂದೆ ಮರದ ಹಲಗೆಗಳಿಂದ ಮಾಡಿದ ಚಿಕ್ಕ ಮನೆಗಳ ಗುಂಪೊಂದಿತ್ತು. ಅವುಗಳಲ್ಲಿ ಎಲ್ಲಕ್ಕಿಂತ ದೊಡ್ಡದಾದ ಮನೆ ಒಂದು ಕಾಲದಲ್ಲಿ ಸುಣ್ಣ-ಬಣ್ಣ ಹಚ್ಚಿದ್ದಿರಬಹುದಾಗಿದ್ದು ಈಗ ಮಾತ್ರ ಎಲ್ಲ ಬಣ್ಣಗೆಟ್ಟು ಅಂದಗೇಡಿಯಾಗಿತ್ತು. ನೆಲದ ಮೇಲಿನ ಕಾಳುಗಳನ್ನು ಹೆಕ್ಕಿಕೊಳ್ಳುತ್ತ ಕೆಲ ಕೋಳಿಮರಿಗಳು ಅಡ್ಡಾಡುತ್ತಿದ್ದವು. ಹಿಂಬದಿಯಿಂದ ಹಂದಿಗಳ ಗುಟುರು ಧ್ವನಿ ಕೇಳಿಬರುತ್ತಿತ್ತು.

ನಾನು ಮನೆಯ ಬಾಗಿಲವರೆಗೂ ನಡೆದುಕೊಂಡು ಹೋದೆ. ನಾನು ಬಾಗಿಲು ತಟ್ಟುವುದ ರೊಳಗಾಗಿಯೇ ಬಾಗಿಲು ತೆರೆದುಕೊಂಡಿತು. ನನ್ನೆದುರು ಒಬ್ಬ ಎತ್ತರವಾದ ದೃಢಕಾಯನಾದ ಮುದುಕ ನಿಂತಿದ್ದ.

"ನನ್ನ ಹೆಸರು —" ನಾನು ಸುರು ಮಾಡಿದೆ.

ಆತ ನನ್ನನ್ನು ತಡೆದ. "ನನಗೆ ಪತ್ರ ಬರೆದವನು ನೀನೆಯೇ?" ಆತನ ಧ್ವನಿ ಸುಸಂಸ್ಕೃತವಾಗಿರದಿದ್ದರೂ ನಿಕ್‌ನ ಧ್ವನಿಯ ಹಾಗೆ ಆಳವೂ ಗಂಭೀರವೂ ಆಗಿತ್ತು.

"ಹೌದು," ನಾನೆಂದೆ.

"ನೀನು ನಿಕ್‌ನ ಗೆಳೆಯನೆ?"

"ಹೌದು."

ಆತ ನನ್ನನ್ನು ಒಳಕ್ಕೆ ಬರುವಂತೆ ಸೂಚಿಸಿದ. ಬಾಗಿಲು ಕಿರಿದಾಗಿದ್ದರಿಂದ ನಾನು ತಲೆ ಬಾಗಿಸಿ ಒಳಹೋದೆ. ಅದು ದೊಡ್ಡದಾದ ಕೋಣೆ. ಚಿಕ್ಕದೊಂದು ಕಿಟಿಕಿಯಿಂದ ಬರುತ್ತಿದ್ದ ಬೆಳಕು ಕೋಣೆಯ ಮಧ್ಯಭಾಗವನ್ನಷ್ಟೆ ಬೆಳಗಿ ಮೂಲೆಗಳೆಲ್ಲ ಕತ್ತಲಾಗಿದ್ದರಿಂದ ಅಲ್ಲಿ ಸದಾ ಸಂಜೆ ಯಾಗಿರುವಂತೆ ತೋರುತ್ತಿತ್ತು. ಮಧ್ಯದಲ್ಲೊಂದು ಮೇಜಿತ್ತು. ಮೂಲೆಯಲ್ಲಿನ ದೊಡ್ಡ ಕಟ್ಟಿಗೆಯ ಒಲೆಯ ಮೇಲೆ ಕಪ್ಪು ಬಣ್ಣಕ್ಕೆ ತಿರುಗಿದ್ದ ಪಾತ್ರೆಯೊಂದಿತ್ತು. ಬಾಗಿಲಿಗೆದುರಾಗಿ ಕಬ್ಬಿಣದ ಮಂಚ ವೊಂದಿತ್ತು. ಅದರ ಮೇಲಿನ ಹಾಸಿಗೆ ಉರುಟಾಗಿದ್ದು ತೇಪೆ ಕೆಲಸ ಮಾಡಿದ ಕಂಬಳಿಯೊಂದು ಅಲ್ಲೇ ಬಿದ್ದಿತ್ತು. ಮೇಜಿನ ಸುತ್ತ ಇರಿಸಿದ್ದ ಕುರ್ಚಿಗಳ ಕಡೆ ಕೈಮಾಡಿ ಮುದುಕನೆಂದ :

"ಕೂತುಕೋ."

ನಾನು ಆತ ಹೇಳಿದಂತೆ ಮಾಡಿದೆ. ಆತ ನನ್ನೆದುರು ಕೂತು ತನ್ನ ದೊಡ್ಡದಾದ ಒರಟಾದ ಕೈಗಳನ್ನು ಮೇಜಿನ ಮೇಲಿರಿಸಿದ. ಆತ ನನ್ನನ್ನು ಆಳವಾಗಿ ಪರೀಕ್ಷಿಸುತ್ತಿರು ವಂತಿತ್ತು. ನಾನೂ ಆತನನ್ನು ಗಮನಿಸಿದೆ. ಮೂರು ದಿನಗಳಿಂದ ಕ್ಷೌರಮಾಡಿಕೊಂಡಿರ ದಿದ್ದರೂ, ಬಿಸಿಲು-ಗಾಳಿಗಳ ಹೊಡೆತದಿಂದ ಮುಖ ಕೆಂಚಾಗಿದ್ದರೂ, ಆತನೇ ನಿಕ್‌ನ ತಂದೆಯೆನ್ನುವುದು ಒಡೆದು ಕಾಣುತ್ತಿತ್ತು. ನಿಕ್‌ಗೂ ಇಂಥದೇ ದೃಢಮನಸ್ಕತೆ ಸೂಚಿಸುವ

ಬಾಯಿ, ಎತ್ತರದ ಗಲ್ಲದ ಎಲುವುಗಳು, ಕಪ್ಪಾದ ಭೇದಿಸುವ ದೃಷ್ಟಿಯುಳ್ಳ ಕಣ್ಣುಗಳು.

ಕೊನೆಗೆ ಆತ ಮಾತಾಡಿದ : "ನೀನು ನಿಕ್‌ನ ಗೆಳೆಯ."

ನಾನು ತಲೆಯಾಡಿಸಿದೆ.

ಆತ ತೀಕ್ಷ್ಣವಾಗಿ ಕೇಳಿದ :

"ನಿಕ್ ಈಗ ಏನು ಮಾಡ್ತಿದ್ದಾನೆ? ಇನ್ನೂ ಭೂಮಿಯ ಜೊತೆ ಗುದ್ದಾಟವೇ?"

ಜಗಳ ಕಾಯುತ್ತಿರುವಂತೆ ಆತನ ಧ್ವನಿ ಏರಿತು. ನಾನು ಅಪ್ರಯತ್ನವಾಗಿ ಧ್ವನಿ ತಗ್ಗಿಸಿ ಹೇಳಿದೆ :

"ಆತ ವೈಜ್ಞಾನಿಕ ಸಂಶೋಧನೆ ಮಾಡ್ತಿದ್ದಾನೆ. ಆತ..."

"ದೇವರು ಮಾಡಿದ್ದನ್ನು ಯಾವ ಮನುಷ್ಯನೂ ಮುಟ್ಟಬಾರದು," ಆತ ಖಾರವಾಗಿ ಅಂದ.

ನಾನು ಚೇತರಿಸಿಕೊಳ್ಳುವ ಮೊದಲೆ ಆತ ಕೇಳಿದ : "ನಿಕ್ ನಿನ್ನನ್ನೇಕೆ ಕಳಿಸಿದ್ದು? ಏನು ಬೇಕಂತೆ?"

ನಾನೆಂದೆ: "ಏನೂ ಬೇಕಾಗಿಲ್ಲ. ನಿಮಗೆ ವಂದನೆ ಹೇಳಿಕಳಿಸಿದ್ದಾನೆ; ತಾನು ಚೆನ್ನಾಗಿದ್ದೇನೆಂದು ಹೇಳಲು ತಿಳಿಸಿದ್ದಾನೆ."

"ಅದಕ್ಕಾಗಿ ಎಡ್ಮಂಟನ್‌ದಿಂದ ಇಷ್ಟು ದೂರ ಬಂದೆಯಾ?"

"ಹೌದು. ಅದಕ್ಕಾಗಿಯೆ ಬಂದೆ."

ಆತನ ಮುಖ ಮೃದುವಾಯಿತು. ಅಲ್ಲೊಂದು ಮುಗುಳ್ನಗೆ ಕೂಡ ಸುಳಿಯಿತು. ಅನಂತರ ಒಮ್ಮೆಲೆ ಎದ್ದು ನಿಂತು ಆತನೆಂದ, "ನಿನಗೆ ಈ ಮನೆಗೆ ಸ್ವಾಗತ."

ಆತ ಹೀಗೆ ಹೇಳಿದ ಬಗೆ ತುಂಬ ಶಿಷ್ಟಾಚಾರಪೂರ್ಣವಾಗಿದ್ದು, ಏನಾದರೂ ಉತ್ತರ ಹೇಳಲೇಬೇಕಿತ್ತು. ಆದರೆ ನಾನು ಹೇಗೋ ಧನ್ಯವಾದ ಎಂದು ಮಾತ್ರ ತೊದಲಿದೆ. ನನಗೆ ಕಾಫಿ ಬೇಕೆ ಎಂದು ಆತ ಕೇಳಿದ. ನಾನು ಹೌದೆಂದಾಗ ಮೂಲೆಯಲ್ಲಿನ ಒಲೆಯ ಹತ್ತಿರ ಹೋಗಿ ಕಾರ್ಯಮಗ್ನನಾದ..

ಆಗಷ್ಟೆ ನನ್ನ ಗಮನಕ್ಕೆ ಬಂದದ್ದು–ಕಿಟಿಕಿಯ ಕೆಳಗಡೆ ಒರಟಾದ ಮರದ ಮೇಜಿನ ಮೇಲೆ ಶಾಲೆಯ ಮಕ್ಕಳು ಉಪಯೋಗಿಸುವಂತಹ ರಟ್ಟಿನಿಂದ ಮಾಡಿದ್ದ ಭೂಮಂಡಲ (ಗ್ಲೋಬ್). ಅದನ್ನು ಅಲ್ಲಿ ನೋಡಿ ಆಶ್ಚರ್ಯವೆನಿಸಿ ಹತ್ತಿರದಿಂದ ಪರೀಕ್ಷಿಸಲು ನಾನು ಎದ್ದು ಹೋದೆ. ಕಡಿಮೆ ಬೆಲೆಯ ಲೋಹದ ಚೌಕಟ್ಟು ಜಂಗು ಹಿಡಿದು ಕಂದು ಬಣ್ಣದ್ದಾಗಿತ್ತು. ಅದನ್ನೆತ್ತಿ ಆ ಗೋಳವನ್ನು ಅದರ ಕೋನದಗುಂಟ ತಿರುಗಿಸಲು ಪ್ರಯತ್ನಿಸಿದಾಗ ಅದು ತಿರುಗಲೇ ಇಲ್ಲ; ಅದರದೊಂದು ಭಾಗ ಮುರಿದು ಜಜ್ಜಿಹೋಗಿತ್ತು. ಅದರ ಹೊರಮೈ ಮೇಲೆ ನಾನು ಕೈಯಾಡಿಸುತ್ತಿರುವಾಗ ಒಮ್ಮೆಲೆ ಮುದುಕನ ಮಾತು ಕೇಳಿ ಬೆಚ್ಚಿದೆ.

"ಅಲ್ಲೇನು ಮಾಡ್ತಿದ್ದೀಯಾ?" ಆತನ ಧ್ವನಿಯಲ್ಲಿ ಕುತೂಹಲ–ಸಂಶಯ ಎರಡೂ ಬೆರೆತಿದ್ದುವು. ಉಗ್ರಾಣದ ಕೋಣೆಯಲ್ಲಿ ಕಳ್ಳನಂತೆ ಸಿಕ್ಕಿಬಿದ್ದ ಮಗುವಿನಂತಾಯಿತು ನನ್ನ ಸ್ಥಿತಿ. ಆ ಗೋಳವನ್ನು ಕೆಳಗಿಟ್ಟು ನಾನು ತಿರುಗಿ ಬಂದೆ. ಕೈಯಲ್ಲಿ ಎರಡು ದೊಡ್ಡ ಕಪ್ಪು ಕಾಫಿ ಹಿಡಿದು ಆತ ನಿಂತಿದ್ದ.

"ಕಾಫಿ ಬಿಸಿಯಾಗಿದೆ," ಆತನೆಂದ.

ನಾನು ಗಲಿಬಿಲಿಗೊಂಡು ನನ್ನ ಕುರ್ಚಿಯ ಹತ್ತಿರ ಹೋಗಿ ಕೂತೆ.

"ಕುಡಿ," ಒಂದು ಕಪ್ಪು ನನ್ನ ಕಡೆ ಸರಿಸಿ ಆತನೆಂದ.

ನಾವು ಕಾಫಿ ಕುಡಿಯತೊಡಗಿದೆವು. ಕೆಲಹೊತ್ತು ಯಾರೂ ಮಾತಾಡಲಿಲ್ಲ.

ಕೊನೆಗೆ ತನ್ನ ಕಪ್ಪನ್ನು ಕೆಳಗಿರಿಸಿ ಆತನೆಂದ :

"ನೀನು ನೋಡ್ತಿದ್ದೆಯಲ್ಲ, ಆ ವಸ್ತುವನ್ನು ಒಂದು ದಿನ ಆತ ಮನೆಗೆ ತಂದಿದ್ದ – ನಿಕ್ ಆಗ ಹದಿಮೂರು ವರ್ಷದ ಹುಡುಗ. ಮೊನ್ನೆ ನನಗದು ಅಟ್ಟದ ಮೇಲೆ ಸಿಕ್ಕಿತು. ತಿಪ್ಪೆಯಲ್ಲಿ ಎಸೆದು ಬಿಡಬೇಕು ಅಂತಿದ್ದೆ. ಅದೊಂದು ಮಹಾ ಮೋಸದ ವಸ್ತು." ಆತನ ಧ್ವನಿಯೀಗ ಕಟುವಾಗಿತ್ತು.

"ಮೋಸವೆ? ಅದು ಹೇಗೆ?"

ನನ್ನ ಪ್ರಶ್ನೆಗೆ ಉತ್ತರಿಸದೆ ಆತ ಮುಂದುವರಿಸಿದ :

"ನನಗೆ ನೆನಪಿದೆ, ಒಂದು ದಿನ ಆತ ಸ್ಕೂಲಿನಿಂದ ಮನೆಗೆ ಬಂದ, ನಾವೆಲ್ಲ ಇದೇ ರೂಮಿನಲ್ಲಿ ಊಟಕ್ಕೆ ಕೂತಿದ್ದೆವು – ಆತನ ತಾಯಿ, ಅಕ್ಕ, ನಾನು, ಹಾಗೂ ಕೆಲಸದ ಮನುಷ್ಯ ಅಲೆಕ್ಸ್ ಸಹ. ಆಗ ನಿಕ್ ಒಮ್ಮೆಲೆ ಬಂದು ಹೇಳಿದ, 'ನಾವಿಂದು ಸ್ಕೂಲಲ್ಲಿ ಕಲಿತೆವು, ಭೂಮಿ ಚೆಂಡಿನಂತೆ ದುಂಡಗಿದೆ. ಸೂರ್ಯನ ಸುತ್ತ ಒಂದೇ ಸಮನೆ ತಿರುಗುತ್ತಿದೆ, ಎಂದೂ ನಿಲ್ಲೋದಿಲ್ಲ.' ನಿಮ್ಮ ಸ್ಕೂಲಲ್ಲಿ ಬರೆ ಬೊಗಳೆ ಕಲಿಸ್ತಾರೆ ಅಂತ ನಾನೆಂದೆ. ಇಲ್ಲ, ಮಿಸ್ ಮ್ಯಾಕೆಂಝಿ ಯಾವತ್ತೂ ಸುಳ್ಳಾಡೋದಿಲ್ಲ ಅಂತ ಆತನಂದ. ನಾನಂದೆ, ಆಕೆ ಹೇಳಿದ್ದು ಸುಳ್ಳು. ನನ್ನ ಮಗ ಅದೆಲ್ಲ ನಂಬಬಾರದು. ನಿನ್ನ ಕಿವಿ ಮುಚ್ಚಿಕೋ ನಿನ್ನಲ್ಲಿ ಸೈತಾನನ ಪ್ರವೇಶವಾಗದಿರಲಿ."

ಆತ ಕೈಯೆತ್ತಿ ಓರ್ವ ಪ್ರವಾದಿಯ ಹಾಗೆ ಗರ್ಜಿಸುವ ಧ್ವನಿಯಲ್ಲಿ ಈ ಮಾತು ಹೇಳಿ ಮತ್ತೆ ಮುಂದುವರಿಸಿದ :

"ಆದರೆ ನಿಕ್ ಯಾವಾಗಲೂ ಹೇಸರಗತ್ತೆಯ ಹಾಗೆ ಹಟಮಾರಿ ಹುಡುಗ. ಬುದ್ಧಿಯ ಮಾತಿಗೆ ಕಿವಿಗೊಟ್ಟವನೇ ಅಲ್ಲ. ನಾನದನ್ನ ನಂಬುತ್ತೇನೆ ಅಂತಲೇ ಆತ ಹೇಳಿದ. ಹಾಗೆಂದು ನನಗೆ–ತನ್ನ ಸ್ವಂತ ಅಪ್ಪನಿಗೇ–ಹೇಳಿದ. ವಿಜ್ಞಾನವು ಅದನ್ನು ಸಿದ್ಧ ಮಾಡಿ ತೋರಿಸಿದೆ, ಅದು ಸತ್ಯ, ಅಂತೆಯೇ ನಾನದನ್ನು ನಂಬುವೆ ಅಂತ ಹೇಳಿದ. ಅದು ಸುಳ್ಳು, ಅದನ್ನು ನೀನು ನಂಬಕೂಡದು ಅಂತ ನಾನು ಕಿರಿಚಿದೆ. ನಾನು ನಂಬಿಯೇ ನಂಬುತ್ತೇನೆ ಅಂದನಾತ. ಆತ ಮಾತು ಕೇಳದ್ದರಿಂದ ನಾನು ಚೆನ್ನಾಗಿ ಹೊಡೆದೆ. ಆದರೆ ಆತ ಜೋರಾಗಿ ಕೂಗುತ್ತಲೇ ಇದ್ದ 'ಭೂಮಿ ತಿರುಗುತ್ತಿದೆ, ತಿರುಗುತ್ತಿದೆ!' "

ನಿಕ್‌ನ ತಂದೆ ಮಾತು ನಿಲ್ಲಿಸಿದ. ಆತನ ಕೈಗಳು ಮುಷ್ಟಿ ಬಿಗಿದವು. ಆ ಹಿಂದಿನ ಸಿಟ್ಟಿನ ನೆನಪಿನಿಂದ ಆತನ ಮುಖದಲ್ಲಿ ರಕ್ತ ಚಿಮ್ಮಿತು. ನನ್ನ ಅಸ್ತಿತ್ವವನ್ನೆ ಮರೆತುಬಿಟ್ಟು ತೀರಾ ಕೆಳಗಿನ ಧ್ವನಿಯಲ್ಲಿ ತನ್ನಷ್ಟಕ್ಕೆ ತನಗೇ ಕತೆ ಹೇಳುತ್ತಿರುವವನಂತೆ ಆತ ಹೇಳಿದ :

"ಮರುದಿನವೋ ಅದರಾಚೆಯ ದಿನವೋ ನಾನು ಸ್ಕೂಲಿಗೆ ಹೋದೆ. ಆ ಮಿಸ್ ಮ್ಯಾಕೆಂಝಿಯ ತೆಳ್ಳಗಿನ ಅಶಕ್ತ ದೇಹವನ್ನು ನಾನು ಬರಿಗೈಯಿಂದ ಹೊಸಕಿಹಾಕಿ ಬಿಡಬಹುದಿತ್ತು. ನನ್ನ ಮಗ ನಿಕ್‌ಗೆ ಆಕೆ ಕಲಿಸುತ್ತಿರುವುದೇನೆಂದು ನಾನಾಕೆಗೆ ಕೇಳಿದೆ. ಎಂಥ ಸುಳ್ಳು–ಗೊಳ್ಳು ಆತನ ತಲೆಯಲ್ಲಿ ತುಂಬುತ್ತಿದ್ದೀ? ಭೂಮಿ ದುಂಡಗಿದ್ದು ತಿರುಗುತ್ತಿದೆ ಅಂತ ಯಾಕೆ ನೀನು ಹೇಳ್ತಿದ್ದೀ? ಯೋಶುವಾ* ಭೂಮಿಗೆ ನಿಲ್ಲಲು ಹೇಳಿದನೋ ಸೂರ್ಯನಿಗೆ ಹೇಳಿದನೋ? ಆಕೆ ಅಂದಳು, ಯೋಶುವಾನ ಸುದ್ದಿ ನನಗೆ ಗೊತ್ತಿಲ್ಲ, ವಿಜ್ಞಾನವು ಶೋಧಿಸಿದ್ದನ್ನು

---

* ಒಬ್ಬ ಪುರಾತನ ಯೆಹೂದಿ ಪ್ರವಾದಿ.

ನಾನು ಕಲಿಸ್ತೇನೆ. ಆ ಹೆಂಗಸಿನ ಕೂಡೆ ಮಾತಾಡಿ ಪ್ರಯೋಜನವಿರಲಿಲ್ಲ. ನಾನು ಹುಡುಗನನ್ನೇ ಶಾಲೆ ಬಿಡಿಸಿ ಕೋಣೆಯಲ್ಲಿ ಕೂಡಿ ಹಾಕಿದೆ. ಅದೂ ಪ್ರಯೋಜನವಾಗಲಿಲ್ಲ. ಆತ ತಪ್ಪಿಸಿಕೊಂಡು ತಿರುಗಿ ಶಾಲೆಗೆ ಓಡಿಹೋದ. ಆತನನ್ನು ಕೂಡಿ ಹಾಕಿದರೆ ಪೊಲೀಸರಿಗೆ ತಿಳಿಸ್ತೇನೆ ಅಂತ ಮ್ಯಾಕೆಂಝಿ ನನಗೆ ಬರೆದು ತಿಳಿಸಿದಳು. ನನಗೇನೂ ಮಾಡಲಾಗಲಿಲ್ಲ."

ಆತನ ಅಸಹಾಯಕತೆ ಮನವಿರಿಯುವಂಥದಾಗಿತ್ತು, ಕೆಲ ಹೊತ್ತು ಆತ ಸುಮ್ಮನೆ ಕೂತ, ತನ್ನ ಮಗನ ವೈಜ್ಞಾನಿಕ ಶಿಕ್ಷಣವನ್ನು ಹೇಗಾದರೂ ಮಾಡಿ ಈಗಲಾದರೂ ನಿಲ್ಲಿಸಬೇಕೆಂದು ಯೋಚಿಸುತ್ತಿದ್ದಂತೆ ಕೂತ.

ಆತ ಮತ್ತೆ ನುಡಿದ: "ಎರಡು-ಮೂರು ವಾರಗಳ ಅನಂತರ ನಿಕ್ ಕೈಯಲ್ಲೊಂದು ದೊಡ್ಡ ಕಾಗದದ ಪೊಟ್ಟಣ ಹಿಡಿದುಕೊಂಡು ಬಂದ. ಈಗ ಭೂಮಿ ತಿರುಗುತ್ತಿರುವುದನ್ನ ಪ್ರಮಾಣಿಸಿ ತೋರಿಸ್ತೇನೆ ಅಂತ ಹೇಳಿದ. ಆತ ಕಾಗದದ ಹೊದಿಕೆ ಬಿಚ್ಚಿ ಪೆಟ್ಟಿಗೆಯೊಳಗಿನಿಂದ ಈ ಇದನ್ನು ತೆಗೆದು ಇಲ್ಲಿ ಮೇಜಿನ ಮೇಲಿಟ್ಟ. ಇಲ್ನೋಡು, ಇದು ಭೂಮಿ, ಇದು ತಿರುಗುತ್ತಿದೆ, ಅಂದ. ಆ ಅದಕ್ಕೆ ಬೆರಳಿನಿಂದ ತುಸುವೆ ಒತ್ತಿದ, ಕೂಡಲೆ ಅದು ಒಂದು ಸುತ್ತು ಹಾಕಿತು. ನನಗೆ ನಗು ಬಂತು. ನಾನಂದೆ, ನನ್ನ ಕೈಗಿಂತ ಚಿಕ್ಕದಾಗಿರುವ ಈ ಆಟಿಗೆ ತಂದಿದ್ದ, ಇದಕ್ಕೆ ಬಣ್ಣದ ಕಾಗದ ಹಚ್ಚಿ ಅಕ್ಷರಗಳನ್ನು ಮುದ್ರಿಸಿದ್ದಾರೆ, ಇದೊಂದು ರಟ್ಟಿನ ಚೆಂಡು, ಇದಕ್ಕೆಯೇ ನೀನು ಭೂಮಿ ಅನ್ನೋದು? ಆ ಮಿಸ್ ಮ್ಯಾಕೆಂಝಿ ನಿನಗೆ ಹುಚ್ಚು ಹಿಡಿಸಿದ್ದಾಳೆ. ಆತನಂದ, ಆದರೆ ಭೂಮಿ ತಿರುಗುತ್ತದೆ, ನೋಡಿಲ್ಲಿ. ನಾನು ನಗುವುದನ್ನು ನಿಲ್ಲಿಸಿದೆ. ಆತ ನನಗೇ ಹುಚ್ಚು ಹಿಡಿಸತೊಡಗಿದ್ದ. ಅದು ತಿರುಗೋದನ್ನ ತೋರಿಸ್ತೇನೆ ಅಂತಂದು ನಾನು ಮೇಜಿನ ಹತ್ತಿರ ಹೋಗಿ ಆ ಆಟಿಗೆಯನ್ನೆತ್ತಿ ಹೀಗೆ ಕೆಳಕ್ಕೆ ಅಪ್ಪಳಿಸಿದೆ."

– ಆತ ಕೈಯೆತ್ತಿ ಮೇಜಿನ ಮೇಲೆ ಮುಷ್ಟಿಯಿಂದ ಗುದ್ದಿದ. ಬಳಿಕ ಮಾತು ಮುಂದುವರಿಸಿದ:

"ಇದೇ ನಿನಗೆ ಸರಿಯಾದ ಶಿಕ್ಷೆ, ನಾನು ಕೂಗಿದೆ. ನಾನು ಹಾಗೆ ಮಾಡಬಹುದೆಂದು ಆತನಿಗನಿಸಿರಲಾರದು. ಆತ ಅದನ್ನೆತ್ತಿಕೊಂಡು ತಿರುಗಿಸಲು ಪ್ರಯತ್ನಿಸಿದ. ಅದು ತಿರುಗಲೇ ಇಲ್ಲ. ಆತ ನನ್ನ ಕಡೆ ನೋಡುತ್ತ ನಿಂತ, ಕಣ್ಣಲ್ಲಿ ನೀರಿಳಿಯುತ್ತಿತ್ತು. ತಟ್ಟನೆ ಆತ ಅದನ್ನು ಎರಡೂ ಕೈಯಲ್ಲಿ ಹಿಡಿದು ನನ್ನ ಕಡೆ ಬೀಸಿ ಒಗೆದ. ನಾನು ಸಮಯಕ್ಕೆ ಸರಿಯಗಿ ಕೈಯೆತ್ತದಿದ್ದರೆ ಅದು ನನ್ನ ಮುಖಕ್ಕೇ ಬಡಿಯುತ್ತಿತ್ತು. ನಿನ್ನ ತಂದೆಯ ಮೇಲೆಯೇ ಕೈಯೆತ್ತುತ್ತೀಯಾ? ಇದೆಂಥ ಅಧಮತನ! ಆತನ ಕೈಹಿಡಿದೆಳೆದು ಆತನೇ ಸೈತಾನನೋ ಎಂಬಂತೆ ನಾನಾತನನ್ನು ಚಚ್ಚಿದೆ. ಆತ ಅಳಲಿಲ್ಲವೆಂದು, ಕೂಗಲಿಲ್ಲವೆಂದು ಇನ್ನೂ ಜೋರಾಗಿ ಚಚ್ಚಿದೆ. ಆತನ ತಾಯಿ ನಡುವೆ ಬಂದು ನನ್ನನ್ನು ಹಿಂದೆಳೆಯದಿದ್ದರೆ ಆತನನ್ನು ಕೊಂದೇಬಿಡುತ್ತಿದ್ದೆನೇನೋ. ಆತನ ಮೂಗಿನಿಂದ ರಕ್ತ ಸುರಿಯುತ್ತಿತ್ತು, ಆತನಿಗದರ ಪರಿವೆಯೇ ಇರಲಿಲ್ಲ. ನನ್ನ ಕಡೆ ನೋಡುತ್ತ ಆತನಂದ, ನೀನು ನನ್ನನ್ನು ಹೊಡೀಬಹುದು, ನನ್ನ ಗೋಳವನ್ನು ಮುರೀಬಹುದು, ಆದರೆ ಭೂಮಿ ತಿರುಗೋದನ್ನು ನಿಲ್ಲಿಸಲಾರೆ. ಆ ರಾತ್ರಿ ನನ್ನ ಹೆಂಡತಿ ದೈವಸಾಕ್ಷಿಯಾಗಿ ಇನ್ನು ಏನೇ ಆದರೂ ಆತನನ್ನು ಹೊಡೆಯೋದಿಲ್ಲ ಅಂತ ನನ್ನಿಂದ ಆಣೆ ಮಾಡಿಸಿದಳು. ಅನಂತರ ನಾನೆಂದೂ ಆತನನ್ನು ಹೊಡೆಯಲೂ ಇಲ್ಲ, ಈ ಬಗ್ಗೆ ಮಾತಾಡಲೂ ಇಲ್ಲ. ಆತನ ಹಾದಿ ಆತನಿಗೆ, ನನ್ನದು ನನಗೆ."

ಮುದುಕ ಸುಮ್ಮನಾದ. ಬಳಿಕ ಒಂದು ಕ್ಷಣ ಬಿಟ್ಟು ಒಮ್ಮೆಲೇ ಕೇಳಿದ: "ನೀನೂ ಅದನ್ನೇ ನಂಬುತ್ತೀಯಾ?"

"ಏನನ್ನು?" ನಾನು ಗಲಿಬಿಲಿಯಿಂದ ಪ್ರಶ್ನಿಸಿದೆ.

"ಅದನ್ನು–" ಆತ ಮೇಜಿನ ಮೇಲಿದ್ದ ಆ ಮುರಿದುಹೋದ ಭೂಮಂಡಲವನ್ನು ತೋರಿಸಿದ. ಕೈಗಳೆರಡನ್ನೂ ಬಿಗಿಯಾಗಿ ಹೆಣೆದು ಮೇಜಿನ ಮೇಲೆ ಮುಂದೆ ಬಾಗಿದ್ದ ಆತನ ಕಪ್ಪಾದ ವ್ಯಥಿತ ಕಣ್ಣುಗಳು ಆ ಕೋಣೆಯ ಸಂಜೆಗತ್ತಲಲ್ಲಿ ನನ್ನ ಉತ್ತರವನ್ನೇ ನಿರೀಕ್ಷಿಸುತ್ತಿದ್ದವು.

ಆತನೊಡನೆಯ ಆ ಏಕಾಂತದಲ್ಲಿ ದೃಢವಾಗಿ ಉತ್ತರಿಸಲು ನನಗೆ ಧೈರ್ಯವಾಗಲಿಲ್ಲ. ನನ್ನ ಉತ್ತರದಿಂದ ಆತನಿಗೆ ನೋವಾಗಬಹುದೆಂಬ ಭಯವೋ ಅಥವಾ ನಿಕ್‌ನನ್ನು ಹಿಂಸಿಸಿದಂತೆ ಆತ ನನ್ನ ಮೇಲೂ ಬಲಪ್ರಯೋಗ ಮಾಡಬಹುದೆಂಬ ಭಯವೋ ಏನೋ. ನಾನು ಗಂಟಲು ಸರಿಪಡಿಸಿಕೊಂಡೆ. ಅನಂತರ ಹೇಳಿದೆ :

"ಹೌದು. ಭೂಮಿ ದುಂಡಗಿದ್ದು ತಿರುಗುತ್ತಿದೆ ಅಂತ ನಾನು ನಂಬ್ತೇನೆ. ಈ ವಿಷಯ ಸ್ವೀಕೃತವಾಗಿ ಈಗ ಬಹಳ ಕಾಲವಾಗಿ ಹೋಯಿತು."

ಆತ ತಿರುಗಿ ವಾದಿಸಬಹುದೆಂದು ನಾನು ಭಾವಿಸಿದ್ದೆ. ಆದರೆ ಆತ ಒಮ್ಮೆಲೆ ಬಹಳ ದಣಿದು ಹೋದವನಂತೆ ಇಳಿದ ಧ್ವನಿಯಲ್ಲಿ ಹೇಳಿದ :

"ಇಡೀ ಜಗತ್ತನ್ನೇ ಸೈತಾನ ಆಕ್ರಮಿಸಿಬಿಟ್ಟಿದ್ದಾನೆ." ಅನಂತರ ಇದ್ದಕ್ಕಿದಂತೆ ಎದ್ದು ಮೇಜಿನ ಮೇಲೆ ಗುದ್ದಿ ಭಾವನಾವಶನಾಗಿ ಕಿರಿಚಿದ, "ಆದರೆ ನನ್ನನ್ನಲ್ಲ! ನನ್ನನ್ನಲ್ಲ."

ಆ ದೃಶ್ಯ ಎದೆ ತಟ್ಟುವಂತಿತ್ತು. ಆ ಮೌನವನ್ನು ಮುರಿಯಲೆಂದು ನಾನು ತೋಚಿದ್ದನ್ನು ಹೇಳಿದೆ :

"ನಿಮ್ಮ-ನಿಮ್ಮ ಮಧ್ಯೆ ಏನೇ ಆಗಿದ್ದರೂ ನಿಮ್ಮ ಮಗನ ಬಗ್ಗೆ ನೀವು ಅಭಿಮಾನ ಪಡಬೇಕು. ಆತ ಒಳ್ಳೆಯ ಮನುಷ್ಯ. ಆತನ ಕೆಲಸವನ್ನು ಜಗತ್ತೇ ಗೌರವಿಸ್ತಿದೆ."

ಆತ ನನ್ನ ಕಡೆ ದೀರ್ಘವಾಗಿ ನೋಡಿದ. ಅನಂತರ ನಿಧಾನವಾಗಿ ಅಂದ :

"ಆತ ಇಲ್ಲೇ ಇರಬೇಕಾಗಿತ್ತು. ನಾನು ಸತ್ತ ಬಳಿಕ ಹೊಲಗಳನ್ನು ನೋಡಿಕೊಳ್ಳುವವರ್ಯಾರೂ ಇಲ್ಲ. ಎಲ್ಲ ಬಿಟ್ಟು ಆತ ದೇವರ ಭೂಮಿಯೊಂದಿಗೆ ಗುದ್ದಾಡೋದಕ್ಕೆ ಹೋಗಿದ್ದಾನೆ."

ಆತನ ಸಿಟ್ಟು ಈಗ ಇಳಿದಿತ್ತು. ತುಸು ಹೊತ್ತು ನಾವು ಸುಮ್ಮನೆ ಕೂತಿದ್ದೆವು. ಅನಂತರ ನಾನು ಎದ್ದೆ. ನಾವಿಬ್ಬರೂ ಜೊತೆಯಾಗಿ ಮನೆಯ ಹೊರಗೆ ಬಂದೆವು. ನಾನು ಕಾರಿನಲ್ಲಿ ಕೂಡ್ರಲಿದ್ದಾಗ ಆತ ನನ್ನ ತೋಳು ಮುಟ್ಟಿದ. ನಾನು ತಿರುಗಿ ನೋಡಿದೆ. ಆತನ ಕಣ್ಣುಗಳು ದೂರಕ್ಕೂ ಚಾಚಿದ್ದ ನೆಲ–ಮುಗಿಲನ್ನು ವೀಕ್ಷಿಸಿದವು, ನಸುಗೆಂಪು ಮೋಡಗಳನ್ನೂ ತಿಳಿನೀಲಿ ನೆರಳುಗಳನ್ನೂ ನೋಡಿದವು. ಯಾವುದೋ ಅಸಾಧಾರಣ ಶಕ್ತಿ–ದೃಢತೆಯೊಂದಿಗೆ ಆತ ಕೈಯೆತ್ತಿ ದೂರದವರೆಗಿನ ಸಮತಟ್ಟು ನೆಲವನ್ನೂ ಅದರಾಚೆಯ ಆಕಾಶವನ್ನೂ ತೋರಿಸುತ್ತ ಅಂದ – ನಿಧಾನವಾಗಿ, ಶಾಂತವಾಗಿ :

"ನೋಡು, ಭೂಮಿ ಸಪಾಟಾಗಿದೆ, ಸ್ಥಿರವಾಗಿ ನಿಂತಿದೆ."

ಆ ಮುದುಕನ ಬಗ್ಗೆ ಪ್ರಶಂಸೆ ಅನ್ನಿಸದಿರುವುದು ಅಸಾಧ್ಯವಿತ್ತು. ಆತನಲ್ಲೇನೋ ವೀರಾವೇಶವಿತ್ತು. ನಾನು ಕೈಚಾಚಿದೆ, ಅದನ್ನಾತ ಹಿಡಿದುಕೊಂಡ. ನನ್ನತ್ತ ಸ್ಥಿರವಾಗಿ ನೋಡಿ ಅನಂತರ ಧ್ವನಿಯಿಳಿಸಿ ಆತನೆಂದ :

"ನನ್ನ ಮಗನಿಗೆ ನನ್ನ ಶುಭೇಚ್ಛೆಗಳನ್ನು ತಿಳಿಸು."

ನಾನು ವೇಗವಾಗಿ ಕಾರು ಓಡಿಸಿದೆ. ಆದರೆ ಆ ಮರದ ಗೇಟು ತೆರೆಯಲು ನಿಲ್ಲಿಸಬೇಕಾಯಿತು. ಆ ಮನೆಯ ಕಡೆ ಒಮ್ಮೆ ತಿರುಗಿ ನೋಡಿದೆ. ಆತನಿನ್ನೂ ಅಲ್ಲೇ ನಿಂತಿದ್ದ, ಎತ್ತರವಾಗಿ ಏಕಾಕಿಯಾಗಿ ಕತ್ತಲು ಮುಸುಗುತ್ತಿದ್ದ ಆಕಾಶದ ಹಿನ್ನೆಲೆಯಲ್ಲಿ ನೇರವಾಗಿ ನಿಂತಿದ್ದ – ತನ್ನ ಪ್ರೀತಿಯ ಭೂಮಿಯನ್ನು ನೋಡುತ್ತ. ❍

ಮೆಕ್ಸಿಕೊ

○ ಆರ್ತುರೊ ಸೌತೋ ಅಲಬಾರ್ಸೆ

ಹದಿಮೂರನೆಯ ತೋಳ

ಕ್ಷಿತಿಜದ ಕೆಳಗೆ ಮುಳುಗುತ್ತಿದ್ದ ಸೂರ್ಯನ ಬೆಳಕಿನಿಂದಾಗಿ ಆ ಮರುಭೂಮಿಯ ಉದ್ದಕ್ಕೂ ಕೆಂಪು-ನೀಲಿ ಬಣ್ಣ ಉರಿಯುತ್ತಿರುವಂತೆ ಕಾಣುತ್ತಿತ್ತು. ಗಾಳಿಯಿಂದ ಬಯಲಿನಲ್ಲಿ ಧೂಳಿನ ವೃತ್ತಗಳೇಳುತ್ತಿದ್ದವು. ಆಕಾಶದೊಂದು ಮೂಲೆಯಲ್ಲಿ ಸಂಜೆ ನಕ್ಷತ್ರ ಮಿನುಗುತ್ತಿತ್ತು. ದನಗಾಹಿ ಯುಲಿಅನ್ ತನ್ನ ದಣಿದ ಕುದುರೆಯೊಂದಿಗೆ ಮುಂದೆ ಸಾಗುತ್ತಿದ್ದಂತೆ ತನ್ನ ಗಿಟಾರದ ತಪ್ತ ತಂತಿಗಳ ಗುಂಟ ಶೋಕಪೂರಿತ ರಾಗವೊಂದನ್ನು ಹರಿಬಿಡುತ್ತಿದ್ದ. ಕುದುರೆಯ ಮೇಲೆ ಮುಂದೆ ಬಾಗಿ ಕೂತು, ಹ್ಯಾಟನ್ನು ಹಿಂದೆ ಸರಿಸಿಕೊಂಡು, ಕುದುರೆ ಸಾಗಿದ್ದ ದಾರಿಯ ಮೇಲೇ ಕಣ್ಣು ನೆಟ್ಟು, ಆತ ಆ ಬಯಲು ಪ್ರದೇಶದ ಶೋಕಗೀತೆಯೊಂದನ್ನು ಹಾಡುತ್ತಿದ್ದ. ಹಾಡಿನ ಮಧ್ಯೆ ಆಗಾಗ ತನ್ನಷ್ಟಕ್ಕೆ ತಾನೇ ಮಾತಾಡಿಕೊಳ್ಳುತ್ತಿದ್ದ. ಸತತ ಹದಿಮೂರು ತಾಸು ಆತ ಸುಡುವ ಬಿಸಿಲಲ್ಲಿ ಧೂಳಿನಲ್ಲಿ ಬೆವರುತ್ತ, ದನಗಳ ಹಿಂಡನ್ನು ಹಿಂಬಾಲಿಸುತ್ತ, ಕುದುರೆಯ ಮೇಲೆ ಕೂತು ಸಾಗಿದ್ದ. ಉದ್ದಗಲಕ್ಕೂ ಹಬ್ಬಿದ್ದ ಆ ಏಕಾಂತ ತಾಣದಲ್ಲಿ ಅಲೆದಾಡಿ ಆತನಿಗೆ ಜೀವನದ ಸಂಪರ್ಕವೇ ತಪ್ಪಿಹೋಗಿತ್ತು. ಆತನ ಆತ್ಮ ಕಾಯಿಯಂತೆ ಒಣಗಿ ಹೋಗತೊಡಗಿತ್ತು. ಆತನ ಮೈದೊಗಲು ಕಲ್ಲಾಗತೊಡಗಿತ್ತು, ಆತನ ಹೃದಯ ಸಹ.

ಆತನ ಕಣ್ಣು ನಿಲುಕುವವರೆಗೂ ಬರಿ ಭೂಮಿ-ಆಕಾಶಗಳೇ ಇದ್ದವು; ಕ್ಷಿತಿಜದಂಚಿನಲ್ಲಿ ಕೂಡಿ ಕೆಂಪುಗೆರೆಯೊಂದನ್ನು ಅವು ನಿರ್ಮಿಸಿದ್ದವು. ಇಡೀ ದಿನ ಕಾಯ್ದಿದ್ದ ಮರುಭೂಮಿಯ ಬಂಡೆಗಲ್ಲುಗಳೀಗ ಆ ಉಷ್ಣತೆಯನ್ನೆಲ್ಲ ತಿರುಗಿ ವಾತಾವರಣದೊಳಕ್ಕೆ ಉಗುಳುತ್ತಿದ್ದವು. ಬೂದಿಗಪ್ಪು ಬಣ್ಣದ ಮುಳ್ಳು ಗಿಡಗಳ ನೆರಳು ದಿಗಂತದವರೆಗೂ ಚಾಚಿತ್ತು. ಆ ಉದ್ದಕ್ಕೂ ಚಾಚಿದ ದಾರಿ ಕ್ರಮಿಸುತ್ತಿದ್ದ ದನಗಾಹಿ ಯುಲಿಅನ್ ತನ್ನ ಹಾಡೇ ತನ್ನ ಪ್ರಿಯತಮೆಯೇನೋ ಅನ್ನುವಂತೆ ಅದಕ್ಕೆ ಜೋತುಬಿದ್ದು ನಡೆದಿದ್ದ. ಬೀಸುತ್ತಿದ್ದ ಗಾಳಿಯಲ್ಲಿ ರಾತ್ರಿಯ-ಸಾವಿನ ಭಯಾನಕತೆಯಿದ್ದಂತಿತ್ತು. ಆತನ ಧಮನಿಗಳಲ್ಲೆಂಥದೋ ಮೂಢ ಭಯ ಸೇರಿಕೊಂಡ ಹಾಗೆ ಭಾಸವಾಗುತ್ತಿತ್ತು. ಆದರೆ ಆತನ ಮನಸ್ಸು ಯೋಚನಾಗ್ರಸ್ತವಾಗಿತ್ತು. ಉದ್ದೇಶಪೂರಿತವಾಗಿ ಆತನೊಂದು ನಿರ್ದಿಷ್ಟ ದಿಕ್ಕಿಗೆ ಸಾಗಿದ್ದ.

ಬೀಸುತ್ತಿದ್ದ ಗಾಳಿಯನ್ನು ಮೂಸುತ್ತ ಸತ್ತ ಮಾಂಸದ ವಾಸನೆ ಹಿಡಿದು ಆತ ಮುಂದೆ ನಡೆದಿದ್ದ.

ಬಾನೆಲ್ಲ ಕಪ್ಪಾಯಿತು. ದೂರದಲ್ಲಿ ಮಿನುಗುತ್ತಿದ್ದ ಆಕಾಶಗಂಗೆ ಮಂಜಿನಂತೆ ತೋರುತ್ತಿತ್ತು. ಕೆಲವೇ ನಿಮಿಷಗಳ ಅನಂತರ ಆತನೆದುರು ಒಂದು ತಂತಿಯ ಬೇಲಿ ಕಾಣಿಸಿತು, ಮರುಭೂಮಿಯ ಗಡಿಗುಂಟ ಉದ್ದಕ್ಕೂ ಹಾಕಿದ್ದ ಜಂಗುಹಿಡಿದಿದ್ದ ಉಕ್ಕಿನ ಬೇಲಿ. ದನಗಾಹಿ ಯುಆನ್ ಅದರತ್ತ ಹೋಗಿ ತುಸು ಅಂತರದಲ್ಲಿ ನಿಂತ. ಹಾಡು ನಿಲ್ಲಿಸಿ ತಂತಿ ಬೇಲಿಯತ್ತ ನೋಡುತ್ತ ಸುಮ್ಮನೆ ಕೂತ. ಕಡಿವಾಣ ಸಡಿಲವಾದ ಕುದುರೆ ಆ ಬಂಜರು ನೆಲವನ್ನು ಮೂಸತೊಡಗಿತು.. ಸುತ್ತಲಿನ ಉಸಿರುಗಟ್ಟಿಸುವ ಕೆಟ್ಟ ವಾಸನೆಯಲ್ಲಿ ಆ ಕುದುರೆಯ ಸವಾರ ಅಲ್ಲಿನ ತೋಳಗಳನ್ನೆಣಿಸುತ್ತ ಮುಗುಳ್ನಕ್ಕ. ಹನ್ನೆರಡು. ಹನ್ನೆರಡು ತೋಳಗಳು ಆ ಮುಳ್ಳುತಂತಿಗೆ ನೇತುಬಿದ್ದಿದ್ದವು. ಪಂಜುಗಳೆಲ್ಲ ಬಿಗಿದು ಬಾಲಗಳೆಲ್ಲ ಸೆಟೆದು ಕತ್ತುಗಳು ಎದೆಯ ಮೇಲೆ ವಾಲಿ ಆ ಪ್ರಾಣಿಗಳು ಮರುಭೂಮಿಯ ಬಿಸಿಲಿನಿಂದ ಕೊಳೆಯತೊಡಗಿದ್ದವು. ಕೆಂಗಂದು ಬಣ್ಣದ ಅವುಗಳ ಚಿಕ್ಕ ಮೂತಿಗಳು ರಕ್ತಸಿಕ್ತವಾಗಿದ್ದು ಅವು ಗಾಳಿಯಲ್ಲಿ ಹಾರಾಡುವ ಪತಾಕೆಗಳಂತೆ ಅಥವಾ ಬೆದರುಗೊಂಬೆಗಳಂತೆ ಕಾಣುತ್ತಿದ್ದವು. ಬಯಲಿನಲ್ಲಿ ಬೀಸುತ್ತಿದ್ದ ಗಾಳಿ ತೋಳಗಳ ಕೂದಲೊಂದಿಗೆ ಆಟವಾಡುತ್ತ ಅವುಗಳನ್ನು ನಡುಗಿಸುತ್ತ ಅಲ್ಲಾಡಿಸುತ್ತಿತ್ತು. ಸತ್ತ ದೇಹಗಳಲ್ಲಿನ ಈ ಚಲನೆಯೊಂದು ಕ್ರೂರ ವಿಡಂಬನೆಯಾಗಿತ್ತು.

ದನಗಾಹಿ ಯುಆನ್‌ಗೆ ದೊಡ್ಡ ಒರಟಾದ ಕೈಗಳೂ ಉದ್ದನ್ನ, ಚೂಪಾದ, ಹೊಲಸಾದ ಉಗುರುಗಳೂ ಇದ್ದವು. ಚರ್ಮದ ಜೀರುಗುಣಿಕೆ, ತೊಗಲುಗಳು ಮತ್ತು ತೊಗಲು ಹದ ಮಾಡುವ ಟಾನ್ನಿಕ್ ಆಸಿಡ್ – ಇವುಗಳೊಂದಿಗೆ ಸದಾ ಚಕ್ಕಂದವಾಡುತ್ತಿದ್ದ ಅವನ ಕೈಗಳಲ್ಲಿ ಅವುಗಳ ಬಿರುಸುತನವಿತ್ತು. ಆಕಳುಕರುಗಳ ರೇಶಿಮೆ ತೊಗಲಿನ ಮೇಲೆ ಸುಡುಮುದ್ರೆ ಹಾಕಿ ಅನಂತರ ಬೆಂದ ಮಾಂಸದ ವಾಸನೆ ಬಡಿದುಕೊಂಡ ಕೈಗಳವು. ಒರಟಾಗಿ ಬಿರಿದುಹೋಗಿದ್ದ ಆತನ ಕೈಗಳು ಪ್ರತಿ ವರ್ಷ ಅದೆಷ್ಟೋ ಪ್ರಾಣಿಗಳಿಗೆ ಉರುಲಾಗಿದ್ದವು. ಅದಕ್ಕೆಂದೇ ಆತನಲ್ಲಿ ಒಂದು ಥರಾ ಕುರುಡು ಹಿಂಸ್ರತೆ, ಮೂಕ ಕಠೋರತೆ, ನಾಲ್ಕು ಕಾಲಿನ ಪಶುಗಳಲ್ಲಿರುವಂಥ ಕ್ರೂರ ಏಕಾಗ್ರತೆ ಇದ್ದಿತು. ವಿಸ್ತಾರವಾದ ಮರುಭೂಮಿಯಲ್ಲಿ ಸದಾ ಒಂಟಿಯಾಗಿ ತಿರುಗಾಡುವ ಯುಆನ್‌ನ ಜಗತ್ತು ಆತನ ಚಿಕ್ಕ ಹ್ಯಾಟಿನಲ್ಲಿ ಹಿಡಿದಿಡಬಲ್ಲಷ್ಟು ಸೀಮಿತವಾಗಿತ್ತು – ತಂಬಾಕು, ಮದ್ಯ, ವಿಚಾರಗಳು. ಉಳಿದದ್ದೆಲ್ಲ–ಮುಗಿಲು, ಬಯಲು, ಏಕಾಂತತೆ – ಒಂದು ಶೋಕಪೂರಿತ ಭಯಾನಕ ಪ್ರಶ್ನೆ.

ಆ ದಿನ ಆತ ತನ್ನ ತೋಳಗಳನ್ನೆಣಿಸಲು ಬಹಳ ದೂರದಿಂದ ಬಂದಿದ್ದ. ದನಗಳ ಸುತ್ತ ತಮ್ಮ ಹೊಳೆಯುವ ಕಣ್ಣುಗಳನ್ನು ಪಿಳಿಪಿಳಿಬಿಡುತ್ತ ಹೊಂಚು ಹಾಕುವ, ರಾತ್ರಿಯಲ್ಲಿ ಭೂತಗಳಂತೆ ನೆರಳುಗಳಂತೆ ಸರಿದಾಡುವ, ಈ ಬಲಿಬಿದ್ದ ತೋಳಗಳು ದನಗಾಹಿ ಯುಆನ್‌ನ ಪರಮ ವೈರಿಗಳಾಗಿದ್ದವು. ಬಲೆ ಹಾಕಿ, ಬಂದೂಕಿನಿಂದ ಆತ ಅವುಗಳ ಬೇಟೆಯಾಡುತ್ತಿದ್ದ. ಸಿಕ್ಕುಬಿದ್ದವುಗಳನ್ನು ಉಳಿದವುಗಳಿಗೆ ಭಯ ಹುಟ್ಟಿಸಲೆಂದು ಕ್ರೂರವಾಗಿ ಹಿಂಸಿಸಿ ಕೊಲ್ಲುತ್ತಿದ್ದ. ಅದಕ್ಕೆಂದೇ ಅವುಗಳನ್ನು ಹಾಗೆ ಮುಳ್ಳು ತಂತಿಯ ಬೇಲಿಗೆ ನೇತು ಹಾಕಿದ್ದ. ಅವುಗಳ ರಕ್ತ ತಂತಿಗಳಗುಂಟ ಹರಿದು ಕಪ್ಪು ಕಲೆಯುಂಟುಮಾಡಿತ್ತು. ಸಂಜೆ ಚಿಕ್ಕೆಯ ಕೆಂಪುನೀಲಿ ಬೆಳಕಿನಲ್ಲಿ ಅವುಗಳ ನೆರಳುಗಳು ಇಡೀ ಮರುಭೂಮಿಯ ತುಂಬ ಸಾವಿನ ನೆರಳನ್ನು ಹರಡಿದಂತಿತ್ತು. ಆದರೆ ತನ್ನಷ್ಟಕ್ಕೆ ತಾನೇ ಮಾತಾಡುವ, ನಗುವ, ಅಂಜಿಸುವ, ಶಪಿಸುವ ದನಗಾಹಿ ಯುಆನ್‌ಗೆ ಆ ಬೇಲಿಯ ಮೇಲೆ ಹದಿಮೂರು ತೋಳಗಳನ್ನು ನೋಡುವ ಆಸೆಯಿತ್ತು. ಎಲ್ಲಕ್ಕಿಂತ ದೊಡ್ಡದಾದ ವಯಸ್ಸಾದ ಹದಿಮೂರನೆಯ ತೋಳವು

ಬಲಶಾಲಿಯೂ ಚಪಲವೂ ಸೊಕ್ಕಿನದೂ ಆಗಿದ್ದು, ಅವನಿಂದ ಯಾವಾಗಲೂ ತಪ್ಪಿಸಿಕೊಳ್ಳುತ್ತಿತ್ತು. ಪ್ರತಿ ರಾತ್ರಿಯೂ ಅದು ಯಾವುದೋ ಕಂಟಿಗಳ ಮರೆಯಲ್ಲಿ, ಒಣಗಿದ ಮುಳ್ಳುಪೊದೆಗಳ ಸಂದಿಗಳಲ್ಲಿ, ಪಾಳುಬಿದ್ದ ಬಂಡೆಗಲ್ಲುಗಳ ನಡುವೆ ಎಲ್ಲೋ ಕೂತು ಚಂದ್ರನನ್ನು ನೋಡಿ ಊಳಿಡುತ್ತಿತ್ತು. ಆಗೆಲ್ಲ ದನಗಾಹಿ ಯುಆನ್ ತನ್ನ ಕಂಬಳಿಯಡಿ ಚಳಿಯಿಂದ ನಡುಗುತ್ತ, ನಕ್ಷತ್ರಗಳನ್ನೇ ನೋಡುತ್ತ, ಆ ತೋಳದ ಕೂಗಿಗೆ ಕಿವಿಗೊಡುತ್ತಿದ್ದ. ಒಮ್ಮೊಮ್ಮೆ ಹಿಂದೆ ಬಾಗಿದ ಬೆನ್ನಿನ, ನೇರವಾದ ಬಾಲದ, ಚೂಪಾದ ಮೂತಿಯ ಆ ತೋಳ ಆತನಿಗೆ ಕಂಡಂತಾಗುತ್ತಿತ್ತು. ಬಯಲಿನಗುಂಟ ತಾನೇ ತಾನಾಗಿ ರಾಜಾರೋಷವಾಗಿ ಅದು ಓಡಾಡುತ್ತಿದೆಯೆಂದು ಅವನಿಗನಿಸುತ್ತಿತ್ತು. ಕೆಲವು ತಿಂಗಳುಗಳ ಬಳಿಕ ಸ್ಯಾನ್ ಆಂಟೋನಿಯೋದ ತೈಲ ಉದ್ದಿಮೆದಾರನಾದ ತನ್ನ ಒಡೆಯನಿಗೆ ಲೆಕ್ಕವೊಪ್ಪಿಸಲು ಹೋದಾಗ ಆತ ಹೇಳಬೇಕಾಗುತ್ತಿತ್ತು – ಮುದಿತೋಳವೊಂದು ಅನೇಕ ಆಕಳುಕರುಗಳನ್ನು ಕಬಳಿಸಿದೆ ಎಂದು.

ದನಗಾಹಿ ಯುಆನ್ ದೇವರಿಗೋ ಸೈತಾನನಿಗೋ ಪ್ರಾರ್ಥಿಸಿದ : ಆ ಹದಿಮೂರನೆಯ ತೋಳ ಸಿಕ್ಕುಬೀಳಲಿ ಅಂತ. ಬಂದೂಕಿನ ನಳಿಗೆಯಲ್ಲಿ ತನ್ನೊಡನಿದ್ದ ಕೊನೆಯ ಗುಂಡನ್ನು ಹಾಕುತ್ತಿದ್ದಂತೆ ಆತ ಗಾಳಿಯಲ್ಲಿ ತೂಗುತ್ತಿದ್ದ, ಸಂಜೆಯ ಕೊನೆಯ ಕಿರಣವನ್ನೂ ನುಂಗಿಹಾಕುವಂತಿದ್ದ ಆ ವಾಕರಿಕೆ ಬರಿಸುವ ಕೆಂದೊಗಲಿನ ತೋಳಗಳನ್ನು ಹಿಂದೆಯೇ ಬಿಟ್ಟು ಮುಂದೆ ಹೊರಟ. ಆದರೆ ಆತನ ನೆನಪಿನಲ್ಲಿ ಅಚ್ಚೊತ್ತಿದಂತಿದ್ದ ಆ ದೃಶ್ಯ ಏಕಾಕಿಯಾದ ಮನುಷ್ಯನ ಅವಿರತ ಜೊತೆಗಾರರಾದ ವಿಚಾರಗಳಂತೆ ಅವನನ್ನು ಬೆಂಬತ್ತಿತು. ಹದಿಮೂರನೆಯ ತೋಳವೂ ಪಂಜಗಳನ್ನು ಮಡಿಸಿಕೊಂಡು, ತಲೆ ವಾಲಿಸಿಕೊಂಡು, ಸತ್ತುಬಿದ್ದು ಅಲ್ಲಿ ನೇತಾಡುತ್ತಿರುವಂತೆ ಆತನಿಗೆ ಭಾಸವಾಯಿತು. ಆ ಯೋಚನೆಯಿಂದ ಆತನಿಗೆ ಸಂತೋಷವಾಗಿ ಅವನ ನೋವು-ದಣಿವು-ಏಕಾಕಿತನದ ಬೇಸರವೆಲ್ಲ ಅಳಿಸಿ ಹೋದಂತಾಯಿತು. ಬಿಸಿಲಿನಿಂದಾಗಿ ಆತ ಅಕಾಲ ಮುಪ್ಪಿಗೆ ತುತ್ತಾದವನಂತೆ ಕಾಣುತ್ತಿದ್ದ. ಆತನ ತೊಗಲ ಮೇಲೆಲ್ಲ ನೂರೆಂಟು ಗೆರೆಗಳು ಮೂಡಿದ್ದವು. ಚೌಕನೆಯ ಮುಖ ಹಾಗೂ ಒಂದು ಥರದ ಪ್ರಾಣಿ ಪ್ರವೃತ್ತಿಯಿಂದಾಗಿ ದನಗಾಹಿ ಯುಆನ್ ಹೊಲದಲ್ಲಿನ ಪಶು ಹಾಗೂ ಸನ್ಯಾಸಿ ಇವೆರಡರ ಮಧ್ಯದ ತಳಿಯ ಹಾಗೆ ಕಾಣುತ್ತಿದ್ದ. ಆತನ ಕೆಂಪು ಗಡ್ಡ ಹಾಗೂ ಬಿಸಿಲಿನಿಂದ ಬೂದುಬಣ್ಣಕ್ಕೆ ತಿರುಗಿದ ಹುಬ್ಬುಗಳು ಅವನ ಮುಖದ ಮೇಲಿನ ನಿರಿಗೆಗಳ ಮಧ್ಯದಿಂದ ಹೊರ ತೂರಿ ಬಂದ ಬೆಳಕಿನ ಕಿರಣಗಳಂತೆ ಕಾಣುತ್ತಿದ್ದವು. ಅನೇಕ ವರ್ಷಗಳ ಬಿಸಿಲಿನಿಂದ ಸಂಕುಚಿತಗೊಂಡ ಆತನ ಬೂದುನೀಲಿ ಕಣ್ಣುಗಳು ಮುಗ್ಧವಾಗಿದ್ದರೂ ಸಹ, ಅವು ಒಣಗಿಹೋದಂತಾಗಿ ಕಾಠಿಣ್ಯದಿಂದ ಕೂಡಿದ್ದವು. ಯಾಕೆಂದರೆ ಅವುಗಳಲ್ಲಿ ಪ್ರತಿಬಿಂಬಿತ ವಾಗಿದ್ದದ್ದು ಅಗಾಧ ಏಕಾಂತತೆಯ ಅಮೂರ್ತ ರೇಖಾಚಿತ್ರದಂತಿದ್ದ ಮರುಭೂಮಿಯೊಂದೇ.

ಕೊನೆಗೊಮ್ಮೆ ಆ ಬಯಲಿನ ಬೆಳಕು ಮಾಯವಾಗಿ ಗಾಢವಾದ ಕತ್ತಲೆ ಭೂಮಿ ಯನ್ನಾವರಿಸಿತು. ದನಗಾಯಿ ಯುಆನ್ ಕುದುರೆಯಿಂದಿಳಿದು ಒಂದು ದೊಡ್ಡ ಮುಳ್ಳುಬೇಲಿಯ ಹಿಂದೆ ಅಡಗಿ ಕಾದಿರಲು ನಿರ್ಧರಿಸಿದ. ಕಡ್ಡಿ ಗೀರುವುದು ಬೇಡವೆನಿಸಿ ಆತ ಒಂದು ಚಿಟಿಕೆ ತಂಬಾಕು ತೆಗೆದು ಬಾಯಿಗೆ ಹಾಕಿಕೊಂಡ. ಬಂದೂಕಿನ ಕುದುರೆಯನ್ನು ನೇವರಿಸುತ್ತ ಬರಲಿರುವ ಸಂತಸದ ಅನುಭವವನ್ನು ಮೆಲುಕುಹಾಕುತ್ತ ಆತ ಕಾಯ್ದು. ತುಸುವೇ ಹೊತ್ತಿನಲ್ಲಿ ಚಂದ್ರೋದಯವಾಗಿ ಹದಿಮೂರನೆಯ ತೋಳವು ತನ್ನ ಹಿಂಗಾಲುಗಳ ಮೇಲೆ ಕೂತುಕೊಂಡು ತನ್ನ ಬಿರುಸಾದ ಕತ್ತೆತ್ತಿ ಆ ರಾತ್ರಿ ಹಾಡು ಸುರುಮಾಡುವುದು. ಹಾಗೂ ಉಕ್ಕಿನ ಕವಚವುಳ್ಳ ಗುಂಡೊಂದು ತೀವ್ರವಾಗಿ

ಸಿಡಿದು ಆ ಕೂಗನ್ನು ತೋಳದ ಗಂಟಲಲ್ಲೇ ಕತ್ತರಿಸಿ ಅದರ ತಲೆಯನ್ನು ಸೀಳುವುದು. ಹಾಗೆಂದು ಯೋಚಿಸುತ್ತ ದನಗಾಹಿ ಯುಆನ್ ತನ್ನ ಕಂಬಳಿಯ ಮುಸುಕಿನಲ್ಲಿ ನಗುತ್ತ ಮೌನವಾಗಿ ಕಾಯ್ದ. ಚಂದ್ರ ಆಕಾಶದಲ್ಲಿ ಸಾಕಷ್ಟು ಮೇಲೇರಿ ಬಂದ, ಆದರೆ 13ನೆಯ ತೋಳದ ಸುಳಿವೇ ಕಂಡುಬರಲಿಲ್ಲ. ಆತನ ಕೈಯಲ್ಲಿದ್ದ ಬಂದೂಕಿನ ಲೋಹವು ತಣ್ಣಗೆ ಕೊರೆಯುತ್ತಿತ್ತು. ಅದೇಕೆ ಬರಲೊಲ್ಲದೋ ಎಂದು ಆತನಿಗೆ ಆಶ್ಚರ್ಯವಾಯಿತು. ಮರುಭೂಮಿ ಎಷ್ಟು ಬೋಳಾಗಿ, ನಿರ್ಜೀವವಾಗಿ, ಬಂಜೆಯಾಗಿ ಕಾಣುತ್ತಿತ್ತು! ಕಲ್ಲು ಮತ್ತು ಮನುಷ್ಯ, ವಾತಾವರಣ ಮತ್ತು ಮನುಷ್ಯ! ಆತನದೊಂದು ಕಾಲು ಜೋಮು ಹಿಡಿದು ಪೂರಾ ನಿಷ್ಕ್ರಿಯವಾಗಿಬಿಟ್ಟಂತಿತ್ತು.

ವಿಚಿತ್ರವಾದ ಅಗಾಧವಾದುದೊಂದು ಮೌನ ಆತನ ಆತ್ಮವನ್ನೇ ಆಕ್ರಮಿಸತೊಡಗಿತು. ಅದು ಆತ್ಮದ ಹೊರಗಡೆಯ ಹೊದಿಕೆಯಂತಿರದೆ ತನ್ನ ಇಡೀ ಜೀವವನ್ನೇ ರೂಪಾಂತರ ಗೊಳಿಸುತ್ತಿರುವಂತೆ, ತನ್ನ ಒಳಗಿನದೆಲ್ಲಾ ತೀವ್ರ ಬದಲಾವಣೆಗೊಳಗಾಗುತ್ತಿರುವಂತೆ ಆತನಿಗನಿಸಿತು. ದನಗಾಹಿ ಯುಆನ್‌ಗೆ ತನ್ನಲ್ಲಿಂದ ಏನೋ ಮಹತ್ತರವಾದುದೊಂದು ಹೊರಟುಹೋಗುತ್ತಿರುವಂತೆ, ತನ್ನ ಹಳೆಯ ಬೂಟುಗಳು ಒಮ್ಮೆಲೆ ಖಾಲಿಯಾಗುತ್ತಿರುವಂತೆ, ತನ್ನ ಜೀರ್ಣವಾದ ಉಣ್ಣೆಯ ಪ್ಯಾಂಟು ಹಾಗೂ ಕಂಬಳಿಗಳು ಬರಿದಾದಂತೆ, ಅವುಗಳೊಳಗೆ ಜೀವವೇ ಇಲ್ಲದ ಬರಿ ದೇಹದ ಅವಶೇಷಗಳು ಮಾತ್ರ ಉಳಿದಂತೆ ಆತನಿಗೆ ಭಾಸವಾಯಿತು. ಬಿಸಿಲಲ್ಲಿ ಹಗಲಿಡೀ ಕಾಯ್ದು, ರಾತ್ರಿ ಆ ಕಾವನ್ನು ವಾತಾವರಣಕ್ಕೆ ಹಿಂತಿರುಗಿಸುವ ಕಲ್ಲುಗಳಂತೆ ಯುಆನ್‌ನಿಗೆ ತನ್ನ ದೇಹದೊಳಗಿಂದ ಆತ್ಮವೇ ಹೊರಟುಹೋದಂತೆನಿಸಿತು. ಯೋಚಿಸಲು, ನೆನಪಿಸಿಕೊಳ್ಳಲು ಆತ ಪ್ರಯತ್ನಪಟ್ಟ ; ಆದರೆ ಬರಿದೋಬರಿದಾದ ದೃಶ್ಯಗಳೇ ಆತನ ಕಣ್ಮುಂದೆ ಬಂದವು. ಆತನ ಮನಸ್ಸಿನ ವರ್ಣ ರಹಿತವಾದ ಪರದೆಯ ಮೇಲೆ ವಿಚಿತ್ರವಾದ ಧಾತುಗಳಿಂದ ನಿರ್ಮಿಸಲಾದ ತೈಲದ ಬಾವಿಗಳ ಗೋಪುರಗಳು, ಬೀರ್‌ನ ಕಹಿಯಾದ ರುಚಿ, ದಪ್ಪಗಿನ, ಮಾಂಸಲವಾದ, ಬೆಳ್ಳಗಿನ ದಿರುಸು ತೊಟ್ಟ ಬಾವಿ ತೋಡುವವರು, – ಚಿತ್ರಗಳೆಲ್ಲ ಹಾಯ್ದುಹೋಗತೊಡಗಿದವು. ಯಾವುಯಾವುದೋ ದನಗಳ ಗುಂಪುಗಳು ಓಡಿ ಧೂಳೆಬ್ಬಿಸುತ್ತ ಮಾಯವಾದವು. ಮರುಭೂಮಿಯಲ್ಲಿ ನೀರಿಲ್ಲದೆ ಸತ್ತ ಆಕಳಕರುವೊಂದರ ತಲೆಬುರುಡೆ ಮಿಂಚಿ ಮಾಯವಾಯಿತು. ಬಯಲಾಚೆಯ ಅಂಚಿನಲ್ಲಿದ್ದ ಸೂಳೆಗೇರಿಯಲ್ಲಿ ಆಗೀಗ ಅವನು ಅನುಭವಿಸಿದ್ದ ಹಲವಾರು ಹುಡುಗಿಯರ ತುಂಬಿದ ದೇಹಗಳು ಸಹ ಮೂಡಿ ಮರೆಯಾದವು. ಆದರೆ ತೀರ ಮಸುಕಾಗಿದ್ದ, ಅಶರೀರವಾಗಿದ್ದ ಈ ದೃಶ್ಯಗಳಿಂದ ಅವನಿಗೆ ಯಾವ ಪ್ರಯೋಜನವೂ ಇರಲಿಲ್ಲ.

ಸುತ್ತಲಿನ ಮೌನವೀಗ ಪರಿಪೂರ್ಣವೂ ಗಾಢವೂ ಆಯಿತು. ಚಳಿಯಲ್ಲಿ ನಡುಗುತ್ತ ಜೀವಸರ್ವಸ್ವವನ್ನೇ ಕಳೆದುಕೊಂಡಿದ್ದ ಆತನೀಗ ಆ ಅಗಾಧ ಏಕಾಂತದಲ್ಲಿ ಕಳೆದುಹೋದ ಒಂದು ಬಿಂದು ಮಾತ್ರವಾಗಿದ್ದ. ಬಂದೂಕನ್ನು ಮೊಣಕಾಲುಗಳ ನಡುವಿರಿಸಿಕೊಂಡು ತಂಬಾಕಿನ ಕಹಿ ಎಲೆ ಅಗಿಯುತ್ತ ಆತ ಕಾಯ್ದ. ಕಾಯ್ದು ಬೇಸತ್ತು ಹತಾಶನಾದಾಗ ಒಮ್ಮೆಲೆ ಸಣ್ಣ ಬೊಗಳುವಿಕೆಯೊಂದು ಆತನಿಗೆ ಕೇಳಿಸಿದಂತಾಯಿತು. ಆ ಧ್ವನಿಯಿಂದಾತ ಒಮ್ಮೆಲೆ ಎಚ್ಚೆತ್ತ. ಚಳಿಯಿಂದ ನಡುಗುತ್ತಿದ್ದರೂ ನೇರವಾಗಿ ನಿಂತು ಬಂದೂಕು ಹಿಡಿದು ಆತ ಸುತ್ತೆಲ್ಲ ನೋಡಿದ. ಹದಿಮೂರನೆಯ ತೋಳ ಬಂದಿತ್ತು. ಇಲ್ಲೇ ಸಮೀಪದಲ್ಲೆಲ್ಲೋ ಅದರ ಚಿಕ್ಕ ಹಳದಿ ಕಣ್ಣುಗಳು ಹೊಳೆಯುತ್ತಿರಬೇಕು. ಯುಆನ್ ಬಂದೂಕಿನ ಸುರಕ್ಷಕ ಗುಂಡಿಯನ್ನು ಸರಿಸಿ ಬಯಲಿನಲ್ಲಿ ವೇಗವಾಗಿ ಧಾವಿಸಿದ. ಆ ಬೊಗಳುವಿಕೆ ಮತ್ತೊಮ್ಮೆ ಕೇಳಿಸಿತು, ಅನಂತರ ಇನ್ನೊಮ್ಮೆ. ಬಹಳ ಕಾಳಜಿಯಿಂದ ಸಾವಧಾನವಾಗಿ ಆತ ಆ ಧ್ವನಿ ಬರುತ್ತಿದ್ದ ಕಡೆ ಸಾಗಿದ. ತನ್ನ ದೇಹದಲ್ಲೀಗ ಜೀವ

ಮರಳಿ ಬರುತ್ತಿರುವಂತೆ ಆತನಿಗೆ ಅನಿಸಿತು. ಆತನ ಕೈಗಳ, ಬೂಟಿನಲ್ಲಿನ ಕಾಲುಗಳ ಇರವು ಮತ್ತೆ ಈಗ ಆತನ ಗಮನಕ್ಕೆ ಬಂದಿತು. ಆತ ಬಂದೂಕನ್ನೆತ್ತಿ ಹಿಡಿದು ನಿಂತಿರುವಂತೆಯೇ ಕರುಣಾಪೂರಿತ ಆಕ್ರೋಶವೊಂದು ಕೇಳಿದಂತಾಗಿ ಆತನನ್ನು ಹಳದಿ ಬಣ್ಣದ ಒಣಗಿಹೋದ ಕಂಟಿಗಳ ಸಮೀಪ ಕರೆತಂದಿತು. ಹದಿಮೂರನೆಯ ತೋಳ ಅಲ್ಲಿತ್ತು. ಅದು ದೊಡ್ಡದೂ ಬೂದುಬಣ್ಣದ್ದೂ ಆಗಿದ್ದು ಅದರ ತೆರೆದ ದವಡೆಗಳೊಳಗಿಂದ ಬಿಳಿಯ ಮಜಬೂತಾದ ಹಲ್ಲುಗಳು ಕಾಣುತ್ತಿದ್ದವು. ಅದರ ಪಂಜಗಳಿಂದ ರಕ್ತ ಸೋರುತ್ತಿತ್ತು, ಅದರ ನಾಲಗೆ ಕಪ್ಪಾಗಿ ಬಾತುಕೊಂಡು ಹೊರಬಂದಿತ್ತು, ಅದು ಓಡಿಹೋಗಲು ವ್ಯರ್ಥ ಹೆಣಗಾಡತೊಡಗಿತ್ತು. ದ್ವೇಷ, ಭಯ ತುಂಬಿದ ಅದರ ಕಣ್ಣುಗಳು ತನ್ನತ್ತ ಬರುತ್ತಿದ್ದ ಮನುಷ್ಯನನ್ನು ನಿಧಾನವಾಗಿ ನೋಡಿದವು. ಅದರ ಬೆನ್ನ ಮೇಲಿನ ಕೂದಲು ನಿಮಿರಿ ಅದು ಸಣ್ಣದಾಗಿ ಒಡೆದ ಧ್ವನಿಯಲ್ಲಿ ಬೊಗಳಿತು. ಪರಿಸ್ಥಿತಿಯನ್ನು ಅರಿತುಕೊಂಡ ಆತ ತಕ್ಷಣ ಬಂದೂಕನ್ನೆತ್ತಿ ಗುರಿಯಿಟ್ಟ. ತೋಳವು ನೀರಡಿಕೆಯಿಂದ ಸಾಯುತ್ತಿತ್ತು. ಚಂದ್ರನನ್ನು ನೋಡಿ ಊಳಿಡಲು ಅದಕ್ಕೆ ಶಕ್ತಿಯಿರಲಿಲ್ಲ. ಅದರ ಪಾಲಿಗೆ ಇದೇ ಕೊನೆಯ ರಾತ್ರಿ. ದನಗಾಹಿ ಯುಆನ್ ಮುಗುಳ್ನಕ್ಕ. ಆತನಿಗೆ ತಂತಿ ಗುಂಟ ನೇತುಬಿದ್ದ ಉಳಿದ ತೋಳಗಳ, ಕೊಳೆತುಹೋಗುತ್ತಿರುವ ಅವುಗಳ ಮಾಂಸದ ನೆನಪಾಯಿತು. ಬಾಣವನ್ನೆಳೆಯುತ್ತಿರುವಂತೆ ಆತನ ಬೆರಳು ಬಂದೂಕಿನ ಕುದುರೆಯನ್ನು ನಿಧಾನವಾಗಿ ಒತ್ತತೊಡಗಿತು. ಹಲವಾರು ಕ್ಷಣಗಳವರೆಗೆ ಆ ಮನುಷ್ಯ ಮತ್ತು ಆ ಪಶು ಹೀಗೇ ಒಬ್ಬರನ್ನೊಬ್ಬರು ನೋಡುತ್ತ ನಿಂತರು, ಆದರೆ ಗುಂಡು ತನ್ನ ಗುರಿ ತಲಪಲೇ ಇಲ್ಲ.

ದನಗಾಹಿ ಯುಆನ್ ಒಮ್ಮೆಲೆ ಮನಸ್ಸು ಬದಲಿಸಿ ಆಕಾಶದ ಕಡೆ ಮುಖ ಮಾಡಿ ಗಾಳಿಯಲ್ಲಿ ಗುಂಡು ಹಾರಿಸಿದ. ವಿಶಾಲವಾದ ಬಯಲಲ್ಲಿ ಅದು ಪ್ರತಿಧ್ವನಿಸಿತು. ಆ ತೋಳ ಮಾತ್ರ ಒದ್ದಾಡುತ್ತ ಅತ್ತೊಮ್ಮೆ-ಇತ್ತೊಮ್ಮೆ ಹೊರಳಾಡುತ್ತ ಆ ಕಂಟಿಯ ಪೊದೆಯಲ್ಲಿ ಜೀವಂತವಾಗಿಯೇ ಉಳಿಯಿತು. ಆ ಮನುಷ್ಯ ಅದರ ಕಡೆ ನೋಡಿ ಅದರೊಂದಿಗೆ ಪ್ರೀತಿಯ ಮಾತನಾಡಿ ಅದಕ್ಕಾಗಿ ನೀರು ತರಲೆಂದು ಹೋದ. ಆತ ನೀರನ್ನು ಅಲ್ಯೂಮಿನಿಯಂ ಪಾತ್ರೆಯಲ್ಲಿ ಸುರಿಯಲು ಬಾಗಿದಾಗ ಆ ಪ್ರಾಣಿ ಭಯದಿಂದ ಹಿಂದೆ ಸರಿಯಿತು. ಅದು ನಿಶ್ಚಿಂತೆಯಿಂದ ನೀರು ಕುಡಿಯಲೆಂದು ಯುಆನ್ ತಿರುಗಿ ತಾನಡಗಿದ್ದ ಜಾಗಕ್ಕೇ ಹೊರಟುಹೋದ. ಕಂಬಳಿಯನ್ನು ಬಿಗಿಯಾಗಿ ಸುತ್ತಿಕೊಳ್ಳುತ್ತ ನಕ್ಷತ್ರಗಳ ಬೆಳಕು ಹಣೆಯ ಮೇಲೆ ಬೀಳುವ ಹಾಗೆ ಕೂತಿದ್ದ ಆತನಿಗೆ ಒಂದು ವೇಳೆ ತಾನು ಈ ತೋಳವನ್ನು ಕೊಂದುಬಿಟ್ಟಿದ್ದರೆ ಜಗತ್ತಿನಲ್ಲಿ ಮಾಡಬೇಕಾದುದೇನೂ ಉಳಿಯುತ್ತಿರಲಿಲ್ಲವಲ್ಲ ಅನ್ನಿಸಿತು. ಆ ರಾತ್ರಿ ಆತ ಅನುಭವಿಸಿದ್ದ ಭಯಂಕರ ಘನೀಭೂತವಾದ ಮೌನವೇ ಮತ್ತೆ ಆತನನ್ನು ಆವರಿಸಬಹುದಿತ್ತು. ಆತ ಶಾಂತವಾಗಿ ಸುಖವಾಗಿ, ತನ್ನ ಕಾಲುಗಳನ್ನು ಭದ್ರವಾಗಿ ಬೂಟುಗಳಲ್ಲಿ ತೂರಿಸಿದ್ದಂತೆ, ನೀರಡಿಸಿದ ತೋಳವು ನಿಧಾನವಾಗಿ ನೀರು ಕುಡಿಯುತ್ತಿರುವ ಸದ್ದು ಕೇಳುತ್ತ, ಮಲಗಿ ನಿದ್ರಿಸಿದ.

ಹಾಗೆಂದೇ ಮುಂದೆ ಹದಿಮೂರನೆಯ ತೋಳ ಬಹಳ ವರ್ಷ ಬದುಕಿತ್ತು; ಆಕಾಶದಲ್ಲಿ ಪೂರ್ಣಚಂದ್ರ ಬಂದಾಗಲೆಲ್ಲ ಕೊನೆಯಿಲ್ಲದೆ ಊಳಿಡುತ್ತ ಆಕಳುಕರುಗಳ ಮೇಲೆ ದಾಳಿ ಮಾಡುತ್ತಿತ್ತು; ಸಿಟ್ಟಿಗೆದ್ದ ದನಗಾಹಿ ಯುಆನ್ ಅದರ ಬೆನ್ನಟ್ಟುತ್ತಿದ್ದ. ಆದರೆ ಆ ವಿಶಾಲ ಬಯಲಲ್ಲಿ ಆತನಿಗೆಂದೂ ಮತ್ತೊಮ್ಮೆ ಆ ಭಯಂಕರ ಘನೀಭೂತ ಮೌನದ ಅನುಭವವಾಗಲಿಲ್ಲ. ಆತನ ಪಾಲಿಗೆ ಆ ಹದಿಮೂರನೆಯ ತೋಳವು ಪವಿತ್ರವಾದ ಅದಮನೀಯವಾದ ವೈರಿಯಾಗಿಯೆ ಉಳಿಯಿತು.

ವಿಶೇಷ ಕೃತಜ್ಞತೆ

ಈ ಸಂಪುಟದ ಕಥೆಗಳ ಆಯ್ಕೆಗಾಗಿ ಆಕರಸಾಮಗ್ರಿ
ದೊರಕಿಸುವ ಕಾರ್ಯದಲ್ಲಿ ನೆರವು ನೀಡಿದ
- ಶ್ರೀ ಅಡ್ಡೂರು ಶಿವಶಂಕರರಾವ್
- ಶ್ರೀ ಡಿ. ಆರ್. ನಾಗರಾಜ್, ಬೆಂಗಳೂರು
- ಶ್ರೀ·ಯು. ಎಸ್. ಶ್ರೀನಿವಾಸನ್, ಬೆಂಗಳೂರು
- ಸ್ವೀಡಿಷ್ ಲಿಟರರಿ ಇನ್‌ಸ್ಟಿಟ್ಯೂಟ್, ಸ್ಟಾಕ್‌ಹೋಮ್
- ಶ್ರೀಮತಿ ಸುಶೀಲಾ ಕೊಪ್ಪರ್, ಒಂಟಾರಿಯೋ, ಕೆನಡ
- ಶ್ರೀ ಗುರುರಾಜ್ ಬೈಚವಾಳ, ಒಂಟಾರಿಯೋ, ಕೆನಡ

ಸಂಪುಟದ ಮೂಲ ಆಂಗ್ಲರೂಪದ ಬೆರಳಚ್ಚು ತಯಾರಿ ಮತ್ತಿತರ
ಸಂಪಾದಕೀಯ ನೆರವಿಗಾಗಿ
- ಕುಮಾರಿ ಸೀಮಂತಿನೀ ನಿರಂಜನ

    – ಇವರಿಗೆಲ್ಲ ನಾವು ವಿಶೇಷವಾಗಿ ಕೃತಜ್ಞರು.

ವಿಶ್ವಕಥಾಕೋಶ

ಸಂಪುಟ - ೧೩

ಅದೃಷ್ಟ

ಲೇಖಕರ ಪರಿಚಯ

ಅದೃಷ್ಟ

ಮಾರ್ಕ್ ಟ್ವೇನ್ (1835–1910)

ಸ್ಯಾಮುಯೆಲ್ ಲಾಂಗ್‌ಹಾರ್ನ್ ಕ್ಲೆಮೆನ್ಸ್ ಎಂಬುದು ಮೂಲ ಹೆಸರು. 'ಅಮೆರಿಕನ್ ಸಾಹಿತ್ಯದ ಪಿತಾಮಹ' ಎಂದು ಪ್ರಸಿದ್ಧನಾದ ಸಣ್ಣ ಕಥೆಗಾರ, ಕಾದಂಬರಿಕಾರ ಮತ್ತು ಹಾಸ್ಯಲೇಖಕ. ಮುದ್ರಣಾಲಯಗಳಲ್ಲಿ ಕೆಲಸಗಾರ, ಮಿಸಿಸಿಪ್ಪಿ ನದಿಯಲ್ಲಿ ಹಬೆದೋಣಿ ನಾವಿಕ, ಪ್ರತಿಕಾ ವರದಿಗಾರ – ಹೀಗೆ ಹಲವು ಕೆಲಸಗಳಲ್ಲಿ ಪಳಗಿದ ಅನುಭವವೇ ಬರವಣಿಗೆಗೆ ಮೂಲದ್ರವ್ಯ. ದೇಶವಿದೇಶಗಳ ಸಂಚಾರಿಯಾಗಿ ಪ್ರವಾಸ ಸಾಹಿತ್ಯಕ್ಕೂ ಮೌಲಿಕ ಕೊಡುಗೆ. ವಿಜ್ಞಾನದಲ್ಲಿ ಅತೀವ ಆಸಕ್ತಿ ಫಲವಾಗಿ ಮೂರು ಶೋಧಗಳಿಗೆ ಪೇಟೆಂಟ್ ಸಂಪಾದನೆ. ಆರ್ಥಿಕ ಶಿಸ್ತಿಲ್ಲದೆ ದಿವಾಳಿಯಾಗಿ ಮತ್ತೆ ಚೇತರಿಕೆ. ಮಹಿಳೆಯರಿಗೆ ಮತದಾನ ಹಕ್ಕು ಸೇರಿ ನಾಗರಿಕ ಹಕ್ಕುಗಳ ಬೆಂಬಲಿಗ. ಹ್ಯಾಲಿ ಧೂಮಕೇತು ಕಾಣಿಸಿಕೊಂಡ ವರ್ಷಗಳಲ್ಲೇ ಇವನ ಜನನ ಮತ್ತು ಮರಣ. ○

ಕತೆ ಹೇಳಿದ ಹೃದಯ

ಎಡ್ಗರ್ ಆಲನ್ ಪೊ (1809–1849)

ಅಮೆರಿಕದ ರೊಮ್ಯಾಂಟಿಕ್ ಸಾಹಿತ್ಯ ಚಳವಳಿಯ ಪ್ರಮುಖರಲ್ಲಿ ಒಬ್ಬನಾದ ಸಣ್ಣ ಕಥೆಗಾರ, ಕವಿ, ವಿಮರ್ಶಕ ಮತ್ತು ಸಾಹಿತ್ಯ ಪತ್ರಿಕೆಯೊಂದರ ಸಂಪಾದಕ. ಅಸಾಮಾನ್ಯ ವಿಧಾನಗಳನ್ನು ಅನುಸರಿಸಿ ನಿಗೂಢ ರಹಸ್ಯದ ಕಥೆಗಳನ್ನು ಹೆಣೆಯುವ ಈ ಲೇಖಕ, ಜಗತ್ತಿನ ಪ್ರಪ್ರಥಮ ಪತ್ತೇದಾರಿ ಸಾಹಿತಿ ಎಂದೂ ಪ್ರಖ್ಯಾತ. ಪತ್ತೇದಾರಿ ಸಾಹಿತ್ಯದ ಹಾಗೆ ವಿಜ್ಞಾನ ಕಥಾಸಾಹಿತ್ಯಕ್ಕೂ ಪ್ರವರ್ತಕ. ಎಳೆತನದಲ್ಲೇ ತಬ್ಬಲಿಯಾಗಿ ವರ್ಜೀನಿಯ ವಿಶ್ವವಿದ್ಯಾಲಯದಲ್ಲಿ ಕೆಲಕಾಲ ಮಾತ್ರ ಓದಿ ಬಿಟ್ಟ ನಂತರ ಅಮೆರಿಕದ ಸೇನೆಯಲ್ಲಿ ಎರಡು ವರ್ಷ ಸೇವೆ ಸಲ್ಲಿಸಿದ. ಅನಂತರ ತನ್ನ ಬರವಣಿಗೆಯಿಂದ ಲೋಕವಿಖ್ಯಾತ ಸಾಹಿತಿಯಾದ. ○

ಜೀವನ ನಿಯಮ

ಜಾಕ್ ಲಂಡನ್ (1876–1916)

ಜಾನ್ ಗ್ರಿಫಿತ್ ಚಾನಿ ಎಂಬುದು ಮೂಲ ಹೆಸರು. ಕಿರುಕಥೆಗಾರ, ಕಾದಂಬರಿಕಾರ, ಅಲ್ಲದೆ ಪತ್ರಕರ್ತ, ಸಾಮಾಜಿಕ ಕಾರ್ಯಕರ್ತ. ಬಾಲ್ಯ ಹಾಗೂ ಯೌವನದಲ್ಲಿ ಹಲವಾರು ಬಗೆಯ ವೃತ್ತಿಗಳಲ್ಲಿ ಪಳಗಿ ಜೀವನ ರೂಪಿಸಿಕೊಂಡ. 'ಕಮ್ಯುನಿಸ್ಟ್ ಪ್ರಣಾಳಿಕೆ' ಓದಿದ ಬಳಿಕ ಸಮಾಜವಾದಿ. ಬರವಣಿಗೆಯನ್ನೇ ವೃತ್ತಿಯಾಗಿ ಸ್ವೀಕರಿಸಿದ. ಅತೀವ ಪುಸ್ತಕ ಪ್ರೇಮಿಯಾಗಿ ಹದಿನೈದು ಸಾವಿರಕ್ಕೂ ಹೆಚ್ಚು ಪುಸ್ತಕಗಳನ್ನು ಸಂಗ್ರಹಿಸಿದ್ದ. ಪತ್ರಿಕೆಗಳು, ನಿಯತಕಾಲಿಕೆಗಳಲ್ಲಿ ಕಥಾಸಾಹಿತ್ಯ ಪ್ರಕಟಣೆ ಆರಂಭವಾದಾಗ, ಅದಕ್ಕೆ ಬರೆದು ಅಪಾರ ಹಣ ಮತ್ತು ಜನಪ್ರಿಯತೆ ಗಳಿಸಿದ. ಪ್ರಗತಿಶೀಲ ಬರಹದ ಪ್ರವರ್ತಕರಲ್ಲೊಬ್ಬನೆಂಬ ಖ್ಯಾತಿ. ❍

ಕೊನೆಯ ಎಲೆ

ಒ. ಹೆನ್ರಿ (1862–1910)

ವಿಲಿಯಂ ಸಿಡ್ನಿ ಪೋರ್ಟರ್ ಎಂಬುದು ನಿಜನಾಮಧೇಯ. ಸಣ್ಣ ಕಥೆಗಾರ, ಒಳ್ಳೆಯ ಗಾಯಕ ಮತ್ತು ಸಂಗೀತಗಾರ. ದೈಹಿಕ ಶ್ರಮದ ಹಲವಾರು ಉದ್ಯೋಗಗಳ ತರುವಾಯ ಪತ್ರಕರ್ತ. ಆರ್ಥಿಕ ಸಂಸ್ಥೆಯಲ್ಲಿ ಕೆಲಸಕ್ಕೆ ಇದ್ದಾಗ ನಂಬಿಕೆದ್ರೋಹಕ್ಕಾಗಿ ಸೆರೆವಾಸ. ಸೆರೆಮನೆಯಲ್ಲಿದ್ದಾಗ ಒ. ಹೆನ್ರಿ ಎಂಬ ಹೆಸರಿನಲ್ಲಿ ಕಥೆಗಳ ಬರವಣಿಗೆ. ಪತ್ರಿಕೆಯೊಂದಕ್ಕೆ ವಾರಕ್ಕೊಂದು ಕಥೆ ಬರೆಯುತ್ತಿದ್ದ ಅವನು ಅನಿರೀಕ್ಷಿತ ತಿರುವುಗಳು, ಅಂತ್ಯಗಳ ಮೂಲಕ ಕಥೆಗಳ ಸ್ವಾರಸ್ಯವನ್ನು ಕಾದುಕೊಳ್ಳುತ್ತಿದ್ದ. ಒ. ಹೆನ್ರಿ ಬರೆದ ಅಪಾರ ಸಂಖ್ಯೆಯ ಕಥೆಗಳು ಇಪ್ಪತ್ತನೆಯ ಶತಮಾನದ ಆರಂಭಕಾಲದ ಬೆಳವಣಿಗೆಗಳ ಹಿನ್ನೆಲೆಯಲ್ಲಿ ಜನಸಾಮಾನ್ಯರ ಬದುಕಿನ ಬವಣೆಗಳ ಬಗ್ಗೆ ಬೆಳಕು ಚೆಲ್ಲುತ್ತವೆ. ❍

ಬಿರುಗಾಳಿ ಬೀಸಿದ ಮೇಲೆ

ಅರ್ನೆಸ್ಟ್ ಹೆಮಿಂಗ್ವೇ (1898–1961)

ಸಣ್ಣ ಕಥೆಗಾರ, ಕಾದಂಬರಿಕಾರ. ಚಿಕ್ಕ ವಯಸ್ಸಿನಲ್ಲಿ ಮನೆಯಿಂದ ಎರಡು ಬಾರಿ ಪಲಾಯನ. ಅನಂತರ ಅಭ್ಯಾಸಿ ವರದಿಗಾರ. ಪ್ರಥಮ ವಿಶ್ವ ಸಮರದ ಸಮಯದಲ್ಲಿ ಆ್ಯಂಬುಲೆನ್ಸ್ ಚಾಲಕನಾಗಿ ಸೇವೆ. ಅಮೆರಿಕದ ಪತ್ರಿಕೆಗಳಿಗೆ ಸಮರದ ವರದಿಗಳ ಬರವಣಿಗೆ. ಸ್ಪಾನಿಷ್ ಅಂತರ್ಯುದ್ಧದಲ್ಲಿ ರಿಪಬ್ಲಿಕನ್ನರ ಪರವಾಗಿ ಹೋರಾಟ. ದ್ವಿತೀಯ ಸಮರದಲ್ಲಿ ಪತ್ರಿಕಾ ವರದಿಗಾರ. ಗೂಳಿ ಕಾಳಗ, ಭಾರಿ ಶಿಕಾರಿ, ಮೀನು

ಹಿಡಿಯುವುದು ಮುಂತಾದುವು ಆಸಕ್ತಿಯ ವಿಷಯಗಳು. ತನ್ನ ಅಮರ ಕೃತಿಗಳಿಗೆ ಇವೆಲ್ಲ ಅನುಭವಗಳ ಧಾರೆ. 1961ರಲ್ಲಿ ಮರಣದವರೆಗೆ ಕ್ಯೂಬದ ಹವಾನಾದಲ್ಲಿ ವಾಸ. ತನ್ನ ವಿಶಿಷ್ಟ ಶೈಲಿಯಿಂದ ಇಪ್ಪತ್ತನೆಯ ಶತಮಾನದ ಬರವಣಿಗೆಯ ಮೇಲೆ ಪ್ರಭಾವ ಬೀರಿದ ಹೆಮಿಂಗ್ವೇನ ಹಲವು ಕೃತಿಗಳು 'ಕ್ಲಾಸಿಕ್'ಗಳೆಂದು ಮಾನ್ಯತೆ ಪಡೆದಿವೆ. 1954ರಲ್ಲಿ ಅವನಿಗೆ ನೊಬೆಲ್ ಪ್ರಶಸ್ತಿ ಲಭಿಸಿತು. ❍

ಆ ಕ್ಷೌರಿಕ ಹಾಗೂ ಸರ್ಕಸಿನ ಹುಲಿಯ ಬಾಯಿಗೆ ತಲೆಕೊಟ್ಟ ಆತನ ಚಿಕ್ಕಪ್ಪ

ವಿಲಿಯಮ್ ಸಾರೊಯನ್ (1908–1981)

ಸಣ್ಣ ಕಥೆಗಾರ, ಕಾದಂಬರಿಕಾರ, ನಾಟಕಕಾರ. ಅಮೆರಿಕಕ್ಕೆ ವಲಸೆ ಬಂದ ಆರ್ಮೇನಿಯನ್ ದಂಪತಿಗೆ ಹುಟ್ಟಿದ ಅವನು ಮೂರನೇ ವಯಸ್ಸಿನಲ್ಲಿ ತಂದೆಯನ್ನು ಕಳೆದುಕೊಂಡು ಇನ್ನಿಬ್ಬರು ಒಡಹುಟ್ಟಿದವರೊಡನೆ ಅನಾಥ ನಿಲಯ ಸೇರಬೇಕಾಯಿತು. ಮುಂದೆ ತಾಯಿಯ ಜತೆಗೂಡಿ ಸಣ್ಣಪುಟ್ಟ ಕೆಲಸ ಮಾಡುತ್ತಾ ಶಾಲೆ ಕಲಿತ. ಟೆಲಿಗ್ರಾಫ್ ಕಂಪೆನಿಯಲ್ಲೂ ದುಡಿದ. ತಂದೆಯ ಕೆಲವು ಬರಹಗಳನ್ನು ನೋಡಿದ ಮೇಲೆ ಸಾಹಿತಿಯಾಗಿ ಬದುಕುವ ನಿರ್ಧಾರ ಮಾಡಿ ಯಶಸ್ಸು ಪಡೆದ. ದ್ವಿತೀಯ ವಿಶ್ವ ಸಮರದಲ್ಲಿ ಅಮೆರಿಕದ ಸೇನೆಯಲ್ಲೂ ಸೇವೆ ಸಲ್ಲಿಸಿದ. ಆರ್ಥಿಕ ಹಿಂಜರಿತದಲ್ಲೂ ಜನಸಾಮಾನ್ಯರಲ್ಲಿ ಕಂಡುಬಂದ ಆಶಾವಾದ ಅವನ ಬಹುತೇಕ ಬರವಣಿಗೆಗಳಲ್ಲಿ ಎದ್ದು ಕಾಣುತ್ತದೆ. 'ದಿ ಟೈಮ್ ಆಫ್ ಯುವರ್ ಲೈಫ್' ಎಂಬ ಕೃತಿಗೆ 1939ರಲ್ಲಿ ಪುಲಿಟ್ಜರ್ ಪ್ರಶಸ್ತಿ. ಇದು ಬಂಡವಾಳಶಾಹಿ ಕೃಪೆಯ ಸಂಕೇತ ಎಂಬ ಕಾರಣದ ಮೇಲೆ ಪ್ರಶಸ್ತಿಯ ನಿರಾಕರಣೆ. ❍

ದಾರಿಯಲ್ಲಿ ಕಂಡವನು

ಆಲ್ಬರ್ಟ್ ಮಾಲ್ಟ್ಸ್ (1928–1985)

ಸಣ್ಣಕಥೆ, ಕಾದಂಬರಿ, ವಿಶೇಷವಾಗಿ ನಾಟಕ ಮತ್ತು ಚಿತ್ರಕಥೆಗಳಲ್ಲಿ ಪ್ರಸಿದ್ಧನಾದ ಅಮೆರಿಕದ ಲೇಖಕ. ಕೊಲಂಬಿಯ ವಿಶ್ವವಿದ್ಯಾನಿಲಯ ಮತ್ತು ಯೇಲ್ ಸ್ಕೂಲ್ ಆಫ್ ಡ್ರಾಮಗಳಲ್ಲಿ ಶಿಕ್ಷಣ. ಭ್ರಷ್ಟಾಚಾರವನ್ನು ಬಯಲಿಗೆಳೆಯುವ ಹಾಗೂ ಶಾಂತಿವಾದವನ್ನು ಬೋಧಿಸುವ ಕೃತಿಗಳ ರಚನೆ. ಅತ್ಯಂತ ಪ್ರಭಾವಶಾಲಿ ಕೃತಿಯಾದ 'ಬ್ಲಾಕ್ ಪಿಟ್'ನಲ್ಲಿ ಗಣಿ ಕೆಲಸಗಾರರ ಜೀವನ ದುರಂತದ ನಿರೂಪಣೆ. ಸಣ್ಣಕಥೆಗೆ ಒ. ಹೆನ್ರಿ ಪ್ರಶಸ್ತಿ ಪಡೆದ. ಪ್ರತಿಭಾವಂತ ಚಿತ್ರಕಥಾ ಲೇಖಕನಾಗಿದ್ದ ಅವನು ಹಾಲಿವುಡ್‌ನ ವಾಮವಿರೋಧಿ ದಬ್ಬಾಳಿಕೆಯಿಂದಾಗಿ ಕಪ್ಪು ಪಟ್ಟಿ ಸೇರಬೇಕಾಯಿತು. ಮರಣಾನಂತರ ಅವನ ಚಿತ್ರಕಥೆಗಳಿಗೆ ಗೌರವ ದೊರಕಿತು. ❍

ವಸಂತ ನಿನಗೆ ನಮನ

ಮೆರಿದೆಲ್ ಲ ಸೂಅ (1900–1996)

ಸಾಮಾಜಿಕ ಮತ್ತು ರಾಜಕೀಯ ಚಟುವಟಿಕೆಗಳು ತುಂಬಿದ್ದ ಕುಟುಂಬದಲ್ಲಿ ಜನನ. ಬಾಲ್ಯದಲ್ಲಿ ಅಮೆರಿಕನ್ ಮೂಲನಿವಾಸಿ ಮಹಿಳಾ ಜಾನಪದ ಸಾಹಿತ್ಯದ ಪ್ರಭಾವ. ಶಾಲೆ ಬಿಟ್ಟು ನಾಟಕ ಅಕಾಡೆಮಿ ಸೇರ್ಪಡೆ. ಇಪ್ಪತ್ತನೆಯ ಶತಮಾನದ ಮೂವತ್ತು– ನಲವತ್ತರ ದಶಕಗಳ ಕಾರ್ಮಿಕ ಚಳವಳಿಗಳ ಬಗ್ಗೆ ಸಹಾನುಭೂತಿ ಮತ್ತು ಅವುಗಳಿಂದಲೇ ಸಣ್ಣಕಥೆಗಳಿಗೆ ವಸ್ತುಗಳ ಆಯ್ಕೆ. ಯುದ್ಧ ವಿರೋಧಿ ಮತ್ತು ಮಹಿಳಾಪರ ಅಭಿಪ್ರಾಯ ಗಳಿಗೆ ತನ್ನ ಲೇಖನಗಳಲ್ಲಿ ದಿಟ್ಟ ಅಭಿವ್ಯಕ್ತಿ. ಮೆರಿದೆಲ್ ಹಾಲಿವುಡ್‌ನಲ್ಲೂ ಸ್ಟಂಟ್ ಕಲಾವಿದೆ, ಲೇಖಕಿಯ ಕೆಲಸ ಮಾಡಿದಾಕೆ. ಅನಂತರ ಪತ್ರಕರ್ತೆ. ಉದಾರವಾದಿ ಪತ್ರಿಕೆಗಳಲ್ಲಿ ಕೆಲಸ. ಕಥೆಗಳಿಗೆ ರಾಷ್ಟ್ರೀಯ ಖ್ಯಾತಿ. ಕಾವ್ಯ ವಾಚನ ಹವ್ಯಾಸ. ಮಕ್ಕಳಿಗಾಗಿ ಬರೆದ ಪುಸ್ತಕಗಳು ಬಹಳ ಜನಪ್ರಿಯ. ತಾಯಿ ಎಪ್ಪತ್ತನೆಯ ವಯಸ್ಸಿನಲ್ಲಿ ಸೆನೆಟ್‌ಗೆ ಸ್ಪರ್ಧಿಸಿದ್ದರು. ❍

ಕಣ್ಮರೆಯಾದ ಫೀಬೀ

ಥಿಯೊಡೋರ್ ಡ್ರೈಸರ್ (1871–1945)

ಪೂರ್ತಿ ಹೆಸರು ಥಿಯೊಡೋರ್ ಹರ್ಮನ್ ಆಲ್ಬರ್ಟ್ ಡ್ರೈಸರ್. ಕಿರುಗತೆಗಾರ, ಕಾದಂಬರಿಕಾರ ಮತ್ತು ಪತ್ರಕರ್ತ. ಬರಹದಲ್ಲಿ ಬಾಲ್ಯದ ಬಡತನದ ಮತ್ತು ವೈರುಧ್ಯಗಳ ವಿರುದ್ಧ ಹೋರಾಟದ ದಟ್ಟ ನಿರೂಪಣೆ. ವಿಶ್ವವಿದ್ಯಾನಿಲಯದ ಶಿಕ್ಷಣವನ್ನು ಅರ್ಧಕ್ಕೇ ನಿಲ್ಲಿಸಿ, ಪ್ರಸಿದ್ಧ ಪತ್ರಿಕೆಗಳಿಗೆ ಬರೆಯಲಾರಂಭಿಸಿದ; ಪ್ರಸಿದ್ಧರನ್ನು ಸಂದರ್ಶನ ಮಾಡಿದ. ಕಥೆಗಳಲ್ಲಿ ಬಾಲ್ಯದ ಬಡತನದ, ಸಮಾಜದ ವೈರುಧ್ಯಗಳ ವಿರುದ್ಧ ಹೋರಾಟದ ದಟ್ಟ ನಿರೂಪಣೆ ಮತ್ತು ಕಾದಂಬರಿಗಳಲ್ಲಿ ಸಾಮಾಜಿಕ ಅಸಮಾನತೆಯ ವಿರುದ್ಧ ದನಿ ಇದೆ. ಅವನು ಗೀತಕಾರನಾಗಿದ್ದ ತನ್ನ ಸೋದರನನ್ನು ಕುರಿತು ಬರೆದ ಕಥೆ ಮುಂದೆ ಚಲನಚಿತ್ರವಾಯಿತು. 1972ರಲ್ಲಿ ರಷ್ಯಕ್ಕೆ ಭೇಟಿ; ಪ್ರವಾಸ ಸಾಹಿತ್ಯ. 'ಅಮೆರಿಕನ್ ಟ್ರಾಜಿಡಿ' ಎಂಬುದು ಖ್ಯಾತ ಕಾದಂಬರಿ. 1930ರ ದಶಕದಲ್ಲಿ ಕಮ್ಯುನಿಸ್ಟ್ ಪಕ್ಷದಲ್ಲಿ ಪ್ರಮುಖ ಪಾತ್ರ ವಹಿಸಿದ್ದ ಅವನು ಸಿದ್ಧಾಂತವನ್ನು ಕುರಿತ ಸಾಹಿತ್ಯವನ್ನೂ ರಚಿಸಿದ್ದಾನೆ. ❍

ಇನ್ನೇನು ಗಂಡಸಾಗಲಿದ್ದ ಒಬ್ಬ ಗಂಡಸು

ರಿಚರ್ಡ್ ರೈಟ್ (1908–1960)

ಕಥೆಗಾರ, ಕಾದಂಬರಿಕಾರ, ವಿಮರ್ಶಕ. ಬಿಳಿಯರ ಪ್ರಪಂಚದಲ್ಲಿ ಕರಿಯರ ಬವಣೆಗೆ ಕೃತಿಗಳಲ್ಲಿ ಪ್ರಾಧಾನ್ಯ. ಮೂರನೆಯ ದಶಕದ ಆದಿ

ಭಾಗದಿಂದ 1944ರವರೆಗೆ ಕಮ್ಯುನಿಸ್ಟ್ ಪಕ್ಷದ ಸದಸ್ಯ. 1946ರಿಂದ ಅಂತಿಮ ಕಾಲದವರೆಗೆ ಪ್ಯಾರಿಸ್‌ನಲ್ಲಿ ವಾಸ. ಅಲ್ಲಿ ಲೇಖಕರಾದ ಸಾರ್ತ್ರ್, ಕಾಮೂ ಮೊದಲಾದವರ ಒಡನಾಟದಿಂದ ಸ್ವಲ್ಪ ಅಸ್ತಿತ್ವವಾದದತ್ತ ಒಲವು. 'ಬ್ಲಾಕ್ ಬಾಯ್' ಆತ್ಮಚರಿತ್ರಾತ್ಮಕ ಕಾದಂಬರಿ. 'ಟ್ವೆಲ್ವ್ ಮಿಲಿಯನ್ ಬ್ಲಾಕ್ ವಾಯ್ಸಸ್' ಅಮೆರಿಕದ ಕರಿಯರ ಜನಪದ ಚರಿತ್ರೆ, 'ಹಾಲಿವುಡ್ ಸಂಪರ್ಕವೂ ಕೆಲಕಾಲ ಇತ್ತು. ಪ್ಯಾರಿಸ್ ಬಿಟ್ಟು ಲಂಡನ್‌ಗೆ ಹೋಗಲು ವಿಫಲ ಯತ್ನ ನಡೆಸಿದ. ಕೇವಲ 52 ವರ್ಷ ಮಾತ್ರ ಬದುಕಿ ಅನಾರೋಗ್ಯದಿಂದ ಸತ್ತ ರೈಟ್, ಕೊನೆಗಾಲದಲ್ಲಿ ಜಪಾನಿ ಹಾಯಿಕುಗಳನ್ನು ಮೆಚ್ಚಿ ತಾನೇ ಸಾವಿರಾರು ಬರೆದ. 2008ರಲ್ಲಿ ಅವನ ಮುಖ್ಯ ಕೃತಿಗಳಾದ– ಬ್ಲಾಕ್ ಪವರ್, ದ ಕಲರ್ ಕರ್ಟನ್ ಮತ್ತು ವೈಟ್ ಮ್ಯಾನ್ ಲಿಸನ್ ಪ್ರಕಟಗೊಂಡಿವೆ. ❍

ವರದಿ

ಡೊನಾಲ್ಡ್ ಬಾರ್ಥೆಲ್ಮ್ (1931–1989)

ಸಣ್ಣ ಕಥೆಗಾರ, ಕಾದಂಬರಿಕಾರ. ಅಸಂಗತ, ವ್ಯಂಗ್ಯಾತ್ಮಕ ಹಾಗೂ ವಿಕಟವಾಸ್ತವಿಕತೆಯ ಕಥೆಗಳಿಗೆ ಪ್ರಸಿದ್ಧ. ಪತ್ರಿಕೋದ್ಯಮ ವ್ಯಾಸಂಗ ಮಾಡಿ, ಪತ್ರಕರ್ತ ಮತ್ತು ಸಂಪಾದಕನಾಗಿ ಕೂಡ ಹೆಸರಾಂತ. ತನ್ನ ಆಲೋಚನೆಗಳಿಂದಾಗಿ ಸಂಪ್ರದಾಯಸ್ಥ ತಂದೆತಾಯಿಯ ಜತೆ ಸದಾ ಭಿನ್ನಾಭಿಪ್ರಾಯ. ಬಾಸ್ಟನ್ ವಿಶ್ವವಿದ್ಯಾನಿಲಯ ಸೇರಿ ಹಲವೆಡೆ ಪ್ರಾಧ್ಯಾಪಕ. ಹ್ಯೂಸ್ಟನ್‌ನ ಸಮಕಾಲೀನ ಕಲಾ ಸಂಗ್ರಹಾಲಯದ ನಿರ್ದೇಶಕ. ಕಿರಿಯ ಪೀಳಿಗೆಯ ಬರಹಗಾರರ ಮೇಲೆ ಅಪಾರ ಪ್ರಭಾವ. ಘಟನಾಕೇಂದ್ರಿತ ನೂರಾರು ಕಿರುಗತೆಗಳ ಬರಹದಿಂದ ಖ್ಯಾತಿ. ಅವುಗಳಲ್ಲಿ ಬಹುಪಾಲು 'ನ್ಯೂಯಾರ್ಕರ್' ಮೊದಲಾದ ಪ್ರತಿಷ್ಠಿತ ಪತ್ರಿಕೆಗಳಲ್ಲಿ ಪ್ರಕಟ. ಹನ್ನೊಂದು ಕಥಾಸಂಕಲನಗಳನ್ನು ತಂದ. 'ಸ್ನೋವೈಟ್' ವಿಶೇಷ ಪ್ರತಿಭೆಯ ಕಾದಂಬರಿ. ❍

ಮುರಿದುಹೋದ ಭೂಮಂಡಲ

ಹೆನ್ರಿ ಕೇಸೆಲ್ (1922–1991)

ಆಸ್ಟ್ರಿಯದಲ್ಲಿ ಜನನ. ಇಂಗ್ಲೆಂಡ್‌ಗೆ ಬಂದು ಅಲ್ಲಿಂದ 1940ರಲ್ಲಿ ಕೆನಡಕ್ಕೆ ವಲಸೆ. ಟೊರಾಂಟೊ ವಿಶ್ವವಿದ್ಯಾನಿಲಯದಲ್ಲಿ ಶಿಕ್ಷಣ. ಅವನ ಪ್ರತಿಭೆಗೆ ಹನ್ನೊಂದು ಶಿಷ್ಯವೇತನಗಳ ಪುರಸ್ಕಾರ. ಆಲ್ಬರ್ಟಾ ವಿಶ್ವವಿದ್ಯಾಲಯದಲ್ಲಿ ಪ್ರಾಧ್ಯಾಪಕ. ತನ್ನ ಮಾತೃಭಾಷೆಯಲ್ಲದ ಇಂಗ್ಲಿಷ್‌ನಲ್ಲಿ ಬರೆದ ಸಣ್ಣ ಕಥೆಗಳು ಮತ್ತು ಕಾದಂಬರಿಗಳಿಗೆ ಕೆನಡದಲ್ಲಿ ಅಪಾರ ಜನಪ್ರಿಯತೆ. ಕೆನಡದ ಸಾಹಿತ್ಯಕ್ಕೆ ವಲಸೆಗಾರರ ಅನುಭವವನ್ನು ತಂದ ಮೊದಲಿಗ

ಎಂಬ ಪ್ರಶಂಸೆ. ದ್ವಿತೀಯ ವಿಶ್ವ ಸಮರದಲ್ಲಿ ಯೆಹೂದಿಗಳು ಪಟ್ಟ ಕಷ್ಟದ ಉತ್ತಮ ಚಿತ್ರಣ. ಕೆನಡದಲ್ಲಿ ಉನ್ನತ ಹುದ್ದೆಗಳ ಗೌರವ. 'ದಿ ರಿಚ್ ಮ್ಯಾನ್' ಮತ್ತು 'ದಿ ಬಿಟ್ರೇಯಲ್' ಪ್ರಸಿದ್ಧ ಕಾದಂಬರಿಗಳು. ಸಾಹಿತ್ಯ ವಿಮರ್ಶಕನಾಗಿಯೂ ಗಮನಾರ್ಹ ಕೊಡುಗೆ.

ಹದಿಮೂರನೆಯ ತೋಳ

ಆರ್ತುರೊ ಸೌತೋ ಅಲಬಾರ್ಸೆ

1930ರಲ್ಲಿ ಸ್ಪೇನ್‌ನ ಮ್ಯಾಡ್ರಿಡ್‌ನಲ್ಲಿ ಜನನ. ಅಂತರ್ಯುದ್ಧದ ಕಾರಣ ಎಂಟನೆಯ ವಯಸ್ಸಿನಲ್ಲಿ ಸ್ಪೇನ್‌ನಿಂದ ನಿರ್ಗಮನ. ಶಿಕ್ಷಣದ ಅನಂತರ ಪ್ರಾಧ್ಯಾಪಕನಾಗಿ ಕೆಲಸ. ಬೆಲ್ಜಿಯಂ, ಕ್ಯೂಬ ಹಾಗೂ ಅಮೆರಿಕಾ ಅನಂತರ, ಮೆಕ್ಸಿಕೋದಲ್ಲಿ ವಾಸ. ಈಗ ಆ ದೇಶದ ಪ್ರಜೆ. ನಿಯತಕಾಲಿಕಗಳು ಹಾಗೂ ಪತ್ರಿಕೆಗಳಲ್ಲಿ ಕಥೆಗಳ ಪ್ರಕಟಣೆ. ಜೀವನ ಪ್ರೀತಿ ಸಾರುವ ಕವಿತೆಗಳಿಂದ ಒಳ್ಳೆಯ ಕವಿಯಾಗಿಯೂ ಪ್ರಸಿದ್ಧ.

ಈ ಸಂಪುಟದ ಅನುವಾದಕರು

ವೀಣಾ ಶಾಂತೇಶ್ವರ

1945ರಲ್ಲಿ ಧಾರವಾಡದಲ್ಲಿ ಜನನ. 1968ರಲ್ಲಿ 'ಮುಳ್ಳುಗಳು' ಕಥಾಸಂಕಲನ ಪ್ರಕಟ. ಪ್ರಧಾನವಾಗಿ ಸ್ತ್ರೀಪರ – ಕಾಳಜಿಯ ಬರಹಗಾರ್ತಿ. ಸುಮಾರು ಹನ್ನೆರಡು ಕೃತಿಗಳನ್ನು ಬರೆದಿದ್ದಾರೆ. ಇವರ ಕಥೆಗಳು ಹೆಚ್ಚಿನ ಭಾರತೀಯ ಭಾಷೆಗಳಲ್ಲಿ ಅನುವಾದಗೊಂಡಿವೆ. ವಿದ್ಯಾರ್ಥಿಜೀವನದುದ್ದಕ್ಕೂ ಪ್ರಶಸ್ತಿ, ಪದಕಗಳು, ಶಿಷ್ಯವೇತನ ಲಭಿಸಿವೆ. ಎಂ. ಎ. ಪದವೀಧರೆ. ಸುಮಾರು 39 ವರ್ಷ ಇಂಗ್ಲಿಷ್ ರೀಡರ್, ಉಪನ್ಯಾಸಕಿ, ಪ್ರಾಚಾರ್ಯರಾಗಿ ಧಾರವಾಡದ ಕರ್ನಾಟಕ ಕಲಾ ಮಹಾವಿದ್ಯಾನಿಲಯದಲ್ಲಿ ವಿವಿಧ ಹುದ್ದೆಗಳಲ್ಲಿ ಸೇವೆ. ಕರ್ನಾಟಕ ವಿ.ವಿ.ಯಲ್ಲಿ ಪಠ್ಯಪುಸ್ತಕ ಸಮಿತಿಯಲ್ಲಿ, ಸಲಹಾ ಮಂಡಲಿಗಳಲ್ಲೂ ಕಾರ್ಯ ನಿರ್ವಹಿಸಿದ್ದಾರೆ. ಕರ್ನಾಟಕ ಸರಕಾರದ ಪ್ರತಿಷ್ಠಿತ "ದಾನ ಚಿಂತಾಮಣಿ" ಪ್ರಶಸ್ತಿಯೂ ಸೇರಿದಂತೆ ಇನ್ನಿತರ ಅನೇಕ ಪ್ರಶಸ್ತಿ ಗೌರವಗಳನ್ನು ಅವರಿಗೆ ನೀಡಲಾಗಿದೆ.